சிந்து முதல் கங்கை வரை

:சிம்மசேனாபதி

(ஆராய்ச்சி நாவல்)

ராகுல் சாங்கிருத்யாயன்

தமிழில்

மாஜினி

நியூ செஞ்சுரி புக் ஹவுஸ் (பி) லிட்.,

41-பி, சிட்கோ இண்டஸ்டிரியல் எஸ்டேட்,

அம்பத்தூர், சென்னை - 600 050.

☎: 044 - 26251968, 26258410, 48601884

Language : Tamil
Sindhu Muthal Gangai Varai
Author : **Rahul Sankrityayan**
Translator : **Majini**
First Edition : January, 1963
Eighth Edition : September, 2018
Ninth Edition : November, 2021
Copyright: Publisher
No. of pages : xx+ 336= 356
Publisher :
New Century Book House Pvt. Ltd.,
41-B, SIDCO Industrial Estate,
Ambattur, Chennai - 600 050.
Tamilnadu State, India.
Email : info@ncbh.in
Online: www.ncbhpublisher.in

ISBN: 978 - 81 - 2340 - 152 - 2
Code No. A 281
₹ 315/-

Branches

Ambattur (H.O.) 044 - 26359906 **Spenzer Plaza (Chennai)** 044-28490027
Trichy 0431-2700885 **Pudukkottai** 04322- 227773 **Thanjavur** 04362-231371
Tirunelveli 0462-4210990, 2323990 **Madurai** 0452 2344106, 4374106
Dindigul 0451-2432172 **Coimbatore** 0422-2380554 **Erode** 0424-2256667
Salem 0427-2450817 **Hosur** 04344-245726 **Krishnagiri** 0434-3234387
Ooty 0423 2441743 **Vellore** 0416-2234495 **Villupuram** 04146-227800
Pondicherry 0413-2280101 **Nagercoil** 04652-234990

சிந்து முதல் கங்கை வரை
:சிம்மசேனாபதி
(ஆராய்ச்சி நாவல்)
ஆசிரியர்: ராகுல் சாங்கிருத்யாயன்
தமிழில்: மாஜினி
முதல் பதிப்பு: ஜனவரி, 1963
எட்டாம் பதிப்பு: செப்டம்பர், 2018
ஒன்பதாம் பதிப்பு: நவம்பர், 2021

அச்சிட்டோர்: பாவை பிரிண்டர்ஸ் (பி) லிட்.,
16 (142), ஜானி ஜான் கான் சாலை, இராயப்பேட்டை, சென்னை - 14
☎: 044-28482441

All rights reserved. No part of this book may be reprinted or reproduced or utilised in any form or by any electronic, mechanical, or other means, now known or hereafter invented, including photocopying and recording, or in any information storage or retrieval system, without permission in writing from the publishers.

பதிப்புரை

சமூகம், தத்துவம், வரலாறு, அறிவியல், பயணநூல், வாழ்க்கை வரலாறு, நாடகம், கட்டுரை, ஆய்வு பன்முகத் தளங்களில் ஈடுபாட்டுடன் செயல்பட்டு வந்த தத்துவார்த்த சிந்தனையாளர் ராகுல் சாங்கிருத் யாயன் எழுதிய இரண்டாவது நாவலாகும் இந்நூல்.

வைசாலிக் குடியரசு பற்றிய வரலாற்றுத் தகவல்களை அடிப்படையாகக் கொண்டு எழுதப்பட்ட இந்நாவலில், வைசாலிக் குடியரசின் பிரதம சேனாபதி சிம்மனின் வாழ்க்கையைச் சிறிதாகவும் அவன் காலத்து உலகத்தை முழுமையாகவும் உயிர்த்துடிப்பான நடையில் எழுதப்பட்டுள்ளது.

கி.பி. மூன்று அல்லது நான்காம் நூற்றாண்டுகள் வாக்கிலான சிம்மனின் கால பழக்கவழக்கங்களை ஆராய்ந்து கண்டெழுதியுள்ள ராகுல்ஜி அவர்கள் பாட்னா மியூசியத்திலுள்ள 1600 செங்கற்களை அதற்கான ஆதாரங்களாக முன்வைக்கிறார். அந்தச் செங்கற்களின் புகைப்படங்களிலிருந்து நாகிரி லிபியில் பிரசுரிக்கப்பட்டதே இந்நூல் என்றும் அவர் உறுதியளித்துள்ளார்.

அக்காலத்து வைசாலி மொழியில் எழுதப்பட்டிருந்த செங்கல் நூலை இந்தி மொழியில் ராகுல்ஜி திருத்தியெழுதிய இந்நூல் இந்தியில் பல பதிப்புகள் வெளியாகி சாதனைகளைப் படைத்தது குறிப்பிடத் தக்கதாகும். இந்தியில் வெளியான இந்நூலை மாஜினி அவர்கள் தமிழில் சிறப்புற மொழிபெயர்த்துள்ளார். 1963ம் வருடம் ஜனவரியில் இந்நூலின் முதல் பதிப்பு என்.சி.பி.எச் வெளியீடாக வெளிவந்தது. தொடர்ச்சியாக வெளியிடப்பட்டு வந்த இந்நூல் நவம்பர் 2009ம் ஆண்டில் ஆறாவது பதிப்பு வெளிவந்தது. தற்போது புதிய வடிவமைப்பில் ஏழாவது பதிப்பு வெளியிடப்படுகிறது.

- பதிப்பகத்தார்

முன்னுரை

"பிழைப்பதற்காக" என்னும் நாவலுக்குப் பிறகு இது எனது இரண்டாவது நாவல். முதல் நாவல் கி.பி. இருபதாம் நூற்றாண்டைய சகாப்தத்தைச் சேர்ந்தது; இது கி.மு. ஐந்தாம் நூற்றாண்டைய சகாப்தத்தைச் சேர்ந்தது. நான் மனித வர்க்கத்தின் தோற்றத்திலிருந்து இன்று வரையுள்ள வளர்ச்சியைக் குறித்து இருபது கதைகள் (வால்கா முதல் கங்கை வரை) எழுத முடிவு செய்தேன். அவற்றில் ஒன்று பௌத்த சகாப்தத்தைச் சேர்ந்தது. நான் எழுத ஆரம்பித்தபோது எல்லா விஷயங்களையும் கதையில் கொண்டுவருவது இயலாத காரியம் என்று தோன்றிற்று. அதனாலேயே "சிம்மசேனாபதி" நாவல் உருவத்தில் உங்கள் முன்னால் வந்துள்ளது.

"சிம்மசேனாபதி"யின் காலத்தைச் சித்திரிப்பதில் நான் வரலாற்றுக் கடமையையும் பார்வையையும் பூரணமாகப் பின்பற்றியிருக்கிறேன். பாலி, திபேத், சமஸ்கிருத நூல்களில்-முக்கியமாக ஜைன நூல்களில் அக்காலத்திய குடியரசுகள் சம்பந்தப்பட்ட விவரங்கள் ஓரளவுக்குக் காணக் கிடக்கின்றன. நான் அவற்றை உபயோகித்துக் கொள்ள முயற்சித்திருக்கிறேன். அன்ன -ஆகாரங்கள், ஆசார-அனுஷ்டானங்கள் விஷயங்களில் இன்றைய நிலைக்கும் அன்றைய நிலைக்கும் எவ்வளவோ வேறுபாடுகள் காணப்படுகின்றன. ஆனால் அந்த வேறுபாடுகள் பண்டைய நூல்களில் எழுதப்பட்டிருப்பவைகளே

-ராகுல் சாங்கிருத்தியாயன்

மத்தியசிறை ஹஜாரிபாக்
27-5-1942.

நூன்முகம்

வைசாலிக் குடியரசைப் பற்றி எழுதப்பட்ட விவரங்கள் மிகவும் சொற்பம். அவற்றை நான் படித்துக் கொண்டிருந்தபோது இன்னும் கொஞ்சம் விவரங்கள் தெரிந்தால் நன்றாக இருக்குமே என்று எனக்குப் பட்டது.

எனது நண்பர்களிலே பூத-பைசாசங்களை நம்புகிறவர்கள் சிலர் இருக்கிறார்கள். இறந்து போனவர்களுடைய ஆத்மாக்கள் அவர்கள் சரீரங்களிலிருந்து வெளியேறி ஆவியுலகில் நம்மைச் சுற்றித் திரிந்து கொண்டிருக்கின்றன என்பதும், அந்த ஆவிகளோடு பேசக்கூடிய சக்தி படைத்த மகானுபாவர்கள் இருக்கிறார்கள் என்பதும் அவர்களது நம்பிக்கை.

என்னைப் பொறுத்தவரையில் இந்த ஆத்மாக்கள் என்கிற கூற்றில் நம்பிக்கை கிடையாது. அப்படிப்பட்டவன் எப்படிப் பேய்பூதங்களைப் பற்றியும் ஆவியுலகைப் பற்றியும் நம்ப முடியும்? எனினும், ஹரசுராம் பிர்மாவை ஆராதிக்கும் பாபு ராமதாஸ் கௌடை பரீட்சிப்பதற்கு இதனை ஒரு சந்தர்ப்பமாகக் கொண்டேன்.

வைசாலிக் குடியாட்சியைச் சேர்ந்த சிலருடைய பெயர்களை அவருக்குச் சொல்லி, அவர்களிலே எவரையாவது அழைத்து, வைசாலிக் குடியரசு பற்றிய வரலாற்று விவரங்களைத் தெரிந்து கூறும்படி சொன்னேன். அப்படி அவர் கூறுவாரேயானால் இனிமேல் எனது பேனா, ஆவிகளோடு பேசும் அவருடைய வித்தையைக் குறித்துத், தீவிரப் பிரசாரம் செய்யும் என்று கூறினேன்; ஆனால் அந்த ஆவிகள் பொய்யும் புனைச்சுருட்டுமான பேச்சுகள் பேசுமானாலோ என்னிடம் உரைகல் இருக்கிறது என்னும் விஷயம் நினைவிலிருக்கட்டும் என்று எச்சரித்தேன். இதற்குக் கௌட்ஜி என்னென்னவோ சொல்லிக்கொண்டு வந்தார். முடிவாக அவரது பேச்சின் சாரம் இந்த ஆவியுலக வித்தை என்பது குருடர்களுக்கும் பணக்காரர்களுக்கும் மட்டும்தான் என்றாயிற்று. பூதவைத்தியம் ஆவிகளோடு பேசும் வித்தை என்பதெல்லாம் எத்தகைய மோசடிகள் என்பதை எடுத்துக்காட்டவேதான் இந்த விஷயத்தை இங்குக் குறிப்பிட்டேன்.

கௌட்ஜி காலமான சில வருடங்களுக்குப் பிறகு ஓர் அசாதாரண சம்பவம் நிகழ்ந்தது. சிறுபிராய முதலே, ஏழை விவசாயக் குடும்பஸ்தர்களான எனது தாய் தந்தையர்கள் மிகுந்த சாமார்த்தியமாக இல்லாவிட்டாலும் என்னைச் சுகவாசியாக வளர்ப்பதற்கு முயற்சி செய்தார்கள். சுகவாழ்வு மகாபாதகமானது என்பதும் தங்கமான உடலை மண்ணாக்க வேண்டுமென்றால்தான் அந்தப் பாவத்தை மூட்டை கட்டிக்கொள்ள வேண்டும் என்பதும் அப்போது எனக்கு மட்டும் என்ன தெரியும்? எனக்கு இந்த ஞானம் ஏற்படுவதற்குள்ளாகவே கிட்டத்தட்ட வயலிலுள்ள தானியங்களையெல்லாம் பட்சிகள் தின்று தீர்த்துவிட்டன. ஆனால் இப்போது இந்த நல்ல வயதில் - கால் மீது கால் போட்டுக்கொண்டு உட்கார்ந்திருக்க எனக்கு விருப்பமில்லை. மண்வெட்டி பிடித்து நிலத்தை வெட்டிப்புரட்டிப் போடுவதை ஒரு அன்றாட வழக்கமாகக்கொள்ள ஆரம்பித்தேன். இது ஒரு திரேகப் பயிற்சி மட்டுமல்லாமல் பூமி சேவையும் கூட அல்லவா? அதனால் இந்த உழைப்பில் எனக்கு மிகுந்த விருப்பம்.

அன்றைய தினம் சாப்ரா ஜில்லாவில் எனது நண்பன் ஒருவன் இல்லத்தில் விருந்தினனாகத் தங்கியிருந்தேன். அதிகாலையில் அவனிடம் ஒரு மண்வெட்டி பெற்றுக்கொண்டு அவன் உழப்போகிற வயலில் ஓர் இடத்தில் வெட்ட ஆரம்பித்தேன். மண் கடினமாக இருந்தது. வெட்ட முடியவில்லை. ஆயினும் அருகிலிருந்த ஒரு காய்ந்த மரக்கட்டையை எடுத்து மண்வெட்டியை அடித்துச் சரிப்படுத்திக் கொண்டு மீண்டும் என் வேலையில் ஈடுபட்டேன். நான் படும் அவஸ்தையைக் கண்டு அந்தச் சிரமத்திலிருந்து என்னை மீட்டு வீட்டுக்கழைத்துச் செல்வதற்காக என் நண்பன் என்னென்னவோ சாக்குப் போக்குகள் கூறி முயற்சித்தான். ஆனால் எனது நித்திய கருமத்தை எவ்விதமேனும் நிறைவேற்றியே தீருவது என்றிருந்தேன். அதோடு இதுபோன்ற வேலைகள் செய்து எனது கைகள் ஏற்கெனவே காய்த்துப் போயிருந்ததால் இப்போது கொப்புளங்கள் கொப்புளிக்குமோ என்ற பயம்கூட எனக்கு இல்லை. எனது பிடிவாதத்தைக் கண்டு நிராசையடைந்து, நண்பன் ஒரு பக்கமாகப் போய் உட்கார்ந்து விட்டான்.

அப்போது மண்வெட்டியைக் கொண்டு நிலத்தின் மீது என் முழு பலத்தையும் காட்டினேன். அடியில் மண் கொஞ்சம் மிருதுவாக இருப்பதாகத் தோன்றவே மறுபடியும் ஓங்கி இரண்டு போடுகள் போட்டேன். அந்த வீச்சோடு என் மண்வெட்டி இரண்டு முழ ஆழம் இறங்கிற்று. வெளியே எங்கேயும் மனிதவாச சின்னங்களே கிடையாது.

ஆனால் உள்ளேயோ மண்பாண்ட ஓடுகள் காணப்பட்டன. புராதன காலத்து விஷயங்களைத் தெரிந்து கொள்வதென்றால் போதுமே எனக்கு ஒரு விருப்பம் - பைத்தியம் உண்டு. எனவே எனக்கு ஒரு யோசனை தோன்றிற்று. மூன்று அடிக்குக் கீழேயுள்ள இந்தச் சின்னங்கள் 600 ஆண்டுகளுக்கு முந்தைய காலத்தைச் சேர்ந்தவைகளாக இல்லா விட்டாலும், குறைந்தபட்சம் நான்கு நூற்றாண்டுகளுக்கு முந்தைய காலத்தைச் சேர்ந்தவைகளாகவாவது இருக்கும் என்று பட்டது. அப்படியானால் எத்திசையில் பார்த்தாலும் ஒரு மைல் தூரம்வரை வியாபித்திருக்கும் இந்த நிலத்தின் மீது மனிதர்கள் வாழ்ந்ததற்கான அறிகுறிகள் இப்போது எதுவும் காணப்படா விட்டாலும் - ஒரு காலத்தில் இங்கே ஜனங்கள் வசித்திருக்கலாம். இந்த எண்ணம் ஏற்பட்டதுமே எனது குதூகலம் அதிகரித்தது. மண்வெட்டி கொண்டு பக்கவாட்டில் வெட்டுவதை நிறுத்தி, கீழ்நோக்கி வெட்ட ஆரம்பித்தேன். மேற்கொண்டு இரண்டடி ஆழம் போனதும் மனித வாழ்க்கைச் சின்னங்கள் மாயமாகிவிட்டன. நான் அந்த ஐந்தடி ஆழக் குழிக்குள் செல்கிறேனென்றால், ஆயிரம் வருடங்களில்லா விட்டாலும் எண்ணூறு வருடங்களுக்கு முன்பு - முகமதியர்கள் இங்கே வந்த காலத்திலிருந்து நிலத்தின் மீது நின்றுகொண்டிருக்கிறேன் என்று அர்த்தம். அப்போது அது மனிதவாசமின்றி சூன்யமாக இருந்திருக்கலாம். எந்த வெள்ளத்திலோ அடித்துவரப்பட்ட அந்த மண்ணைப் பார்த்தால் உற்சாகம் குறையவே செய்யும். எனினும் அப்போது எனது குதூகலம் குன்றவே இல்லை. அன்றைய தினம் அதோடு வேலையை நிறுத்தினேன். ஆனால் மறுநாளும் மீண்டும் அங்கே திரேகப் பயிற்சிக்காக வரப்போவதாக என் நண்பனிடம் கூறினேன்.

அன்று இரவு விதம் விதமான யோசனைகளில் ஆழ்ந்திருந்தேன் - பூர்வீக மஹீநதி - இன்றைய கண்டகி - இங்கிருந்து சில "கோஸு"★ தூரத்தில் பிரவகித்துக் கொண்டிருந்தாலும் இந்தப் பிரதேசம் முழுவதும் அதன் தண்ணீர் பட்டு நனைந்ததேயாகும். மஹீநதி ஒரு சமயம் இன்னும் தெற்கே பாய்ந்து கொண்டிருந்தது. ஆகவே, இந்த நிலம் இப்போது இருப்பது போலல்லாமல் முன் காலத்திலேயே வேறொரு விதமாகப் பயன்பட்டுக் கொண்டிருந்தது. இன்னும் ஆழமாக வெட்டிப் பார்த்தால் வெள்ளமடித்துக் கொண்டுவந்த அந்த மண்ணுக்குக் கீழே மேலும் ஏதாவது மனிதவாச சின்னங்கள் அகப்படுமோ என்னவோ!

★ கோஸு என்பது இரண்டு மைல்கள் – (மொ-ர்.)

நான் வெட்டிய அந்தக் குழிக்கு மறுதினம் ஆறடி குறுக்களவுள்ள ஒரு கிணற்று ரூபம் கொடுத்தேன். கீழே செல்லச் செல்ல மண் மிருதுவாக இருந்தது.

அடி ஆழத்துக்குப் பள்ளம் தோண்டினேன். அங்கே மீண்டும் மண்பாண்ட ஓடுகள். செங்கல் துண்டுகள், வீட்டுக் கூரைக்கு உபயோகிக்கும் ஓடுகள் மட்டுமல்லாமல், அழகான இரண்டு மண் பொம்மைகளும், பீங்கான் தட்டுகளின் துண்டுகளும் கூடத் தென்பட்டன. இரண்டடி தோண்டிய பிறகு ஒவ்வொரு ஆறு அங்குல ஆழத்திலும் கிடைத்த மனிதவாச சின்னங்களிலே முக்கியமானவற்றை யெல்லாம் வரிசைக் கிரமமாக வகைதொகைப்படுத்தி வந்தேன் என்பதை இங்கே சொல்ல வேண்டியதில்லை. எப்படி ஆழத்தில் குப்தர் காலத்திய (கி.பி. நான்காவது நூற்றாண்டு) அடுக்கில் கிடைத்த பொருட்கள் என்னை மேலும் கவர்ந்தன. இதன் பிறகு உடற்பயிற்சியோடு புராதன வரலாறு பற்றிய ஆராய்ச்சியும்கூட என்னை மண்ணோடு இணைத்துப் பிணைத்துவிட்டது. ஆனால் அத்தனை ஆழத்தையும் தோண்டுவதும் தோண்டிய மண்ணை வெளியில் கொண்டுவந்து போடுவதும் என் ஒருவனால் மட்டும் முடியக்கூடிய காரியமல்ல. என் மனத்திலிருந்ததை என் நண்பனும் கூடப் புரிந்துகொண்டுவிட்டான். மேலும், எனது பேச்சுக்கள், நான் எழுதிக்கொண்டுள்ள விவரங்கள் பற்றிய தொன்மையான சமாசாரங்கள் மீது அவனுக்குச் சிரத்தையும் ஏற்பட்டது. அதனால் நான் சொல்லுவதற்கு முன்னால் அவனே முந்திக்கொண்டு கூறினான். "இன்னும் ஆழமாகத் தோண்ட வேண்டுமென்றால் அதிகம் பேர் தேவைப்படும். மண்ணை வெட்டுவதற்கு மட்டுமல்ல; இன்னும் சில அடிகள் தோண்டும்போது நீர் ஊறவும் கூடும். ஆட்களுக்குப் பஞ்சமில்லை. கூலி விஷயம் பற்றியும் கவலைப்பட வேண்டியதில்லை. எத்தனை ஆட்கள் வேண்டும் சொல்லுங்கள்."

"இப்போதைக்குக் கொஞ்சம் திறமையும் திடகாத்திரமு மானவர்கள் ஐந்து பேர் இருந்தால் போதும். ஆனால் ஒரு நிபந்தனை. அவர்களுக்கும் நான்தான் கூலி கொடுப்பேன்" என்றேன் நான்.

நண்பனுக்கு எனது பலஹீனமும், அப்போதைய எனது ஆற்றாமை நிலையும் தெரியும்; ஆகையினால் அவன் எனது நிபந்தனையை ஏற்றுக் கொள்ளவில்லை. அடுத்த நாள் நான் அங்கே போய்ச் சேரும்போதே எனது நண்பன் திடமான ஐந்து கூலிகளோடு, மண்வெட்டிகள், கூடைகள் சகிதம் சர்வசித்தமாக இருந்தான். நான் மறுபடியும் எனது நிபந்தனையைக் கூறினேன். அதற்கு அவன் "உங்கள் நிபந்தனை எதுவும் இங்கே செல்லாது. இதோ பாருங்கள் 'டேப்' என் கையில் இருக்கவே

இருக்கிறது. ஒவ்வொரு ஆறு அங்குல அடுக்கிலுமுள்ள பொருள்களை வெவ்வேறு எண்ணில் தனித்தனியாக வைக்கச் செய்கிறேன். மனிதவாசச் சின்னங்கள் காணப்படாதிருக்கும் வரை தொடர்ந்து தோண்டுகிறேன். எனது இந்தக் கரங்களில் என்ன தவறு நேர்ந்தாலும் அதன் பாவ புண்ணிய பாரமனைத்தும் உங்களைச் சேர்ந்ததே" என்றான்.

இதற்கு மேலும் எனது நிபந்தனையை விடாப்பிடியாகப் பிடித்துக்கொண்டு தொங்குவது விவேகமற்ற காரியமே.

நான் கிணற்றில் இரண்டு பக்கங்களிலும் ஓரங்களில் அரையடி ஆழத்துக்குச் சமதளமாகத் தோண்டினேன். அந்த மண்ணையெல்லாம் வெளியில் கொண்டு போடும்படி கூலிக்காரர்களுக்குச் சொன்னேன். இனிமேல் இதே விதமாகவே அரையடி ஆழம் வீதம் தோண்டவேண்டு மென்றும் அவர்களுக்குக் கூறினேன்.

ஆறு அங்குல ஆழம்வீதம் தோண்டுவதென்றால் ஒவ்வொரு நூற்றாண்டாகக் கடந்து செல்கிறோம் என்றே பொருள். கங்கை-கண்டகி நதிதீரத்தில் பூமி மேடிட்டிருந்த அளவுப் பரிமாணம் இதுவே. இந்த விதமாக நாங்கள் கி.பி. நான்காம் நூற்றாண்டிலிருந்து மூன்றாம் நூற்றாண்டு, இரண்டாம் நூற்றாண்டு காலத்து மண்ணுக்கு வந்து கொண்டிருந்தோம். இதற்கு மேல், கிணற்றில் என் உடல் பயிற்சிக்குச் சந்தர்ப்பமில்லாமல் போய்விட்டது. ஏனென்றால் குழியிலிருந்து வெளியேவரும் ஒவ்வொரு கூடையையும் கவனமாகப் பரிசீலித்து அவற்றிலே மனிதக் கரங்களால் உருவாக்கப்பட்ட பொருள் ஏதாவது இருக்குமானால் அவற்றையெடுத்துப் பத்திரப்படுத்துவதும் மண்ணின் ரகங்களை இனம்பிரித்து, அவற்றையெல்லாம் காகிதத்தில் குறித்துக் கொள்வதுமல்லாமல், நான் கூலிகளுக்கு மண்வெட்டிகளையும் கடப்பாரைகளையும் ஜாக்கிரதையாக உபயோகிக்கும்படியும் கூட எச்சரிக்க வேண்டியிருந்தது. ஏராளமான பொருள்கள் அவற்றிலே மிக முக்கியமானவை கூட கி.மு. முதலாவது நூற்றாண்டு காலத்து அடுக்கில் கிடைத்தன.

இது இவ்விதமிருக்க, ஊரில் விந்தைவிந்தையான வதந்திகளெல்லாம் கிளம்பின. இங்கே பழைய காலத்து எந்த ஒரு ராஜாவின் பொக்கிஷமோ புதைந்து கிடப்பதாக எல்லாரும் பேசிக்கொள்ள ஆரம்பித்தார்கள். இதில் எங்களது கூலிக்காரர்களின் கைவரிசையும்கூட இருந்தது. "பண்டிட்ஜியிடம் ஏதோ ஒரு 'பிளான்' இருப்பதால்தான் இவ்வாறு அவர் தோண்டுகிறார்" என்று ஆங்காங்கே பேச்சு எழுந்தது.

இந்த இல்லாத பொல்லாத வதந்தியால் எந்த இரவு வேளையில் எவர் துணிந்து வந்து கிணற்றில் இறங்கிவிடுகிறார்களோ, தலைகால் தெரியாமல் அலங்கோலமாகத் தோண்டிவிடுகிறார்களோ - அச்சுக் கோர்க்கப்பட்ட நகலில்லாத நூலினது பக்கங்களின் "டைப்ஸுகள்" அதலகுதலமானதுபோல - எனது முயற்சி எப்போது குந்தகம் அடையுமோ என்று வெகுவாகப் பயந்து கொண்டிருந்தேன். நான் கவலை கொள்வதைப் பார்த்து எனது நண்பன் அன்று இரவே ஒரு கூடாரம் வரவழைத்துக் கொடுத்தான். தானும் கூட என்னோடு அங்கேயே இருப்பதாகவும் கூறினான். எனக்கு இதற்குமேல் - குருடனுக்கு இரண்டு கண்களுக்கும் மேலாக - வேறு என்ன வேண்டும்?

உடல் உழைப்புக்காகத் தோண்ட ஆரம்பித்த அந்தப் பூமி இப்போது தொன்மையான வரலாற்றுப் பரிசோதனை நிலையமாக மாறிற்று. தினமும் விடிவதற்கு ஒரு மணிநேரம் இருக்கும்போதே உடற்பயிற்சியின் பொருட்டு நான் வேறொரு இடத்தில் நிலத்தைப் புரட்டிப் போட்டுக்கொண்டிருந்தேன். நான் இரவு வேளையில் விளக்கு வெளிச்சத்தில், பகலில் எடுத்து வைத்த பொருள்களைப் பதிவுப் புத்தகத்தில் குறித்து வைக்க, எனது நண்பன் அவற்றின் மீது பதிவுப் புத்தகத்திலுள்ள தொடர் இலக்கத்தையும், சங்கேத எழுத்துக்களையும் பொறித்து மரப்பெட்டியில் பத்திரப்படுத்தி வைத்தான். இந்த வேலை முடிந்ததும் நான் ஒன்றிரண்டு முக்கியமான பொருள்களைக் குறித்து என் நண்பனுக்கு விவரித்தும் கூறினேன். "ஆறு அங்குலத்துக்குக் கீழே ஒரு நூற்றாண்டுக்கு முன்பு" என்னும் எனது சித்தாந்தத்தில் என் நண்பனுக்கு நம்பிகையில்லாமற் போயிற்று. பிறகு எத்தனையோ அடுக்குகளில் கிடைத்த பீங்கான் ஓடுகள் மீதும், இரண்டு உடைந்த கற்களின் மீதும் எழுத்துக்கள் காணப்பட்டன. ஓஜோ (ஆராய்ச்சியாளர்) அவர்களிடமிருந்து புராதனக்காலத்து எழுத்தின் மாதிரியை வரவழைத்தேன். அது வந்தபிறகு சில எழுத்துக்கள் அதோடு ஒத்திருப்பதையும் காண்பித்தேன். அப்போதும் அவனுக்கு நம்பிக்கை ஏற்படவில்லை. ஆயினும் குழிதோண்டும் விஷயத்தில் என்னைக் காட்டிலும் அவன் அதிகமான உற்சாகம் காட்டினான்.

முற்பட்ட நூற்றாண்டுகளுக்குள் நுழையும்போது எங்களுக்கு இன்னும் அதிமுக்கியமான பொருள்கள் கிடைத்தன; ஆனால் அவை வேறு நூல்களுக்குச் சம்பந்தப்பட்டவை; அப்பொருட்களைப் பார்க்கும்போது மற்றவையெல்லாம் சூரியன் முன்னர் நட்சத்திரங்களைப் போல ஒளியிழந்தனவாகக் காணப்படுகின்றன; ஆயினும் எனது இப்போதைய நூலுக்கு இப்பொருட்கள் அப்பாற்பட்டவை.

பதினைந்து அடி ஆழத்தில் மண் மிகவும் ஈரமாக இருந்தது. வெளியே கொண்டுவரப்பட்ட பொருள்களில் நகாசு வேலை செதுக்கிய தேக்குக் கட்டைகளும் இருந்தன. எப்போது ஊற்றுப் பெருகி எல்லாம் தண்ணீர் மயமாகி விடுமோ என்று எனக்குப் பயம் ஏற்பட்டது. அப்போது நானே குழிக்குள் இறங்கி வரப்போகிற ஆறங்குல விசேஷங்களைக் காணப் பிக்காசு கொண்டு தோண்ட முற்பட்டேன். ஏதோ கெட்டியாகத் தென்பட்டது. நான் பிக்காசைக் கொண்டு அடியில் இருந்த அந்தக் கெட்டியான பொருளைக் கிளற ஆரம்பித்தேன். அங்கே கற்கள் அடுக்கி வைக்கப்பட்டிருந்ததுபோல் தெரிந்தது. கிணற்றில் இரண்டாவது ஒரு இடத்தில் சுவர் ஓரமாகத் தோண்டிப்பார்த்தேன். அங்கேயும்கூட கற்கள் அடுக்கி வைக்கப் பட்டிருந்தன. ஒரு கல்லைப் பெயர்த்தெடுப்பதற்குப் பிரயத்தனம் செய்தேன். ஆனால் அது உடைந்துவிட்டது; உடைந்த இரண்டு பாகங்களையும் சேர்த்துவைத்துப் பார்த்தபோது, அது ஒன்றரை அடி நீளமும் ஒன்றரை அடி அகலமும், ஒரு அங்குலப் பருமனும் கொண்டு அச்சில் வார்க்கப்பட்டது போன்ற செங்கல்லாக இருந்தது. அந்தச் செங்கல் மௌரியர் வம்ச அரசர் காலத்து (கி.பி. மூன்று, நான்காவது நூற்றாண்டு) அடுக்கில் இருந்தது என்பதை ஊகித்துக்கொண்டேன். இதுவரையிலும் கிடைத்த செங்கற்களுக்கு இது மாறுபட்டதாக இருந்தது.

அப்போது அத்துடன் வேலையைக் கட்டிவைத்துவிட்டு மேலே வந்தேன். செங்கல் துண்டுகளைக் கவனமாகப் பரிசீலனை செய்ய ஆரம்பித்தேன். அவற்றின் மீது மங்கிப்போன எழுத்துக்கள் காணப் பட்டன. ஆனால் இதில் எனக்கு நம்பிக்கையில்லை. உண்மையில் அந்தச் செங்கற்களில் எழுத்துக்கள் இல்லாது போனாலும் எனது ஏகாக்கிரக சிந்தனையின் மனப்பிரமையால்தான் அவற்றின் மீது எழுத்துக்கள் இருப்பது போலத் தோன்றுகிறதோ என்று எண்ணினேன். எண்ணியவாறே நடந்தது. திரும்பவும் பார்த்தபோது செங்கல்மீது எழுத்துக்கள் காணப்படவில்லை. என்னை நானே நொந்து கொண்டேன்.

விடியற்காலைப் பொழுதில் செங்கல் துண்டுகள் கொஞ்சம் கெட்டிப்பட்டன. மீதமுள்ள செங்கற்களையும் பத்திரமாக வெளியே கொண்டுவர வேண்டுமென்று நிச்சயித்துக் கொண்டேன். அதற்காக, தராசுபோல ஒரு கழியில் ஒரே மட்டமாகக் கயிற்றில் கூடைகளைக் கட்டித் தயார் செய்து கொண்டேன். அன்றைய தினம் நண்பனோடு சேர்ந்து நானே சுயமாக வேலை செய்வது என்று தீர்மானித்துக் கொண்டேன். கிணற்றுக் கரையோரத்திலுள்ள மண்ணையெல்லாம் அப்புறப்படுத்தித் தூரத்தில் கொண்டுபோடும்படி கூலிகளுக்குக்

கட்டளையிடுமாறு நண்பனிடம் கூறினேன். இந்தக் கட்டளையைக் கேட்ட கூலிகளுக்கு இதுவரை இருந்த சந்தேகம் மேலும் வலுப்பட்டது. அந்தச் செங்கற்கள் சத்திய யுகத்தில் எந்த அரசனோ தனது செல்வங்களைப் புதைத்து வைத்திருந்த நிலவறையைச் சேர்ந்ததாக இருக்கும் என்பது அவர்களது நம்பிக்கை!

நான் மேல்வரிசைச் செங்கற்களைக் கூடையின் மீது வைத்து மெல்ல மெல்ல உயரே அனுப்பினேன். இரண்டு மூன்று செங்கற்களைப் பார்த்த பிறகு எனது நண்பன் “இவற்றின் மீது எழுத்துக்கள் இருப்பதாகத் தெரிகிறது பாருங்கள்!” என்று கத்தினான். கீழே வெளிச்சம் குறைவாக இருந்தது. உடனேயே நான் மேலே ஏறி வந்து பரிசீலனை செய்தேன். எல்லாச் செங்கல்மீதும் அழிந்துபோன பிராமி எழுத்துக்கள் இருந்தன. அவை சாதாரண செங்கற்கள் அல்ல; ஏதோ ஒரு நூலின் பக்கங்கள் என்பதைக் கிரகித்துக் கொள்வதற்கு எனக்கு வெகுநேரம் பிடிக்கவில்லை. எனது குதூகலம் பொங்கிப் பெருகிற்று. இரண்டாவது வரிசையிலிருந்த செங்கற்களில் ஒன்றை எடுத்துப் பரிசீலித்துப் பார்த்தேன். அதன்மீது பொறிக்கப்பட்டிருந்த எழுத்துக்கள் தெளிவாகத் தெரிந்தன. அந்தச் செங்கல் முதல் வரிசை செங்கல்லைக் காட்டிலும் கெட்டியாகவும் கூட இருந்தது. நான் அப்போதே அதனை எடுத்துக்கொண்டு வெளியே வந்தேன்.

நீங்கள் அச்சுப் புத்தகங்களைப் படிப்பதுபோலவே நான் பிராமி லிபியிலுள்ள அசோகனது கல்வெட்டுக்களைப் படிக்க முடியும். எனவே, அந்தச் செங்கல்லின் இரண்டு பக்கங்களிலும் பொறிக்கப் பட்டிருந்த வரிகளனைத்தையும் நான் ஒரு காகிதத்தில் நாகிரி லிபியில் எடுத்து எழுதினேன். சில எழுத்துக்கள் அசோகனது எழுத்துக்களுக்கு மாறுபட்டதாக, படிப்பதற்குச் சந்தேகமாக இருந்தாலும் செங்கல்லின் இருபுறங்களிலுமிருந்த எழுத்துக்களெல்லாம் தெளிவாகவே இருந்தன. மொழிகூட அசோகனது கல்வெட்டுகளிலுள்ள மொழிக்குக் கொஞ்சம் வேறுபட்டதாகவே இருந்தது. ஆனால் மொழியின் பிறப்புக்கு முந்திய சில நூற்றாண்டுகளைப் பற்றிய பரிச்சயம் பெற்றிருந்த எனக்கு அந்த மொழி புரியாமல் போகாது என்பது சற்று நேரத்திலேயே நிரூபணமாயிற்று. இந்த விதமாக லிபியைக் குறித்த சந்தேகங்களை லிபியின் மூலமாகவும், நிவர்த்தித்துக் கொண்டு எடுத்து எழுதினேன். செங்கலில் ஒவ்வொரு பக்கத்திலும் பதினாறு வரிகள் - ஒவ்வொரு வரியிலும் 26 - 27 எழுத்துக்கள் - அதாவது மொத்தம் சுமார் ஆயிரம் எழுத்துக்கள் அல்லது 18 பனுவல்கள் இருந்தன.

அப்போது எனக்கேற்பட்ட களிப்பை என்னவென்று சொல்வேன்! மகிழ்ச்சியால் பூரித்துப் போய்விட்டேன். ஆனந்தத்தின் உச்சி எல்லையை அடையும்போது எப்படியிருக்கும் என்பதை அப்போதுதான் அனுபவரீதியாகக் கண்டேன். அந்த எழுத்துக்களையும் எனது முயற்சிகளையும் பார்த்த நண்பன் அந்தச் செங்கற்களின் முக்கியத்துவத்தை உணர்ந்து கொண்டான். எடுத்து எழுதுவது முடிந்தவுடனேயே நான் அந்தச் செங்கற்களை வெயிலில் உலரவைத்துவிட்டுக் கூடாரத்துக்குள் நுழைந்தேன். நண்பனின் ஆவலை யூகித்துக்கொண்டு அவனிடம் பின்வருமாறு கூறினேன்:

"இவை சாதாரண செயல்கள் அல்ல; ஒரு நூலின் ஏடுகள். நூலாசிரியன் காகிதத்துக்கும் மைக்கும் பதிலாகப் பச்சைச் செங்கல்லையும் எழுத்தாணியையும் உபயோகித்துத் தனது நூலை எழுதுகிறான் அல்லது எழுதச் செய்கிறான். பிறகு அவற்றைச் சுடச்செய்து இங்கே பத்திரப்படுத்தி வைக்கிறான். மொத்தம் எத்தனை செங்கற்கள் இருக்கின்றனவோ நாம் தெரிந்து கொள்ள வேண்டியிருக்கிறது. இந்தச் செங்கல் மீது எழுதப்பட்டிருப்பதைக் கொண்டு பார்க்கும்போது, நூலாசிரியன் தனது சுற்றுச் சூழலிலுள்ள விஷயங்களை அழகாக - நளின நடையில் - வர்ணித்திருக்கிறான் என்று தோன்றுகிறது. இவற்றிலே உள்ள "இட்டகாகர்", "சிஹ்" (சிங்) என்னும் இரண்டு பெயர்களும் ஏற்கெனவே எனக்குத் தெரிந்தவையே. "இட்டகாகர்" என்பது புத்தர் காலத்தில் வைசாலி (வஜ்ஜிதேசம்) குடியரசில் பிரசித்தி பெற்றிருந்த வாசஸ்தலம். "இட்டகாகர்" என்றால் செங்கல் வீடு என்று அர்த்தம். இங்கேதான் சிஹ்ஹினுடைய (சிம்மனுடைய) கழனி இருந்தது. வைசாலிப் பிரதம சேனாதிபதியின் பெயரும் சிம்மனே. ஆனால் இந்தச் சிங்குடைய பெயர் அவனுடையதே என்று உடனடியாகச் சொல்ல இயலவில்லை. இந்த நூலாசிரியன் கூட அந்தச் சிம்மனே என்றும் சொல்ல முடியவில்லை. எது எப்படியிருந்த போதிலும் இந்த 32 வரிகளில் வர்ணிக்கப்பட்டிருப்பது மாதிரியே நூல் முழுவதும் எழுதப்பட்டிருந்தால் இது உலகில் கண்டுபிடிக்கப்பட்ட முக்கியமானவற்றுள் ஒன்று என்பதில் சந்தேகமில்லை.

வாசகர்களே! நூலைப் பற்றிய விஷயங்களை அதிகமாகத் தெரிந்து கொள்வதைக் காட்டிலும் நீங்கள் அசல் நூலையே படிக்க வேண்டுமென்று அவசரப்படுகிறீர்கள் அல்லவா? நானும்கூட அவ்விதம் அவசரப்படுபவனே. அதனால்தான் மூல நூலை வெளியிடுவதற்கு முன்னேயே அதன் மொழிபெயர்ப்பு - சிம்மசேனாதிபதி - உங்கள் கையில் இருக்கிறது என்பதை நீங்கள் தெரிந்துகொள்ள வேண்டும்.

இன்னும் ஒன்றிரண்டு வார்த்தைகள் கேட்பதற்குப் பொறுமை காட்டுங்கள். நூல் முழுவதையும் எடுத்து எழுதி, மொழிபெயர்த்து முடிந்த பிறகு நூலாசிரியன் வேறு எவருமில்லை. வைசாலிக் குடியரசின் பிரதம சேனாதிபதி சிம்மனே என்று தெளிவாயிற்று. அவன் தனது வாழ்க்கையை - இல்லை - தன் காலத்திய உலகை உயிர்த்துடிப்பான நடையில் இந்த நூலைத் தத்ரூபமாகச் சித்திரித்திருக்கிறான். இதிலே அவனது வாழ்க்கையைக் குறித்த விவரங்களும் இல்லாமலில்லை. சிம்மனின் வாழ்க்கையைக் குறித்த விவரங்கள் அடங்கிய சில செங்கற்கள் மீதுள்ள எழுத்துக்கள் அழிந்து போயிருப்பது வருந்தத் தக்கதே. எனினும் இப்போது நம் முன்னுள்ளவற்றின் முக்கியத்துவம் ஒன்றும் குறைந்ததல்ல. மேல் வரிசையிலுள்ள செங்கற்களின் எழுத்துக்கள் படிப்பதற்கே இயலாமல் போய்விட்டன. மத்திய வரிசையில்கூடச் சரிவரச் சுடப்படாத செங்கற்கள் படிப்பதற்கு முடியாதிருக்கின்றன. அதனால் நூலில் ஆங்காங்கே கதைத் தொடர்பு இல்லாமலிருப்பது போல் காணப்படுகிறது. செங்கற்கள் மீது வரிசை எண்கள் கூட இருக்கின்றன. ஆனால் அவை இலக்கத்தில் இல்லை; எழுத்துக்கள் ரூபத்தில் இருக்கின்றன. இன்று நாம் மட்டுமல்லாமல் உலகம் முழுவதுமே உபயோகித்து வரும் இலக்கங்கள் பதிமூன்று அல்லது பதினான்காம் நூற்றாண்டில்தான் முதன்முதலில் நமது பாரதநாட்டில் கண்டுபிடிக்கப்பட்டது. அதனால் இந்த நூலில் இலக்கங்கள் உபயோகப்படுத்தப்படாதது இயற்கையே. முடிவாகக் கூறுவது என்னவென்றால் - இரண்டரை வருடங்களுக்குப் பிறகு இன்று நான் இந்த “சிம்மசேனாதிபதி”யை (இந்தப் பெயர் நான் வைத்ததே. நூலில் எங்கேயும் அதன் பெயர் அகப்படவில்லை. அத்தியாயங்களுக்குத் தலைப்பு கொடுத்ததும் நான்தான்) அக்காலத்திய வைசாலி மொழியிலிருந்து ஹிந்தியில் மொழிபெயர்த்து உங்கள் முன்னால் வைத்திருக்கிறேன். நான் சொந்தமாகச் சேர்த்திருப்பது அடைப்புக் குறிகள் ( ) இருப்பது மாத்திரமே. செங்கற்கள் பூரணமாகப் படிக்க முடியாத இடங்களில் XXXXX இந்த அடையாளங்களையும் எழுத்துக்கள் அழிந்துபோய் விளங்காத இடங்களிலெல்லாம் .... இந்தப் புள்ளிகளையும் உபயோகித்திருக்கிறேன். பண்டைய பூகோள சம்பந்தமான பெயர்களுக்குப் பதில் வாசகர்களின் சௌகர்யத்திற்காக இப்போது வழக்கிலிருக்கும் பெயர்களை எடுத்தாண்டிருக்கிறேன். மூலப் பெயர்கள் மூல நூல் வெளியான பிறகு தெரியவரும். சிம்மன் காலத்துப் பழக்கவழக்கங்கள் சில இன்றைய ஹிந்து தர்மத்திற்கு முற்றிலும் நேர் விரோதமாகக் காணக்கிடக்கின்றன. இந்த விஷயத்தில் ஹிந்து வாசகர்கள் என்னைத் திட்டக்கூடும். ஆனால் அப்படிப் பட்டவர்களுக்கு நான் விநயபூர்வமாக ஒன்று சொல்லிக்கொள்கிறேன்.

நான் இன்றைய அநேக ஹிந்து எழுத்தாளர்களைப்போல உண்மையை மூடி மறைத்து, சத்தியத்துக்குத் துரோகம் செய்யமாட்டேன். சிம்ம சேனாதிபதிக்கு அபசாரம் செய்யமாட்டேன். எனது வார்த்தைகளை நம்பாதவர்கள் இந்த 1600 செங்கற்களையும் பாட்னா "மியூசிய"த்தில் போய்ப் பார்க்கலாம். கொஞ்சம் சிரமத்தோடு, அந்தச் செங்கல்களின் புகைப்படங்களிலிருந்து நாகிரி லிபியில் பிரசுரிக்கப்பட்ட நூலே உங்கள் கையிலிருக்கிறது. இன்றைய, குறுகிய கண்ணோட்டம் கொண்ட ஹிந்து மானசீக தத்துவத்தை நான் லட்சியம் செய்ய மாட்டேன்; நான் மதிப்பதெல்லாம் ஒரு உண்மையையே - "காலே ஹ்வயம் நிரவதிர் விபுலாச பிருதுவி!"

-ஆக்கியோன்

பொருளடக்கம்

1.	ஆசார்ய பஹுளாஸ்வரர்	1
2.	குருபத்தினி	13
3.	தட்சசீலம்	21
4.	உதவி ஆசிரியன்	27
5.	ரோகிணி	36
6.	யுத்தத் தயாரிப்புகள்	43
7.	போர்க்களத்தில்	54
8.	வடக்குக் குரு யுத்தம்	61
9.	தட்சசீலக் குடியுரிமையும் திருமணமும்	81
10.	தட்சசீலத்திலிருந்து பயணம்	91
11.	வைசாலிக்குச் செல்லும் வழியில்	99
12.	லிச்சவி மண்ணில்	120
13.	வைசாலியில் வரவேற்பு	145
14.	லிச்சவி நீராட்டு விழா	161
15.	கழனி	179
16.	யுத்த சபை	194
17.	வைசாலியின் வணிகர்கள், கைவினைஞர்கள்	215
18.	வன போஜனம்	231
19.	எங்கள் எல்லையில்	250
20.	போரும் வெற்றியும்	263
21.	சமாதான உடன்படிக்கை	285
22.	புத்தரின் சீடன்	312
23.	கபில் முதலியோரின் திரும்புகை	329

1. ஆசார்ய பஹுளாஸ்வரர்

XXX (வேறு சிலருக்குப்) பிறகு நான் ஆசார்யரின் முன்னால் வர நேர்ந்தது. ஆசார்ய பஹுளாஸ்வரர், "உன் பெயர், கோத்திரம் என்ன மகனே?" என்று கேட்டார்.

"காஸ்யப கோத்திரம், பெயர் சிம்மன்" என்று கூறி நான் காண்டாமிருகக் கேடயத்தை ஆசார்யரின் முன்னால் வைத்தேன்.

ஆசார்யர் ஆங்காங்கு ஆணிகள் பதித்துச் செய்யப்பட்ட அந்தக் கேடயத்தைக் கையிலெடுத்துப் பார்த்து, "இந்தக் கேடயம் மிகவும் அழகாகவும் உறுதியாகவும் கூட இருக்கிறது" என்றார்.

"எனது தந்தை காண்டாமிருகத்தைத் தமது கையாலேயே கொன்றார். இது காண்டாமிருகத்திலிருந்து தயாரிக்கப்பட்டதுதான்."

"அப்படியானால் குமாரா! உனது தந்தைக்குத் தட்சசீலத்துப் பிரஜைகளுக்கு விருப்பமானவை எவை என்று தெரிந்திருக்கிறது; அதனால்தான் பிரத்யேகமாக இதைச் சம்பாதித்து அனுப்பியிருக்கிறார்."

"ஆனால் - குரு! எனது தந்தை காலமாகிப் பதின்மூன்று ஆண்டுகள் கடந்துவிட்டன. அப்போது எனக்கு ஐந்து வயதுதான்."

"அய்யோ மகனே! தந்தையில்லாத் தனயனின் துயரம் நான் அனுபவித்ததே. எனக்கு எட்டு வயதாக இருக்கும்போது என் தகப்பனார் இவ்வுலகைவிட்டுப் பிரிந்துவிட்டார். ஆனால் எனக்கு மூன்று அண்ணன்மார்களும் தாயாரும் இருக்கிறார்கள். உனக்குத் தாய் இருக்கிறாரல்லவா?"

"ஆம், குரு! என்னை உயிருக்குயிராகப் பார்த்துக்கொள்ளும் அன்னை நலமாகவே இருக்கிறார். நான் அவரது மூத்த குழந்தை. என் தந்தையின் மரணத்துக்குப் பிறகு தாயார் வேறு திருமணம் செய்துகொண்டார். அவரது இரண்டாவது கணவர் என்னை மாற்றாந்தகப்பனாக அல்லாமல் நல்ல விதமாகவே நடத்தி வருகிறார். அவருடைய தயவால்தான் நான் இந்த அளவுக்குப் படித்து, கொஞ்சம் ஞானமும் பெற முடிந்திருக்கிறது."

"அப்படியானால் குழந்தாய் உன்னால் கட்டணம் கொடுத்துப் படிக்க முடியாது என்று சொல்லு; ஆனாலும் பரவாயில்லை.

உன்னைப் போன்ற ஏழை மாணவர்களுக்கு பஹுலாஸ்வரரின் இல்லம் எப்போதுமே திறந்திருக்கிறது.”

“ஆசார்யர் அவர்களின் கருணைக்கு எனது நன்றியை எவ்விதம் வார்த்தையால் சொல்லப் போகிறேன்.”

“ஒன்றும் சொல்ல வேண்டிய அவசியமில்லை. நான் கற்றுத் தரப்போகும் கல்விக்குத் தகுந்த மாணவனாக நடந்துகொள். அதுவே போதும்.”

“முயற்சிக்கிறேன் குரு! வைசாலியில் ஆசார்ய மஹாலியின் யோக்யமான மாணவன் என்று பெயரெடுத்தது போல இங்கேயும் கூட உங்களது அன்பிற்குப் பாத்திரனாக முயற்சிக்கிறேன்.”

“அப்படியானால் நீ வைசாலிக் குடியரசின் பிரஜையா? வஜ்ஜி நாட்டிலிருந்து வருகிறாயா? எனது சகபாடி - நண்பன் - ஆசார்ய மஹாலிக்கு சீடனா? மெத்த மகிழ்ச்சி, குமாரா, சிம்மா! தட்சசீலத்தை உங்கள் வைசாலியாகவே பாவித்துக் கொள். கிழக்கே வைசாலியை நினைத்துக் கொண்டு நாங்கள் கர்வப்பட்டுக் கொண்டிருக்கிறோம். மற்றவையனைத்தும் யதேச்சதிகார ஆட்சிகளே, குரு, பாஞ்சாலம், வத்சம், கோசலம், மகதம் ஆகிய ராஜ்யங்களிலெல்லாம் யதேச்சதிகார மன்னர்களின் ஏகாதிபத்தியமே நடக்கிறது. அங்கே ஆர்யமே நசித்துப் போய்விட்டது. அந்த ராஜ்யங்களில் துணிவோடு தலைநிமிர்த்தித் திரியும் ஆண்மகன் யார்? அந்த யதேச்சதிகார அரசர்கள் தேவ ஜாதி என்றும், ஆரியர்கள் என்றும் அழைக்கப்படுகிறார்கள். ஆரியர்க ளெல்லாரும் சகோதர சகோதரிகளாக இருக்க முடியுமே தவிர, அவர்களிலே சிலர் தேவாம்சப் பிறவிகளாக, யதேச்சதிகாரிகளாக இருக்க முடியாது. சட்லஜ் நதிக்கு இக்கரையில் யதேச்சதிகார மன்னர்கள் யாராவது இருக்கிறார்களா குமாரா?”

“இல்லை, குரு!”

“நல்லது மகனே! எங்களது சப்த சிந்துவில் மல்லநாடு, மத்ரா, கிழக்குக் காந்தார ராஜ்யங்களிலே எங்கே வேண்டுமானாலும் போய்ப் பார்; எல்லா இடங்களிலும் குடியரசு அரசாங்கங்களையே காண முடியும். இங்கே யதேச்சதிகார மன்னன் என்பவனே கிடையாது. எங்கள் ராஜ்யங்களில் ஒருவன் இன்னொருவனிடம் கைகட்டி நிற்க வேண்டிய அவசியம் இல்லை. வைசாலியில் போலவே தட்சசீலம், சாகல்கோட்டை (சாயல் கோட்டை)யிலெல்லாம் கணசங்கக் (குடியரசு) சட்டங்களே அமலில் இருக்கின்றன. கிழக்கே யதேச்சதிகார ராஜ்யங்கள் என்னும் மகாசமுத்திரத்தில் வைசாலி ஒரு ஒளிவிளக்காகக் குடியரசாட்சித் தத்துவத்தை நிலைநாட்டிக் கொண்டிருக்கிறது. ஆம்,

சாக்ய, கோலிய, மல்ல குடியரசுகளெல்லாம் வீழ்ச்சியடைந்து போக, வைசாலி ஒன்றுதான் நிலைத்து நிற்கிறது. கோசல ராஜ்யத்தின் சர்வாதிகார மன்னன் - அவன் பெயரென்ன?"

"பிரசேனஜித்!"

"ஆம் பிரசேனஜித். அவன் எங்கள் குரு புரீஸ்வரரிடம் படித்துக் கொண்டிருந்தான். சுத்த அறிவு சூன்யம்! அவனிடம் கைநிறையப் பணம் இருந்துவிட்டது. இல்லையென்றால் தட்சசீலக் குருகுலத்தில் அவன் ஒரு மாணவனாகியிருக்க முடியாது. எங்கள் குரு கிழக்கிலிருந்து வந்திருந்த மாணவர்களிலே மஹாலி, பந்துல மல்லனிடம் பெரிதும் அபிமானம் வைத்திருந்தார். அவர் என்னையும் கனிவோடேயே நடத்தினார்."

"பந்துல மல்லன் இப்போது கோசலத்தின் சேனாதிபதியாக இருக்கிறான் குரு!"

"வெட்கம், வெட்கம்! யதேச்சதிகார மன்னனிடம் சேவை செய்வதைக் காட்டிலும் பட்டினி கிடந்து சாவது மேல். விஷம் குடித்து உயிரைப் போக்கிக்கொள்வது உத்தமம். என்ன குமாரா?"

"ஆமாம் குரு! குடியரசுப் பிரஜைகளின் குறைந்தபட்ச ஆசை அதுவே."

"மகனே சிம்மா! கிழக்கே பஞ்சாயத்து ராஜ்யங்களிலிருந்து (குடியரசுகள்) வரும் மாணவர்களுக்குக் கல்வி போதனையளிப்பதில் நாங்கள் விசேஷ சிரத்தையைக் காட்டி வருகிறோம். அதற்குக் காரணம் என்ன தெரியுமா? அவர்களே கிழக்கில் ஆரியக்கொடியை உயர்த்திப் பிடித்து, ஆரிய தர்மத்தைக் காப்பாற்றப் போகிறார்கள் என்று நாங்கள் நம்பிக் கொண்டிருக்கிறோம். நாங்கள் சுதந்திர மனிதர்கள்; ஆரியர்கள்: ஆரியர்களெனப்படுவோர் எல்லாரும் சுதந்திரர்களாக இருக்கவேண்டு மென்பதே எங்கள் விருப்பம். எங்களது முன்னோர்களில் சகோதரர்களும், உறவினர்களுமான சிலர் கிழக்குப் பிராந்தியங்களுக்குச் சென்று ஆரிய ஆசார அனுஷ்டானங்களை விட்டுவிட்டு, குரு, பாஞ்சாலக் குடியரசுகள் இருந்த இடத்தில் யதேச்சதிகார ஏகாதிபத்தியங்களை ஸ்தாபித்தார்கள். அப்போதிருந்து நாங்கள் அவர்களைத் தாழ்ந்தவர்களாகவே மதித்து வருகிறோம். அவர்கள் தங்களை ஆரியர்கள் என்று அழைத்துக் கொண்டாலும் நாங்கள் அதை ஒப்புக்கொள்வதில்லை. ஆரிய வர்த்தமென்பது இதுவே. இங்கேதான் ஆரிய தர்மம் அமலிலிருக்கிறது. ஆரியர்களின் நிற ரூபத்தை இந்த ஆரிய வர்த்தத்தில்தான் காணமுடியும். குமாரா! கிழக்கு ராஜ்யங்களின் மாணவர்களை நாங்கள் அன்போடும் கனிவோடும் நடத்துவதற்கு இதுவே காரணம். உங்களது நிறம்

எங்களது நிறம் போலவே இருக்கிறது. மஹாலி லிச்சவி அவ்விதமே இருக்கிறான். பந்துல மல்லன்கூட அப்படித்தான். பிரசேனஜித்துவைப் பார்த்தவுடனேயே கலப்பு நிறத்தவன் என்று தெரிந்துவிடுகிறது."

"உண்மைதான் குரு! அரசர்கள் காமுகர்கள். அவர்கள் தங்களது காமாந்தகாரத்தில் ஆரியர், அர்த்தாரியர் (அதை ஆரியர்) அனாரியர் (ஆரியல்லாதார்) என்ற பாகுபாடுகளைக் கௌரவிக்கமாட்டார்கள். அதனால்தான் அவர்களது ஆரிய உதிரத்தில் அனாரியர்கள் இரத்தம் கலந்தோடுகிறது. அவர்கள் பராக்கிரமத்தை மாத்திரமே பிரதானமாக மதிக்கிறார்கள்."

"அவர்களது முகங்களை மதிக்கிறார்கள். எங்கேயும் கரையுடைந்து போகாமல் காப்பாற்றிக் கொண்டுவந்த முன்னோர்களின் தனிச்சிறப்பை, நிறப்பேற்றை அவர்கள் மண்ணாக்கிவிட்டார்கள். பாம்பு கடித்தால் உடனேயே நாங்கள் அந்த விரலை வெட்டிப்போட்டு விடுகிறோம். பூச்சி பிடித்த கிளைகளை அந்த க்ஷணமே துண்டித்து விடுகிறோம். அதனாலேயே இங்கே ஆண்-பெண்களெல்லாரும் சிவப்பு நிறமுடையவர்களாக இருப்பதைக் காணமுடிகிறது. அவர்கள் எல்லாருடைய கேசங்களும் தீக்கொழுந்துகள் போன்று மஞ்சளும் சிவப்பும் கலந்த காவி நிறமாகவும், கண்கள் நீலம் அல்லது பொன்னிறமாகவும் இருக்கின்றன. சற்று முன்னர் நம் எதிரிலிருந்து புறப்பட்டுப்போன மூன்று கிழக்கத்திய இளைஞர்களைப் பார்த்தாயல்லவா? அவர்களிடம் இந்த நிறப்பேறு இருக்கிறதென்று சொல்கிறாயா?"

"ஆனால், குரு! இந்த நிற வறுமைக்கு வேறு காரணங்களும் இருக்கின்றன. கிழக்கில் ஆரியர்களை விட ஆரியரல்லாதாரும், அரை ஆரியர்களும் அதிகமாக இருக்கிறார்கள். அவர்கள் ஆரியர்களுக்கு உட்பட்டுப் போகும் நிலைமையில் அவர்களது எண்ணிக்கை மிக அதிகமாக இருப்பதால் ஆரிய இரத்தம் களங்கப்பட்டுப் போகிறது."

"ஆயின் உன் இரத்தம் களங்கமடையவில்லையே! குமாரா! உன்னை எங்கள் ரோகிணிக்கருகில் நிற்கவைத்தால் நீ அவளுடைய சகோதரன் இல்லையென்று எவர் சொல்ல முடியும்? கச்சிதமாக அவளுடையது போன்றே காவி நிறக் கேசம்; அதே ஆளி விதை நீல நேத்திரங்கள். மஹாலியும் பந்துல மல்லனும்கூட அச்சில் வார்த்தாற் போல உன் மாதிரியே இருக்கிறார்கள்."

"இதற்காகக் கிழக்கத்திய குடியரசுகளில் நாங்கள் எத்தனையோ கட்டுத் திட்டங்கள் ஏற்படுத்திக் கொள்ளும்படி நேர்ந்துள்ளது. பிள்ளைகளைப் பெற்றெடுக்கும் தாய் தந்தையர்கள் எவரையும் அந்நிய

சம்பந்தம் செய்துகொள்வதை அனுமதியோம். நாங்கள் எங்கள் குடியரசுக்குள்ளேயோ அல்லது அதே போன்றே இதர குடியரசு களையோ தவிர்த்து, வேறு அயல் இடங்களில் கொள்வினை கொடுப்பினை வைத்துக்கொள்ள மாட்டோம். ஆனாலும் எங்கள் குடியரசில் ஆரியரல்லாதார் இல்லாமல் போகவில்லை. கறுப்பு தாசர் கூட்டத்தினர் எங்கள் வீட்டில் ஏராளமாகத் தென்பட்டவாறே இருக்கின்றனர்."

"அது மிகவும் ஆபத்தானது மகனே! சகல தீமைகளுக்கும் அதுவே காரணம். அதனாலேயே ஆரிய இரத்தம் ஆரியரல்லாதாரின் உடலுக்குள் செல்கிறது. அதன் பிறகு ஆரியர்களுக்குச் சர்வநாசம் ஆரம்பமாகிறது. எங்களது பஞ்சாயத்து ராஜ்யத்தில் அடிமை வழக்கமே கிடையாது. ஆரியரல்லாத வேலைக்காரர்களும், பணியாளர்களும் இருக்கிறார்கள். அவர்களுக்கு எங்கள் குடியரசின் பரிபாலனத்தில் உரிமை கிடையாது. ஆனால் நாங்கள் அவர்களைக் கிரயம் - விக்கிரயம் செய்யப்படும் அடிமைகளாகக் கருத மாட்டோம். சட்லஜுக்கு இக்கரையிலுள்ள பிரதேசங்களில் ஆரியரல்லாதார் மிகவும் சொற்பமாகவே காணப்படுகிறார்கள். சரி அது இருக்கட்டும். வைசாலிக் குடியரசு சுபிட்சமாக இருக்கிறதா? சாந்தசீலர் மஹாலி நலமாக இருக்கிறாரா?"

"ஆம் குரு! வைசாலி சகல செல்வங்களையும் பெற்று சுபிட்சமாகவே இருக்கிறது. அதன் மண் மீது அத்தனை தான்யங்களும் விளைகின்றன. அங்கே பசும்பாலும், தயிரும், நெய்யும், மாமிசமும் லிச்சவிகளுக்கு ஊட்டம் ஊட்டிக்கொண்டிருக்கின்றன. கோசல, சாக்ய, மல்ல ராஜ்யங்கள் கோசல மன்னனிடம் அடிபணிந்ததைக் கண்டு மகதநாட்டு அரசன் பிம்பிசாரன் வைசாலியைத் தலையெடுக்கவிடாமல் தன்வசப்படுத்திக்கொள்ள வேண்டுமென்றிருக்கிறான். தெற்கு வடக்கு அங்க ராஜ்யத்தை வெற்றிகொண்ட பிறகு வைசாலியின் வளமையை அபகரித்துக்கொள்ள வேண்டுமென்ற விருப்பம் அவனுக்கு அதிகரித்திருக்கிறது. ஆனால் இன்னும் லிச்சவி க்ஷத்திரியர்களின் வாட்கள் முனை மழுங்கவில்லை, எங்களது அம்பறாத் தூணிகள் வெறுமையாகவில்லை; வீர லிச்சவிகளின் திரேகங்களிலெல்லாம் சூடேறிய இரத்தம் பொங்கிக் கொண்டிருக்கிறது. பதின்மூன்றாண்டுகளுக்கு முன்பு லிச்சவிகளின் மாபெரும் தோள்வலிமையை ருசிபார்த்த மகத அரசனுக்கு மீண்டும் இதுவரை வைசாலியைக் கண்ணெடுத்துப் பார்க்கும் துணிச்சல் இல்லாது போயிற்று. அந்த யுத்தத்திலேதான் என் தந்தை கொல்லப்பட்டார்.

"அப்படியானால் நீ வீரமகன்தான். பேஷ்! சரி எனது சகோதரனுக்குச் சமமான மஹாலியிடம் நீ என்னென்ன வித்தைகளையெல்லாம் கற்றுக் கொண்டாய்?"

"முஷ்டி யுத்தம் கற்றுக்கொண்டேன். மற்போரும் வாட்போரும் பயின்றேன். வில் வித்தையில் ஒலியையும் அசைவையும் கொண்டு குறி வைத்து அடிக்கும் திறமையும் பெற்றேன். ரதம், யானை, குதிரை, காலாட்படைகளின் தாக்குதலிலும், எதிர் தாக்குதலிலும் அவ்வாறே சாமர்த்தியம் பெற்றேன். வியூகம், கோட்டை நிர்மாணத்தில் எனது ஞானம் ஆரம்பமானதே."

"என்ன, பதினெட்டு வயதிலேயே இத்தனை வித்தைகளையும் கற்றாயா! சபாஷ்! ஆயினும் குமாரா! கல்விக்கு எல்லை கிடையாது. அது தினம் தினம் வளர்ந்துகொண்டே செல்கிறது. எங்களிடம் கிழக்கிலிருந்து மட்டுமல்லாமல், மேற்கு தேசங்களிலிருந்தும் கூட மாணவர்கள் வருகிறார்கள். இப்போது இங்கே மேற்குக் காந்தாரம், காம்போஜம், பாரசீகம், பவேரு (பாபிலோனியா) கிரேக்க நாடுகளைச் சேர்ந்த மாணவர்களும்கூட இருக்கிறார்கள். எங்களது இந்தத் தூரப் பிராந்திய மாணவர்கள் கேவலம் பயிற்சி பெற வந்தவர்களேயல்ல; நாங்கள் அவர்கள் மூலம் அவ்வப்போது நவீன போர் முறைகளைத் தெரிந்துகொள்கிறோம். அண்மையில், பாரசீக மன்னனுக்கு மரண அடி தந்த யவன வீரர்கள் அந்த யுத்தத்தில் புதிய போர்த் தந்திரங்களைக் கையாண்டார்கள். ஆனால் அது கடல் யுத்தம்; ஆகையினால் பஞ்சாயத்து ராஜ்யத்தைச் சேர்ந்தவர்களாகிய நமக்கு அது கேள்வி இன்பம் அளிப்பதோடு சரி. ஆனால் குமாரா! இதிலிருந்து போர்க்கலை அனுதினமும் அபிவிருத்தியடைந்து கொண்டு வருகிறது என்பது தெரியவில்லையா? தட்சசீலவாசிகளாகிய நாங்கள், தொடர்ந்து பரிபக்குவமடைந்து வரும் யுத்த முறைகளில் மிகச் சிறிய மாற்றங்களையும்கூடக் கவனித்து, அவற்றைக் கிரகித்துக்கொள்வதில் அத்தியந்த சிரத்தை கொள்கிறோம். நாங்கள் என்றென்றைக்கும் பூஞ்சாரம் பிடித்த பழைய வித்தைகளையே கற்றுக்கொண்டு உட்கார்ந்திருந்தால் தட்சசீலத்துக்கு இந்த அதிமுக்கியத்துவம் எத்தனை நாட்களுக்கு இருக்க முடியும்? கல்வி விஷயத்தில் தட்சசீலத்தின் பெயரும் புகழும் உலகப் பிரசித்தமானதே! எங்களுக்குக் கிழக்கே வைசாலி எவ்வளவு தூரத்தில் இருக்கிறதோ மேற்கே அவ்வளவு தூரத்திலிருக்கும் பர்முபுரத்திற்கு அப்பாலும்கூடத் தட்சசீலத்தின் புகழ் பரவியிருக்கிறது. யவனர்கள் இதற்கெல்லாம் கூடத் தூரத்தில் இருக்கிறார்கள்; ஆயினும் அவர்கள் எங்களுக்கு நண்பர்களே, விரோதியின் விரோதி நண்பனாவது சகஜம், கிரேக்கர்கள் பாரசீக

மன்னனைத் தலைதூக்க விடாமல் தோற்கடித்தார்கள் என்ற செய்தி எட்டியதுமே எங்களது கிழக்கு காந்தாரத்தில் எல்லா இடங்களிலும் மகிழ்ச்சி விழாக்கள் கொண்டாடப்பட்டன. மேற்குக் காந்தாரம் - மகாசிந்துவுக்கு அப்பாலுள்ள பிரதேசம் இன்னும் பாரசீகர்களின் ஆதிக்கத்திலேயே இருந்து வருவது எங்கள் கவலை. யவனர்களிடம் தோல்வியடைந்திருக்காவிட்டால் அவர்கள் எங்கள் தட்சசீலத்தின் மீது கூடப் படையெடுத்து வருபவர்களே."

"குரு! மேற்குத் திசையிலிருந்து தட்சசீலத்துக்கு எப்படிப் பயம் இருக்கிறதோ அப்படியே வைசாலிக்கு மகத ராஜ்யத்தினால் இருக்கிறது. தட்சசீலத்து ஆபத்து ஒரு புறத்திலிருந்துதானே தவிர, வைசாலிக்கு இரண்டு புறங்களிலும் கிழக்கு, தெற்குத் திசைகளில் துஷ்டன் பிம்பிசாரனுடைய ராஜ்யம் இருக்கிறது. பிம்பிசாரன் இதுவரைக்கும் பேசாமல் தானிருக்கிறான்; ஆனால் அவன் எந்த விநாடியிலாயினும் படையெடுத்து வரக்கூடும் என்று லிச்சவி இளைஞர்கள் அறிவோம்."

"ஆனால் மகத மன்னன் பாரசீக சக்கரவர்த்தியின் முன்னால் எம்மாத்திரம்! மகாசிந்துவை அறிவாயா? இங்கிருந்து நாலைந்து நாள் பிரயாண தூரத்தில் இருக்கிறது. அங்கிருந்து யவன நாடுவரை அந்தக் கொடியவனின் ராஜ்யமே பரவியிருக்கிறது. எங்கள் காந்தார ஜாதி புஜபல பராக்கிரமத்திலும் சரி, கல்வி, கேள்வி, கலை ஞானத்திலும் சரி, போர்த்திறமையிலும் சரி அவர்களுக்குப் பின்னடைந்ததல்ல; ஆயினும் என்ன? பாரசீகர்கள் பாதி உலகை ஆக்கிரமித்துக் கொண்டிருக்கிறார்கள். இதுவே விடையிறுக்க முடியாத ஒரு பிரச்சினையாக எங்கள் முன் நிற்கிறது. இதற்கு ஒரு தகுந்த பரிகாரம் எங்களால் காணமுடியவில்லை. சப்த சிந்துவிலுள்ள குடியரசுகளனைத்தும் ஒன்றுபட்டு எதிர்த்தால் பாரசீகர்களை விரட்டியடிக்க முடியும்; ஆனால் எல்லோரும் ஒன்று சேருவது என்பது கண-பாரம்பர்யத்தையும், கண-தர்மத்தையும் கைவிடுவதாகிறது."

"எங்களுக்கும்கூட இதே சிக்கல் எதிர்ப்பட்டிருக்கிறது குரு! சாக்ய, கோசல, மல்ல ராஜ்யங்கள் கோசல மன்னனிடம் சரணடைந்ததற்கு இதுவே காரணம். அவைகள் தங்களுடைய ஆசாரங்கள். சம்பிரதாயங்களுக்கு மாறாகத் தங்களுக்குள் ஐக்கியப்பட முடியாது போயிற்று. மேலும், தனித்தனியாக கோசல சேனைகளை எதிர்த்து நிற்கும் சாமர்த்தியமும் இல்லாது போயிற்று."

"...... அந்தக் கோசல ராஜ்யத்துக்குத்தான் பந்துல மல்லன் சேனாதிபதியானான்! சீ, சீ! வெட்கக்கேடு."

"எல்லாரும் இதனை வெறுக்கிறார்கள் குரு! இப்போது அவன் பெயருக்கு மாத்திரமே மல்லன். மல்லர்களில் எவரும் அவனைத் தங்கள் ஜாதிக்காரனாகக் கருதுவதில்லை."

"குமாரா! பந்துல மல்லன் இப்படித் தன் உடலை விற்றுக்கொள்ள நேர்ந்ததற்குக் காரணம் ஏதாவது தெரிய வந்ததா?"

"அவன் தட்சசீலத்தில் கற்றுக்கொண்ட வித்தைகளையெல்லாம் பரீட்சிப்பதற்கு நினைத்து மல்லர்கள் ஒருநாள் நட்டு வைக்கப்பட்ட ஏழு கழிகளை ஒரே வெட்டில் வெட்டவேண்டுமென்று சொன்னார்களாம்."

"உம் அப்புறம்?"

"பந்துல மல்லன் ஒரு வெட்டிலேயே வெட்டிப்போட்டுவிட்டான்; ஆனால், வெட்டும்போது "கன்" என்ற ஒலி கேட்டதாம். சோதித்துப் பார்த்தால் அந்தக் கழிகளுக்குள்ளே பெரிய பெரிய ஆணிகள் தென்பட்டன."

"மல்லர்கள் செய்தது வீரத்துக்கு உகந்ததோ, ஆரியர்களுக்குத் தகுந்த காரியமோ அல்ல."

"அதனால் பந்துல மல்லனுக்குக் கட்டுக்கடங்காத கோபம் வந்தது. உடனேயே அவன் குசினாராவில் தனக்கு யாருமில்லையென்றும், இனிமேல் தனக்கு அந்நகரத்தோடு எவ்வித சம்பந்தம் இல்லையென்றும் கூறி, தட்சசீலத்தில் தனது தோழனாக இருந்த கோசல மன்னன் பிரசேனஜித்துவிடம் போய்ச் சேர்ந்தான். நீசன்-அற்பத்தனமான காரியம் செய்தான்."

"அதுவும் எப்படிப்பட்ட சமயத்தில் செய்திருக்கிறான்! மல்லர்கள் தங்களது சுதந்திரத்தைத் திரும்பவும் சம்பாதித்துக் கொள்வதற்கு அவனுடைய சேவை தேவைப்படும் நேரத்தில் செய்திருக்கிறான்."

"ஆமாம். சரியாக அப்படிப்பட்ட நேரத்தில்தான் உதவி செய்திருக்கிறான்."

"மகனே! பந்துல மல்லன் இவ்விதம் செய்வான் என்று நான் கனவில்கூட நினைக்கவில்லை. ஒருவேளை தட்சசீலம் என்னை அவமதித்து, இழிவுபடுத்தினால், அதற்காக நான் எதிரிகளோடு போய்ச் சேர்ந்தால் மன்னிக்க முடியுமா? பந்துலா! எத்தகைய நீசத்தனம் செய்ய நீ கச்சை கட்டிவிட்டாய்! ஆசாரிய பூரிஸ்வரரின் புனிதப் பெயருக்கே களங்கம் ஏற்படுத்தி விட்டாயே! சரி, குழந்தாய்! உன்னைப் பற்றி நான் இன்னும் எந்த விவரங்களும் தெரிந்துகொள்ள வேண்டிய

அவசியமில்லை. நீ இன்று முதலே எனது மாணவனாக ஏற்றுக் கொள்ளப்படுகிறாய்."

இவ்வாறு கூறி ஆசார்யா தமது புத்திரியைப் பார்த்துச் சொன்னார் - "ரோகிணி! சிம்மனை அழைத்துக்கொண்டு போ. இவனை உன் அண்ணனாகப் பார்த்துக்கொள். நமது வீட்டிலேயே தங்குவதற்கும் உணவிற்கும் ஏற்பாடு செய். மற்ற விவரங்களை உன் அம்மா கூறுவாள்."

நாங்கள் பேசிக்கொண்டிருந்த நேரம் வரைக்கும் ரோகிணி ஆசார்யரின் அருகிலேயே உட்கார்ந்திருந்தாள். ஆசார்யா என்னை ரோகிணியோடு ஒப்பிட்டுக் கொண்டிருந்தபோதே என் பார்வை அவள் மீது விழுந்தது. அப்போது எனக்கு என் தங்கை "சோமா"வின் நினைவு வந்தது. சோமா பத்து வயதானவள். அவளுக்கு ரோகிணியைப் போலவே பொன்னிறக் கூந்தல், எடுப்பான மூக்கு, விசாலமான நெற்றி, மினுமினுவென்று பிரகாசிக்கும் மேனி. பெரிய கண்களோடு சோமா ரோகிணி மாதிரியே இருப்பாள். ஆனால் ரோகிணி சோமாவைவிட மூத்தவள். நான் வைசாலியை விட்டு வர்த்தகர் கூட்டத்தோடு பயணப்பட்டு எட்டு மாதங்களில் தட்சசீலம் வந்தடைந்தேன். இந்தக் காலத்தில் சோமாவின் உருவம் எனது நினைவுத் திரையில் படிப்படியாகக் குறைந்துகொண்டே வந்தது. ஆனால் ரோகிணியின் சந்திப்போடு அன்புச் சகோதரியின் ஞாபகம் மீண்டும் பழைய ரூபமடைந்தது. எனது முன்னாலிருப்பது ரோகிணியானாலும், எனது கண்களுக்கு அங்கே சோமாதான் காணப்பட்டாள். எனது பார்வை அவள் மீதே நிலைத்து நின்றது. ஆசார்யராவது வேறு யாராவது பார்த்தால் என்ன நினைத்துக்கொள்வார்களோ என்று யோசித்து என் மனத்தைக் கட்டுப்படுத்திக்கொள்ள முயற்சித்தேன். ஆசார்யரின் சம்பாஷணை மனத்திற்குப் பிடித்தமானதாகவும், சிந்தனையூட்டு வதாகவுமிருந்திரா விட்டால் என் கண்களை அவள் மீதிருந்து எடுத்திருக்கவே மாட்டேன். இடையிடையே என் திருஷ்டி ரோகிணி மீது விழும்போதெல்லாம் என் இதயத்தில் குளிர்ந்த காற்று வீசுவது போலிருந்தது. உண்மையில் அப்போது குளிர்காலம் கூடத்தான். தட்சசீலத்தின் நாலாப்பக்கங்களிலும் பர்வதங்கள் வெண்ணிறப் பனிப்போர்வையைப் போர்த்திக்கொண்டிருந்தன.

ஆசார்யரின் கட்டளையின் பேரில் ரோகிணி எழுந்து வந்தாள். நான் மௌனமாக அவளைப் பின்தொடர்ந்து நடந்தேன். ஆசார்ய பஹுளாஸ்வரர் தட்சசீல பஞ்சாயத்து ராஜ்யத்தில் மிகுந்த செல்வமும் கௌரவமும் பெற்றவராவார். அந்தக் குடியரசில் அவர் சர்வ சேனாதிபதியாகவும் பணியாற்றியிருக்கிறார். பஞ்சாயத்துச் சபையில்

அவருடைய ஆலோசனைகள் மதிப்போடு வரவேற்கப்படும். அவருடைய மாளிகை ஏழு பாகங்களாகப் பிரிக்கப்பட்டிருந்தது. வெளிப் பாகத்தில் குதிரை லாயங்கள் வரிசையாக இருந்தன. அந்தப் பக்கத்துக் குதிரைகளைப் பிரமாதமாகப் புகழ்வதற்குக் காரணம் என்ன என்பதை அவற்றைப் பார்த்ததுமே தெரிந்துகொண்டேன். ஆசார்யருக்குக் குதிரைகளை வளர்ப்பதில் மட்டுமின்றி அந்த உத்தமஜாதியை விருத்தி செய்வதிலும்கூட விருப்பம் அதிகம். ஏனைய தட்சசீல வாசிகளைப்போலவே அவருக்கும் நீண்ட தூரம் வரைக்கும் பரவிக் கிடந்த நிலங்கள் இருந்தன. அவற்றில் ஒன்றைக் குதிரைகள் மேய்வதற்காகப் பிரத்தியேகமாக ஒதுக்கியிருந்தார். குதிரை சவாரி என்றால் அவருக்கு மிக விருப்பம். அறுபது வயதான போதிலும் அவர் நாள்தோறும் அதிகாலையில் ஒருமணி நேரம் தொடர்ந்து குதிரைச் சவாரி செய்வார். அவருடைய சொந்த உபயோகத்துக்காகப் பதினாறு குதிரைகள் எப்போதும் சித்தமாக இருந்தன. குதிரை லாயத்திலிருந்து அந்தக் குதிரைகளைக் கண்ணிமைக்காமல் பார்த்துக்கொண்டிருந்த என்னை நோக்கி ரோகிணி "என்ன அண்ணா! குதிரைச் சவாரி செய்வதென்றால் உனக்கு விருப்பமா?" என்று கேட்டாள்.

"மிகவும் விருப்பந்தான் ரோகிணி! எங்கள் பிராந்தியங்களுக்கு சிந்து குதிரைகள் இங்கிருந்துதான் ஏற்றுமதியாகின்றன. ஆனால் இவைகளைப் பார்த்தால் எங்களுக்கு வருவனவெல்லாம் உதவாக்கரை என்று தோன்றுகிறது."

"ஆமாம் அண்ணா, எங்களிடமிருந்துகூட வியாபாரிகள் வருடாவருடம் நாற்பது ஐம்பது குதிரைக் குட்டிகளை வாங்கிக் கொண்டு போகிறார்கள்; ஆனால் அப்பா நல்ல ஜாதிக் குட்டி ஒன்றைக்கூட விற்கமாட்டார்."

"அந்த விஷயம் இவற்றைப் பார்த்தாலே தெரிகிறது. நான் இதுபோன்ற உயர்ந்த குதிரைகளை எங்கள் வைசாலியில் எங்கேயும் பார்த்தறியேன். ரோகிணி! நீ சவாரி செய்யக் கற்றுக்கொண்டிருக்கிறாயா?"

"கற்றுக் கொண்டிருக்கிறாயா என்று கேட்கிறாயே என்ன, நான் இந்தப் பதினாறு குதிரைகள் எதன்மீது வேண்டுமானாலும் ஏறிச் சவாரி செய்ய முடியும். தினமும் காலையில் அப்பாவோடு சேர்ந்து நான் சவாரி செய்து வருகிறேன்."

"எனது தங்கை சோமா என்றைக்கும் குதிரையேறி அறியாதவள். அதனால்தான் கேட்டேன்."

"என்ன அண்ணா! உனக்குத் தங்கைகூட இருக்கிறாளா?"

"ஆமாம் அம்மா; என் தாய் வயிற்றில் பிறந்தவள். அச்சில் வார்த்ததுபோல் உன்மாதிரியே இருப்பாள். இப்போது அவளுக்குப் பத்து வயதாகிறது. ஆனால் உனக்கோ?"

"ஓஹோ, நன்றாய் இருக்கிறதே! எனக்கும் பத்து வயதுதான் ஆகிறது."

"ஆனால், சோமா உன்னைவிட சின்னவள் போலக் காணப்படுகிறாள். நானும் சின்னவள்தான் என்று நினைத்துக் கொண்டிருக்கிறேன். ஆனால் இந்த எட்டு மாதங்களுக்குள்ளாக இன்னும் கொஞ்சம் வளர்ந்திருக்கக்கூடும். சோமா ரொம்பவும் அடக்கமாகப் பேசுகிறவள்."

"அப்படியானால் நான் அதிகமாக வாயாடுகிறேன் என்று சொல்கிறாயா?" என்று ரோகிணி சற்று வருத்தமடைந்தவள் போல முகத்தைத் தொங்கப் போட்டுக்கொண்டாள்.

அவள் முதுகின் மீது தங்க இழைகளைப் போலப் படிந்திருந்த கேசத்தைக் கைவிரல்களால் நெருடிக்கொண்டே கனிவோடு கூறினேன். "அப்படியில்லை ரோகிணி! சோமா உன் முன்னால் ஊமைபோலிருக்கிறாளே என்றுதான் சொல்ல வந்தேன். எந்தப் பெண்ணும் ஊமைபோல இருப்பது எனக்குப் பிடிக்காது. சரி போகட்டும், நானும் கூட உன்னோடு சேர்ந்து சவாரி செய்யட்டுமா?"

"அப்படியானால் அண்ணா! நீ அந்தச் சிவப்புக் குதிரை மீதேறிச் சவாரி செய். அதனை நாங்கள் 'ரோஹித்' என்றழைக்கிறோம். அது மற்றெல்லாவற்றையும் விட நல்லது; அது என்றால் அப்பாவுக்கு மிகவும் விருப்பம். ரோஹித் என்னை நன்றாக அடையாளம் கண்டுகொள்கிறது. நான் அதற்கருகே போகிறேன் பார்" என்று ரோகிணி ரோஹித்தை நோக்கிச் சென்றாள். அது அவளைப் பார்த்தவுடனே கனைத்தது; முன்னால் சென்றதும் அவள் தலையை மோந்து பார்க்க ஆரம்பித்தது. அவள் களிப்போடு என் பக்கம் பார்த்துச் சொன்னாள். "ரோஹித்துக்கு நானென்றால் பிரியம். அப்பா என் நெற்றியின் மீது முத்தமிடுவதைப் பார்த்துக் கொண்டிருந்ததால் இதுகூட என் தலைக்கு முத்தம் கொடுக்கிறது. சிம்ம அண்ணா! மனிதனைப் போல அறிவு படைத்த இந்த மாதிரிக் குதிரையை எங்கேயாவது பார்த்திருக்கிறாயா?"

நான் சிரித்துக்கொண்டே கூறினேன் - "இல்லையம்மா! இதுமாதிரிக் குதிரையை நான் பார்த்ததில்லை. நீ எப்போதாவது இதன் மீதேறிச் சவாரி செய்திருக்கிறாயா?"

“சவாரி செய்திருக்கிறேன். ஆனால், பார் கையைத் தூக்கினாலும் எனக்கு அதன் முதுகு எட்டாது. ஆகையினால் இதன் மீது ஏறுவதற்கு அப்பாவின் உதவி வேண்டியிருக்கிறது” என்று ரோகிணி சிறுத்துப்போன முகத்தோடு என்னருகே வந்தாள்.

நான் அவளுடைய முகவாய்க் கட்டையைப் பிடித்துக்கொண்டு, “இல்லை ரோகிணி! நீ எப்போதும் இவ்வளவு சின்னவளாக இருந்துவிடப் போவதில்லை. குதிரையின் முதுகுக்கும் உயரமாகக்கூட வளர்ந்துவிடுவாய். அதுவரைக்கும் நீ விரும்பும் போதெல்லாம் ரோஹித் மீது ஏற்றிவிடுவதற்கு நான் இருக்கிறேன்” என்றேன்.

“ஆனால் அது உன்னைப் பக்கத்தில் வரவிடாது அண்ணா! ரோஹித் புதியவர்களையும், தன்னைக் கோபமூட்டுபவர்களையும் அருகிலேயே வர விடாது. நீ சிரிக்காதே அண்ணா! ரோஹித் ரொம்பவும் அறிவுள்ளது. ஆனால் உனக்கு நான் ஒரு உபாயம் சொல்கிறேன். அதற்குப் பச்சைக் கோதுமை என்றால் மிகவும் இஷ்டம். அந்தப் பச்சைக் கோதுமையைக் கொண்டு வந்து அதன் வாய்க்குக் கொடுத்துக்கொண்டேயிரு. உன்னைக் கண்டு கனைக்க ஆரம்பித்தால் அது உனக்குச்-சினேகமான மாதிரிதான்.

“சரி, இனி புறப்படலாம், கிளம்பு. உனக்குப் பசி எடுத்துவிட்டது. அம்மாவிடம் அழைத்துச் சென்று உனக்குச் சாப்பாடு போடுகிறேன். வா.”

“அப்படியே ரோகிணி! பசியாகத் தானிருக்கிறது. ஆனாலும் முதலில் அம்மாவைப் பார்க்க வேண்டுமென்று ஆவலாக இருக்கிறது.”

“எனது அம்மா மிகவும் நல்லவள். உனக்குக்கூட என்னைப் போலத் தங்கையும் அம்மாவைப்போலத் தாயும் இருக்கிறார்கள் என்று கேட்டு, உன்னை ரொம்பவும் அன்போடு நேசிப்பாள். போகலாம் வா” என்று கூறி ரோகிணி முன் நடந்தாள்.

ஆசார்ய பஹுளாஸ்வரர் (ஏராளமான குதிரைகளையுடையவர்) என்னும் பெயர் அவருக்கு மிகவும் பொருத்தமானதே.

2 . குரு பத்தினி

நாங்கள் முதலில் குரு பத்தினியைப் பார்க்க வேண்டியிருந்தது. அதற்காகப் பசு மடத்தையும், மாணவர்கள் விடுதியையும் கடந்து நேரே அங்கேயே சென்றோம். அந்த இல்லத்தின் அமைப்பு எங்கள் வைசாலியின் வீடுகளைப் போலவே இருக்கிறது. அதே மாதிரியே ஒரு பக்கத்தில் மாட்டுக் கொட்டங்களும், மத்தியில் தாழ்வாரமும், வரிசையாக அறைகளும் இருக்கின்றன. வீடுகளில் எதுவும் இரண்டடுக்கு மாடிகளுக்குக் குறைந்ததில்லை. குதிரை லாயங்கள், மாட்டுக் கொட்டில்களுக்கு மேலேயே தீவன அறைகள், பால் அறைகள், வேலைக்காரர்கள் அறைகள் இருக்கின்றன. இங்கே விற்பதற்கோ வாங்குவதற்கோ அடிமை ஜனங்கள் இல்லை. ஆசார்யருக்கு ஆரிய நிறப்பேறு என்றால் மிகவும் சிரத்தை. அவரது வேலைக்காரர்களில் கறுப்பு நிறமுள்ளவர்களோ, மாநிறமுள்ளவர்களோ கிடையவே கிடையாது. மேற்குக் காந்தாரர்களும், காம்போஜியர்களும் அதிகமாக இருக்கின்றனர். கொஞ்சம்பேர் ஈரானியர்களும் இருக்கின்றனர். இங்கேயுள்ள வீடுகள் எங்களுடையது போல ஓட்டு வீட்டுகளாக இல்லாமல், மேற்குக் கோசலத்தில் இருப்பது மாதிரி மேல்கூரை முழுவதும் மாடியாகவுள்ளது. மணலோடு வளரக் கற்களைக் கலந்து மாடிகளை அமைத்திருக்கின்றனர். சுசைகளைக்கூடக் கற்கள் அடுக்கியே எழுப்பியிருக்கின்றனர்; மேலே மண்ணைக் கொண்டு தடிமனாகப் பூச்சு பூசியிருக்கின்றனர். இங்கே கொத்தர்கள், சுவர்கள் கட்டிக்கொண்டிருந்ததைப் பார்த்தேன். சின்னச் சின்னக் கல்துண்டு களைக் கொண்டு பெரிய பெரிய சுவர்களை அழகாகவும் உறுதியாகவும் கட்ட முடியும் என்பதை என்னால் எண்ணிப் பார்க்கக்கூட முடியவில்லை. ஜன்னல்களும், கதவுகளும் தேவதாரு மரத்தாலானவை. இந்த மரங்களின் மீது கொடிகள், பூக்கள், இலைகள் செதுக்கிச் சித்திர வேலைப்பாடுகள் செய்வதில் தட்சசீலவாசிகள் வைசாலிவாசிகளுக்குச் சற்றும் சளைத்தவர்களல்ல. ஆசார்யரின் இல்லத்திற்கு முன்னால் விசாலமான வெளி இருக்கிறது. அதில் விதம் விதமான பூச்செடிகள் நடப்பட்டுள்ளன. அப்போது கடுமையான பனிக்காலமாதலால் இலைகளெல்லாம் உதிர்ந்து போயுள்ளன. ஒரு பந்தல் நிறைய இலைகளில்லாத திராட்சைக் கொத்துகள் கப்பிக்கொண்டிருந்தன. "இது சாதாரண திராட்சையல்ல. பெயர் பெற்ற "சுபிஸா" திராட்சை யாகும். என் அப்பாவின் மாணவர் ஒருவர் ஆப்கானிஸ்தானத்திலிருந்து

இதை அனுப்பி வைத்தார். இப்போது விளைச்சல் காலம் ஓய்ந்து விட்டது. இல்லையென்றால் பச்சைப் பசேலென்ற இலைகளோடு திராட்சைக் குலைகள் குலுங்கப் பார்ப்பதற்கு ரம்மியமான காட்சியாக இருக்கும்" என்று ரோகிணி அந்தத் திராட்சையைக் குறித்துக் கூறினாள்.

"இனிப்பாக இருக்குமோ?" என்று நான் கேட்டேன்.

"நான் சொன்னால் நீ நம்பமாட்டாய் அண்ணா? உனக்கு ருசி காட்டுகிறேன்."

"என்ன ஆனாலும் உலர்ந்த திராட்சையில் அந்த ருசி இருக்காது."

"உலர்ந்தது அல்ல - புதிதாகக் கொய்த பழங்கள் மாதிரியேதான்."

"ஐந்து மாதங்களுக்கு முன்பு கொய்தது எப்படிப் புதிதாக இருக்க முடியும்?"

"நீயேதான் பார்க்கப் போகிறாயே! சரி, நீ கபிஸா திராட்சைப் பானமே குடித்ததில்லையா? என்ன அண்ணா?"

"இல்லையம்மா. சொல்லத்தான் கேட்டிருக்கிறேன்."

"அப்படியானால் அம்மாவிடம் கூறி இன்றைக்கே ருசி காட்டச் சொல்கிறேன். அது ஆப்கானிஸ்தானத்திலிருந்து வந்ததே, சார்த்தவாகர்கள் (வர்த்தகர்கள்) இங்கிருந்து வருடா வருடம் அந்த நாட்டுக்குப் போகின்றனர். ஒவ்வொரு ஆண்டும் அவர்கள் நூற்றுக்கணக்கான சிறிய தோல் ஜாடிகளில் திராட்சைப் பானத்தை எங்களுக்குக் கொண்டுவந்து கொடுக்கின்றனர்."

"அவ்விதமானால் உங்கள் வீட்டில் அங்கிருந்து வரவழைக்கப்பட்ட திராட்சை ரசத்தைத்தான் குடிக்கிறீர்களா ரோகிணி?"

"இல்லை அண்ணா. அது வியாபாரத்துக்காக இருக்கிறது. கிழக்கு நாட்டு வியாபாரிகள்கூட தட்சசீலத்திலிருந்து ஆயிரக்கணக்கான தோல் ஜாடிகளில் கபிஸா திராட்சைப் பானத்தை வாங்கிக்கொண்டு போகின்றனர். நீ எப்போதும் அதைக் குடித்ததில்லையா?"

"எங்கள் பக்கத்தில் அது மிகவும் கிராக்கியாக விற்பதால் எல்லாருக்கும் கிடைக்கும்படியான நிலையில்லை. கிழக்கத்திய குடியரசுகளைச் சேர்ந்த பிரஜைகளாகிய நாங்கள் உணவு உடை விஷயத்தில் ரொம்பவும் எளிமையோடு நடந்து கொள்கிறோம்" என்று நான் கூறிக்கொண்டிருக்கும்போதே குரு பத்தினியின் பார்வை என்மீது விழுந்தது. இனியும் இலைகளில்லாத அந்தத் திராட்சைப் பந்தலின் முன்பு நின்றுகொண்டிருப்பது சரியில்லை என்று நான் முன்னால்

போய் ஆசார்யரின் மனைவிக்கு வணக்கம் தெரிவித்தேன். ரோகிணி என்னை அந்த அம்மாளுக்குத் தங்கள் பாஷையில் அறிமுகம் செய்து வைத்தாள்.

"அம்மா! இவர் புதிதாக வந்திருக்கிறார். இவர் பெயர் சிம்மன். அப்பா என்னை இவரைச் சகோதரனாகப் பார்த்துக்கொள்ளும்படி சொன்னார். வா, அண்ணா! என் பக்கத்தில் வந்து நில். ஓஹோ! நான் உன் மார்பு உயரத்துக்குத்தானிருக்கிறேன்! அம்மா! பார்! எனக்கு அவர் அண்ணன் என்று அப்பா மிகச் சரியாகவே சொல்லியிருக்கிறார். இல்லையா?" என்றாள் ரோகிணி.

"ஆமாம் அம்மா! உனக்கு அண்ணனேதான்; ஆனால் உன் அண்ணாவின் பசியைத் தீர்ப்பதற்கு ஏதாவது இருக்கிறதா. இல்லை. 'அண்ணா, அண்ணா' என்று வெறும் வாய்ச் சொல்லாலேயே வயிற்றை நிரப்பிவிடப் போகிறாயா? 'வா மகனே' அதோ வாசலில் தண்ணீர் இருக்கிறது. கை கால்களைக் கழுவிக்கொண்டு வா, பிறகு சாதம் சாப்பிட்டுக்கொண்டே சமாச்சாரங்கள் பேசிக்கொள்ளலாம்."

"நான், அண்ணாவுக்குக் கபிஸா திராட்சைப் பழம் பரிமாறலாம் என்று இருக்கிறேன் அம்மா."

"அப்படியானால் ஓடிப்போய் வாங்கி வா. பார்த்துக் கொண்டேயிருக்கிறாயே எதற்கு? ஒரு கலயம் திராட்சைப் பழம் வாங்கிவா."

"அம்மா! சாயங்காலம் திராட்சை ரசம் கொடம்மா" என்றாள் ரோகிணி.

"சரி, அப்படியே ஆகட்டும். உபசாரத்தையெல்லாம் நீயே செய்து சிம்மனை நீ ஒருத்தியே அண்ணனாக்கிக் கொள்ளலாமென்றிருக் கிறாயா? அம்மாவுக்கு மாத்திரம் மகன் இல்லையா? சரி, சீக்கிரம் போய்க் கலயம் வாங்கி வா. சாயங்காலம் அண்ணனும் தங்கையும் திராட்சை ரசத்தோடு விருந்து சாப்பிடலாம். நீ ரோஷனாவிடம் கற்றுக்கொண்ட பார்சி நடனத்தைக்கூட உன் அண்ணனுக்கு ஆடிக்காட்டுவாயாக்கும்."

ரோகிணி விரைந்தேகினாள். நான் வாசலிலிருந்த செம்பை எடுத்து முகம் கைகால்கள் கழுவிக்கொண்டு, குருபத்தினியின் பின்னால் படி ஏறி மேலே போனேன். இங்கே அநேகவிதமான தோலட்டைகள் கலந்து செருப்புகள் தைக்கிறார்கள். பாதம் முழுவதையும் மூடும் தோல் காலுறைகள் கூடத் தைக்கிறார்கள். குருபத்தினி இதுமாதிரியான காலுறைகளையே அணிந்திருந்தாள். குளிரின் கொடுமையிலிருந்து

தப்புவதற்காக, நானும் கூடத் தட்சசீலத்திற்கு வரும் வழியில் இதுபோன்ற காலுறைகளையே வாங்கினேன். நாங்கள் கதவுக்கருகே செருப்புகளைப் போட்டுவிட்டு ஹாலுக்குள் நுழைந்தோம். அங்கே தரையில் விதம் விதமான வண்ணங்களில் பூ வேலை செய்திருந்த கண்கவரும் கம்பளம் விரிக்கப்பட்டிருந்தது. சுவரில் இரண்டு மூன்று படங்கள் தொங்கிக்கொண்டிருந்தன. அவற்றிலே ஒன்று "ரோஹித்" போன்ற குதிரையினுடையது. அது குருபத்தினி எழுதிய சித்திரம். தாழ்வாரமும், உணவுக்கூடமும் ஆடம்பரமில்லாமல் அழகாக இருக்கின்றன. ஹாலுக்குச் சற்றுத் தள்ளி சமையலறை இருக்கிறது. சமையலறையின் புகைக்கூண்டிலிருந்து புகை எழுந்து கொண்டிருக்கிறது. இதிலிருந்து மத்தியான உணவு தயாராகிக் கொண்டிருப்பதாகத் தெரிகிறது.

நாங்கள் கம்பளத்தின் மீது உட்கார்ந்தோம். குரு பத்தினி ஒரு வெண்மையான துப்பட்டியை எங்கள் முன் விரித்தாள். பிறகு அவள் உணவுப் பதார்த்தங்களைக் கொண்டு வருவதற்குச் சமையலறைக்குள் சென்றாள். இதற்குள்ளாக ரோகிணி கொப்பரைத் தேங்காய் அளவுள்ள மண் கலயத்தோடு வந்து சேர்ந்தாள். கொய்த ஐந்து மாதங்களுக்குப் பிறகும் திராட்சைப்பழம் அப்படியே புதிதாக இருக்கும் என்ற நம்பிக்கை இன்னும் எனக்கு ஏற்படவில்லை. அந்தக் கலயம் இரண்டு தேங்காய்ச் சிரட்டைகளைப் போல மண் கிண்ணங்களால் தயார் செய்யப்பட்டிருந்தது. இரண்டு கிண்ணங்களும் சேர்த்துக் களிமண்ணால் பூசப்பட்டிருந்தது. ஆப்கானிஸ்தானத்தில் திராட்சைப் பழங்களை இப்படித்தான் பதனப்படுத்தி வைப்பது வழக்கம் என்று ரோகிணி கூறினாள். சுற்றிப் பூசப்பட்டிருந்த களிமண்ணை விண்டு மேல் மூடியைத் திறப்பதற்குள்ளாகவே அதிலிருந்து இரண்டு அங்குல நீளமுள்ள திராட்சைப் பழங்கள் பொன்னிறம் மின்னத் தென்பட்டன. குருபத்தினி வேகவைத்த இரண்டு பெரிய மாமிசத் துண்டங்கள், உப்புப்பொடி, கொஞ்சம் லட்டுகள் கொண்டுவந்து வைத்தாள். ரோகிணியும் நானும் அவற்றைச் சாப்பிட ஆரம்பித்தோம்.

"இனி சொல்லு மகனே! உனக்கு எந்த ஊர்?" குரு பத்தினி பெற்ற தாயைப்போல ஆதுர்யத்துடன் கேட்டாள்.

நான் அவளுக்கு எனது பிறப்பு வளர்ப்புப் பூர்வோத்திரங்களை யெல்லாம் சவிஸ்தாரமாகக் கூறினேன். எல்லாவற்றையும் கேட்டுக் கொண்டிருந்துவிட்டு அவள் மீண்டும் கூறினாள் - "மஹாலி லிச்சவியை எனக்குத் தெரியும். அப்போது நான் ரோகிணியைவிடச் சின்னவள். மஹாலி எனது தந்தை பூரிஸ்வரரின் மாணவர். அவர் எனக்கு மனோகரமான கதைகளையெல்லாம் கூறுவார்."

"அண்ணா! உனக்குக்கூடக் கதைகள் சொல்ல வருமா? எனக்கு நல்ல நல்ல கதைகள் சொல்லமாட்டாயா?" என்றாள் ரோகிணி இடையில் குறுக்கிட்டு.

"என்ன ரோகிணி! நீ எங்களைப் பேசுவதற்கு விடுகிறாயா? இல்லையா? ஆம், மகனே! அப்போது தட்சசீலத்தின் குத்துச்சண்டை வீரர்கள் அனைவரிலும் மகாபலசாலி மஹாலிதான். அவருக்கு ஈடுஜோடாக இருக்கக்கூடியவர்கள் யாராவது இருந்தார்களேயானால் அவர் உனது குருதான். சரி, போகட்டும், வழியில் கஷ்டங்கள் எதுவும் ஏற்படவில்லையோ?"

"சார்த்தவாகர்களோடு (வியாபாரிகள் கூட்டம்) பயணப்பட்டு வந்தேனம்மா. வர்த்தகத்தின் நிமித்தம் வணிகர் ஒருவர் வைசாலியிலிருந்து சாகேதபுரத்திற்குப் பிரயாணப்பட்டபோது, நானும்கூட வருகிறேனென்றும், சாகேதபுரம் போய்ச் சேரும் வரை அவரது கோஷ்டியில் ஏதாவது வேலை தரும்படியும் கேட்டுக்கொண்டேன். அதற்கு அவரும் சம்மதித்துப் படகுகளிலிருந்து சரக்குகளை ஏற்றவும் இறக்கவும், இரவு வேளைகளில் கையில் வாள்பிடித்து 'பாரா' கொடுக்கவும் என்னை நியமித்தார். சாப்பாட்டுச் செலவெல்லாம் இல்லாமல் சாகேதபுரத்தில் கொண்டுபோய்ச் சேர்த்து கையில் 50 கார்பாஷணம் கொடுக்கவும் ஏற்பாடு செய்தார்.

"அப்படியானால் குழந்தாய்! ரொம்பவும் சிரமத்தோடு இங்கு வந்து சேர்ந்திருக்கிறாய். பாவம் எவ்வளவு கஷ்டங்கள் பட்டாயோ!"

"சாகேதபுரம் வரைக்கும் எந்தக் கஷ்டமும் இல்லையம்மா! அதுவரைக்கும் படகின் மீதே பிரயாணம், நாங்கள் மாளவ தேசத்திலிருந்து கங்கை நதியில் எதிர்ப்புறமாகப் பிரயாணம் செய்து சரயூநதியில் பிரவேசித்தோம். எங்கள் கோஷ்டியில் 50 படகுகளோடு ஆயிரத்துக்குமதிகமான பேர் இருந்தார்கள். சரயூவில் பாதித் தூரம்வரை பிரயாணம் செய்த பிறகு ஓர் இடத்தில் மட்டும் கொள்ளைக்காரர்கள் வந்து எங்களைத் தாக்கினார்கள். ஆனால் எண்ணிக்கையில் நாங்கள் அதிகமாக இருந்ததாலும், எங்களிடம் ஆயுத பலமும் மிகுதியாக இருந்ததாலும், திருடர்கள் வாலைச் சுருட்டிக்கொண்டு வந்த வழியே ஓடிவிட்டார்கள். எங்கள் குதிரை வீரர்கள் அவர்களைப் பின்தொடர்ந்து செல்ல வேண்டுமென்று விரும்பினார்கள். ஆனால் அந்த அடர்ந்த காட்டில் அவர்களைக் கண்டுபிடிப்பது சுலபமல்ல என்று அந்த யோசனையைக் கைவிட்டு விட்டார்கள். பிறகு சாகேதபுரத்திற்கு இப்பால் பிரயாணத்தில் உபத்திரவங்கள் அதிகமாயின. சிராவஸ்தியின் பிரபல வணிகரான

சுதத்துவின் வர்த்தகக் கோஷ்டியினர் (சார்த்தவாகர்கள்) தட்சசீலத்துக்குப் பயணமாயினர். அந்தக் கோஷ்டியில் ஆயிரம் வண்டிகளும், இரண்டரை ஆயிரத்துக்கும் அதிகமான மாடுகளும், குதிரைகளும் இருந்தன. ஆயிரத்து ஐந்நூறு மனிதர்கள் இருந்தார்கள். வழியில் பெரிய பெரிய ஆறுகளையும் மகா ஆரண்யங்களையும் கடக்க வேண்டியிருந்தது. பாதை ஏற்படுத்திக்கொள்ளுதல்; அவ்வளவு பெரிய ஜனக் கூட்டத்துக்கு உணவும், கால்நடைகளுக்குத் தீவனமும் ஏற்பாடு செய்தல்; இதற்கும் மேலாக வர்த்தகக் கோஷ்டியைப் பகுதி பகுதியாகப் பிரித்து அவற்றிற்கு இரவும் பகலும் காவல் காத்தல் இவையெல்லாம் மிகக் கஷ்டமான காரியங்களாக இருந்தன. ஒரு வண்டியைக் காவல்காக்கும் வேலை எனக்குக் கிடைத்தது. இதற்காகத் தட்சசீலம் வரை எனக்கு நூறு கார்பாஷணங்கள் ஊதியமாகக் கொடுத்தார்கள்."

"சைவாலியிலிருந்து இங்கு வந்து சேருவதற்கு எத்தனை நாட்கள் பிடித்தன மகனே"

"எட்டு மாதங்கள் அம்மா?"

"சாப்பிடுவதை நிறுத்தாதே மகனே! கன்று மாமிசம் சூடாக இருந்தால்தான் ருசியாக இருக்கும். எங்கே அந்தக் கத்தியை இப்படிக் கொடு; நான் துண்டம் துண்டமாக நறுக்கிப் போடுகிறேன். அந்த லட்டுகளையும் சாப்பிடு; திராட்சைப் பழங்களை எடுத்துக்கொள்ள வில்லையே ஏன்? இங்கே அவற்றிற்கு எந்தப் பஞ்சமுமில்லையப்பா, சாப்பிடு குழந்தாய்!"

"எங்கள் கிழக்கு ராஜ்யத்தில் லட்டுகள் சர்வ சாதாரணம், ஆனால் இந்தத் திராட்சைதான் ரொம்பவும் அபூர்வம் அம்மா, உலர்ந்த திராட்சை மாத்திரமே அங்கு கிடைக்கிறது. புதிய திராட்சை கிடைப்பது அரிது."

"அப்படியா மகனே! சரி, உனது பிரயாண விஷயத்தைச் சொல்லு. இவ்வளவு நாள் ஏன் பிடித்தது?

"இவ்விதமாக எங்கள் பிரயாணம் தினத்துக்கு இரண்டு யோசனை தூரத்திற்கு மேல் சாத்தியப்படவில்லை. புல் கிடைக்காத இடங்களில் வேகவேகமாகவும் அது சுலபமாகக் கிடைக்கும் பிரதேசங்களில் நான்கைந்து தினங்கள் ஓய்வு எடுத்துக்கொண்டு, சாவதானமாகக் குதிரைகளும் மாடுகளும் வயிறார மேயவிட்டு பிரயாணம் செய்யவேண்டியிருந்தது. அதுமட்டுமல்லாமல் வழியில் அஹிசத்திரம், ஹஸ்தினாபுரம், இந்திரபுஸ்தம் முதலான நகரங்களிலும், ஊர்களிலும் வியாபாரமும் வேறு பார்த்துக்கொள்ள வேண்டியிருந்தது. மெல்லிய

மஸ்லின்கள், வெங்காயச் சருகு போன்ற வஸ்திரங்கள், பட்டுப் புடவைகள், கம்பளங்கள் முதலியவற்றால் எங்கள் வண்டிகள் நிரம்பியிருந்தன. இவை தவிர சந்தனம், வாசனைத் திரவியங்கள், தந்தம், பொன்னால் இழைத்த வஸ்துக்கள் முதலியவைகூட இருந்தன. கங்கை, யமுனை நதிகளின் துறைகளில் தீர்த்த ஸ்தலங்கள் இருக்கும் ஒவ்வொரு இடத்திலும் சுதத்துவின் கடைகள் இருந்தன. அப்படிப்பட்ட இடங்களிலெல்லாம் விற்பனைக்காகச் சரக்குகளை இறக்கவும், வாங்கிய சரக்குகளை ஏற்றிக்கொள்ளவும் செய்தோம்."

"அப்படியானால் சுதத்து மிகப்பெரிய வணிகர் என்று சொல்லு!"

"கிழக்கு ராஜ்யங்களிலேயே மிகப்பெரிய வணிகர். இப்போது அவருக்கு ஈடான வேறொரு வணிகரே இல்லையென்று சொல்லலாம். உண்மையில் ஜம்புத்தீவு (இந்தியா) முழுவதிலுமேயே அப்படிப்பட்ட வரைக் கண்டுபிடிப்பது கஷ்டம். இங்கேகூட அவருடைய கடைகள் இருக்கின்றன!"

"தட்சசீலத்திலேயா? இவ்வளவு தூரத்தில்கூட அவருடைய கடைகள் இருக்கின்றனவா?"

"ஆமாம், இங்கே மட்டும் என்ன கிழக்கு - மேற்கு சமுத்திரத் தீரங்களில் தாம்ரலிப்தி, பருகச்சம் போன்ற நாடுகளில் கூட அவருக்குக் கடைகள் இருக்கின்றன. நதிகளெல்லாம் சமுத்திரத்தில் போய்க் கலப்பதுபோல நான்கு சமுத்திரங்களின் லட்சுமியும் பிரவாகமாக வந்து சிராவஸ்தியில் சுதத்துவினுடைய இல்லத்தில் பாய்கிறது."

"ஆம்! சரி, இனி உன் பிரயாண விஷயத்தைச் சொல்லு."

"வணிகர் தலைவர் சுதத்துவுடைய வர்த்தகக் கோஷ்டி உறுதியோடும் பலத்தோடும் உருவாக்கப்பட்டிருந்ததால் அவருடைய பதாகையைத் தூரத்தில் கண்ட மாத்திரத்திலேயே திருடர்கள் பாதையைவிட்டு விலகிச் சென்றுவிடுவார்கள். ஒரு பஞ்சாலக் காட்டில் மாத்திரம் ஒரு பிரபல திருடன் எங்களோடு பொருதினான். அவன் ஐந்நூறு மனிதர்களோடும் அவர்களுக்குப் போதுமான குதிரைகளோடும் வந்தான்; ஆயினும் அவர்களால் எங்கள் முன்னர் ஒரு மணிநேரம் வரைக்குமே தாக்குப்பிடித்து நிற்க முடிந்தது. அங்கேதான் ஆசார்ய மஹாலி கற்றுக்கொடுத்த வாள் வித்தையைக் காட்டுவதற்கு எனக்குச் சந்தர்ப்பம் கிடைத்தது. எட்டுப் பேருடைய இரத்தத்தால் என் வாளுக்கு அபிஷேகம் செய்தேன்."

"ஆனால் மகனே! உனக்குக் காயம் எதுவும் படவில்லையே?"

"இலேசான ஒரு காயம் பட்டது. இந்தக் கையில் மணிக்கட்டுக்கு மேல் பாகத்தில்" என்று கூறி நான் கம்பளிச் சட்டையின் கையை மேலே தூக்கி ஒரு நீளமான வடுவைக் காண்பித்தேன்.

ரோகிணி - எனக்குத் திராட்சைப் பழங்களைத் துடைத்துக் கொடுத்துக் கொண்டிருந்தவள் - சட்டென்று தன் விரல்களால் தழும்பைத் தடவிப்பார்த்து, "அய்யோ! எவ்வளவு இரத்தம் ஒழுகிப்போயிற்றோ!" என்றாள்.

"இல்லை, ரோகிணி! கத்தியால் ஏற்பட்ட காயத்திலிருந்து அவ்வளவாக இரத்தம் ஒழுகிப் போய்விடும் என்ற பயமில்லை. நரம்பு அறுந்து போய்விட்டால்கூட மேலும் கீழும் பலமாக இறுக்கிக் கட்டிவிட்டால் இரத்தம் ஒழுகுவது நின்றுவிடும். ஈட்டியாலோ அல்லது அம்பாலோ காயம் ஏற்பட்டால் ஆபத்தானதே. அந்தக் காயத்திலிருந்து இரத்தம் ஒழுகாமல் நிறுத்துவது மிகவும் கஷ்டம்."

"ஆனால் அண்ணா! அந்த அத்துவானமான அடவியில் உனது காயத்திற்கு மருந்துபோட்டு, கட்டு கட்டுவதற்கு வைத்தியரில்லையா?"

"இந்தச் சாதாரண காயத்துக்கு மருந்து கிருந்து எதற்கம்மா? ஆனாலும் சுதத்துவினுடைய கோஷ்டியில் ரண சிகிச்சை வைத்தியரும், விஷ வைத்தியரும்கூட இருந்தார்கள். அந்த ஒரு இடத்தில்தான் அடிதடி சண்டை ஏற்பட்டது. மற்றபடி பிரயாணம் முழுவதும் அபாயமில்லாமலும் அனுகூலமாகவும் இருந்தது. நேற்றுதான் சுதத்துவினுடைய கோஷ்டி இங்கு வந்து சேர்ந்தது. ஆசார்ய மஹாலியின் சொற்படி நான் திடமாகக் குருகுலம் வந்து சேர்ந்துவிட்டேன்."

"இது உன்னுடைய சொந்த வீடேதான் மகனே!"

3. தட்சசீலம்

தட்சசீலம் எங்கள் வைசாலியைப் போலவே திறந்த வெளியில் அமைக்கப்பட்டுள்ள ஒரு பெரிய நகரம்: வைசாலிக்குச் சுற்றுப்புறங்களில் எங்கேயும் மலைகள் கிடையாது; ஆனால் தட்சசீலத்துக்குத் தொலைத் தூரத்தில் பசுமையான மலைகளும், பர்வதங்களும் உள்ளன. நகரத்துக்கு அருகேயுள்ள ஒரு சிறிய ஆற்றில் இந்தக் காலம் அந்தக் காலம் என்றில்லாமல் எந்தக் காலத்திலும் தண்ணீர் ஓடிக் கொண்டிருக்கிறது. வடக்கே உள்ள மலையோடு சேர்த்து அணைபோட்டு பெரிய நீர்த்தேக்கம் ஒன்று நிர்மாணிக்கப்பட்டிருக்கிறது. அது மகதத்திலுள்ள சுமாகதி மாதிரியே இருக்கிறது. இந்த நீர்த்தேக்கத்தி லிருந்து புறப்படும் கால்வாய்கள் நகரத்துக்குள் பல கிளைகளாகப் பிரிந்து செல்கின்றன. இவற்றின் இரு கரைகளிலும் நிற்கும் மரங்கள் பார்ப்பதற்கு மிகவும் ரம்மியமாக இருக்கின்றன. பசுமைக் காட்சியை மிளிர வைப்பதற்கென்றே பிறக்கும் வசந்த காலத்தில் தட்சசீலத்திலுள்ள ஆண் பெண்கள் அனைவருக்கும் அத்தோற்றம் நேத்திரானந்தமாக விளங்குகிறது. இன்னும் தட்சசீலத்தின் தெருக்களில் ஓர் ஓரமாக அழகிய மாளிகைகளின் முன்பு மந்தகதியில் பிரவகித்துச் செல்லும் அந்தக் கால்வாய்களின் காட்சி பார்ப்பதற்கு மிக அற்புதமாக இருக்கிறது. கால்வாய்களின் தண்ணீர் நகரத்தின் உபயோகத்துக்கு மட்டுமின்றித் தோட்டங்கள் வயல்களின் பாசனத்துக்குக்கூடப் பயன்படுகிறது. பட்டணத்துக்கு வெளியே வெகுதூரம் வரை வியாபித்திருக்கும் பழத்தோட்டங்களும் உத்தியான வனங்களும், நகரத்துக்கு மேலும் சோபையை அளிக்கின்றன. இந்த உத்தியான வனங்களில் திராட்சை, சீமை அத்தி, ஆப்பிள் அக்ரோட் முதலிய விதம் விதமான பழ விருட்சங்களும் செடி கொடிகளும் இருக்கின்றன. கோடைக் காலத்தில் இந்த மரங்களின் குளிர்ந்த நிழலுக்குக் கீழ் கால்வாயில் பிரவகித்துச் செல்லும் நிர்மலமான நீலநிற நீரை எவ்வளவு நேரம் பார்த்துக் கொண்டிருந்தாலும் கண்களுக்குத் தெவிட்டாது. எங்களுடைய ஆசார்யருக்குக்கூட ஏராளமான பழத்தோட்டங்கள் இருக்கின்றன. அந்தப் பழத்தோட்டங்களிலேயே பழங்கள் உலர்த்துவதற்கும் பத்திரப்படுத்தி வைப்பதற்கும் தனி வீடுகள் உள்ளன. வருட ஆரம்பத்திலிருந்து குளிர் காலம் முடியும் வரை மரங்களும் கொடிகளும் புஷ்பித்துப் பலன் தருகின்றன. திராட்சைக் கொடிகளைக்

கத்தரித்துக் குவியலாகக் குவித்து வைக்கிறார்கள். திராட்சைக்குலைகள் முதலில் பச்சை மரகதங்கள் போலவும் பிறகு புஷ்பராகக் கொத்துகள் போலவும் அதிமனோகரமாகக் காட்சியளிக்கின்றன. பத்மராகக் கற்கள் போலிருக்கும் சிவப்பு அத்திப் பழங்களின் சோபை கண்களுக்கு இன்பமூட்டுவதாக இருக்கிறது. உயர்ந்து பரந்த அக்ரோட் மரங்கள் கிளைகளில் அடர்த்தியாக இலைகள் நிரம்ப குளிர்ந்த நிழல் தருகின்றன. செடி, கொடி மரங்கள் நிறைய பழங்கள் இருக்கும் காலத்தில் தட்சசீலத்துத் தோட்டங்களின் கதவுகளெல்லாம் திறந்துவிடப்படுகின்றன. விருப்பமுள்ளவர்கள் தங்கள் இஷ்டம்போல் எந்தத் தோட்டத்திற்கு வேண்டுமானாலும் போய் எந்தப் பழத்தை வேண்டுமானாலும் கொய்து சாப்பிடுவதற்குத் தடையில்லை; ஆனால் பேராசைப்பட்டு மூட்டைகட்டிக் கொண்டு போவது மட்டும் தவறாகக் கருதப்படுகிறது.

தோட்டங்களுக்கு அப்புறம் விளைநிலங்கள் (கழனிகள்) வெகுதூரம் வரை வியாபித்திருக்கின்றன. எங்கள் குருவுக்குக் கொஞ்சம் அதிகமாகவே நிலங்கள் இருக்கின்றன. குளிர்காலத்தில் அந்த நிலங்களிலெல்லாம் மயான மௌனம் தாண்டவமாடுகிறது. நிலங்கள் காலியாகக் கிடக்கின்றன. கழனிகளில் உள்ள வீடுகளில் வேலைக்காரர்கள் மாத்திரமே காலம் கழித்துக் கொண்டிருக்கிறார்கள். எருமைகளும் பசுக்களும்கூட இருக்கின்றன. ஆனால் வசந்தகாலம் வந்ததும் அங்கே மோனம் கலைந்து எங்கும் ஜீவன் ததும்பி நிற்கிறது. அப்போதுதான் பெய்த பனியில் நனைந்த பூமியைப் பிளந்துகொண்டு நூற்றுக்கணக்கான ஏர்கள் சென்றுகொண்டிருக்கின்றன. ஏர்பிடித்து உழுபவர்களின் மதுரகானம் அந்தப் பிராந்திய முழுவதிலும் எதிரொலிக்கிறது. அந்த உழுபடை வேலைகள் நடக்கும் காலங்களில் மாணவர்கள் எல்லாரும் ஆசார்யரோடு சேர்ந்து வயல்களுக்குச் சென்றோம். உழுது பரம்படிப்பது, செத்தை, சருகுகளைப் பொறுக்குவது முதலிய வேலைகளில் உதவியாக இருந்தோம். வைசாலியில் இருந்தபோது வயல் வேலைகளில் கெட்டிக்காரன் என்று பெயரெடுத்திருந்தேன். இங்கேயும்கூட அந்தப் பெயரை நிலைநாட்டிக் கொண்டேன். எங்கள் பிரதேசத்தில் உழும்போது பாடும் பாட்டுகள் இன்னும் எனக்கு நினைவிருக்கின்றன. ஆனால் மொழி வேறுபாடு மட்டுமல்லாமல் இங்கே பாடும் பாட்டுகளில் கூட வித்தியாசமிருந்ததால் எங்கே ஏளனம் செய்வார்களோ என்ற பயத்தினால் நான் குரல் எடுத்துப் பாடவில்லை. ஆயினும் பக்கத்திலுள்ளவர்கள் பாடும்போது தாளத்தை அனுசரித்து வாய்க்குள்ளேயே முணுமுணுத்துக் கொண்டேன். அடுத்த ஆண்டு உழுபடைக்காலம் வருவதற்குள்ளாக இப்பகுதியைச் சேர்ந்த பாடல்கள் சிலவற்றைப் பாடத் தெரிந்துகொண்டேன்.

மத்தியான வேளையில் உழுவதை நிறுத்திவிட்டு இலைகள் அடர்ந்த மரநிழலில் ஓய்வு எடுத்துக்கொண்டோம். சில சமயம் பொய்கை ரூபத்தில் பரிணமித்துச் செல்லும் கால்வாயில் குளிக்கச் சென்றோம். அது குளிக்கும் சமயமில்லாவிட்டாலும் வாலிப சபலத்தோடு தண்ணீருக்குள் இறங்கினோம். இதுபோன்ற சந்தர்ப்பத்தில் எங்களது உடலமைப்பையும் அதன் குணதோஷங் களையும் தெரிந்துகொண்டு ஆசார்யர் பல நல்ல யோசனைகள் கூறினார். ஆடைகளையெல்லாம் களைந்துவிட்டு யுவர்களும், யுவதிகளும் நிர்வாணமாகக் கரையிலுள்ள ஒரு மேட்டிலிருந்து நிழல் படர்ந்திருக்கும் தண்ணீருக்குள் பாய்ந்தோம். நாங்கள் நீந்தி விளையாடிக் கொண்டிருந்தபோது எங்கள் சர்வாங்கங்களையும் கூர்ந்து கவனித்து ஆசார்யர், "ரோகிணி! உனது விலாப்புறத்தில் கொழுப்பு புடைத்துக்கொண்டிருக்கிறது." "சுமேதா! உனது கெண்டைக் காலில் சதை இருப்பதாகவே தெரியவில்லை!" "அனுருத்தா! உன் புஷ்டத்தில் அவ்வளவு சதையைச் சுமந்து கொண்டிருக்கிறாயே ஏன்?" "சிம்மா! எல்லாரிலும் உனது உடலே கட்டமைந்து வனப்போடிருக் கிறது. வேலைக்கு வஞ்சகம் செய்வோர் திரேகமே கொழுப்பேறி யிருக்கும்; சரஸ்வதி எருமைபோல் பெருத்துக்கொண்டிருக்கிறாள். அவளது பானை வயிற்றைப் பாருங்கள். எப்போதும் கர்ப்பிணி மாதிரி காணப்படுகிறாள்." "சரஸ்வதி! நீ தினமும் கொஞ்ச நேரம் குதிரை சவாரி செய்து வா. இங்கே நமது கொட்டத்தில்தான் குதிரைகள் இருக்கவே இருக்கின்றனவே" என்று இவ்விதம் ஒவ்வொருவருக்கும் உடலமைப்பு பற்றி யோசனைகள் கூறினார்.

நாங்கள் ஒருமணி நேரம் தண்ணீரில் நீந்தியும், குதித்தும் ஒருவர் மீது ஒருவர் தண்ணீரை வாரி இறைத்தும், பிடித்து விளையாடியும் அந்த வெப்பம் மிகுந்த மத்தியான வேளையைக் கழித்தோம். பிறகு தயிர், தேன், பழரசங்கள் கலந்த பானகம் குடித்தோம். கோடைக்காலத்தில் மத்தியான உணவு கொஞ்சம் குறைவாகச் சாப்பிடுவதே வழக்கம்; ஆனால் சாயங்கால வேளை ஆனந்தமாக இருக்கும். அப்போது வேலைகூட கொஞ்சநேரமே செய்யவேண்டியிருக்கும். சூரியன் அஸ்தமனமானதுமே அனைவரும் வேலைகளை நிறுத்திவிட்டு கழனியிலுள்ள வீட்டின் முன்னால் போய், கூட்டிச் சுத்தம் செய்யப் பட்ட தரையின் மீது உட்கார்ந்தோம். புகையில்லாத கனலில் வறுக்கப்பட்ட பசு மாமிசத் துண்டங்களும், மதுக் கலசங்களும் எங்கள் முன்னால் வைக்கப்பட்டன. நாங்கள் மாமிசத் துண்டங்களை மென்றுகொண்டே இடையிடையே மரக்கோப்பைகளில் சுராபானம் அருந்தி, பக்கத்திலிருப்பவர்களுக்கும் கூடத் தந்தோம். கண்களில் கொஞ்சம் சிவப்பேறியவுடனேயே பாட்டும், தாளமும், ராகாலாபனை

களும் ஆரம்பமாயின. பெண்கள் நடனமாடினார்கள். குருபத்தினிக்கு இப்போது ஐம்பது வயது ஆகப்போகிறது. என்றாலும் அவளது நாட்டியத் திறமை அற்புதமாக இருந்தது. என் மாதிரி தாட்டிக மாகயிருந்த யுவதிகளிருவர் நாட்டியமாடி வியர்த்து விறுவிறுத்துப் போனாலும் அந்த அம்மாள் மாத்திரம் தாளம் தப்பவில்லை. இதைவிட ஆச்சரியம் இவ்வளவு ஆட்டத்திற்குப் பிறகும் அவள் களைப்படையாததுதான்.

விதைப்பு முடிந்ததைக் குறிக்கும் விழா தினத்தன்று ஆசார்யா பஹூளாஸ்வரர் தமது அபூர்வ நாட்டிய நிபுணத்துவத்தைக் காட்டினார். சரீரத்திலுள்ள ஒவ்வொரு அங்க அவயமும், தசைநாரும் அவரது அதிகாரத்திற்குக் கட்டுப்பட்டிருந்ததாகவே தோன்றிற்று. நாட்டியம் ஒரு மிகச் சிறந்த திரேகப்பயிற்சி என்பது அவரது நம்பிக்கை. இது பிறப்பு முதல் இறப்பு வரைக்கும் ஒரு உடற்பயிற்சி என்று அவர் கூறினார். "பச்சைக்குழந்தையைத் தொட்டிலில் படுக்க வைத்தால் அது இப்படி அப்படி அடித்துக்கொண்டு தனது அவயவங்களையெல்லாம் ஆட்டி அசைக்கிறது. இந்த விதமாகக் கொழுப்பைக் கரைத்து தசைகளாக மாற்றிக்கொள்கிறது. அறிவு தெளிந்த பிறகு உடல் கட்டைக் காப்பாற்றக்கூடியது நாட்டியம் ஒன்றே. கோடரி கொண்டு வெட்டுவதாலும், கடப்பாரையால் தோண்டுவதாலும் சில தசைகள் உரமடைகின்றன. நடப்பதாலும் ஓடுவதாலும் கால்கள் உறுதி பெற்றுத் திடமடைகின்றன. மல்யுத்தம் முஷ்டியுத்தத்தால் அநேக அவயவங்கள் சக்தியும் வலுவும் பெறுகின்றன. ஆனால் முறைப்படி செய்தால், சரீரமெங்குமுள்ள ஒவ்வொரு தசையையும் புஷ்டியாக்க வல்லது நாட்டியம் மாத்திரமே சூரிய வெப்பத்தில் பனி கரைவது போல நாட்டியத்தால் கொழுப்பு கரைந்து போகிறது. மேலும் எல்லா உடலுழைப்பாலும் மனம் சலிப்படைகிறது. எந்த வேலையைச் செய்ய வேண்டுமானாலும் மனதைக் கட்டாயப்படுத்திக்கொள்ள வேண்டியிருக்கிறது; ஆனால் நாட்டியமாடுவதற்கு மனம் எந்நாளும் சலிப்படையாது. இதனால் உடலுறுப்புகளனைத்துக்கும் பலம் ஏற்படுவதோடல்லாமல் மனச்சஞ்சலங்கள்கூட விலகிப்போகின்றன. பகலெல்லாம் வேலை செய்து அலுப்போடு வந்ததும் சாயங்காலம் கொஞ்சம் சுராபானத்தோடு நாட்டியமும் ஆடினால், மறுநாளைக்கு வேண்டிய சக்தி கிடைக்கிறது. நாட்டியக் கலை மனித வர்க்கத்துக்குப் பேரானந்தத்தை அளிக்கிறது. சரஸ்வதிக்கு நாட்டியம் பிடிக்காததால்தான் அவளை அப்படி எருமைமாடு போலப் பெருக்க வைத்திருக்கிறது" இது அந்த விழாவன்று நடந்த நடனத்தின்போது ஆசார்யர் வெளியிட்ட கருத்துக்கள்.

விதை விதைப்பு முடிந்தபிறகு விழா நடத்தும் வழக்கம் எங்கள் வைசாலியிலும் உண்டு; ஆனால் இங்கே அவர்கள் அந்த விழாவை மேலும் சற்று உற்சாகத்தோடு நடத்துகிறார்கள். அன்றைய தினம் கன்றுகள், பசுக்கள், செம்மறியாடுகள், பன்றிகள் முதலிய விதம் விதமான பிராணிகளின் மாமிசங்களைத் தயார் செய்கிறார்கள். நெய், அதிரசம், பூரி, வெள்ளையப்பம் பொடியரிசியினால் தயாரிக்கப்பட்ட பாயசம் எலும்பையும் மாமிசத்தையும் எட்டுமணி நேரம் வரை கொதிக்கக் கொதிக்கக் காய்ச்சின ருசியான சூப்பு. இன்னும் எத்தனையோ விதக் கறிகள் தயாரிக்கிறார்கள். அன்றைய தினம் ஆசார்யருடைய நிலங்களில் வேலை செய்யும் பண்ணையாட்கள், உதவியாட்கள் எல்லோரும் நகருக்கு அருகேயுள்ள அந்தக் கழனிவீட்டுக்கு வந்து சேருகிறார்கள். அங்கே அவர்கள் கோடைக்காலப் புத்தாடை உடுத்தி வருகிறார்கள். கதிரவன் சாய்ந்ததும் முதலில் குடியும் பாட்டுகளும் ஆரம்பமாகின்றன. அந்தச் சமயத்தில் ஆசார்யரின் மதுக்குடங்களில் பல ஆண்டுகள் பத்திரப்படுத்தி வைக்கப்பட்ட சுரா பானமும் திராட்சை ரசமும் அங்கே கொண்டுவரப்படுகின்றன. ஆசார்யர், சீடர்கள், வேலையாட்களின் குடும்பத்தினர் இவர் களெல்லோரும் சமபந்தியில் உட்கார்ந்து சாப்பிடுகிறார்கள். அன்றைய இரவு முழுவதும் ஆடல் பாடலோடு கழிந்து செல்கிறது.

நிலங்கள், தோட்டங்களேயல்லாமல் தட்சசீலவாசிகளின் ஜீவனோபாயங்களில் வாணிபமும் முக்கியமாக விளங்குகிறது. தரைமார்க்கமாகக் கிழக்கு ராஜ்யங்களின் பொருள்களைப் பாரசீகம், பாபிலோன், கிரேக்க தேசங்களுக்குக் கொண்டுபோய்ச் சேர்ப்பதில் சகாயம் புரிவது தட்சசீலத்திலுள்ள ஸ்தல சார்த்த வாகர்களின் வேலை. சிராவஸ்தி, ராஜகிரகம், கோசாம்பி, உஜ்ஜயினியைவிட தட்சசீலம் சகல செல்வங்களையும் பெற்று விளங்குவதற்கு அந்த வர்த்தகமே பிரதான காரணம். சிராவஸ்தி, கோசாம்பி நகரங்களிலும் மகாராஜாக்கள், ராஜகுமாரர்கள், மந்திரிகள், செட்டியார்கள், வணிகர்களின் திவ்ய மாளிகைகள் எத்தனையோ இருக்கின்றன. அவற்றிலுள்ள செல்வங்களின் அளவுக்கு தட்சசீலத்திலுள்ள சாமான்ய பிரஜைகளின் நாகரிக இல்லங்களில் கிடையாதுதான்; ஆனால் தட்சசீலத்தில் ஒரு விசேஷம் காணப்படுகிறது. அது அந்த ராஜ நகரங்களைப்போல் இருக்காது. இங்கே பசி என்று சொல்லுபவர்களையாவது, உடுத்த உடையில்லை என்று சொல்லுபவர்களையாவது, பிச்சை எடுப்பவர்களையாவது பார்க்க முடியாது. மனிதர்களுக்குக் கொடிய வறுமை நிலை ஏற்படுவதை இங்குள்ள பிரஜைகள் பெரிய களங்கமாகக் கருதுகிறார்கள். திறமை யுள்ள ஒவ்வொரு நபருக்கும் வேலையோ அல்லது வேறு ஏதாவது ஜீவனோபாய மார்க்கமோ தேடித் தருவது தங்களது கடமை என்று

எண்ணுகிறார்கள் தட்சசீலவாசிகள். இங்கே அடிமைகளென்பவர்களே கிடையாது. குற்றேவல் புரியும் பெண்களும் ஆண்களும் இருந்தாலும் யஜமானர்கள் அவர்களைத் தங்களுக்குச் சமமான மனிதர்களாகவே பாவிக்கிறார்கள்; அவர்களிடம் யஜமானர்கள் நடந்து கொள்ளும் முறைகூட அவ்விதமே இருக்கிறது. இவர்கள் வேலைக்காரர்களுக்குப் போதுமான உணவு - ஊதியம் தருகிறார்கள். இது மட்டுமல்ல, சுகபோகங்களிலும் கூடத் தங்களோடு சமபாகம் தருகிறார்கள். தட்சசீலப் பிரஜைகளில் எவரேனும் ஏதாவது ஆபத்துக்குள்ளாகி வேறுவழியில்லாமல் குற்றேவல்கள் புரிய நேர்ந்தால் அவர்களை வேலைக்காரர்கள் என்று அழைக்க விரும்பமாட்டார்கள். அப்படிப்பட்டவர்களைத் தங்களது குடும்பத்தில் ஒருவராகவே கருதி அன்ன ஆகார, ஆடை, ஜாகை விஷயங்களில் சமத்துவம் காட்டுகிறார்கள். தட்சசீலக் குடியரசுக்குள் வெளியிடங்களிலிருந்து வந்த வேலைக்காரர்களைப் பற்றிப் பேச்சு வந்தபோது ஆசார்யர் பின்கண்டவாறு கூறினார். "எங்களுடைய குடியரசு இரத்த சம்பந்தத்தை அடிப்படையாகக் கொண்டது. ஆகையினால் வெளியிலிருந்து வந்தவர்களுக்குப் பிரஜா உரிமை தருவது எங்களுடைய அதிகாரத்தில் இல்லாத விஷயம். ஆனால் மனிதர்களாக, ஆரியர்களாக இருக்கும் காரணத்தினால் நாங்கள் அவர்களிடம் அயல்நாட்டுக்காரர்கள் என்ற மனோபாவத்தோடு நடந்து கொள்வதில்லை."

4. உதவி ஆசிரியன்

நான் தட்சசீலத்துக்கு வந்து நான்கு ஆண்டுகள் கடந்துவிட்டன. இதற்குள்ளாக நான் தெரிந்துகொண்ட விஷயங்களை இனி கூறுகிறேன். முன்னர்போலத் தட்சசீலம் எனக்கு இப்போது புதிதல்ல. இந்த அற்புத, விசித்திர நகரம் எனக்கு இப்போது நன்கு பரிச்சயமாகி விட்டது. முதல் தரிசனத்திலேயே தட்சசீலத்தின் மீது எனக்கேற்பட்ட பாசம் மேலும் ஓங்கி என் இதயத்தில் நிலைபெற்றுவிட்டது. இப்போது நடை உடை பாவனையிலும் மொழியிலும் தட்சசீலக் குடிமகனைப் போலவே நான் மாறிவிட்டேன். குளிர் காலத்தில் அவர்களைப் போலவே கம்பளிச் சட்டையும் நிஜாரும் அணிந்துகொண்டேன். நீளமாக வளர்ந்த குடுமியை முடிச்சுப் போட்டுக்கொண்டு தோலால் தைக்கப்பட்ட பனிக்குல்லாவைத் தரித்துக் கொள்வதற்குப் பழகிக் கொண்டேன். அவையெல்லாவற்றிற்கும் மேலாக ஆசார்யர் அவர்களின் சீடர் கூட்டத்தில் மற்றெல்லாரைக் காட்டிலும் சூட்சுமப் புத்தியுடையவன் என்ற பெயரெடுத்து, அவரது அன்புக்கும் பரிவுக்கும் பாத்திரமானேன். இப்போது கீழ் வகுப்பு மாணவர்களுக்குப் பாடங்கள்கூடச் சொல்லித் தருகிறேன். அம்மாவைக் குறித்தும் தங்கை சோமாவைக் குறித்தும் அவ்வப்போது ஞாபகம் வராமல் போகாது; ஆனால் ஆசார்யர், குருபத்தினி, ரோகிணி ஆகியோரின் அன்புக்கும் பாசத்துக்கும் பந்தப்பட்டுப் போயிருக்கையில், தட்சசீலத்தை விட்டுப் போகவேண்டி வந்தால் அவர்களைப் பிரிந்திருப்பதற்காகத் துயரப் பெருமூச்சு விடாமலிருப்பதும் முடியாத காரியமே. இக்காலத்திற்குள்ளும் எனக்கு தட்சசீலத்திலிருந்து ஒரு தடவை மாத்திரமே தகவல் வந்தது. அம்மா சார்த்தவாகர்களை மிகவும் வேண்டிக்கொண்டு ஓலைப்பத்திர மொன்றைச் சுதத்துவின் ஆளிடம் அனுப்பி வைத்தாள். அது ஒன்றே எனக்குக் கிடைத்தது. எங்கெங்கோ சுற்றிவிட்டுத் திரும்பும் சார்த்த வாகர்கள் மூலம் நான் கடிதங்கள் அனுப்பிக் கொண்டேயிருந்தேன்; ஆனால் அவை ஒன்றும் அம்மாவிடம் சேர்வதற்கு வழியில்லை. அம்மா சாகேதத்திலோ, சிராவஸ்தியிலோ இருந்திருந்தால் கடிதங்கள் சுலபமாகக் கிடைப்பதற்குச் சந்தர்ப்பம் இருந்திருக்கும். கிழக்கு ராஜ்யங்களின் சமாச்சாரங்கள் மட்டும் சுதத்துவின் ஆட்கள் மூலமாக எனக்குக் கிடைத்துக் கொண்டிருந்தன.

பயிர்கள் நன்றாக விளைந்து முற்றிவிட்டன. பொன்னிறக் கதிர்களோடு கோதுமை அறுவடைக்குத் தயாராக இருந்தது. ஒரு வயலில் இருந்த பயிர்களை அறுத்துக் கதிரடிக்கும் பொறுப்பை ஆசார்யர் என்னிடம் ஒப்படைத்தார். அந்தக் கழனியே அவருடைய வயல்களில் பெரிது; அது கழனி வீட்டிலிருந்து வெகுதூரம் வரை வியாபித்திருந்தது. பண்ணையாட்களேயல்லாமல், சில மாணவர்களும், ரோகிணியும் எனக்கு உதவி செய்வதற்கு வந்தார்கள். மாலையில் நாங்களெல்லோரும் கழனி வீட்டிற்குப் போய்ச் சேர்ந்தோம். காலையில் கருக்கிட்டு இருக்கும்போதே நான் பழைய சோறு சாப்பிட்டுவிட்டு மோர் உள்ள தோல்பையை புஜத்தில் தொங்கவிட்டுக் கொண்டு குதிரை ஏறி வயலுக்குள் செல்வேன். கதிர் அறுத்த கழனியில் எஞ்சியிருக்கும் பச்சைத் தட்டைகளை மேய்வதற்குக் குதிரையை விட்டுவிட்டு, அரிவாளைக் கையில் பிடித்துக் கதிர் அறுப்பதில் ஈடுபடுவேன். அப்போது மற்றவர்களும் வந்து அறுப்பதில் கலந்துகொள்வார்கள். எவனோ ஒருவன் குரல் எடுத்துப் பாட அதையொட்டிப் பெண்களும் ஆண்களும் சேர்ந்து பாடிக்கொண்டே கதிர் அறுப்பார்கள். ஆண்களாகிய எங்களுடைய குரல் பெண்கள் குரலோடு கலக்கும்; ஆனால் இந்த இனிமை எங்கள் குரலில் எங்கிருந்து வந்தது? அந்த விதமாகப் பாட்டில் லயித்துப் போய் எவ்வளவு நேரம் அறுத்தாலும் சிரமம் தோன்றுவதில்லை. எங்களுடைய சாப்பாடு ஏற்பாடுகளை ரோகிணி கவனித்துக்கொள்வாள். அவள் மத்தியான வேளையில், குதிரைப் பாலில் காய்ச்சின கள்ளை ஒரு ஜாடியோடு எடுத்துக்கொண்டு உணவுப் பதார்த்தங்களையும் நல்ல தண்ணீர்ப் பீப்பாவையும் ஒரு சிறு வண்டியில் ஏற்றிக்கொண்டு எங்களிடம் வந்து சேர்வாள். எல்லாரும் ஒரு மர நிழலையடைந்து கேலியும் சிரிப்பும் கும்மாளமுமாகப் பகல் உணவை முடிப்போம். ரோகிணி சமையற் காரர்களைத் திரும்ப அனுப்பிவிட்டு எங்களுடன் வேலை செய்வதற்காகத் தங்கிவிடுவாள். மத்தியானம் வெயில் கடுமையாக இருக்கும்போது சிறிது நேரம் இளைப்பாறுவோம். அப்போது பச்சைக் கோதுமையைப் பொரியாக வறுத்துச் சாப்பிடுவோம். பச்சைப் பசேலென்ற இலை களையும், கொத்துக்களையும், தங்க நிறக் கோதுமைக் கதிர்களையும் தோழிகளின் சிவப்பான, பொன்னிறமான அல்லது மண்ணிறமான கூந்தலில் வைத்து அலங்கரிப்போம். விநோதமூட்டும் கதைக் காரணங்களைச் சொல்லிக்கொண்டோ அல்லது இலேசான தூக்கம் போட்டோ அந்த நேரத்தைக் கழிப்போம்.

பொழுது சாய்ந்த பிறகு மீண்டும் வயலில் இறங்கி வேலை செய்வோம். ரோகிணி கதிர் அறுப்பதில் ரொம்பவும் கை தேர்ந்தவள். அவளுடைய குரல் - வசந்த காலத்துப் பறவையின் குரல் போல - மிக

மதுரமாக இருக்கும். "சர் சர்" என்று அறுத்த வண்ணம் பாடிக்கொண்டேயிருந்தால் அவளுடைய இனிய கீதம் - கோடை வெயிலில் குளிர் நிழல் கிடைத்தது போல - சுகமாக இருக்கும். சூரியனின் கதிர்கள் செந்நிறமடைந்த பிறகு நாங்கள் எப்போதாவது ஷேத்திர நடனம் ஆடுவோம். யுவர் யுவதிகளாகிய நாங்கள் பழங்களோடு கூடிய பசுமையான கொடிகளை ஆபரணங்களாகத் தலையைச் சுற்றி அலங்கரித்துக் கொள்வோம். கதிர்களோடு கூடிய கோதுமைத் தட்டையைக் கட்டாகக் கட்டி நிறுத்திவைத்து, வலது கையில் அரிவாளும் இடது கையில் கோதுமைக் கதிர்க் கொத்துக்களையும் ஏந்திச் சுற்றிநின்றுகொண்டு அனைவரும் சேர்ந்து பாடுவோம். பிறகு யுவர்களும் யுவதிகளும் இரண்டு கூட்டங்களாகப் பிரிந்து மத்தியில் நிறுத்தி வைக்கப்பட்டுள்ள கோதுமை அரிசியைச் சுற்றி ஓடியாடி நடனமாடுவோம். தொண்டை வறண்டு விட்டால் ரோகிணி கொண்டுவந்த மதுவைக் கொண்டு நனைத்துக்கொள்வோம். கண்கள் சிவந்து போய்விடும். மாலைச் சூரியன் மலைவாயில் விழும்போது நாங்கள் கழனிவீட்டை வந்தடைவோம்.

கோடைக்காலத்தின் இறுதி நாட்களில் புல்லும் வைக்கோலும் யதேஷ்டமாகக் கிடைக்கும். கால்நடைகள் வேண்டிய மட்டும் மேய்ந்து புஷ்டியாக இருக்கும். எங்களது இரவு உணவில் மாமிசம் தவறாமல் இருக்கும். இதற்காக நல்ல கொழுத்த பசுவையோ, செம்மறியாட்டையோ, பன்றியையோ, அறுப்பார்கள். மாலையில் வேலையிலிருந்து வீட்டுக்குத் திரும்பியதுமே நாங்கள் வாய்க்காலுக்குப் போய்க் குளித்து, துவைத்த ஆடைகளை அணிந்துகொள்வோம். கோடைக்காலத்தில் தட்சசீலவாசிகள் கூட வைசாலி (வாசி)களைப் போலவே ஆடைகள் தரிக்கிறார்கள். பெண்கள் வேட்டியும் தாவணியும் அத்தோடு குட்டையான ரவிக்கையும் அணிகிறார்கள். எங்கள் பக்கத்துப் பெண்களைப் போலவே இங்குள்ளவர் களும் நகைகள் அணிந்துகொள்வது மிகவும் குறைவு. இரண்டு, மூன்று சரம் மாலைகள், காதணிகள் இவையே அவர்களது ஆபரணங்கள். வெள்ளி, தங்க நகைகளுக்குப் பதிலாகக் கொடி - இலை - புஷ்ப ஆபரணங்களில்தான் இவர்களுக்கு மோகம் அதிகம்; காந்தாரப் பெண்களும் (தட்சசீலத்துக்காரர்கள்) மத்ரா பெண்களும் (சியால் கோட்டைக்காரர்கள்) இயற்கையிலேயே அழகானவர்கள்; அவர்கள் ஆபரணங்களால் அழகு பெறுகிறார்கள் என்பதைவிட அந்தச் சுந்தராங்கிகளால்தான் ஆபரணங்களே சோபை பெறுகின்றன. வெயில் காலத்தில் இங்கேயுள்ளவர்கள் காலுறைகள் தரிக்கமாட்டார்கள்; ஆனால் செருப்பு போட்டுக்கொள்ளும் வழக்கம் கிழக்கு ராஜ்யப் பிரஜைகளைவிட இங்கிருப்பவர்களுக்கு அதிகமாக இருக்கிறது.

கதிர் அறுத்த பிறகு ஒருநாள் வரை வயலிலேயே காயும்படி விடுகிறோம். மறுநாள் கட்டுகள் கட்டி கழனி வீட்டுக்கருகில் அமைக்கப்பட்டுள்ள களத்தில் கொண்டுபோய்ச் சேர்க்கிறோம். கதிர் அறுப்பு முடிந்த பிறகு எங்கள் வேலையெல்லாம் அந்தக் களத்தில்தான். தட்டையை மாடுகளை விட்டு மிதிக்கச் செய்து போரடிக்கிறோம். போரடித்துக் குவித்த கோதுமையைக் கோணிப்பைகளில் கட்டிய பிறகு அந்தக் களத்திலேயே குடியும், நடனமும் நடக்கின்றன. ஆஹா! அந்தக் கோதுமை பார்ப்பதற்கு எவ்வளவு அழகாக இருக்கின்றது! தங்கள் உழைப்பின் பலனாக மண்ணிலிருந்து உற்பத்தியான அந்தப்பொன் விளைச்சலைக் கண்ணாரப் பார்க்கும்போது மனிதர்களுக்கு ஏற்படும் பெருமகிழ்ச்சியை வர்ணிக்க எவரால் சாத்தியமாகும்! விதை விதைக்கும் சமயத்தைவிட விளைந்த பயிரை அறுவடை செய்யும் சமயத்தில்தான் அதிக ஆனந்தம் ஏற்படும். ஆகையால் இப்போது ஒவ்வொருவருடைய குரல்வளையிலிருந்தும் இனிமையான ராகம் வெளிப்படுவதிலாகட்டும். பரவசத்தோடு காலடி வைத்து நாட்டியமாடுவதிலாகட்டும் ஆச்சரியம் ஏதுவுமில்லை.

அறுவடைக் காலத்தில் எங்கே மழை வந்துவிடுமோ என்ற பயம் இருக்கும். இங்கே மழை பெய்வது குறைவே. ஆயினும் அப்படி வந்தால் வயலிலும், களத்திலுமிருக்கும் மகசூல் - வாய்க்கெட்டிய விளைச்சல் - பாழாய்ப் போய்விடுமே என்ற திகில். அதனால் குப்பம் கட்டிவிட வேண்டுமென்று ஆத்திரப்படுகிறோம். போரடித்துக் குப்பம் கட்டித் தூசு தும்புகளோடு தான்யம் எடுத்துச் செல்லப்பட்டுக் களம் காலியானதுமே மறுபடியும் அங்கே சமபந்தி போஜனங்கள் நடக்கின்றன. வயலில் வேலை செய்த ஆண்களும் பெண்களும் இந்த வைபவங்கள் எல்லாவற்றிலும் கலந்துகொள்கிறார்கள். இந்த வருடம் எனது பொறுப்பின் கீழிருக்கும் வயல் தானியமே முதலில் வீட்டுக்குப் போய்ச் சேர்ந்தது. இதற்கு என்னையும் எனது சகாக்களையும் ஆசார்யர் மெச்சிக்கொண்டார்.

நான்காம் ஆண்டு ஆரம்பமானதுமே பாதி மாணவனாகவும் பாதி ஆசிரியனாகவும் ஆனேன் என்பதை ஏற்கெனவே கூறியிருக்கிறேன். ஆசார்யரிடம் ஐந்நூறு மாணவர்கள் படிக்கிறார்கள். இந்த ஐந்நூறு பேர்களும் தூரப் பிரதேசங்களிலிருந்து வந்து மேல் வகுப்புகளில் கல்வி கற்றுக்கொண்டிருப்பவர்கள் மாத்திரமே. தற்போது கிழக்கிலிருந்து வந்த மாணவர்கள் குறைவு அவர்களிலேயும் கட்டணம் கொடுத்துப் படித்துக்கொண்டிருக்கும் மகத இளைஞர்களே அதிகம். இது நல்ல அறிகுறியில்லை என்று ஆசார்யர் அடிக்கடி கூறிக்கொண்டிருப்பார். ஒரு சமயம் அவர் பின்வருமாறு கூறினார்.

"மகனே சிம்மா! யுத்தக் கலையின் முக்கியத்துவத்தைக் கிழக்கே மகதம் ஒன்றுதான் அறிந்து கொண்டிருப்பதாகத் தெளிவாகிறது. வைசாலி, குசிநகரம், கபிலவஸ்து, பாவா, அனுபியா, தேவதஹ் - இத்தகைய குடியரசுகள் இருந்தும் உன்னைத்தவிர அவற்றைச் சேர்ந்த மாணவர்கள் வேறு யாருமில்லை. மேலும் அவர்கள் போர்க்கலையை மகாசிந்து நதியாக எண்ணாமல் தண்ணீரில்லாத பொய்கையாகக் கருதுவதாகத் தெரிகிறது. மகனே! நான் தட்சசீலத்திற்கு, இல்லாத கௌரவமும் பெருமையும் அளிப்பதற்காகத் துதிபாடவில்லை என்பது நீ அறிவாய். இன்றைய நிலையில் தட்சசீலத்தின் போதனை பெறாதவர்கள் யுத்தக் கலையில் பின்தங்குவதினின்று தப்ப முடியாது. மஹாலி யுத்தவித்தையில் நிபுணனே. நீசன் பந்துல மல்லனின் வித்தைத் திறனில்கூட எனக்குச் சந்தேகம் கிடையாது. ஆனால் அவர்களுடைய வித்தைகள் பதினைந்து வருடங்களுக்கு முந்தியவை. அவர்கள் வைசாலி சிராவஸ்தி நகரங்களில் உட்கார்ந்துகொண்டு, பாரசீகர்கள் சேனைகளை நடத்திச் செல்வதில் என்ன நூதன முறைகளைக் கையாள்கிறார்களோ? படை அணிகளைத் துளைத்துச் செல்வதற்கு என்ன புதிய வழிகளைக் கண்டுபிடித்திருக்கிறார்களோ? வில் - அம்புகளின் சக்தியை அதிகரிப்பதற்கு என்ன மாறுதல்கள் செய்திருக் கிறார்களோ? கற்கோட்டைகளை உடைத்தெறிய என்ன நவீன ஆயுதங்களைத் தயாரித்திருக்கிறார்களோ? இன்னும் இதுபோன்ற நூதன விஷயங்களைத் தெரிந்து கொண்டிருக்க மாட்டார்கள். தட்சசீலவாசிகளுக்கு மட்டுமே இவையெல்லாம் தெரியும். நாங்கள் பாரசீகர்களோடாகட்டும் கிரேக்கர்களோடாகட்டும் நெருங்கிய உறவு வைத்துக் கொள்ளமாட்டோம்; ஆனாலும் அவர்களுடைய அந்தரங்கங்களையும், இரகசியங்களையும் கிண்டிக் கிளறித் தெரிந்து கொள்வதில் நாங்கள் பலே சமர்த்தர்கள். எங்களுடைய போர் வித்தை சிந்து நதியின் நீரோட்டம்; அது என்றைக்கும் வற்றாது; அதில் சர்வசதாவும் புதிய புதிய ஞானஜலம் கலந்துகொண்டேயிருக்கிறது. வேதனை! வேதனை! கிழக்கே இந்த விஷயங்களைப் புரிந்துகொண்ட ராஜ்யம் ஏதாவது இருக்குமானால் அது மகதம்தான். மகதம் இந்த யுத்த விஞ்ஞானத்தை மிகுந்த சிரத்தையோடு பேணி வருகிறது. இங்கே வந்த மகத மாணவர்கள் எனக்குக் கொடுத்த கட்டணத்தைத் தங்களுடைய வீடுகளிலிருந்து கொண்டுவந்து கொடுத்தார்களா என்று தெரியவில்லை."

"இல்லை குரு! அவர்களுக்காகும் செலவு முழுவதும் அரசப் பொக்கிஷத்திலிருந்தே கொடுக்கப்படுகிறது. மகத மன்னன் பிம்பிசாரன் முன்னுக்கு வரக்கூடிய இளைஞர்களைப் பொறுக்கியெடுத்து தட்சசீலத்துக்கு அனுப்பிக் கொண்டிருக்கிறான்."

"எனக்குக்கூட குமாரா! - இதே சந்தேகம் உண்டு. கல்வி கற்பதற்காக மகத வாலிபர்கள் என்றைக்கும் இவ்வளவு பேர் இங்கு வந்தது கிடையாது. எனக்கு அறுபத்தினான்கு வயது ஆகிவிட்டது. என் அனுபவத்திலிருந்து, கிழக்கு ராஜ்யங்களின் சுதந்திரத்துக்குச் சத்துருவாக மகதம் தயாராகிறது என்று எண்ணுகிறேன். அது என்றோ ஒருநாள் கிழக்கத்திய குடியரசு ராஜ்யங்களைக் கபளீகரம் செய்யப் போகிறது; அது மட்டுமின்றி, அங்கேயுள்ள சின்ன - பெரிய யதேச்சதிகாரிகளின் ராஜ்யங்களைக் கூட விழுங்கி ஏப்பம் விடப்போகிறது. மகத மன்னன் பாரசீகத்தின் ஷாஹன்ஸா போல கிழக்கில் ஏகச் சக்கரவர்த்தியாக ஆகப்போகின்றான். இது இன்றே வேண்டுமானால் நடக்காமலிருக்கலாம்; ஆனால் அவனுடைய அறிவுத்தாகம் இப்போது போலவே தணியாதிருக்குமானால் பத்து வருடங்களுக்குப் பிறகு அல்லது இருபது வருடங்களுக்குப் பிறகு நடக்கலாம்!"

"அப்படியானால் எங்களுக்கு ஆபத்திருக்கிறது என்று சொல்லுங்கள்."

"இன்னும் என்ன சந்தேகம்?"

"ஆனால், குரு! மகதத்தை எதிர்ப்பதற்கு எங்கள் லிச்சவி குடியரசு ஒன்றேபோதும் என்பது எங்கள் நம்பிக்கை. இந்த வருடம் மேலும் ஐந்து லிச்சவி இளைஞர்கள் இங்கே வரப்போகிறார்கள். லிச்சவிகளாகிய நாங்கள் என்றைக்கும் எங்கள் அறிவுத்தாகத்தை வற்றவிட மாட்டோம்; வைசாலிக்கும் தட்சசீலத்துக்கும் உள்ள பிணைப்பு, அந்நியோன்யம் எந்நாளும் நிலை பெற்றேயிருக்கப் போகிறது."

"மகனே! எங்கள் விருப்பம்கூட அதுவே. கிழக்கில் வைசாலி ஒன்றுடன் மட்டுமே எங்களுக்கு நெருங்கிய சம்பந்தமிருக்கிறது. மகதத்தின் திமிரை ஒடுக்குவதற்கு லிச்சவி ஒன்றே போதும் என்று எங்களுக்கு நம்பிக்கையில்லாமலில்லை; ஆயினும் இதில் சந்தேகத்துக்கும் இடமிருக்கிறது. அங்கத ராஜ்யத்தை மகதம் ஜீரணம் செய்துவிட்டது என்று நீயேதான் சொன்னாய். அப்படியானால் அங்கதத்தின் ஆள்பலம் - செல்வபலம் - படைபலம் முதலிய அத்தனை பலங்களும் மகதத்தின் கைக்கு மாறிவிட்டன என்று அர்த்தம். கோசல ராஜ்யத்திற்கும்கூட அந்திம காலம் நெருங்கிக் கொண்டிருக்கிறதாகவே தெரிகிறது. ஏராளமான மக்களோடும் செல்வத்தோடும் காசி, கோசல ராஜ்யங்களைப் பிடித்துக்கொண்டு மல்ல, சாக்ய, குடியரசுகளையும் ஆக்ரமித்துக் கொண்டு வைசாலியின் சுதந்திரத்தை இக்கட்டான நிலையில் வைக்கக்கூடும். மகதத்துக்குக் கிழடு தட்டிவிட்ட அறிகுறிகள்

எதுவும் இன்னும் தென்படவில்லை. பிம்பிசாரன் சாமர்த்தியமாக அரசாட்சி செய்யத் தெரிந்தவன். அவனுடைய மகன்கூடத் தந்தையைப் போன்றவனே. ஆகவே வைசாலி மிகவும் விழிப்போடிருக்க வேண்டியது அவசியம்."

"பிம்பிசாரனுடைய மகன் அஜாத சத்துருவை நான் அறிவேன் குரு! அவன் மிகவும் சாமர்த்தியசாலி. அவனுடைய தாய் எங்கள் விதேச தேசத்துப் பெண்தான். அஜாத சத்துருவை நான் நேரில் பார்த்துமிருக்கிறேன். அவன் ஆசார்ய மஹாலியிடம் யுத்தக்கலையில் நிபுணத்துவம் பெறுவதற்கு வந்தான். தட்சசீலத்துக்கு வரவேண்டுமென்று கூட மிகவும் ஆசைப்பட்டான்; ஆனால் அவனுடைய தாய் தந்தையர்கள் அதற்குச் சம்மதிக்கவில்லை. இங்கே படித்துவிட்டுச் சென்ற ஜீவகனும் அஜாத சத்துருவும் மிகவும் அந்நியோன்னியமாக இருந்து வருகிறார்கள்."

"ஜீவகனா! இங்கே படித்துவிட்டுச சென்றானா?"

"ஆம் குரு! ஆனால் அவன் வைத்தியன். இப்போது அவனுக்குக் கிழக்கு ராஜ்யங்களில் நல்ல பெயரும் புகழும் இருக்கிறது. மகதம், கோசலம் மட்டுமல்லாமல் உஜ்ஜயினி வரை அவனுக்கு கிராக்கியிருக்கிறது. ஜீவகன் வைத்தியக்கலையில் பெயர் பெற்றவனே தவிர வீரனல்ல."

"வீரர்களும் வைத்தியர்களும் சேர்ந்தால், யுத்தத்தில் வெற்றிபெற முடியும் குமாரா! கைதேர்ந்த சத்திரசிகிச்சை நிபுணர்கள் காயம்பட்ட ஆயிரக்கணக்கான வீரர்களின் உயிர்களைக் காப்பாற்ற முடியும் என்பது மட்டுமல்ல; கபடமான யுத்தத்தில் அவர்கள் பெரிதும் உதவிகரமாகவும் இருக்க முடியும். ஒரே ஒரு வைத்தியன் ஒரு பெரிய சைன்யம் முழுவதையுமே மூர்ச்சை அடையும்படி செய்ய சக்தி படைத்தவன்."

"ஜீவகன் இந்த விஷயத்தில் மிகவும் கைதேர்ந்தவன் குரு! சமீபத்தில் அவந்தி மன்னன் பஜ்ஜோதனுக்குச் சிகிச்சை செய்ய ஜீவகன் உஜ்ஜயினிக்குச் சென்றிருந்தான். எந்தக் காரணத்தினாலோ அரசனுக்கு அவன் மீது கடும் கோபம் ஏற்பட்டது. எனவே அவன் தன் உயிரைக் காப்பாற்றிக் கொள்வதற்காகத் தப்பியோடும்படி நேர்ந்தது. வழியில் பஜ்ஜோதனின் தூதன் ஒருவன் அவனைப் பிடித்துக்கொண்டு விட்டான். அப்போது ஜீவகன் நெல்லிக்காய்கள் சாப்பிட்டுக் கொண்டிருந்தான். அவற்றிலே இரண்டை ராஜதூதனுக்கும் கொடுத்துச் சாப்பிடும்படி கூறினான். ஜீவகன் தான் தின்று கொண்டிருந்ததிலேயே கொடுத்ததால் தூதுவனும் சந்தேகம் எதுவும் கொள்ளாமல் சாப்பிட்டுவிட்டான். அவ்வளவுதான், அந்தத் தூதுவன் மூன்று தினங்கள்வரை பேச்சு மூச்சு இல்லாமல் விழுந்து கிடந்தான்."

"பார்த்தாயா - மகனே! ஜீவகன் யுத்தத்தில் எவ்வளவு உபயோககரமாக இருக்க முடியும் என்பதை நீயே தெரிந்துகொண்டு விட்டாய். எது எப்படியுமிருக்கட்டும் - மகதம் இப்போது எவ்வளவு வலிமையுள்ளதாக இருந்தாலும் லிச்சவிகளை அவர்களால் எதுவும் செய்துவிட முடியாது என்ற நம்பிக்கை எனக்கு உண்டு. ஆயினும் மகதம் மேலும் சில ராஜ்யங்களை அபகரித்துக் கொள்வதில் வெற்றிபெறுமானால் அப்போதுதான் அபாயம் அதிகரிக்கிறது. இதற்கேற்றவாறே பக்கத்திலிருக்கும் கோசல ராஜ்யம் தள்ளாடிக் கொண்டிருக்கிறது. மேலும், தட்சசீலத்தில் படித்துவிட்டுச் சென்ற அந்த எதிர்கால மகத சேனாதிபதிகள் வேறு இருக்கிறார்கள்!"

"ஆனால், தாங்கள் அவர்களுக்கு யுத்தக் கல்வியின் எல்லா இரகசியங்களையும் சொல்லித் தந்துவிடவில்லையே குரு!"

"அது உண்மைதான் என்றாலும் அவர்கள் கற்றுக்கொண்டதும் குறைவானதல்லவே! இரகசியங்களைப் பொறுத்தவரையில், அவர்களிலே மிகவும் திறமையானவர்கள் தட்சசீலத்தின் காற்றிலேயே அவற்றைக் கிரகித்துக் கொண்டிருப்பார்கள். மகதம் இன்று ஒரு பேரபாயமாக விளங்குகிறது. அது பாரசீகத்தைப் போலவே கிழக்கில் ஒரு பெரிய பூதமாக உள்ளது. மேற்குக் காந்தார ஆண்களை நீ பார்த்திருக்கிறாய். மேற்குக் காந்தாரத்திற்கும் கிழக்குக் காந்தாரத்திற்கும் (தட்சசீலம்) மத்தியில் மகா சிந்துநதிதான் குறுக்கே இருக்கிறது. அவர்கள் கல்வி கேள்வி அறிவிலாகட்டும், புஜபல பராக்கிரமத்திலாகட்டும் எங்களுக்குக் கொஞ்சமும் குறைந்தவர்களல்ல. ஆனால் டாரியஸின் வெள்ளம் போன்ற பிரம்மாண்டமான சேனைகளின் முன்பு அவர்களால் தாக்குப்பிடித்து நிற்க முடியவில்லை. நாங்களும் தன்னந் தனியாக எதிர்க்க வேண்டி வந்தால் தட்சசீலத்திலும்கூட டாரியஸின் பிரதிநிதியே அதிகாரம் செலுத்துவான். எங்களைப் பிடித்த நல்ல வேளை உத்தராபதத்திலிருக்கும் (பஞ்சாப்) குடியரசுகளெல்லாம் டாரியஸுக்கெதிராக ஒன்று சேர்ந்தன. ஆனால் இந்த ஐக்கியம் ஒன்று மட்டுமே போதாது என்பது என் அபிப்பிராயம். எங்கள் ஒற்றுமை அனுதாபத்தின் அடிப்படையில் எழுந்த ஒற்றுமை. மத்ராவாசிகள் தங்கள் சொந்த நாட்டின் பாதுகாப்புக்காகப் போராடுவது போலத் தட்சசீலத்துக்காக யுத்தம் செய்வார்களா? அதுபோலத் தட்சசீலம் மத்ராவுக்காகச் சண்டை செய்யுமா? அவர்களுக்கு சியால் கோட்டை மீதுள்ள அபிமானத்தின் அளவுக்கு தட்சசீலத்தின் மீது எப்படியிருக்க முடியும்? ஆகையால் இந்த ஐக்கியம் நிலைபெற்றிருக்கக் கூடியதல்ல. அங்கே பாரசீக மன்னன் டாரியஸ் ரதத்தின் நுகத்தடியில் குதிரை களைப் பூட்டுவது மாதிரி தேசம் முழுவதையும் தன் கைப்பிடியின் கீழ்க் கொண்டுவந்து முன்னே பாய்வதற்குத் தயாராக இருக்கிறான்."

"...... குரு! இந்தப் பயமே என்னைக்கூட அவ்வப்போது கவலையிலாழ்த்திக் கொண்டிருக்கிறது."

"ஆனால் மகனே! இந்த ஆபத்திலிருந்து தப்பித்துக்கொள்வதற்கான வழி எதுவும் இப்போதைக்கு எனக்குப் புலப்படவில்லை. ஒரு வழி இருக்கிறது; ஆனால் அந்த வழியை நாங்கள் பின்பற்ற முடியாது - உத்தராபதத்திலுள்ள (பஞ்சாப்) பஞ்சாயத்து ராஜ்யங்களெல்லாம் (குடியரசுகள்) ஒன்று சேர்ந்து ஏக அமைப்பாகி ஒரே ஆட்சிமுறையை அமைத்துக்கொள்ளலாம்; அப்படி நேரும்போது நாங்கள் எங்களுடைய ஜாதி சுதந்திரத்தை, ஜாதி கௌரவத்தை, இரத்த உறவை விட்டுவிட வேண்டி வரும். அதற்கு எங்கள் குடியரசின் பச்சிளம் பாலகன்கூட, சம்மதிக்கமாட்டான். பரஸ்பர அனுதாபம் காரணமாகவும், எல்லாரையும் ஒரேவிதமாக ஆபத்து எதிர்நோக்கியிருப்பதன் காரணமாகவும் இப்போது எங்கள் குடியரசுகளுக்கிடையே ஏற்பட்டுள்ள ஒற்றுமை நீடித்திருக்கும்வரை பாரசீகர்களை மகாசிந்துவைத் தாண்டி இந்தப் பக்கம் காலடியெடுத்து வைக்கவிடமாட்டோம்."

5. ரோகிணி

எனக்கு இருபத்தினான்காவது ஆண்டு நடக்கிறது. ரோகிணிக்குப் பதினாறாவது ஆண்டு நடக்கிறது. ரோகிணியும் நானும் கொண்டிருந்த பால்ய சிநேகம் எங்களிருவர் மத்தியிலும் எப்போது காதலாகப் பரிணமித்தது என்பதைக் கூறுவது கஷ்டம். ஆனால் சென்ற ஆண்டு நிகழ்ந்த ஒரு சம்பவம் மட்டும் இன்னும் நினைவிருக்கிறது. அப்போது நான் காய்ச்சலால் பீடிக்கப்பட்டு படுத்த படுக்கையாக இருந்தேன். பல நாட்களாகியும் ஜுரம் விடவில்லை. வைத்தியர் கொடுத்த மருந்துகளும் பலனளிக்கவில்லை. இவற்றையெல்லாம் பார்த்த ஆசாரியருக்கு உள்ளத்தில் சந்தேகம் ஏற்பட்டுவிட்டது. நான் பிழைக்கிறேனோ இல்லையோ என்ற ஐயத்தோடு அடிக்கடி என்னை வந்து பார்த்துக் கொண்டிருந்தார். தனது படுக்கை அறைக்குப் பக்கத்து அறையைக் காலிசெய்து என்னை அங்கே கொண்டுபோய்ச் சேர்த்தார். நான் மிகவும் பலவீனமடைந்து எழுந்து நடமாட முடியாத நிலையிலிருந்தேன். மருந்தையும், நீரையும் தவிர வேறு அன்னம் ஆகாரம் கிடையாது. ஆசார்யரும் குருபத்தினியும் தினமும் எத்தனையோ தடவைகள் என்னை வந்து பார்த்துவிட்டுச் சென்றார்கள். ரோகிணி என் அறையைவிட்டு அகல்வதேயில்லை. அவள் எந்த நேரமும் என் படுக்கையருகே ஓர் ஆசனத்தைப் போட்டு அதில் உட்கார்ந்து விசிறிக்கொண்டோ மருந்து கொடுத்துக்கொண்டோ அல்லது படுக்கையைச் சரிசெய்து கொண்டோ இருந்தாள். நான் எப்போதாவது "போய் படுத்துக்கொள்" என்று சொன்னால், "இப்போதுதான் தூங்கி எழுந்து வந்தேன்" என்று கூறினாள். அப்போதைய என் நிலையில் அவள் கூறியது உண்மைதான் என்று நம்பிவிட்டேன்! ஆனால் ரோகிணியின் சிவந்த அதரங்கள் தினத்துக்குத் தினம் வெளிறி வருவதைக் கவனித்தேன். ஒருநாள் நான் சுயநினைவிழந்து கிடந்தேன். சிறிது நேரத்தில் பிரக்ஞை அடைந்து தூங்கி எழுந்தவன் மாதிரி கண்களைத் திறந்து பார்த்தபோது, ரோகிணியின் நயனங்களிலிருந்து பொலபொலவென்று கண்ணீர் முத்துக்கள் உதிர்ந்து கொண்டிருந்தன. என்னால் வாய் திறந்து பேச முடியவில்லை. கஷ்டமாக இருந்தது. என்றாலும் எழுந்து உட்கார்ந்து பலத்தை வரவழைத்துக்கொண்டு, "அழுதுகொண்டிருக்கிறாயா பெண்ணே! உன்னை நான் பார்க்க வேண்டுமே" என்றேன். அவள் கண்களைத் துடைத்துக்கொண்டு என்

பக்கமாகப் பார்த்தாள். அவளுடைய கண்கள் வீங்கிப் போயிருந்தன. அவளுடைய நீலநிற விழிகளில் கண்ணீரின் சுவடுகள் தெரிந்து கொண்டிருந்தன. நான் கையை அசைக்க விரும்பினேன். அப்போது அவள் தன் தலையை எனக்கு ஆதாரமாகக் கொடுத்தாள். எத்தனை நாட்களாகவோ அவளுடைய கூந்தல் அலங்காரம் செய்யப்படாமல் சிக்குப் பிடித்துப் போயிருந்தாலும், மிருதுவாகவேயிருந்தது. நான் அதை என் விரல்களால் வருடிக்கொண்டே, "ரோகிணி நான் நன்றாகத்தானிருக்கிறேன். நீ கவலைப்படாதே" என்றேன்.

"ஆம் அண்ணா! நீ நன்றாகத்தானிருக்கிறாய்" குரலைத் திடப்படுத்திக்கொண்டே கூறினாள்.

"பின் நீ ஏன் அழுதுகொண்டிருந்தாய்?"

அவள் பதில் ஒன்றும் சொல்லாமல் என் நெற்றியைத் தன் கையால் தடவிக்கொடுத்தாள். அவளுடைய கரத்தின் குளிர்மை எனக்கு இன்பமாக இருந்தது. அன்றிலிருந்து உண்மையிலேயே எனது ஜுரம் இறங்க ஆரம்பித்தது. மெள்ள மெள்ளப் பத்திய ஆகாரம்கூடக் கொடுத்தார்கள். அப்போது ரோகிணிதான் மற்றவர்களைக் காட்டிலும் அதிகமாகச் சந்தோஷப்பட்டாள்.

ஒருவருடம் கழிந்துபோய்விட்டது! எனது உடல் முன்பு போலவே பலம்பெற்றுத் திடகாத்திரமடைந்தது. திராட்சை பலன் தரும் நாட்கள். ஒரு தோட்டத்தைப் பராமரிக்கும் பொறுப்பை நானும் ரோகிணியும் வகித்தோம். மழை இல்லை, வெப்பக்காற்று அதிகமாக இருந்தது. இரண்டு பேரும் தோட்டத்துக்குள் சென்றோம். பச்சை இலைகள் உள்ள திராட்சைக் கொடியைக் கொண்டு ரோகிணியின் கேசத்தை அலங்கரித்தேன். பச்சைத் திராட்சைப்பழக் குலைகளைக் கூட அவளுடைய சடையில் குஞ்சமாகத் தொங்கவிட்டேன். அவளுடைய காதுகளில் கபிஸா திராட்சைப் பழ விதைகள் அசைந்தாடிக் கொண்டிருந்தன. அதேமாதிரியான திராட்சை மாலை அவளுடைய கழுத்தை அலங்கரித்துக் கொண்டிருந்தது. அப்போது அவளுடைய முகலாவண்யத்தைப் புகழ்ந்து, "உன்னுடைய செக்கச்சிவந்த வதனம், பொன்னிறக் கூந்தல், சின்ன மார்பகங்கள் மீது இந்தத் திராட்சாபரணங்கள் எவ்வளவு வனப்பாக இருக்கின்றன என்பதைப் பார் ரோகிணி!" என்றேன்.

"ஆம், நீ ஒரேயடியாக முகஸ்துதி செய்கிறாய்" என்றாள் அவள்.

உடனே நான் அவளுடைய மிருதுவான தாமரைக் கரங்களை எடுத்து என் முரட்டுக் கரங்களில் வைத்துக்கொண்டு அவளை ஒரு இறை கிணற்றண்டை அழைத்துச் சென்றேன். வருவதற்கு அவள் எந்தவிதமான ஆட்சேபமும் தெரிவிக்கவில்லை. அவளது கன்னக் கதுப்புகள் சிவந்தன. கிணற்றின் கைப்பிடிச் சுவர்மீது உட்கார்ந்து கொண்டு தண்ணீர் மீது குனிந்து "பார் ரோகிணி! நீ எவ்வளவு அழகாக இருக்கிறாய்!" என்றேன்.

அவள் முன்னால் குனிந்து பார்த்தாள்; ஆனால் உடனேயே பார்வையை என் பிம்பத்தின் மீது செலுத்தி "நீ மட்டும் என்னவாம்! சிரித்துக் கொண்டிருக்கும் உனது கண்கள் எவ்வளவு சுந்தரமாக இருக்கின்றன. பார்" என்றாள்.

"இல்லை ரோகிணி! நீ முகஸ்துதி செய்கிறாய். உண்மையாகவே நீ மோகினி மாதிரி இருக்கிறாய்."

"போதும் பரிகாசம்"

"பரிகாசமா! இப்படி வா இரண்டுபேரும் தண்ணீருக்குள் நம்முடைய பிரதிபிம்பங்களைப் பார்ப்போம். ஆனால் ரோகிணி நீ உண்மையைச் சொல்ல வேண்டும்" என்றேன் நான்.

அவள் தனது வலது கன்னத்தை எனது இடது கன்னத்தோடு சேர்த்துக் குனிந்து பார்ப்பதற்கு வெட்கப்படவில்லை. இவ்விதம் இருவரும் ஒட்டி உட்கார்ந்து குனிந்து தண்ணீரில் எங்கள் பிம்பங்களைப் பார்த்துக் கொண்டிருந்தோம். ரோகிணியின் பாதி மலர்ந்த கண்களில் ஆகாயத்தையொத்த நீலநிற விழிகள் மிகவும் மனோகரமாக இருந்தன. அவளுடைய சிவந்த அதரங்களில் நெளிந்த சிரிப்பின் ரேகை அவளது முகாரவிந்தத்திற்கு மேலும் சோபையளித்தது.

"என்ன, ரோகிணி! நீ வனதேவதை போலவோ, தேவ கன்னிகை போலவோ இல்லை? உண்மையைச் சொல்" என்றேன் நான்.

நான் இன்னும் தண்ணீருக்குள்ளேயே பார்த்துக் கொண்டிருந்தேன். ரோகிணி தன்னுடைய பிரதிபிம்பத்தைப் பார்க்காமல் என்னுடைய பிரதி பிம்பத்தையே கண்ணிமைக்காமல் பார்த்துக் கொண்டிருந்தாள். என் பேச்சைக் கேட்டதும் உடனே தலையைத் தூக்கி என் கண்களை ஊடுருவிப் பார்த்து, "இல்லை, சிங்கின் முகமே பார்ப்பதற்கு மிகவும் அழகாக இருக்கிறது" என்று என் கன்னத்தில் தன் அதரங்களைப் பதித்தாள். அவள் விலகிப் போவதற்குச் சந்தர்ப்பம் கொடுக்காமல் நான் உடனேயே இரண்டு கைகளாலும் அலங்கார சோபிதத்தோடு விளங்கிய

ரோகிணியின் மயிர்க்கற்றையைப் பிடித்துக் கொண்டேன். அந்த இன்ப நிலையில் எவ்வளவு நேரம் இருந்தோமோ எங்களுக்கே தெரியாது. இன்னும் இருபது கூடை திராட்சைப் பழங்கள் கொய்ய வேண்டும் என்பது நினைவுக்கு வந்ததுமே நான் அவளை விட்டு விட்டு "ரோகிணி! நாம் செய்ய வேண்டிய வேலை அப்படியே இருக்கிறது" என்று கூறி எழுந்தேன்.

நாங்கள் கூடைகளை ஒரு கையில் பிடித்துக்கொண்டு திராட்சைக் குலைகளை ஒவ்வொன்றாகக் கொய்து போட்டோம். ஒவ்வொரு தினமும் கொய்த திராட்சைக் குலைகள் சாயந்திரம், தோட்ட வீட்டின் மேல் மாடியில், தெற்கு வடக்காக அமைந்திருக்கும் சுவரில் உள்ள நூற்றுக்கணக்கான துவாரங்களில் காய்வதற்காகத் தொங்கவிட்டோம். ரோகிணி ஏதோ ஒரு ராகத்தை வாய்க்குள் முணுமுணுத்துக் கொண்டிருந்தாள். நான் கேட்டுக் கொண்டதின் பேரில் ஒரு பாட்டு பாடினாள். அப்போது நான் சொன்னேன்: "ரோகிணி! திராட்சை விளையும் இந்தப் பருவத்திற்கு ஒரு முடிவே இல்லாமலிருந்தால் எவ்வளவு நன்றாக இருக்கும்."

அவள் சொன்னாள்: "எப்போதும் மத்தியானம் - சாயந்தரம் என்றில்லாமல் இருட்டு இல்லாமல் காலையாகவே இருந்தாலோ!"

"அதற்குமேல் நீ என்றும் பதினாறு வயது குமரியாகவே இருந்தால்"

"உனது படிப்புகூட முடியாமலிருக்க வேண்டும்."

"படிப்பு முடிந்தால் என்ன ரோகிணி?"

"அதன் பிறகு நீ வைசாலிக்குப் போய்விடுவாய்." நடுங்கும் குரலில் கூறினாள் ரோகிணி.

"நீ இல்லாமலா? அப்படி ஒருநாளும் நடக்காது ரோகிணி!" என்று நான் அவளை இறுக மார்போடு அணைத்துக்கொண்டேன்.

இரவு தூங்கிக் கொண்டிருக்கும் போதுகூட, "நீ வைசாலிக்குப் போய்விடுவாய்" என்று ரோகிணி கூறிய வார்த்தைகள் என் செவிகளில் ஒலித்துக் கொண்டிருந்தன. ரோகிணி பயப்பட்டதிலும் ஆதார மில்லாமலில்லை. நான் தட்சசீலத்திற்கு வந்ததே வைசாலிக்காகத்தானே. வைசாலியின் பாரம்பர்யப் பெருமையைக் காப்பாற்றுவதற்கு நான் செய்ய முடியாத தியாகம் என்ன இருக்கிறது? "வைசாலியா, ரோகிணியா எது வேண்டும் என்று வந்தால் நீ யாரைத் தேர்ந்தெடுத்துக் கொள்வாய்" என்று என்னை நானே கேட்டுக்கொண்டேன். அப்போது

இதற்கு என் மனத்தில் தோன்றிய பதில் என் இதயத்தை ஒரே சமயம் ஆயிரம் ஊசிகளைக் கொண்டு குத்துவது போலிருந்தது. நியாயமாக நான் தேர்ந்தெடுத்துக்கொள்ள வேண்டியது வைசாலியைத்தான். அப்படியானால் நான் ரோகிணியின் முன்பு வஞ்சகனாக நிற்க வேண்டியதுதானா? "இல்லை, வைசாலியின் மீது நான் வைத்திருக்கும் காதல், காதலின் எல்லைக்கும் அப்பாற்பட்ட காதல்" என்று எனக்குள்ளே சொல்லிக்கொண்டேன். அப்போதும் என் மனம் சமாதானம் அடையவில்லை. பிறகு நினைத்தேன்: "ரோகிணியைக்கூட வைசாலிக்கு அழைத்துச் சென்றால் இரண்டு காதல்களையும் நிறைவேற்றிக் கொண்ட மாதிரியாகுமே" என்று. ஆனால் அது எப்படிச் சாத்தியமாகும்? எனக்கு என் வைசாலியின் மீது எப்படி அபிமானம் இருக்கிறதோ அப்படி ரோகிணிக்கும் தட்சசீலத்தின் மீது தனது தாய் தந்தையரின் தட்சசீலத்தின் மீது - தான் பிறந்து வளர்ந்த மண்ணின் மீது அபிமானம் இருப்பது இயற்கைதானே. அதல்லாமல் ஆசார்ய தம்பதிகள் தங்களது ஒரே மகள் ரோகிணியை விட்டுவிட்டு எப்படியிருப்பார்கள்?

அன்று இரவு முழுவதும் என் மனம் சஞ்சலப்பட்டுக் கொண்டேயிருந்தது. நெருப்பு ஜ்வாலையில் இருப்பது போலிருந்தது. நித்ரதேவி எப்போது என்னை அந்தத் தீக்கொழுந்துகளிலிருந்து மீட்டு தனது குளிர்ந்த மடியில் தூங்க வைத்தாளோ எனக்குத் தெரியாது. காலையில் சீக்கிரமாகவே எழுந்து முகத்தை நன்றாய்க் கழுவிக்கொண்டேன். ரோகிணியின் எதிரே போவதற்கு முன்னால், இரபு பட்ட அவஸ்தையால் முகத்தில் ஏற்பட்டிருந்த வாட்டத்தின் சின்னங்களையெல்லாம் துடைத்தெறிந்துவிட முயற்சித்தேன். ஆனால் நாங்களிருவரும் சந்தித்து சந்திக்காததற்கு முன்னேயே ரோகிணி என் தலைமீது கைவைத்து நிமிர்த்தி, "இரவு கெட்ட கனவுகள் கண்டாயா?" என்று கேட்டபோது எனது திறமையின்மையைத் தெரிந்து கொண்டேன்.

என் இருதயம் "பட்பட்"டென்று அடித்துக்கொண்டது. என் முகத்தில் காணப்படும் மாற்றங்களை மூடி மறைப்பதற்காக அவளது கண்களை ஊடுருவிப் பார்த்து, ஒரு சிறு புன்சிரிப்பை வரவழைத்துக் கொண்டு கூறினேன்: "ஆம், என் பிரியமுள்ள ரோகிணி! கனவுகள் எப்போதும், மனத்தை வியாகூலப்படுத்துவதற்கே வருகின்றன" வார்த்தைகள் என் வாயிலிருந்து மிகவும் கஷ்டத்தோடுதான் வெளி வந்தன.

"அப்படி என்ன கனவு கண்டாய்?"

"இப்போது ஒன்றும் ஞாபகமில்லை."

"ஞாபகம் உள்ளவரையிலாவது சொல்லு பிரிய சிம்மா!"

"பயங்கரமான ராட்சதன் எவனோ ஒருவன் உன்னை என்னிடமிருந்து அபகரித்துக்கொண்டு செல்கிறான். நான் உறையிலிருந்து வாளை உருவ முயற்சிக்கிறேன். ஆனால் வாள் வெளியே வரவில்லை. அப்போது நான் உறையைத் தூர எறிந்துவிட்டு அந்த அரக்கன் மீது பாய்கிறேன். அவனது இரண்டு புஜங்களையும் பிடித்துக் கீழே தள்ளி உன்னைத் தரையில் படுக்கவைக்கப் போகிறேன். அதற்குள்ளாக அவன் சமாளித்துக்கொண்டு என்மீது கத்தியை வீசுகிறான். நான் அதிலிருந்து தப்பித்துக்கொள்கிறேன். ஆனால் நீ நினைவு தப்பி பேச்சு மூச்சில்லாமல் கீழே கிடக்கிறாய்."

"இல்லை, பிரியசிம்மா! அம்மாதிரி சமயங்களில் நான் மூர்ச்சை அடையமாட்டேன்" என்று கூறி ரோகிணி என் தோள்களைப் பிடித்து அழுத்தி தன் முழுப்பலத்தையும் காட்டினாள்.

"நான் சொல்லிக் கொண்டிருப்பது கனவில் கண்ட விவரங்களை ரோகிணி! கனவு விஷயங்கள் நிஜத்தில் நடப்பதற்கு நேர்மாறானவை."

"ஆனால் உன் முகத்தைப் பார்த்தால் நீ நனவில் நடக்கும் விஷயங்களையே சொல்லிக்கொண்டிருப்பதாகத் தோன்றுகிறது."

"அது உண்மைதான் என் இதயம் கவலையால் வேதனைப்பட்டுக் கொண்டிருக்கிறது அன்பே ரோகிணி! இதை ஒப்புக்கொள்கிறேன். வேண்டாத கற்பனைகளும் கூடப் பயமாகவே இருக்கின்றன."

"சரி, பிரிய சிம்மா! அப்புறம் அந்த ராட்சதனை என்ன செய்தாய்?"

"அவனது அடியிலிருந்து தப்பித்துக்கொண்டு அவனது தவடையில் ஓங்கி ஒரு குத்துவிட்டேன். அந்தக் குத்தோடு அவன் கீழே விழவும் அவன் மீது ஏறி உட்கார்ந்துகொண்டேன்."

"முன்பு ஒரு தடவை தட்சசீலத்தின் குத்துச்சண்டை வீரர்கள் எல்லாரிலும் பெயர் பெற்றவனான தத்தனையும் இப்படித்தான் நீ கீழே வீழ்த்தி அழுத்திப் பிடித்துக்கொண்டாய்! அப்பப்பா! அப்போது அந்தக் காட்சியைப் பார்த்து நான் எவ்வளவு ஆனந்தப்பட்டேன்! கர்வத்தால் என் தலை இமயமலைபோல நிமிர்ந்து நின்றது. என் தோழிகளெல்லாம் என்னை ஒரேயடியாகப் பரவசப்படுத்தினார்கள்.

அவர்கள் அன்றைய தின வெற்றியை என் சொந்த வெற்றியாகவே கருதினார்கள்."

"ஆனால் நீயோ ரோகிணி!"

"நானும் கூடத்தான். அதனால்தான் பிடிபடாத மகிழ்ச்சியால் நான் திளைத்துப் போனேன்."

"நான் அந்த ராட்சதனைத் தோற்கடித்துவிட்டு எழுந்தேன்; ஆனால் என்ன லாபம்? எழுந்து பார்த்தால் அங்கே உன்னைக் காணோம். எனக்கு உயிர் போவது போலிருந்தது; ஆனால் அதற்குள்ளாக நான் தூக்கத்திலிருந்து விழித்துக் கொண்டேன்."

"பிரிய சிம்மா! உனக்குக் கனவில் நம்பிக்கையிருக்கிறதா?"

"இல்லை. எனக்கு நம்பிக்கையில்லை ரோகிணி!"

"அப்பாவுக்கும் நம்பிக்கையில்லை; அம்மாவுக்கு மட்டும் கொஞ்சம் நம்பிக்கையுண்டு; கனவில் வரும் விஷயங்கள் நல்லவை கெட்டவையாகவும், கெட்டவை நல்லவையாகவும் இருக்கும் என்று சொல்கிறாள்."

"இதை நம்பவேண்டுமென்றால் அம்மா என்பதற்காக நம்புகிறேன் ரோகிணி!"

"பின்…"

6. யுத்தத் தயாரிப்புகள்

பாரசீக சக்கரவர்த்தி கிரேக்கர்களோடு நடத்திய யுத்தத்தில் மரண அடி வாங்கியதன் காரணமாக மேற்கொண்டு கிழக்கில் தன் எல்லைகளை விஸ்தரித்துக்கொள்ள வேண்டுமென்ற உற்சாகமே அவனுக்கு இல்லாமல் போய்விட்டது. ஆனால் அவனுடைய பிரதிநிதியாக ஆளும் ஆர்த்த சாத்திரன் மாத்திரம் சும்மா இருக்க முடியாமல் சாம்ராஜ்யத்தின் கிழக்கு எல்லைக்குச் சென்று சண்டை இழுக்க நிச்சயித்துக்கொண்டான். அண்டை அயல் ராஜ்யங்களில் என்ன நடக்கிறது என்னும் விஷயத்தை அப்போதைக்கப்போது சுலபமாகத் தெரிந்துகொள்ளும் வாய்ப்பு தட்சசீலத்திற்கு ஏற்பட்டிருந்தது அதன் அதிர்ஷ்டமே! தட்சசீல வர்த்தகர்கள் பாரசீகத்தின் தலைநகரம் வரை போய் வந்தார்கள். பாரசீக சக்கரவர்த்தி தனது தர்பாரில் தட்சசீலத்திலிருந்து வைத்தியர்களையும், யுத்தக் கல்வி அளிப்பவர்களையும் வரவழைத்து வைத்திருந்தான். இதனால் கிழக்குக் காந்தாரத்துக்கு எதிராகச் செய்யப்படும் சதிகள், யுத்த தயாரிப்புகள் பற்றிய செய்திகள் எல்லாம் ஒழுங்காகக் கிடைத்துக்கொண்டிருந்தன.

அறுவடை முடிந்து மகசூல் வீடுபோய்ச் சேர்ந்தது. மழை ஆரம்பமாயிற்று. யுத்தம் பற்றிய வதந்திகள் பரவிக்கொண்டிருக்கும் வேளையில் நான் தட்சசீலத்துக்கு வந்து எட்டு ஆண்டுகள் கழிந்துவிட்டன. பஞ்சாயத்துக் கூட்டம் (குடியரசு சபை) தினமும் நடந்துகொண்டிருந்தது. ஆசார்யர் எந்த நேரமும் தீவிர சிந்தனையில் ஈடுபட்டிருந்ததைக் கண்டேன். ஒருநாள் அவரிடம் யுத்த விவகாரங்களைப் பற்றிக் கேட்டபோது அவர் பின்வருமாறு கூறினார்:

“குமாரா! கிழக்குக் காந்தாரத்தின் மீது யுத்த மேகங்கள் கவிந்துகொண்டிருக்கின்றன. மேற்குக் காந்தாரத்திலுள்ள தனது பிரதிநிதிக்குப் பாரசீக சக்கரவர்த்தி எங்கள் மீது யுத்தம் தொடுப்பதற்கான ஏற்பாடுகலளச் செய்யும்படி கட்டளை பிறப்பித்திருக்கிறான்.”

“யுத்தத் தயாரிப்புகளா! தட்சசீலத்தின் மீது படையெடுப்பா!”

“ஆமாம், நாங்கள் ஒரு முடிவுக்கு வந்திருக்கிறோம். இப்போதிருந்து ஒவ்வொரு குடிமகனும் ராணுவ சேவையையே தனது பிரதான கடமையாகக் கருதவேண்டும். பாஞ்சாலத்திலுள்ள பஞ்சாயத்து ராஜ்யங்களெல்லாம் எங்களுக்குத் துணை நிற்கச் சித்தமாக இருப்பது

எங்களுக்கு மட்டற்ற மகிழ்ச்சியை அளித்திருக்கிறது. வயதான காரணத்தால் நான் சர்வசேனாபதி பொறுப்பை ஏற்க ஒப்புக் கொள்ளவில்லை; ஆனால் சேனைத் தலைவர்களுக்குப் பயிற்சி அளிக்கும் பொறுப்பை மட்டும் ஏற்றுக்கொண்டிருக்கிறேன்."

"குரு! தட்சசீலம் எதிர்நோக்கியிருக்கும் இந்த யுத்தத்தை வைசாலி தனது யுத்தமாகவே கருதுமென்று நம்புகிறேன்."

"அதுதான் வேண்டும். வைசாலி கிழக்கத்திய தட்சசீலமல்லவா? இவை இரண்டும் அக்காள் தங்கைகள்."

"அப்படியானால் தங்களுடைய இந்தச் சீடனுக்கு இந்த யுத்தத்தில் பங்கெடுத்துக்கொள்ளும் வாய்ப்பை அளிக்க வேண்டும் குரு!"

"இதில் எவ்விதத் தடையுமிருக்காது என்றே நினைக்கிறேன். இதற்கு நான் யுத்த சபையில் அங்கீகாரம் கேட்கிறேன்" என்று ஆசார்யர் என் தோளைத் தட்டிக்கொடுத்துச் சொன்னார்.

பிறகு யுத்தசபை என்னை ராணுவ வீரனாக அங்கீகரித்தது மட்டுமின்றி, எங்கள் வைசாலி இளைஞர்கள் ஐந்து பேர்களைக்கூட சைன்யத்தில் சேர்த்துக்கொள்வதற்குச் சம்மதித்தது. தட்சசீலத்தின் பிரஜைகளேயல்லாமல், வெளியிலிருந்து வந்தவர்களும், பணியாளர் களுமான ஆயிரக்கணக்கானோர் தட்சசிலத்தைக் காப்பதற்காகப் போரில் ஈடுபட அனுமதிக்கப்பட்டது.

இந்த விதமாகத் தட்சசீலத்தின் ஒவ்வொரு குடிமகனும் கட்டாய ராணுவப் பயிற்சி பெறவேண்டிய அவசியம் ஏற்பட்டது. பிரம்மாண்ட மாக அலை மோதி வரும் பாரசீகப் படை வெள்ளத்தைத் தடுத்து நிறுத்த வேண்டிவருமாதலால், வியூகம் வகுத்தல், எதிர்த்துத் தாக்குதல் முதலிய அத்தனை விதமான படைப்பயிற்சிகளும் நடந்துகொண்டி ருந்தன. தட்சசீலவாசிகள் எல்லாரிடமுமே சிந்துக் குதிரைகள் இருந்தன. அவர்களுக்குச் சொந்த ஆயுதங்கள்கூட இருந்தன. எவருக்காவது ஏதாவது பொருள்கள் இல்லையென்றால் உடனே கணசபை (பஞ்சாயத்து சபை) அவற்றிற்கு ஏற்பாடு செய்து கொடுத்தது. சேனைத் தலைவர்கள் தங்கள் தங்கள் சேனைகளுக்குப் பயிற்சியளித்து வந்தனர். அவர்களுக்குப் பிரத்தியேகமான பயிற்சியளிக்கும் பொறுப்பு யுத்தவித்தையில் விற்பன்னரான எங்கள் ஆசார்யர் பஹுளாஸ்வரரைச் சேர்ந்தது. அவர் தம்முடைய கவசத்தையும், குதிரையையும் எனக்குக் கொடுத்தார். என்னிடம் ஒரு கொம்பு வில், அம்பறாத் தூணி, ஒன்றரை முழ நீளமுள்ள கூரிய வாள், ஒரு ஈட்டி, ஒரு கத்தி இருந்தன. இவையல்லாமல் ஒரு நல்ல கதையும் இருந்தது.

எங்களுக்கு அவ்வப்போது எதிரிகளின் முயற்சிகள் தெரிந்து கொண்டேயிருந்தன. இந்த விஷயத்தில் மேற்குக் காந்தார சகோதரர்கள்

எங்களுக்கு எவ்வளவோ உதவி செய்து கொண்டிருந்தார்கள். அவர்கள் நிர்ப்பந்தமாகப் பாரசீக சேனையில் சேர்க்கப்பட்டாலும் தக்க தருணத்தில் தங்கள் கடமையை நிறைவேற்றுவார்கள் என்ற நம்பிக்கை எங்களுக்கு உண்டு. முன்னர் நடந்ததுகூட அப்படித்தான்.

மழைக்காலம் முடிவதற்குள்ளாகவே படையெடுப்பு ஆரம்பமாகும் என்னும் விஷயம் எங்களுக்கு முன்கூட்டியே தெரிந்தது. மழை குறைய ஆரம்பித்ததுமே எதிரிகள் திடீரென்று படையெடுக்கலாமென்று ஆற்றுத்துறைகளையும் எல்லைகளையும் கணவாய்களையும் பாதுகாப்பதற்காக எங்கள் படைகள் அனுப்பி வைக்கப்பட்டன. ஆசார்யர் புஷ்பகலாவதியிலிருந்து வரும் பாதையைப் பாதுகாக்கும் பொறுப்பை என்னிடம் ஒப்படைத்தார். அங்கே பாதுகாப்புப் படை தயாராகவேயிருந்தது. கட்டளை பெற்றதுமே நான் அங்கே போய்ச் சேர வேண்டிவந்தது. அப்போது, தட்சசீலத்தைச் சுற்றிலுமிருந்த கல்மதில்கள் பழுது பார்க்கப்பட்டுப் பலப்படுத்தப்பட்டன. நகரத்தின் ஒவ்வொரு வாயிலிலும் பலமான பந்தோபஸ்து ஏற்பாடுகள் செய்யப்பட்டன. அந்த வாயில்களின் பக்கத்தில் சில விநாடிகள் உட்கார்ந்து பார்த்தால் எத்தனையோ குதிரைகள் உள்ளே வருவதும் வெளியே போவதுமாக இருப்பதைக் காணலாம். அந்தக் குதிரைகள் மீதுள்ளவர்கள் செய்திகளைக் கொண்டு வருபவர்களும் உத்தரவுகளைப் பெற்றுப் போவோர்களுமாவர்.

ஒரு தினம் ஆசார்யர் என்னிடம் கீழ்வருமாறு கூறினார்:

“மகனே சிம்மா! இப்போது நடக்கப்போகும் யுத்தம் மிகவும் கோரமாக இருக்கப்போகிறது. பாரசீக சக்கரவர்த்தி தட்சசீலத்தைத் துவம்சம் செய்வதற்குத் தனக்குள்ள ஆள் பலம் முழுவதையும் திரட்டிச் சண்டைக்குத் தயாராகி வருகிறான். நாங்களும் தனியாக இல்லை. மல்ல, மத்ர - முதலிய எல்லாக் குடியரசுகளும் மும்முரமாகப் போர் முஸ்தீபுகள் செய்து வருகின்றன. இப்போதே மகாசிந்து நதிப் பிராந்தியத்தில் தங்களுக்கு நிர்ணயிக்கப்பட்ட எல்லையில் அவர்களுடைய சைன்யங்கள் வந்து குவிந்து கொண்டிருக்கின்றன. படையெடுத்து வருபவர்களுக்கே யுத்தத்தில் அதிக லாபம்; ஆனால் எங்கள் விஷயத்தில் மாத்திரம் அந்த விதி பகைவர்களுக்குப் பிரதிகூலமாகயிருக்கிறது. அரவாலி பிராந்தியத்துக்குப் பின்னாலுள்ள பிரதேசங்களோடு தொடர்பு கொள்வதற்கு மகாசிந்துநதி குறுக்கேயிருப்பதுதான் அதற்குக் காரணம். எதிரிகள் எங்குச் சென்றாலும் அங்கே சிந்துநதியைக் கடந்து வரமுடியாது. அவர்கள் இந்தப் பக்கத்துக்கு வரவேண்டுமென்றால் எங்கள் ஆதினத்திலுள்ள ஆற்றுத்துறைகளைத் தாண்டித்தான்

வரவேண்டும். இதனாலேயே அவர்களது ஆள் பலத்தின் முழுப் பயனையும் அடைய முடியாதவர்களாக இருக்கிறார்கள்.''

முதல் தடவையாக நான் கவசமணிந்து, தலைக்கவசம், வில், அம்புறாத்தூணி, வாள், கதை முதலியவற்றைத் தரித்துக் கொண்டிருந்தபோது ரோகிணி என் அறையிலேயேதான் இருந்தாள். என்னை அந்தக் கோலத்தோடு பார்த்து அப்படியே கட்டிப்பிடித்து ஆலிங்கனம் செய்துகொண்டாள். நான் கூறினேன்: "அன்பே! இந்தக் கரடுமுரடான கவசத்தின் பரிசம் உனக்குக் கஷ்டமாக இருந்திருக்கும்.''

"எனக்குக் கஷ்டமா? இல்லை. என் சிங்கமே! தட்சசீலவாசிகளாகிய நாங்களும்கூடப் போருக்குச் சித்தமாகிக் கொண்டிருக்கிறோம். கத்திமுனையை ருசிபார்க்கும் பாக்கியம் தட்சசீலத்தில் யுவர்களுக்கு வாய்த்திருப்பது போலவே யுவதிகளையும் ராணுவ சேவைக்குத் தயார் செய்து வருகின்றனர்.''

நான் தலைக்கவசத்தை எடுத்து அப்புறம் வைத்துவிட்டு இரண்டு கைகளாலும் ரோகிணியின் தோள்களைப் பிடித்துக்கொண்டு சொன்னேன். - "என் பிரியமுள்ள ரோகிணி! இந்த விஷயத்தில் தட்சசீலப் பெண்கள் வைசாலி வனிதையரை மிஞ்சிவிட்டார்கள் என்றே சொல்லலாம்!''

"என்ன அப்படிச் சொல்கிறாய்? லிச்சவிப் பெண்கள் யுத்தகளத்தில் குதிப்பதற்கு முன்வருவதில்லையா?''

"அதுவல்ல விஷயம், முன்னர் வைசாலி வீராங்கனைகள் எத்தனையெத்தனையோ பேர் சேனைகளை நடத்திச் சென்றிருக் கிறார்கள். கோட்டைகளைக் காத்திருக்கிறார்கள், ஆனால் இப்போது அங்கே பெண்களுக்கு ராணுவக் கல்வி அளிக்கப்படுவதில்லை.''

"என்ன, ராணுவக் கல்வி அளிக்கப்படுவதில்லையா! அதற்குக் காரணம்?''

"அதற்கு அநேக காரணங்கள் இருக்கின்றன; ஆனால் வைசாலியில் அடிமை முறை நிலவுவதும், ஆரியரல்லாதோரின் எண்ணிக்கை மிகுந்திருப்பதுமே பிரதான காரணங்கள் என்பது என் அபிப்பிராயம் தட்சசீலத்திலுள்ள ஆடம்பரமற்ற வாழ்க்கை எடுத்த எடுப்பிலேயே என்னை ஆகர்ஷித்துவிட்டது. ஆசார்யர் போன்ற ஏராளமான நிலபுலன்களும், கால்நடைகளும், வர்த்தகமும் பெற்றிருப்பவர்கள் வைசாலியில் அடிமைகளோடும், வேலைக்காரர்களோடும் நெருங்கிப் பழகி சமபந்திபோஜனம் செய்ய மாட்டார்கள்; அவர்களோடு ஆடல் பாடல்களிலும் கலந்து கொள்ளமாட்டார்கள். அங்கே இயற்கையான,

ஆடம்பரமற்ற, கடின வாழ்க்கை அஸ்தமித்துவிட்டது. சைன்ய வாழ்க்கை நசித்துப் போனதினாலேயே பிரஜைகளுக்குக் கடின வாழ்க்கை இல்லாமல் போய்விட்டது."

"பிரிய சிம்மா! நான் அடிக்கடி ஆரியரல்லாதார் எங்கள் வீட்டுக்கு வருவதைப் பார்த்திருக்கிறேன். ஒரு தடவை இந்திரப் பிரஸ்தத்திலிருந்து திரும்பி வந்த எங்கள் வர்த்தகக் கோஷ்டியோடு நான்கு கறுப்பு மனிதர்கள்கூட எங்கள் இல்லத்துக்கு வந்தார்கள். அப்பா அவர்களோடு சேர்ந்து உட்கார்ந்து சாப்பிட்டார். அவர்களுக்கு உயர்தரமான திராட்சை ரசமும், மிருதுவான கன்று மாமிசமும் திருப்தி கொள்ளுமளவுக்குக் கொடுத்து உபசரித்தார். இது நீ வருவதற்கு ஒரு வருடத்திற்கு முன்பு நடைபெற்றது. அவர்களைப் பற்றி நான் கேட்ட கேள்விகளுக்குக் காந்தாரம், மத்ர... ராஜ்யங்களெல்லாம் முன்னர் ஆரியரல்லாதார்களுடையதே என்றும், எங்கள் முன்னோர்கள் மேற்கிலிருந்து குதிரைகளிலேறி வந்தபோது மகா சிந்து நதிக்கு மேற்கிலுள்ள பரந்த பூபாகமெல்லாம் அவர்களுடைய ஆதீனத்திலேயே இருந்ததென்றும், யுத்தத்தில் குதிரையேறிகளான எங்கள் மூதாதையரே வெற்றி பெற்று இந்தப் பிரதேசங்களையெல்லாம் தங்களுடையதாக்கிக் கொண்டார்கள் என்றும் அப்பா கூறினார்! ஆனால், சிம்மா! இத்தனைக்கும் நான் தாசர் - தாசிகளைப் (அடிமைகளை) பார்த்த தில்லை. அவர்கள் எப்படியிருப்பார்களோ?"

"நீ பார்த்திருக்கிறாய் ரோகிணி! அன்றொரு நாள் சுதத்துவின் ஆளோடு மற்றொரு கறுப்பான ஆளும் என்னைப் பார்க்க வரவில்லை?"

"ஆமாம், நான் அவனைப் பார்த்திருக்கிறேன். அவனுடைய முடியும் உடலும் ஒரே மாதிரி கறுப்பாக இருந்தன. அவனுடைய கண்கள் சிவப்பாக தீக்கங்குகள் போல இருந்தன. மூக்கு சப்பையாக இருந்தது. நாசித் துவாரங்கள் பெரிதாக இருந்தன. அவன் குட்டை கட்டையாக இருந்தான். தாசர்கள் (அடிமைகள்) அப்படித்தான் இருப்பார்களா?"

"இல்லை, தாசர் - தாசிகளுக்கு ஒரு பிரத்தியேகமான நிறம் கிடையாது. ஆனால் அவர்களில் பெரும்பாலோர் கறுப்பு நிறமுடையவர்களாக இருக்கிறார்கள். நீங்கள் இஷ்டப்பட்டபோது குதிரைகளையும் மிருகங்களையும் வாங்கவும் விற்கவும் செய்தது போலவே கிரயம் விக்கிரயம் செய்யப்படுபவர்களே தாசர்கள் என்று அழைக்கப்படுகிறார்கள்."

"கிரயம், விக்கிரயமா?"

"ஆம் ரோகிணி! இங்கே தட்சசீலத்தில் வட ஆரியர்கள் காலடி வைக்கும்போது ஆயிரம், ஆயிரத்து ஐந்நூறு வருடங்களுக்கு முன்பு உங்களுடையவர்கள் கூடத் தோற்றுப்போன அனாரியர்களில் (ஆரியரல்லாதார்) எத்தனையோ பேர்களை அடிமைகளாக்கிக் கொண்டார்கள்; ஆனால் நாளடைவில் பீதியடைந்து அந்த அடிமை முறைக்கு முடிவு கட்டினார்கள்."

"அவர்களுக்குப் பீதி எதற்கு?"

"இரத்தக் கலப்பு ஏற்பட்டு ஜாதி நசித்துவிடுமோ என்பது முதல் பயம். ஒருவேளை அவர்களுடைய இரத்தம் அனாரியர்களுடைய இரத்தத்தில் கலந்து போயிருந்தால் - என் பிரியமுள்ள ரோகிணி! உனது இந்தப் பொன்னிறக் கூந்தல் வேறொரு நிறமாகவல்லவா காட்சியளித்திருக்கும். சைன்ய - வாழ்க்கையின் கஷ்டங்களையும் பொறுமைகளையும் விட்டுவிட்டு சுகவாசிகளாக மாறிவிடுவோமோ என்பது மற்றொரு பயம். அண்டை அயலார்களோடு நிரந்தரமாக யுத்தத்தில் ஈடுபட்டிருக்கும் சமயத்தில் வீட்டிலிருக்கும் அத்தனை விதமான தாசர்களின் ஆதிக்கம் ஓங்கிவிடுமோ என்பதே மற்றெல்லாவற்றையும்விடப் பெரிய பயம்."

"சரி அப்படியானால் இந்த ஆதிக்கம் லிச்சவி க்ஷத்திரியப் பெண்கள் மீது எவ்விதம் வேலை செய்தது?"

"நிலத்தில் வேலை செய்வதற்கும், கால்நடைகளை மேய்ப்பதற்கும் அவர்களிடம் போதுமான தாசர்கள் இருந்தார்கள். சமையல் செய்வதற்காகட்டும், நெல் குத்துவதற்காகட்டும், மாவு அரைப்பதற்காகட்டும் அவர்களுக்குத் தாசிகள் குறைவில்லை. நீயே சொல்லு. தட்சசீலத்தில்கூட இதே நிலைமை இருந்திருக்குமானால் இந்த ரோகிணியின் ஸ்தானத்தில் நீ எவ்வாறு இருப்பாய்?"

"நீயே சொல்லு சிம்மா!"

"உனது கரங்கள் செந்தாமரை போலவும், மிக மிருதுவாகவு மிருக்கும்."

"மிருதுவாகவா! அப்படியானால் நான் வாளேந்த முடியாது; நான் பிகாசு எடுக்க முடியாது; வில்லின் நாணைப் பூட்டும்போது விரலில் ஏற்படும் கொப்புளங்களுக்கும் அவசியமிராது."

"அதுமட்டுமா? உனது சிவந்த கன்னங்கள் மேலும் சிவப்பாக இருக்கும்; வெயில் பட்ட மாத்திரத்திலேயே கறுத்துப் போகும்."

"ஆகையினால் நான் எந்த நேரமும் ஆடாமல் அசையாமல் வீட்டிலேயே கிடக்க வேண்டும்."

“கொஞ்சதூரம் நடந்தாலும் உனக்கு மேல்மூச்சு கீழ்மூச்சு வாங்கும்.”

“அப்புறம் நான் தடாகத்தில் நீச்சலடிப்பதையோ ஜலகிரீடை செய்வதையோ மறந்துவிட வேண்டும்!”

“மேலும் நீ எல்லா வேலைகளுக்குமே தாசிகளை எதிர்பார்த்துக் கொண்டிருப்பாய்!”

“பின் எனக்கு இந்தக் கைகால்கள் இருப்பதின் பிரயோசனம்? என்றென்றைக்கும் எனக்கு இந்தக் கதி ஏற்பட வேண்டாம் சிம்மா!”

“உனது பாட்டிகளும், முப்பாட்டிகளும் அவ்வாறு செய்திருந்தால் நீ அவற்றை விரும்பித்தான் இருப்பாய்.”

“ஆனால் சிம்மா! அந்த விஷயங்களை நினைத்துப் பார்க்கும் மாத்திரத்திலேயே எனக்குப் பயம் ஏற்படுகிறது. “வேலைக்கு வஞ்சகம் செய்வோர்க்குக் கொழுப்பு அதிகரிக்கும்” என்று அப்பா சொன்னதைக் கேட்டாயல்லவா? தாசிகளை வைத்து வேலைசெய்து கொள்வோர் உண்மையில் எருமைகளாக ஆகிவிடுகிறார்கள். உங்கள் லிச்சவிப் பெண்கள் அப்படித்தான் இருக்கிறார்களா என்னவோ?”

“இல்லை, என் அன்பே! சோமா உன்னைப்போலவே இருக்கிறாள். லிச்சவிகளெல்லோரும் தாசர் - தாசிகளை வைத்து வேலைகளைச் செய்துகொள்ளும் ‘பாக்கியவான்கள்’ அல்ல. நான் சொன்னது தனவந்தர்களான லிச்சவிகளைப்பற்றி மாத்திரமே, அவர்களைப் பார்த்துச் சாமான்ய மக்களுக்கும் கூட அந்த விருப்பம் ஏற்பட்டிருக்கிறது! ஆண்கள் சுகவாழ்க்கை வாழ்வதற்கு ராணுவப் பயிற்சி தடங்கலாக இருக்கிறது. அதிலும் பெண்களுக்கிடையே இந்த வியாதி மிக அதிகமாகப் பரவியிருக்கிறது.”

“அப்படியானால் வைசாலிக்குப் போன பிறகு நானும் கூட அப்படி ஆகிவிடுவேனா?”

நான் அவளுடைய வழவழப்பான கன்னத்தில் என் நெற்றியை வைத்துக்கொண்டு கூறினேன். “இல்லை, என் பிரியமுள்ள ரோகிணி! நீ அங்கேயுள்ள பெண்களுக்குக் காந்தார ஸ்திரி திலகங்களின் வாழ்க்கையைப் போதனை செய். அம்மாவும் உன்னைப்போலக் கஷ்டப்பட்டு வேலை செய்பவள்; உன் மீது மிகவும் பிரியமாக இருப்பாள்.”

“சோமா?”

“சோமாவுக்கு இன்னும் திருமணமாகவில்லை. அவள் அழகாக இருப்பாள். செல்வந்தனான எவனாவது ஒரு லிச்சவி இளைஞனைக் காதலித்தால் அவளும்கூட மற்ற ‘பாக்கியசாலி’ப் பெண்களைப்போல ஆகிவிடுகிறாளோ என்னவோ!”

“இல்லை, அப்படிக்கூடாது. நான் என் நாத்தனாரை அவ்விதம் ஆகவிடமாட்டேன். அவள் சரஸ்வதி மாதிரி ஆகிவிடுவாள்.”

“சரி, இந்த விஷயத்தை இனி இத்துடன் விட்டுவிடுவோம் ரோகிணி! இந்தக் கவசம் என் உடலுக்குச் சரியாக இருக்கிறதா சொல்?”

“கொஞ்சம் பின்னால் திரும்பு” என்று என் முதுகுப் பக்கம் பார்த்துவிட்டு உற்சாகத்தோடு சொன்னாள் - “இது அச்சாக உனக்காகவே தயாரிக்கப்பட்ட மாதிரி இருக்கிறது பிரிய சிம்மா! நான் இதுவரைக்கும் உனது மார்பு இவ்வளவு பரந்ததாக இஒருக்கும் என்று எண்ணவேயில்லை.”

“நீ தினமும் பார்த்த மாதிரி தானேயிருக்கிறது. தின நான்கு நான்கு அங்குலம் அதிகரித்துவிடவில்லையே!”

ரோகிணி கண்ணில் மணிகளைச் சுழற்றிக்கொண்டே கூறினாள். - “இல்லை, தினம் தினம் என்ன. ஒவ்வொரு விநாடியும் அதிகரித்துக் கொண்டிருக்கிறது. இந்தக் கவசம் யாருடையது தெரியுமா? என்னுடைய தாத்தாவினுடையது. அவருக்கிருந்த அகன்ற மார்புபோல வேறு எவருக்கும் இருந்தது கிடையாது.”

“உன்னுடைய தாத்தா வினுடையதா!” நான் ஆச்சரியத்தோடு கேட்டேன்.

“ஆமாம். இது எப்போதும் வெற்றியை வரித்துத் தரக்கூடியது. என் பிரிய சிம்மா! நீயும்கூட இந்தக் கவசத்தை அணிந்து போர்க் களத்திலிருந்து வெற்றி வாகை சூடித் திரும்பப் போகிறாய்!”

“ரோகிணி! உனது மலர்ந்த வதனத்தைப் பார்த்து எனக்கு எவ்வளவு சந்தோஷமாக இருக்கிறது தெரியுமா?”

“எனது முகம் ஏன் மலர்ந்திருக்காது? காந்தாரப் பெண்மணிகளாகிய எங்களுக்கு எங்களது பிரியமானவர்கள் யுத்த பூமியிலிருந்து வெற்றி முகத்தோடு, இரத்தம் நனைந்த வாளோடு திரும்பி வரும்போது அதைவிட ஆனந்தமிக்க சமயம் வேறு என்ன இருக்க முடியும்? நான் உன்னுடைய வாள் வலிமையைக் குறித்து என் தோழிகளிடம் மிகவும் கர்வத்தோடு கூறியிருக்கிறேன். வாள் வீரத்தைவிட மேன்மையான ஆபரணமே இல்லை. அதைவிட கௌரவமளிக்கக் கூடியது வேறு எதுவும் கிடையாது.”

நான் என் கைக் கவசத்தை எடுத்துவிட்டு ரோகிணியின் மிருதுவான கேசம் கொண்ட சிரசைக் கையில் பிடித்துக் கொண்டு கூறினேன்:

“என் அன்பே! தட்சசீலத்தில் நாங்கள் கற்றுக்கொள்ள வேண்டிய விஷயங்கள் இன்னும் நிறைய இருக்கின்றன என்பதை இப்போது தெரிந்துகொண்டேன். என் கிளியே! உன்போன்ற யுவதிகள் தாங்கள் நேசிக்கும் யுவர்களை உற்சாகப்படுத்தி எவ்வளவு நெஞ்சுரத்தைக் கொடுக்கிறார்கள்!”

“ஆமாம், காந்தாரப் பெண்களாகிய நாங்கள் சாவுக்கு அஞ்ச மாட்டோம். மரணம் என்றவுடன் பயம் எதற்கு? சாவு வருவதற்கு முன்பே அதனைப் பற்றி நினைத்துக்கொண்டிருப்பது முட்டாள்தனமானது. இனி மரணம் நேர்ந்த பிறகோ அப்போது அதனைப் பற்றிப் பயப்படுவதற்கு அந்த நபர் எங்கே இருக்கப் போகிறார்? நாங்கள் ஒவ்வொரு விநாடியும் வாழ்க்கையின் இன்பத்தை அனுபவிப்பதற்கு உபயோகப்படுத்திக் கொள்ள வேண்டுமென்றிருக்கிறோம். வாழ்க்கை முடிவடைகிறது என்று நினைப்பதற்கே எங்களுக்கு நேரமில்லை.”

“ஆனால் மரணம் நமக்குப் பிரியமானவர்களை நம்மை விட்டுப் பிரிக்கச் செய்கிறதல்லவா?”

“அதனால் என்ன? சாவுக்கு அஞ்சுபவர்களை நாங்கள் எங்களது பிரியமானவர்களாக ஏற்றுக்கொள்கிறோமா? இல்லை சிம்மா! அஞ்சா நெஞ்சர்களை, வீரர்களையே நாங்கள் நேசிக்கிறோம். அதற்காக நாங்கள் என்ன விலை கொடுக்கவும் தயாராயிருக்கிறோம்.”

இந்த வார்த்தைகளைச் சொல்லிக் கொண்டிருந்தபோது ரோகிணியின் முகம் கம்பீரமடைந்தது. நான் அவளுடைய வாயிலிருந்து வெளிப்படும் ஒவ்வொரு அட்சரத்திலும் லயித்துப் போய்க் கேட்டுக் கொண்டிருந்தேன். இப்படிப்பட்ட பெண்கள்-தாய்கள் - அக்காள் தங்கைகள் வைசாலியிலும் இருக்கக்கூடாதா என்று யோசித்தேன். அதனால் இத்தகையவர்கள் வைசாலியில் இல்லவேயில்லை என்று அர்த்தமல்ல; இருக்கிறார்கள். ஆனால் எல்லாருமே அப்படியில்லை. இந்தச் சிந்தனையிலிருந்து விடுபட்டு நான் கூறினேன் - “ரோகிணி! உன்னை எவ்வளவு நேசிக்கிறேன் என்பதை வார்த்தைகளால் சொல்ல முடியாது. உண்மையில் காதலில் வாழ்க்கைக்குத்தான் இடமிருக்கிறது; சாவுக்கு இடமில்லை.”

“காதல் என்றென்றைக்கும் அமரத்வமாக வாழ்கிறது சிம்மா! காதலர் காதலிகளில் எவர் ஒருவரேனும் உயிரோடிருக்கும் வரை மட்டுமல்ல; அதற்குப் பிறகு நமது தாத்தாக்கள், முத்தாத்தாக்கள் வாழும் அந்தத் திவ்ய லோகத்தில்கூட அது வாழ்கிறது.”

அம்மாவின் அழைப்புக் குரல் கேட்டு ரோகிணி வெளியே விரைந்தேகினாள். ஆசார்யர் தம் அறையிலிருக்கும் காலடி அரவம் கேட்டு அவரிடம் சென்றேன். அவர் என் கவசத்தைப் பார்த்து "சிம்மா! உனக்கு இது மிகவும் பொருத்தமாக அமைந்திருக்கிறது!" என்றார்.

நான் "ஆம்" என்பதற்கு அடையாளமாகத் தலையை ஆட்டினேன். சிறிது நேரம் வரை நாங்கள் யுத்த ஏற்பாடுகளைப் பற்றியே பேசிக்கொண்டிருந்தோம். இந்தச் சமயம் ரோகிணி கூறிய "பிதுர்லோகம்" நினைவுக்கு வரவே நான் ஆசார்யரிடம் கேட்டேன் - "குரு! வீரர்கள் மரணத்திற்குப் பிறகு பிதுர்லோகத்துக்குப் போகிறார்கள் என்னும் விஷயத்தைத் தாங்கள் நம்புகிறீர்களா?"

"எனது நம்பிக்கையைப் பற்றிக் கேட்க வேண்டாம் மகனே! நான் இவ்விஷயத்தை ஒரு இனிய கற்பனையாகவே பாவிக்கிறேன். இந்தக் கற்பனை தங்களது பிரஜைகளை என்றென்றைக்கும் அந்தகாரத்தில் அமிழ்த்திவைக்க கிழக்கத்திய யதேச்சதிகார மன்னர்கள் சிருஷ்டித்ததே; ஆனால் கபட முனிவர் - ஜைவலி கிழக்கே பிரசாரம் செய்வதற்குத் தீவிர முயற்சி செய்த கற்பனையைக் காட்டிலும் இது மேலானது. பிதுர்லோகம் பற்றிய கற்பனையில் காதலர்கள் என்றென்றைக்கும் இணைபிரியாதிருக்கிறார்கள் என்னும் பாவம் வேலை செய்கிறது. ஆனால் இந்த உலகத்திலேயே திரும்பத் திரும்ப புனர்ஜென்மம் எடுக்கிறார்கள் என்னும் கற்பனையைக் கிழக்கில் தீவிரமாகப் பிரசாரம் செய்து வருகிறார்கள். இதில் அவர்களுடைய இழிவான சுயநலம் வெளிப்படுகின்றது. அவர்கள் இந்தக் கற்பனையின் மூலமாக இந்தப் பிரபஞ்சத்தில் தங்களது அதிகாரத்தையும், போக பாக்கியங்களையும் உறுதிப்படுத்திக்கொள்ள விரும்புகிறார்கள். இந்தத் தாசர்கள் - தாசிகள் அடிமைத்தனம் உலகில் தாங்கள் ஏற்படுத்தியதல்ல; மாறாக மனிதர்களின் பூர்வஜன்ம கர்மபலனாய் ஏற்பட்டது என்பது அவர்களுடைய அபிப்பிராயம்!"

"குரு! மனிதவாழ்க்கையின் மதிப்பைக் கற்பனையாகவே எண்ணிக் கொண்டிருப்பவர்களுக்கு, வாழ்க்கையின் நியதியை அனுசரிக்காமல் வாழ்ந்து கொண்டிருப்பவர்களுக்கு அந்தக் கற்பனை அவசியப்படுகிறது என்றே நான் கருதுகிறேன்."

"ஆமாம், மகனே! மற்றவர்களைக் கொண்டு தங்களது வேலைகளைச் செய்துகொள்ள மாத்திரமே பழக்கப்பட்டுப்போன சோம்பேறிகள் புத்திகெட்டுப்போய் வாழ்க்கையின் இன்பங்களை அனுபவிப்பதற்கு லாயக்கற்றவர்களாகி விடுகிறார்கள். உழைப்பும், திரேகப்பயிற்சியும், நாட்டியமும் நம்முள் பசியை அதிகரிக்கச் செய்கின்றன. அதனால் நாம்

உணவைச் சுவைத்து உண்கிறோம். அதனை ஜீரணித்து மறுபடியும் சரீரத்தை உழைப்பு, உடற்பயிற்சி, நடனம் முதலியவற்றிற்குத் தகுதியுள்ளதாகச் செய்து கொள்கிறோம். பசியை ஏற்படுத்தச் செய்யும் உழைப்புக்குத் துரோகம் செய்து நாம் சோம்பேறிகளாக இருந்தால் உணவைச் சுவைத்து ருசித்து சாப்பிடக்கூடியவர்களாக வெகுநாள் இருக்க முடியாது என்பது நிச்சயம். தாசர்களின் உழைப்பில் போஷிக்கப்படுபவர்கள் தங்களது வாழ்க்கை இன்பத்தை அனுபவிக்க அருகதையற்றவர்களாகத் தங்களை ஆக்கிக்கொள்கிறார்கள். அதனாலேயே அப்படிப்பட்டவர்கள் ஒவ்வொரு சமயம் வாழ்க்கை இன்பங்களையே நிந்திக்கிறார்கள். மற்றொரு சமயம் அடிமை முறை நியாயம்தான் என்பதை ஸ்தாபித்துக்கொள்ள புனர்ஜன்ம விஷயத்தை எடுத்தோதுகிறார்கள். வாழ்க்கை இரகசியங்கள் மிகவும் தெளிவற்றவையாகவே இருக்கின்றன. ஆயின் யதார்த்த வாழ்க்கையை விட்டுவிட்டு வாழ்க்கையை வியாக்கியானம் செய்வது வஞ்சகமானதே."

"தட்சசீலத்துக்காக உயிரை அர்ப்பணிக்க நாங்கள் சித்தமாக இருப்பது வாழ்க்கையின் சாத்தியம்தான் குரு!"

"நீ கூறுவது உண்மைதான் மகனே! வாழ்க்கையின் சத்தியத்தை திரஸ்கரித்த பிறகு நம்முள் மனிதத்துவமே மறைந்துவிடுகிறது. நாம் புழு, பூச்சிகளுக்குச் சமானமானவர்களாகி விடுகிறோம். அப்படிப்பட்ட மனிதன் தனது கணத்துக்காகட்டும், உறவினர்களுக்காகட்டும், ஏன் தனக்கேகூட நண்பனாக இருக்க முடியாது. அத்தகையவன் பிறருடைய வீடுகளையும், பிறருடைய செல்வங்களையும் கொள்ளையடித்துத் தனதாக்கிக்கொள்ள வேண்டுமென்றிருக்கும் ஆர்த்த க்ஷத்ரு போன்ற திருடர்களுக்கே நண்பனாக இருக்க முடியும்."

"தட்சசீலத்தினுடைய பண்டைய இளமைப்பருவம்..."

7. போர்க்களத்தில்

'கூ' என்னும் சப்தம் மூன்று முறை கேட்டது. நாங்கள் உஷாராகி எங்கள் வில்களை ஏற்றி, சிந்துநதியின் நீரோட்டத்தின்மீது கற்றையாகக் கவிழ்ந்திருந்த இருளைக் கிழித்துக்கொண்டு பார்ப்பதற்கு முயற்சி செய்ய ஆரம்பித்தோம். நாலாப் புறங்களிலும் நிசப்தம் நிலவி நின்றது; நாங்கள் விடும் மூச்சுகூடத் தெளிவாகக் கேட்டது. ஆனால் எல்லாரும் நீரோட்டத்தின் பக்கம் செவியைக் கூர்மையாக்கிக்கொண்டு கேட்டுக் கொண்டிருந்தோம். சிறிது நேரத்தில் தண்ணீரில் "தபதப" என்னும் சப்தம் கேட்க ஆரம்பித்தது. அந்தப் பாறைப்பாங்கான இடத்தில் சிந்துநதி மிகவும் குறுகலாக இருந்தது. இரவு வேளையில் கும்மிருட்டில் பாரசீகப் படைகள் அந்த இடத்தில் நதியைக் கடந்துவர முயற்சிக்கலாம் என்று நாங்கள் சந்தேகப்பட்டோம், நதிக்கு அப்பால் ஆரண்யத்தில் ஒளிந்திருக்கும் எங்களது வேவுக்காரர்களே எங்களை எச்சரிப்பதற்கு "கூ" என்று குரல் கொடுத்தார்கள் பார்த்துக் கொண்டிருக்கும் போதே "தபதப" என்னும் சப்தம் சமீபிக்க ஆரம்பித்தது. அந்த இருட்டில் ஒலியைக் குறி வைத்தேதான் நாங்கள் பாணங்களை எய்ய முடிந்தது. அந்தக் குறி ஓரளவு பலனளித்ததாகவே தோன்றியது. ஏனென்றால் ஒரு தடவை படகின் துடுப்புச் சத்தம் பின்னோக்கித் திரும்பிச் செல்வது போல் கேட்டது. இனி அந்த இரவில் எதிரிகள் இக்கரைக்கு வருவதற்கு முயற்சிக்க மாட்டார்கள் என்றே நினைத்தோம். அந்தச் சமயம் "கூ" என்னும் சப்தம் மீண்டும் கேட்டது. ஆபத்து இன்னும் விலகிப் போய்விடவில்லை; எதிரிகள் மேலும் கட்டுத் திட்டத்தோடு வரப்போகிறார்கள் என்பதைக் குறிக்கவே அந்தக் கூவல்.

அவர்களுக்குப் படகுகள் பஞ்சம் இல்லை என்பது எங்களுக்குத் தெரியும். மகாசிந்துவுக்கு மேற்புறத்திலுள்ள படகுகளேயல்லாமல், குபா (காபூல்) நதிதீரத்தில் நூற்றுக்கணக்கான படகுகள் நிர்மாணிக்கப்பட்ட தகவல்கூட எங்களுக்கு எட்டிற்று. விரோதிகள் தங்களுக்குள்ள சகலத்தையும் பணயம் வைத்தாவது இக்கரைக்கு வர முயற்சிப்பார்கள் என்ற திட நம்பிக்கை எனக்கு உண்டு. நாங்கள் இக்கரையில் கைதேர்ந்த வில்வீரர்களைத் தயாராக நிறுத்தி வைத்திருந்தோம்; ஆயின் சத்துருக்களின் படகுகள் இக்கரைக்கு வந்து சேர்ந்து விடக்கூடும் என்ற பயமும் எங்களுக்கிருந்தது. ஆகவே இதனை

எதிர்பார்த்து வாளேந்திய வீரர்கள் தயாராகக் காத்துக் கொண்டிருந்தார்கள். இது மட்டுமல்ல, இலைகளையும் கிளைகளையும் பொறுக்கிக் கொண்டு வந்து கரைநெடுகிலும் குவியல் குவியலாகக் குவித்திருந்தோம். எதிரிகளின் படகுகள் இக்கரையை நெருங்க ஆரம்பித்தபோது எங்கள் வில்வீரர்கள் மழைபோல் பாணங்களைப் பொழிந்தார்கள்; ஆனாலும், வெள்ளம் போல் திரண்டு வரும் படகுகளை அவர்களால் தடுத்து நிறுத்த முடியவில்லை. இந்தப் படகுகளில் அநேகம் எங்கள் கரைக்கு வந்து சேர்ந்துவிட்டன. அப்போது ஒருபுறத்தில் எங்கள் வீரர்களில் சிலர் தயாராகக் குவித்து வைத்திருந்த செத்தை சருகுக் குவியல்களுக்கு நெருப்பு வைத்தார்கள். எதிர்ப்படைகள் படகுகளிலிருந்து இறங்கும்போது தீ திகுதிகுவென்று எரிந்தது. அந்த வெளிச்சத்தில் எதிரிகளின் உருவங்கள் எங்களுக்கு நன்றாகத் தெரிந்தன. கரையிலுள்ள எங்கள் வில்வீரர்கள் எதிரிகள் மீது குறிவைத்து அம்பு எய்வதற்கு மிகவும் வசதியாக இருந்தது. ஆனால் பாரசீகர்களைப் பின்னுக்குத் தள்ளுவதற்கு எங்களது பலம் போதுமானதாகயில்லை. எதிரிகளில் ஏராளமான பேர் கவசம் தரித்தவர்களாயிருந்தார்கள். அவர்கள் கரையேறப்போகும் சமயத்தில் அவர்களை எதிர்த்துத் தாக்கும்படி நான் எனது வீரர்களுக்குக் கட்டளையிட்டேன். கொழுந்து விட்டெரியும் செந்தணலின் வெளிச்சத்தில் மினுமினுக்கும் வாள்கள் பயங்கர அலறல்கள், கரைமீதிருந்து கீழே உருளும் பிணங்கள் - இவையே அங்கே காணும் காட்சிகளாக இருந்தன. வீரர்களின் ஜயகோஷங்கள் காதுகளைச் செவிடுபட வைத்தன. சண்டைநடக்கும் இடம் எங்களுக்கு அனுகூலமாக இருந்தது. எங்கள் வீரர்கள் கரைமீது இருந்தார்கள். எதிரிகள் நதியிலிருந்து மேலே ஏறிக் கரைக்கு வரவேண்டும். கால்களுக்குக் கீழே நழுவிச் செல்லும் கற்கள் அவர்களுக்கு மிகவும் கஷ்டத்தைக் கொடுத்தன. நான் ஒரு பக்கத்திலிருந்து இன்னொரு பக்கத்துக்கு ஓடிச் சென்று எங்கள் வீரர்களுக்கு உற்சாகம் ஊட்டிக்கொண்டிருந்தேன். அணி அணியாக எதிரிகள் ஆக்ரோஷத்தோடு வந்துகொண்டிருப்பதை எங்கள் வீரர்கள் கவனித்துக் கொண்டிருந்தார்கள். அப்போது எனது பார்வை கவசம் தரித்த ஒரு பலசாலியான ஆளின் மீது விழுந்தது. அவன் பின்னாலிருந்த படகின் பக்கமாகப் பதுங்கிப்பதுங்கி வந்து கொண்டிருந்தான். நான் எப்போது கரையிலிருந்து கீழே இறங்க நிச்சயித்துக் கொண்டேனோ எனக்கே தெரியாது. அடுத்த விநாடி என் கதாயுதத்தின் பலத்த அடிபட்டு அவன் தடாலென்று கீழே விழுந்தது மட்டும் எனக்குத் தெரியும்; ஆனால் இதற்குள்ளாகவே பாரசீகப் படைவிரர்கள் என்னைச் சுற்றி வளைத்து நெருங்கிக் கொண்டிருப்பதைக் கண்ணுற்றேன். உடனேயே நான் சமாளித்துக்கொண்டு மிகவும்

சிரமத்தோடு என் இடது கையையும் வலது கை போலவே உபயோகித்துக்கொண்டேன். ஆசார்ய பஹுளாஸ்வரின் பயிற்சி ஒரு மனிதனையே இரண்டு மனிதர்களாக ஆக்கவல்லதல்லவா? அப்போது எனது இடது கையில் தயாராக ஈட்டி இருந்தபோதிலும், பாரசீக சேனாதிபதி - என்னால் கீழே தள்ளப்பட்ட நபர் பாரசீக தளபதி என்பதைப் பின்னால் தெரிந்துகொண்டேன் - கவசம் தரித்திருந்ததால் நான் என் கதாயுதத்தைக் கொண்டே அவனை அடித்து வீழ்த்தினேன்.

எதிரிகளால் சுற்றி வளைக்கப்பட்ட இந்த இக்கட்டான நிலையில் நான் முன்னும் பின்னும் பாய்ந்து பக்கத்தில் ஒதுங்குபவர்களைக் கதாயுகத்தால் மொத்தினேன்; தூரத்திலிருப்பவர்கள்மீது ஈட்டியை உபயோகித்தேன். நான் எந்தப் பக்கம் தாக்குகிறேனோ அந்தப் பக்கம் உள்ளவர்கள் பாதை தப்பியவர்கள் போலச் சிதறிப்போனார்கள். ஆனால் பின்புறமிருந்து என் கவசத்தின் மீது அடிமேல் அடிவிழுந்து கொண்டேயிருந்தது. நான் அந்த அடிகளைக் கணக்கிடுவதற்கோ, பின்னால் திரும்பி அவர்கள் எத்தனைபேர் இருக்கிறார்கள் என்பதைப் பார்ப்பதற்கோ அவகாசமில்லை. ஒருவர் பின் ஒருவராகக் கீழே உருளும் பகைவர்களின் படைவீரர்களைப் பார்த்ததும் எனது உற்சாகம் இரட்டிப்பாயிற்று. என்னைச் சேர்ந்தவர்கள் என் உதவிக்கு விரைந்து வரும் கூக்குரல் கேட்டது. அதே சமயம் ஈட்டி ஒன்று எனது வலது தொடையில் ஆழமாகப் பாய்ந்தது. நான் கீழே விழாமல் சமாளித்துக் கொண்டு எதிர்ப்படை வீரன் ஒருவன் என் தலையைக் குறிவைத்து தனது கதாயுதத்தை வீசப் போவதைப் பார்த்துவிட்டேன். நான் அந்த க்ஷணமே கடைசி முறையாக அவன்மீது ஆயுதத்தை விட்டெறிந்தேன். அவ்வளவுதான். அதன் பின்னர் என் கண்களில் இருள் சூழ்ந்தது.

நான் சுய நினைவிழந்து கீழே விழுந்த பிறகு முதல் தடவையாகக் கண்களைத் திறந்து பார்த்தபோது பொழுது உச்சிக்கு வந்துவிட்டது. அங்கே ஒரு விசாலமான விருட்சம். அதன் பச்சைப் பசேலென்ற இலைகள் சிலுசிலுவென்று ஆடிக்கொண்டிருந்தன. மேலே அந்த இலைகளைத் தவிர வேறொன்றும் காணப்படவில்லை. நான் எங்கே இருக்கிறேன் என்பதையே என்னால் ஊகிக்க முடியவில்லை. பக்கத்தில், யாராவது இருக்கிறார்களா என்பதைப் பார்க்க ஒருக்களித்துத் திரும்பப் போனேன். ஆனால் அப்போது எனது ஒவ்வொரு மயிர்க்காலிலும் தீவிரமாக வேதனையிருப்பது போல உணர்ந்தேன். பல்லை இறுகக் கடித்துக்கொண்டு ஆயாசத்தோடு படுத்துக் கிடக்கையில் ஏதோ அறிமுகமான முகம் ஒன்று என்மீது குனிந்திருப்பதைக் கண்ணுற்றேன். அப்போது எனக்கு இன்னும் பூரண நினைவு வரவில்லை. தெளிவில்லாத நிலையிலேயேயிருந்தேன். பண்டைக்கால

வீரர்கள் என்றும் மாறாத யௌவனத்தோடு இருக்கும் பிதுர்லோகத்தில் இருப்பதாகவே நான் நினைத்துவிட்டேன். ஆனால் இந்தச் சமயம் ஒரு மதுரமான குரல் என் செவியில் விழுந்தது.

"பிரிய சிம்மா! உடம்பு எப்படியிருக்கிறது?"

அந்த நிலையில்கூட ரோகிணியின் குரலை நான் அடையாளம் தெரிந்துகொண்டேன். அவளும்கூட பிதுர்லோகத்துக்கு வந்து விட்டாளோ என்ற பிரமை கொண்டேன். அந்த விநாடியில் எனது வேதனையெல்லாம் மறந்து மட்டற்ற மகிழ்ச்சியோடு கேட்டேன்.

"ரோகிணி! நீயா? எங்கேயிருக்கிறாய்?"

"உன் பக்கத்திலேயே இருக்கிறேன் என் அன்பு சிம்மா!"

"நாமிருவரும் பிதுர்லோகத்தில் மறுபடியும் சந்தித்து விட்டோமா?"

"இல்லை அன்பா! இந்த லோகத்திலேயேதான் நாமிருக்கிறோம். நீ அதிகமாகப் பேசக்கூடாது. மூன்று நாட்களுக்குப் பிறகு இப்போதுதான் உனக்குப் பிரக்ஞை வந்திருக்கிறது. எல்லா விவரங்களையும் நான் கூறுகிறேன். பிரதான பாரசீகப் படையை நீ எங்கே தோற்கடித்தாயோ, அவர்களுடைய சேனாதிபதியை நீ எங்கே சிறைப்படுத்தினாயோ அந்த மகாசிந்து நதியின் மேற்கரையிலேதான் இப்போது நீ இருக்கிறாய்."

"சிறைப்படுத்தினேனா?"

"ஆமாம். உன்னுடைய கதாயுதம் அவனை வீழ்த்தி மூர்ச்சையடையச் செய்துவிட்டது. பிறகு நாங்கள் வந்து அவனைக் கைது செய்தோம்."

"ரோகிணி! நீ இங்கே எப்போது வந்தாய்?"

"நான் எல்லாவற்றையும் கூறுகிறேன். நீ அமைதியாகக் கேட்கவேண்டும்" என்று ரோகிணி என் நெற்றியின்மீது கையை வைத்துக்கொண்டு கூற ஆரம்பித்தாள் - "உனது உடலில் இரத்தம் ரொம்பவும் குறைந்துவிட்டது. உனது சிவந்த முகம் வெளிறிப்போய் விட்டது. என் பிரிய சிம்மா! நீ பேசுவதற்கு முயற்சிக்கக்கூடாது. மனதிற்குக்கூட எவ்விதச் சிரமமும் கொடுக்கக்கூடாது என்று வைத்தியர் கூறியிருக்கிறார். உனது உள்ளத்திலுள்ள சந்தேகங்களையெல்லாம் நான் நிவர்த்திக்கிறேன். நினைவுபடுத்திக்கொள். உன்னை நான் கட்டிப்பிடித்து ஆலிங்கனம் செய்து உனது அதரங்களிலும் கண்களிலும் முத்தமிட்டபோது 'அன்பே! என் ஆசை தீரும் வரை என்னைத் திருப்திசெய்' என்றாய் நீ. அவ்விதமே செய்தேன். நானே உனக்குக் கவசம் அணிவித்தேன்! தலைக் கவசத்தை வைத்தேன். கவசம் தரித்த பிறகு உன்னை மீண்டும் ஒருமுறை பலமாக ஆலிங்கனம்

செய்துகொண்டேன். உனது இடது புறத்தில் வாள் உறையையும் வலது புறத்தில் கதாயுதத்தையும் அலங்கரித்தேன். பின்னர் நீ அம்மா அப்பாவினுடைய ஆசீர்வாதம் பெற்றுக் குதிரையேறிப் போர்க்களத்துக்குப் புறப்பட்டுச் சென்றாய். நான் அன்றைய தினமே சரஸ்வதியிடம் போவதற்கு அப்பாவின் அனுமதியை வேண்டினேன். அவர் கொடுத்த அனுமதி வயல்காடுகளில் வேலை செய்து கொண்டிருக்கிறாளே சரஸ்வதி அவளிடம் போவதற்காகவல்ல. நம் முன்னிருக்கிறதே இந்த சரஸ்வதி மகா சிந்துநதியிடம் போவதற்கே அனுமதி கொடுத்தார். அதோ நீ மீண்டும் பேசப்போகிறாய். ஆருயிரே நீ என்னைப் பாராட்டி மகிழ்விக்க விரும்புகிறாய் என்பது எனக்குத் தெரியும். ஆனால் இப்போது வேண்டாம். தற்போதைக்கு உன் சந்தேகங்களை மட்டும் தீர்ப்பதற்கு விடு."

உணர்ச்சி ஆவேசத்தோடு பேச வேண்டுமென்று எனக்கு இருந்தது. ஆனால் என் உடல் மிகவும் பலஹீனமாக இருப்பதை உணர்ந்து கொண்டேன். எனவே நான் வாய் பேசாமல் முகக்கவசத்திலிருந்து தென்பட்டுக்கொண்டிருந்த ரோகிணியின் சிவந்த வதனத்தையே கவனித்துக் கொண்டிருந்தேன். அவள் மீண்டும் பேசினாள்.

"நான் இந்தக் கவசத்தை எப்படியோ சம்பாதித்தேன். அதற்கு முன்பே ஆயுதங்களைச் சேகரித்துக்கொண்டேன். நமது சின்ன ரோஹித்மீது - ரோஹித்தின் குட்டி - சவாரி செய்து அன்றிரவே மகாசிந்து நதி தீரத்துக்கு வந்து சேர்ந்தேன். மலைச் சரிவில் மேய்ந்து கொண்டிருந்த உங்களுடைய குதிரைகளோடு என் குதிரையையும் விட்டுவிட்டு வந்தேன். அந்தச் சமயம் போர்ச் சங்கநாதம் கேட்டது. அந்த யுத்த கோஷங்களுக்கிடையேகூட உனது கம்பீரமான குரலை இனம் தெரிந்துகொள்வதற்கு எனக்கு அதிக நேரம் பிடிக்கவில்லை. நான் சண்டை நடக்குமிடத்துக்கு ஓடோடி வந்தேன். ஆனால் உன்னுடைய குரல் மீண்டும் கேட்கவில்லை. ஆற்றங்கரையின் ஒரு பக்கத்தில் நின்றுகொண்டு தீயின் வெளிச்சத்தில் வீரர்களைப் பார்த்துக் கொண்டிருந்தேன். நதியின் தண்ணீர்மீது அசைந்தாடிக்கொண்டிருந்த படகுகளின் மீது என் பார்வை விழுந்தது. அப்போது கரையின் கீழே திடகாத்திரமான இரண்டு வீரர்கள் கதாயுதத்தைக் கொண்டு ஒருவரோடொருவர் பொருதிக் கொண்டிருப்பதைப் பார்த்தேன். நான் ஒரு தீர்மானத்துக்கு வருவதற்கு முன்பாக எதிரிகள் உன்னைச் சுற்றிச்சூழ்ந்து கொண்டதையும் கவனித்தேன். உடனே என் ஈட்டியை ஏந்தியவாறு, கோரமாகப் போர் புரிந்துகொண்டிருக்கும் இருதரப்பு வீரர்களின் அணியையும் பிளந்து கொண்டு கீழே விரைந்து வந்தேன். ஆனால் நான் அங்கே வந்து சேருவதற்குள்ளாக மூர்ச்சித்துக் கிடந்த பாரசீகச் சேனாபதியின் பக்கத்தில் நீயும்கூட விழுந்துவிட்டாய்.

அப்போது உன்னைத் தாக்கப்போன எதிரிப்படைவீரன் மீது பாய்ந்து அவனை ஈட்டியால் குத்தினேன். அதற்குள்ளாக நமது வீரர்கள் ஏராளமான பேர் அங்கே வந்துவிட்டார்கள்.

பகைவர்கள் அடியோடு முறியடிக்கப்பட்டார்கள். இங்கே மட்டுமல்லாமல் இதர இடங்களிலும்கூட அவர்கள் தோற்கடிக்கப் பட்டார்கள். ஒரு இடத்தில் மட்டும் அவர்கள் சிந்து நதியைக் கடந்து வந்து கொஞ்சம் முன்னேறினார்கள். ஆனால் நமது மத்ர குடியரசைச் சேர்ந்த வீரர்கள் அவர்களை எதிர்த்துத் தாக்கிப் பின்னுக்கு விரட்டியடித்தார்கள். இதுவரைக்கும் கிடைத்திருக்கும் தகவல்களிலிருந்து பாரசீக மன்னன் எல்லா இடங்களிலுமே பூரணமாகத் தோல்வி யுற்றிருப்பதாகத் தெரிய வருகிறது. விரோதிப் படையினரின் மிகக் கொஞ்சம் பேர்களே உயிரோடு திரும்பிப்போக முடிந்திருக்கிறது. அவர்களுடைய பிரதம சேனாதிபதி மஜ்தாத் உன்னுடைய கதாயுதத்தால் அடித்து வீழ்த்தப்பட்டு நமது கைதியாக ஆகியிருக்கிறான். நமது சேனைகள் இப்போது சிந்து நதியைக் கடந்து புஸ்கலாவதி பக்கமாகத் தப்பியோடிக் கொண்டிருக்கும் எதிரிப் படைகளை வேட்டையாடிக் கொண்டிருக்கின்றன. குபா (காபூல்), சுவாஸ்து நதி தீரங்களிலுள்ளவர்கள் இப்போது நமக்கு உதவியாக இருக்கிறார்கள். நமது பிரதம சேனாபதி பிரியமேதை இன்று அதிகாலையில் வந்து உன்னைப் பார்த்துவிட்டுச் சென்றார். தட்சசீலம் என்றென்றைக்கும் வைசாலிக்குக் கடமைப் பட்டிருக்கிறது என்றார் அவர். தட்சசீலத்துக்குச் செய்தி அனுப்பியிருப் பதாகவும் அவர் கூறினார். உன்னைக் காப்பாற்றும்போது கபிலுக்குக் கடுமையாகக் காயம் ஏற்பட்டதாகவும்கூட அவர் தெரிவித்தார்.

“தட்சசீலம் வைசாலிக்குக் கடமைப்பட்டிருக்கிறது” என்னும் வாக்கியம் வெகுநேரம் வரை என் செவிகளில் எதிரொலித்துக் கொண்டிருந்தது. அறுபது யோசனை தூரத்திற்கப்பாலிருந்து கொண்டும்கூட நான் எனது வைசாலிக்குச் சிறிதளவாவது கௌரவம் சம்பாதித்துக் கொடுக்க முடிந்ததே என்னும் கர்வத்தோடு எனது ரோமக்கால்களெல்லாம் புளகாங்கிதமடைந்தன. எனது காயங்களுக்கு மற்றெல்லாவற்றையும்விட இதனையே பரம ஔஷதமாகக் கருதினேன். பிறகு, என்மீது குனிந்திருந்த முகத்தைக் கண்ணிமைக்காமல் பார்த்துக் கொண்டிருந்தேன். நான் பயந்துகொண்டே சொன்னேன்: “நான் அதிகமாகப் பேசமாட்டேன் ரோகிணி! ஒரு தடவை உனது முகக் கவசத்தைக் கழற்றி வைக்க மாட்டாயா.”

ரோகிணி உடனே அவ்விதம் செய்தாள். அபிவிருத்தியடைந்து கொண்டிருக்கும் எனது திரேக நிலை அவளுக்கு மகிழ்வையும் திருப்தியையும் அளித்தது என்பதை அவளுடைய வதனமே காட்டிற்று.

"மிக மென்மையான ரோகிணியிடத்தில் எவ்வளவு துணிச்சல் இருக்கிறது! இப்படிப்பட்ட வீர ரமணிகள் இருக்கும்போது எந்தத் தேச மக்களும் அடிமையாக மாட்டார்கள்" என்று நான் எண்ணினேன்.

ரோகிணி கபிஸா திராட்சை ரசத்தை என் உதடுகளில் நனைத்தாள். அவளது கையில் அது இன்னும் அதிக மதுரமாயிருந்தது. அவளுடைய கண்களைப் பார்த்துக்கொண்டேயிருக்கும் போது என்னுள் விதவிதமான ஆலோசனைகள் எழுந்தன. மெல்ல மெல்ல என்னுடைய கண் இமைகள் கனத்தன. பிறகு நான் கண்களை மூடித் தூங்கிப் போய்விட்டேன்.

எனது உடலில் முக்கியமாக இடுப்புக்குக் கீழே பலத்த காயங்கள் ஏற்பட்டிருந்தன. அவற்றிற்கு மருந்து போட்டு நன்றாகக் கட்டு கட்டினார்கள். எந்தப் பக்கம் அசைந்து கொடுத்தாலும் வலி கடுமையாக இருந்தது. அந்த நிலையில் உடனடியாக என்னை தட்சசீலத்துக்குக் கொண்டு செல்வது அபாயகரமானது. ஆகையால் அருகிலிருந்த எல்லைக் காவலாளியின் இருப்பிடத்துக்கு என்னை எடுத்துச் சென்றார்கள். அங்கே பல தினங்களிலிருக்கவேண்டி வந்தது; எவ்வளவோ வேதனை அனுபவித்தேன். ஆனால் இவைபற்றியெல்லாம் எனக்குச் சுய நினைவு இல்லை. எனக்கு நினைவிருந்ததெல்லாம் இடைவிடாமல் சர்வசதாவும் என் அருகில் அமர்ந்திருந்த ரோகிணியின் சிரிப்பு தவழும் முகமும், அவளது கையால் என் வாயில் ஊற்றிய அத்திப்பழம் போல் சிவப்பு நிறமாயிருந்த இனிமையான சுராபானமும்தான். மனித சுபாவம்தான் எவ்வளவு விசித்திரமானது! அது கோரமான அக்கினிக்கிடையேயும் குளிர்ந்த இடத்தைத் தேடிக்கொள்கிறது. அது கசப்புக்கிடையேயும் ருசியை உண்டாக்கிக் கொள்கிறது. நான் மரணத்தின் கையிலிருந்து விடுபட்டேன். காயங்கள் இன்னும் பூரணமாக ஆறவில்லை. நாட்கள் செல்லச் செல்ல நான் தேறிவந்தேன். ஆனால் நான் இன்னும் அப்படியே படுக்கையில் படுத்துக்கிடக்க வேண்டும். ரோகிணி இப்போது போலவே என் பக்கத்தில் உட்கார்ந்திருக்க வேண்டும் என்பது என் ஆசை!

வாரம் முடிவதற்குள்ளாகவே ஆசார்யர் என்னைப் பார்ப்பதற்காக வந்தார். மூன்று வாரங்கள் கழிந்த பிறகு நான் டோலியில் தட்சசீலத்திற்குப் புறப்பட்டேன். ரோகிணி, கபில் முதலானவர்கள் குதிரைகளில் ஏறி என்னுடனேயே வந்தார்கள்.

வாயிலிலேயே குருபத்தினி எனக்கு வரவேற்பு கொடுத்தாள். என் நெற்றி மீது முத்தமிட்டாள். அப்போது அவளுடைய கண்களில் ஆனந்தக் கண்ணீர் ததும்பி நிற்பதைப் பார்த்தேன். அவளால் இந்த ஒரு வார்த்தையை மட்டுமே கூற முடிந்தது.

"வீர மகனே! உனக்கு நல்வரவு!"

8. வடக்குக் குரு யுத்தம்

எனது காயங்கள் பூரணமாக ஆறுவதற்கு மூன்று மாதங்களாயின. ரோகிணியோடு சேர்த்து தனது உயிரைத் திரணமாக மதித்து என்னைக் காப்பாற்றிய தட்சசீலத்து வீர இளைஞன் கபிலோடு எனக்கு நெருக்கமான சிநேகிதம் ஏற்பட்டது. எங்கள் வைசாலியிலிருந்து மாணவர்களாக வந்து யுத்தத்தில் கலந்துகொண்ட ஐந்து யுவர்களும் போன மாதிரியே திரும்பி வந்ததோடல்லாமல், தங்களது சேனைத் தலைவர்களின் பாராட்டுதல்களையும் பெற்றார்கள் என்பதைக் கேட்டு நான் அளவில்லா ஆனந்தமடைந்தேன். நான் காயமடைந்து படுத்த படுக்கையாக இருந்தபோது எப்போதும் என்னருகே இருந்தவர்களில் ரோகிணிக்கு அடுத்தபடியாக முக்கியமானவன் கபில்தான். அவன் பேசுவதைக் கேட்டுக்கொண்டேயிருந்தால் ரொம்பவும் மகிழ்ச்சியாக இருக்கும். கபில் பல விஷயங்கள் தெரிந்தவன் மட்டுமல்ல; தானே தேசம் தேசமாகச் சென்று நேரில் அறிந்து கொண்டவனும் கூட அவன் கபிஸ்தா (ஆப்கன்) வடக்கு குரு (அமூதரியா நதிதீரம்). மேற்கு மத்ர (மேற்கு ஈரான்). பவேறா (பாவுல்) முதலிய தேசங்களில் சுற்றுப் பிரயாணம் செய்திருக்கிறான். வர்த்தகக் கூட்டத்தோடு சேர்ந்து மிகுந்த கஷ்டத்தோடு பெருத்த அபாயங்கள் நிறைந்த பாதைகளிலெல்லாம் அவன் பயணம் செய்திருக்கிறான். அவன் பார்த்த ஒவ்வொரு தேசத்தையும் பற்றிய விசேஷங்களைத் தெரிந்துகொள்ள வேண்டுமென்ற ஆவலோடு ஒருநாள் கபிலைக் கேட்டேன்.

"நண்பா கபில்! பார்த்தவற்றில் மிகுந்த செல்வங்கள் பெற்றுச் சுக சுபீட்சமாக இருக்கும் தேசம் எது?"

"எதானாலும் எங்கள் தட்சசீலத்துக்கு அப்புறம்தான். இங்கே இருப்பதுபோன்ற அமைதி தவழும் ஆட்சியை வேறு எங்கும் காணமுடியாது. எங்கள் குடியரசில் திருடர்களும் கோழைகளும் தேடிப்பார்த்தாலும் கிடையாது. ஆனால் அந்தத் தேசங்களில் இந்த இரண்டு வகைப்பட்ட மனிதர்களும் அதிகமாகவே காணப்படுகிறார்கள். என்றாலும் வடக்குக் குரு தேசம் ஒன்றில் மட்டும் அப்படிக் கிடையாது. அங்குள்ள ஆண்களும் பெண்களும் உதாரகுணம் படைத்தவர்கள், வீரர்கள். பாரசீகர்கள் அவர்களை அடிபணிய வைக்க எவ்வளவோ முயற்சித்தார்கள். ஆனால் அங்குள்ள மலைகளில் அவர்கள் போன்ற

மக்கள் உயிரோடிருக்கும் வரை அவர்களை வெற்றிகொள்வது முடியாத காரியம்."

"செல்வ - வளத்தைப் பொறுத்தவரையிலோ?"

"செல்வ - வளம் என்பதற்குச் சரீரத் தேவைகளைச் சுலபமாகப் பூர்த்தி செய்துகொள்வது என்று அர்த்தமென்றால் - நண்பா! - வடக்குக் குருதேசம் மிகுந்த ஐசுவரியமும் வலிமையும் படைத்த நாடுதான். அங்குள்ள மக்கள் முக்கியமாக வேட்டையாடுவதையும், கால்நடைப் பராமரிப்பையும் ஆதாரமாகக் கொண்டு ஜீவனம் செய்து வருகிறார்கள். விவசாயம் மிகவும் குறைவு. வடக்குக் குரு நாட்டு மலைப்பிராந்தியங்களில் திராட்சையும், கோதுமையும் தாமாகவே விளைந்து பயனளிக்கின்றன. அந்தத் திராட்சை கபிசா திராட்சை போன்று அவ்வளவு பெரிதல்ல; அவ்வளவு இனிப்பாகவுமிருக்காது. ஆனால் யதேஷ்டமாகக் கிடைக்கிறது. ஜனங்கள் தோலில் தைக்கப்பட்ட ஆடைகளை அணிகிறார்கள். பசு, செம்மறியாடு, குதிரை முதலியவற்றின் மாமிசங்களைச் சாப்பிடுகிறார்கள்."

"தினசரி உணவாகக் குதிரை மாமிசமா?"

"ஆம், குதிரை மாமிசம்தான்; பசு மாமிசத்தைவிட அதிகமாகச் சாப்பிடுகிறார்கள். அங்கே குதிரை வளர்ப்பு கூட அதிகமாக இருக்கிறது. முன்னர் எங்கள் பிராந்தியத்தில்கூட குதிரை மாமிசம் சாப்பிட்டார்கள். வசந்த காலத்தின் ஆரம்பத்தைக் கொண்டாடும் திருநாளன்று நீ சாப்பிடவில்லை?"

"சாப்பிடவே செய்தேன் நண்பா! கிழக்கிலே சில விசேஷ யக்ஞ-யாகாதிகள் காலத்தில் மட்டுமே குதிரை மாமிசம் புசிக்கிறார்கள். இந்த யாக - யக்ஞங்களுக்கு ஏராளமாகச் செலவாவதால் அவற்றை யாராவது அரசர்கள் மட்டுமே செய்கிறார்கள்; எங்கள் குடியரசில் அவற்றை நாங்கள் செய்வதில்லை."

"வடக்குக் குரு தேசத்தில் இன்னொரு முக்கியமான விசேஷமும் இருக்கிறது. அங்கே 'நான்' 'எனது' என்ற மனோபாவமே கிடையாது."

"ஆசை என்பது இல்லவே இல்லையா?"

"ஆசை இல்லாதது மட்டுமல்ல; ஆசை ஏற்படுவதற்கான காரணமுமில்லை. முடியாட்சியின் கீழிருக்கும் மக்கள் அரச அதிகாரத்திற்கு உட்பட்டிருக்க வேண்டும். பாரசீக சக்கரவர்த்தியின் கட்டளைக்குக் கிரேக்க சமுத்திரத்திலிருந்து சிந்து நதி தீரம் வரை எதிர்ப்பில்லை. ஆனால், குடியாட்சியை அனுபவித்துவரும் நாங்கள் எவர் ஒருவருடைய அதிகாரத்தையும் ஏற்றுக்கொள்வதற்குச்

சித்தமாகயில்லை. என்றாலும் இங்கேயும்கூட ஒருவருக்கு அதிகமாக நிலபுலன்கள் இருப்பது. இன்னொருவருக்குக் குறைவான நிலபுலன்கள் இருப்பது முதலிய ஏற்றத்தாழ்வுகள் உள்ளன. கால்நடைகள் ஒருவரிடத்தில் ஏராளமாக இருக்கின்றன. இன்னொருவரிடத்தில் சொற்பமாக இருக்கின்றன. நாங்கள் வாணிபத்தின் மூலமாகக்கூட எங்களது சம்பாத்தியங்களைப் பெருக்கிக்கொள்ளலாம். ஆனால் வடக்குக் குரு தேசத்திலோ இந்தத் தாரதம்யங்களையெல்லாம் மனத்தால்கூட நினைக்கமாட்டார்கள்."

"என்னது, நினைக்கமாட்டார்களா?" அப்படியானால் அங்கே ஒரு குடும்பஸ்தனைவிட அதிகமான செல்வத்தை இன்னொரு குடும்பஸ்தன் வைத்திருக்கக் கூடாதா?"

"இந்தப் பிரச்சினைக்கே அங்கே இடமில்லை. ஏனென்றால் எவருக்கும் சொந்தமான சொத்து என்பது கிடையாது. வடக்குக் குரு பிரஜைகளின் எல்லாச் சொத்துகளும் எல்லாருக்குமே பொதுவானவை. அவர்களின் பிரதான செல்வம் வளர்க்கப்பட்ட கால்நடைகளும், வேட்டையாடப்பட்ட மிருகங்களுமேதான். இவற்றில் எல்லாருடைய உழைப்புமே கலந்திருக்கிறது; எனவே இந்தச் சொத்துக்களை அனுபவிப்பதில்கூட எல்லாருக்கும் சமமான உரிமை இருக்கிறது."

"அப்படியானால் சோம்பேறிகளுக்கும் உழைப்பாளிகளுக்கும் செல்வத்தை அனுபவிப்பதில் சம உரிமை இருக்கிறது என்று அர்த்தமா? அவ்வாறு ஏற்படும்போது சமூகத்தில் சோம்பேறிகள் தீய குணங்களைப் பரப்பிவிட மாட்டார்களா?"

"இல்லை நண்பா! அவர்களுடைய மனோ வளர்ச்சியே வேறு விதமானது. உழைக்க சக்தியுள்ள எவனும் வேலை செய்யாமல் வஞ்சிக்கமாட்டான். எங்கள் பிரதேசத்தில் சாப்பிட்டானதும் கைகளைக் கழுவிக் கொள்ளும் வழக்கம் இருக்கிறது. உங்களுடைய வைசாலி யிலும்கூட அப்படித்தானே?"

"இன்னும் கொஞ்சம் அதிகமாகவே இருக்கிறது. ஏனென்றால் அங்கே தோலாலான ஆடைகள் உடுத்திக் கொள்ளுமளவுக்கு மிகுதியான குளிர் எந்நாளும் இருக்காது."

"நல்லது நண்பா! எவ்வளவு சோம்பேறியாக இருந்தாலும் உணவு உண்ட பிறகு கைகளைக் கழுவிக்கொள்வதற்குச் சங்கடப்பட மாட்டான்; ஆனால் எல்லாத் தேசங்களிலும் இதே மாதிரிதான் இருக்கும் என்று நினைத்துவிடாதே. கம்போஜ் (காபிரிஸ்தான்) நாட்டில் கைகழுவிக் கொள்ளமாட்டார்கள். எச்சிற் கையைச் சட்டை யிலேயே துடைத்துக் கொள்வார்கள்."

"அப்படியானால் சிறுவயது முதலே பழக்கம் செய்தால் வேலை செய்வதற்குத் திருட்டுத்தனம் செய்பவன் எவனும் இருக்கமாட்டான் என்பதுதானே உனது கருத்து?"

"ஆமாம். ஒவ்வொருவனிடமிருந்தும் அவனுடைய சக்திக்கேற்ப உழைப்பைப் பெற்றுக்கொண்டு, சோம்பேறிகளைச் சமூகம் வெறுப்போடு பார்க்க வேண்டும்."

"சரிதான் வடக்குக் குரு நாட்டு மக்களை நீ நேரிலேயே பார்த்துவிட்டு வந்திருக்கும்போது இன்னும் சந்தேகத்துக்கு இடம் ஏது? ஆனால் எனக்கு மாத்திரம் அது அற்புதமாகவே தோன்றுகிறது."

"அற்புதம்தான்! முதலில் என் கண்களை நானே நம்ப முடியவில்லை. உண்மையில் வடக்குக் குரு மண்ணில் காலடி வைப்பதே மிகவும் கஷ்டம்."

"கஷ்டம் எதனால்?"

அவர்கள் அந்நியர்களைத் தங்கள் நாட்டிற்குள் வரவிட மாட்டார்கள். இதரர்கள் வந்தால் தங்கள் பூமியையும் ஆகாயத்தையும் களங்கப்படுத்திவிடுவார்கள் என்பது அவர்களது நினைப்பு. இன்னும் அந்த நாட்டிற்குள் செல்லும் ஒற்றையடிப்பாதைகளெல்லாம் மிகவும் குறுகலாக இருப்பதோடு, பயங்கரமான கணவாய்களூடே செல்கின்றன. அவர்கள் அந்தப் பாதைகளில் எப்போதும் காவல் போட்டிருக்கிறார்கள். இந்தக் கட்டுக் காவல்களை ஏமாற்றிவிட்டு எவனாவது திருட்டுத்தனமாக உள்ளே நுழைவானேயானால் அவனுக்குச் சாவு தப்பாது."

"பின் நீ எப்படிப் போனாய்?"

"அதை அதிர்ஷ்டம் என்றுதான் சொல்லவேண்டும். மேற்குக் காந்தாரக் குடியரசைப் பாரசீகர்கள் தோற்கடித்ததிலிருந்து கிழக்குக் காந்தாரவாசிகளாகிய எங்கள் உள்ளங்களில் பாரசீகர்கள் மீது வெறுப்பும் துவேஷமும் நெருப்பாகக் கனன்று கொண்டிருந்தன. நான் ஒரு வர்த்தக கோஷ்டியோடு சேர்ந்து வக்ஷு நதி (அமூதாரியா) பிராந்தியத்துக்குச் சென்றேன். அப்போதுதான் பாஹலீகத்தின் (பலக்) சத்ராப் (சிற்றரசன்) வடக்குக் குருதேசத்தின் மீது படையெடுக்க விரும்புவதாக எனக்குத் தெரியவந்தது. நான் வடக்குக் குருதேசத்தைப் பற்றிக் கேள்விப்பட்டிருந்த விஷயங்களை நம்ப முடியாதவனாக இருந்தேன். வடக்குக் குருதேசம் தேவர்களின் இருப்பிடமென்றும், இந்தப் பூலோகத்திலேயே இப்போது தேவர்கள் வசிக்கும் தேசம் அது ஒன்றுதான் என்றும், அந்த தேசத்தில் ஐந்து யோசனை விஸ்தீரணத்துக்குள்

மனிதன் காலடிவைத்த அந்த க்ஷணமே மரமாகிப் போய்விடுவான் என்றும் இன்னும் இதுபோன்ற எத்தனை எத்தனையோ வதந்திகளைக் கேள்விப்பட்டிருந்தேன். அந்தத் தேவர்கள் ஆகாயத்தில் பறக்கக்கூடச் செய்வார்கள் என்றும் சொன்னார்கள். இந்த விந்தையான வதந்திகளையெல்லாம் நம்புவதற்கு நான் பச்சிளம் பாலகனல்ல; ஆனால் நம்புவதோ நம்பாமலிருப்பதோ அப்போது எனக்கு முக்கியமாகப்படவில்லை. அச்சமயம் என் சிந்தனையிலிருந்ததெல்லாம் நீசர்களானப் பாரசீகர்கள் ஒரு சுதந்திர ஜாதியை அடிமையாக்கிக் கொள்ள நினைக்கிறார்களே என்னும் விஷயம்தான். வடக்குக் குருதேச மக்களுக்கு என்னாலான உதவி செய்து பாரசீகர்கள் மீது காந்தாரப் பிரஜைகளுக்குள்ள வஞ்சத்தைத் தீர்த்துக்கொள்ள வேண்டும் என்று நிச்சயித்துக்கொண்டேன். வக்ஷு நதி தீரத்தில் பழவகைகள் ஏராளமாகக் கிடைக்கின்றன என்றும் அந்தப் பிரதேசம் முழுவதும் வெறும் நாணல் காடுதான் என்றும் கேள்விப்பட்டேன். கூர்மையான அம்புகள் நிறைந்த இரண்டு அம்புறாத்தூணி, வாள், ஈட்டி முதலிய ஆயுதங்களை ஏந்திக்கொண்டு உலர்ந்த கன்று மாமிசத்தைத் தோளில் தொங்க விட்டுக்கொண்டு, கம்போஜ நாட்டைச் சேர்ந்த ஒரு உயர் ஜாதிக் குதிரை மீதேறி வக்ஷு நதிதீரத்தில் மேல் நோக்கிப் பயணப்பட்டேன்.”

“தானியாகவா?”

“ஆமாம். தனியாகத்தான். வாள் ஒன்றைத் தவிர ஆயுதங்களை யெல்லாம் மறைத்து வைத்துக்கொண்டேன்.”

“முன்பின் தெரியாத ஒரு புதிய தேசத்தில் தன்னந்தனியாகப் பிரயாணம் செய்வது என்பது மிகவும் துணிச்சலான காரியம்தான்.”

“அப்படிச் சொல்லாதே. இது அசட்டுத் துணிச்சல் மட்டுமின்றிப் புத்தி குறைவான காரியமும்கூட. எதையும் யோசிக்காமல் விவேகமற்ற காரியங்களை மனிதன் அவ்வப்போது செய்துகொண்டேயிருக்கின்றான். நண்பா! நீயும்கூட என்ன செய்தாய்? அன்றைய தினம் நீ மட்டும் தனியாக எதிரிகளின் அணிக்குள் நுழைந்து மஜ்தாத்மீது தாக்குதல் தொடுத்தது யோசனையற்ற செயலல்லவா?”

“ஆமாம். நான் ஒப்புக்கொள்கிறேன். சேனைத்தலைவன் எப்போதும் உணர்ச்சிவசப்படக்கூடாது: சிந்தித்துக் காரியம் செய்பவனாக இருக்க வேண்டும். அன்றைய தினம் நான் என் பலஹீனத்தைக் காட்டிக் கொண்டேன் என்பது உண்மைதான்.”

“அப்படியே வைத்துக்கொள். மேலும் நான் சேனைத் தலைவன் கூடயில்லை. எங்கள் குழுவிலிருந்த முக்கியமானவர்கள் ஆறு பேர்களில் நானும் ஒருவன். அவ்வளவுதான். நாங்கள் வர்த்தகத்தின் நிமித்தம்

ஒன்று சேர்ந்து பயணப்பட்டோம். எங்களுக்கு அந்தப் பிரதேசம் பரிச்சயமானதல்ல. ஆனால் வக்ஷு நதியை ஒட்டியே போனால் நாணல் காடுகளில் மலைச் சரிவுகளுக்குப் பக்கத்தில் நாடோடி இடையர்கள் ஆடு மாடுகளை மேய்த்துக் கொண்டிருப்பார்கள் என்பது எனக்குத் தெரியும். அவர்களுக்கு வடக்குக் குருதேச தேவர்கள் நேரில் பிரத்யட்சமாகின்றனர் என்றும் கேள்விப்பட்டிருந்தேன். நான் தகதகவென்று மின்னும் மிருதுவான கலைமான் தோல்களை பாஹலீக வியாபாரிகளிடம் பார்த்தேன். அவற்றை நாடோடி இடையர்கள் வாழும் நாணல் காட்டுப் பிரதேசத்திலிருந்தே பெற்று வந்ததாக அவர்கள் கூறினார்கள். தற்செயலாக நான் நாடோடி ஒருவனைச் சந்தித்தேன். அவனும்கூடத் தேவர்கள் பற்றி என்னென்னவோ கதைகள் கூறிக்கொண்டு வந்தான். ஆனால் என்னிடமிருந்த கன்று மாமிசத்தையும் சுரா பானத்தையும் அவனுக்கும் கொடுத்துச் சாப்பிடச் சொல்லவே, சிறிது நேரத்தில் அவன் என் நண்பனானான். அந்தக் கலைமான் தோல்கள் தங்களுக்கு வடக்குக் குருதேசத்திலிருந்தே வருவதாகவும், தேவர்கள் தங்களுக்கு அவற்றை இரும்புக்குப் பதிலாகத் தருவதாகவும், இரும்பல்லாமல் வேறு எந்தப் பொருளைக் கொடுத்தாலும் தேவர்கள் ஏற்றுக்கொள்ள மாட்டார்கள் என்றும் அவன் கூறினான்."

"இதிலிருந்து வடக்குக் குருதேசவாசிகள் தேவர்களல்ல என்பதும் மனிதர்கள்தான் என்பதும் உனக்குத் தெரிந்திருக்குமல்லவா?"

ஆமாம். சந்தேகமில்லாமல் தெரிந்து போயிற்று. இல்லையென்றால் - நண்பா! தேவர்கள் மனிதர்களின் உதவியை நாடவேண்டிய அவசியம் என்ன? நான் நாணல் காட்டு மலைகளிலுள்ள இடையர் கூட்டங்களை யொட்டியே போய்க்கொண்டிருந்தேன். எதிரிகளின் படைகள்கூட வேறொரு பாதையில் அந்தப் பக்கமேதான் வந்துகொண்டிருந்தன. நான் அவற்றின் மீது ஒரு கண் வைத்தபடியே பயணம் செய்து கொண்டிருந்தேன். இந்த இடத்திலிருந்து இனி நான் சுருக்கமாகவே கூறுகிறேன். பாரசீக இராணுவத்தினர் மலை உச்சியை அடைந்தார்கள். நான் அன்றைய தினம்: ஒரு மலை ஜாதிக் கூட்டத்தோடு சேர்ந்து அங்கேயே தங்கியிருந்தேன். அப்போது பாரசீகப் படையினரில் ஒரு கோஷ்டியினர் அந்த மலை ஜாதிக் கூட்டத்தினரைத் தாக்கி அவர்களுடைய பெண்களைப் பலவந்தமாகத் தூக்கிச் செல்ல முயற்சித்தனர். இத்தகைய அக்கிரமங்களைத் தடை செய்யும் உத்தரவுகள் இருந்த போதிலும் உயிரின் மீதுள்ள ஆசையைத் துறந்து யுத்தத்திற்குச் செல்லும் படை வீரர்களை எந்தச் சட்டத்தாலும் கட்டுப்படுத்த முடியாது. அவர்களது அட்டூழியத்தைக் கண்டு சகிக்க முடியாமல் நான் தட்சசீலத்து வாள் வலிமையைக் காண்பித்து துன்மார்க்கர்களான அந்த ராணுவத்தினரைத் துரத்தியடித்தேன்.

தங்களுடைய பெண்களுக்கு அவமானம் நேராமல் நான் காப்பாற்றியதைப் பார்த்த மலைஜாதி மக்கள் எனக்கு மிகுந்த நன்றி தெரிவித்துக் கொண்டதோடு, என்மீது வெகுவாக நம்பிக்கையும் வைக்க ஆரம்பித்தனர். நாங்கள் இருந்த இடத்தை விட்டுக் கிளம்பி அன்று இரவுக்கிரவே கால் நடைகளை ஓட்டிக்கொண்டு ஆரண்யத்துக்குள் சில யோசனைகள் தூரம் சென்றோம். பாரசீகர்கள் மீது எனக்குள்ள வெறுப்பை எடுத்துச் சொல்லி, நான் வடக்குக் குருதேச மக்களுக்கு உதவி செய்ய விரும்புவதைக் கூறினேன். இதற்கு அவர்கள் வழக்கம் போலத் தேவர்களைக் குறித்து எனக்குக் கொஞ்சம் விஷயங்கள் தெரியுமென்று கூறி, என்னை அந்தத் தேசத்தில் கொண்டுபோய்ச் சேர்க்கும் உபாயம் ஏதாவது தெரிவிக்கும்படி வற்புறுத்தினேன். அவர்கள் என் முயற்சியைக் கைவிடும்படியும், இல்லையென்றால் என்னைப் பார்த்த மாத்திரத்திலேயே தேவர்கள் கொன்றுவிடுவார்கள் என்றும், நண்பனாக இருப்பதால் என் நலனைக் கருதியே இவ்வாறு சொல்வதாகவும் கூறினார்கள். நான் சிரித்துக்கொண்டே அத்தகைய மரணம் கெடுதியானதல்லவென்றும், ஆனால் ஐந்தாறு பாரசீகர்களை யாவது ஹதம் செய்துவிட்ட பிறகுதான் சாவேன் என்றும் கூறியதன் பேரில், வக்ஷு நதியின் இடது கரையில் தாங்கள் இரும்பைக் கொடுத்துவிட்டு கலைமான் தோலைப் பண்டமாற்று செய்து கொள்ளும் இரகசிய இடம் வரைக்கும் அழைத்துச் செல்வதாக ஒப்புக்கொண்டார்கள்."

"பேஷ்! அப்படியானால் நீ தேவர்கள் பூமியின் எல்லையை அடைவதில் வெற்றி பெற்றுவிட்டாய் என்று சொல்லு."

"அங்கே போய்ச் சேர்ந்தவுடனேயே அவர்கள் தேவர்கள் என்ற எண்ணமும் என் மனத்திலிருந்து மறைந்து போயிற்று. கொஞ்சதூரம் வரைக்கும்தான் நாங்கள் குதிரை மீதேறிச் செல்ல முடிந்தது. அதற்கப்புறம் எங்கள் சாமான்களைச் செம்மறியாட்டுக் கடாக்கள் மீது ஏற்றிக்கொண்டு கால்நடையாகவே புறப்பட்டோம்! அந்த மலை ஜாதி மக்கள்கூட எங்களைப்போலவே வெள்ளை வர்ணத்தவராக, திடகாத் திரர்களாக இருந்தார்கள்; ஆனால் குளித்துத் துவைக்கும் வழக்கம் மட்டும் அவர்களிடம் அவ்வளவாகயில்லை. நாங்கள் ஒருவாரம் வரை வக்ஷு நதியின் கரையோரமாகவே அநேக கிளை ஆறுகளைக் கடந்து சென்று ஒரு இடத்தை அடைந்தோம். அங்கே நதி மிகவும் குறுகலாக இருந்தது. ஆனால் வேகம் அதிகமாக இருந்தது. நதியின் இருபக்கங்களிலும் பாறைகள் இருந்தன. அவை நதிக்குமேல் கவிழ்ந்து இரண்டும் ஒன்று சேர்ந்துவிட்டது போலிருந்தன. எனக்கு வழிகாட்டி யாக வந்தவன் தனக்கு அதுவரைதான் பாதை தெரியுமென்றும், குருபிரஜைகள் அந்தப் பாறைகள் மீது பலகை வைத்து இந்தப்புறம்

தாண்டி வந்து, தோலைக் கொடுத்து அதற்குப் பதிலாக இரும்பைப் பெற்றுச் செல்வார்கள் என்றும், அதற்குமேல் பாறையைக் கடந்து அந்தப் பக்கம் சென்றால் தனக்குச் சாவு தப்பாது என்றும் கூறினான்.

"பாரசீகர்கள் வக்ஷு" நதியின் வலது புறத்தில் வெகுதூரம் பின்னாலிருந்தார்கள்." "நான் இனி என்ன செய்ய வேண்டும் என்பதை நிச்சயித்துக்கொள்ள வேண்டியிருந்தது. என்னை அங்கே கொண்டுவந்து சேர்த்த மலைஜாதிக்காரன் நெருப்பு பற்றவைக்க வேண்டாமென்றும், புகையைப் பார்த்த மாத்திரத்திலேயே தேவர்கள் வந்து என்னை பஸ்மீகரம் செய்துவிடுவார்கள் என்றும் எச்சரித்துவிட்டுப் போய் விட்டான். என்னிடம் உலர்ந்த மாமிசம் போதுமான அளவு இருந்தது. பழுத்த திராட்சைக் கொத்துகள் அடவியில் ஏராளமாகத் தொங்கிக்கொண்டிருந்தன. ஆகையினால் பசியினால் செத்துவிடுவேன் என்ற பயம் எனக்கு இல்லாமல் போயிற்று.

"மறுநாள் அதிகாலையில் நான் சிறிது தூரம் விலகிச் சென்று ஒரு பாறையின் மறைவிடத்தில் போய் உட்கார்ந்தேன். நதியின் இருபக்கங்களிலுமுள்ள உயரமான பாறைகளின் மீது என் பார்வையைச் செலுத்தினேன். சற்று நேரத்தில் ஏதோ அசைவது போல் தெரிந்தது. பிறகு அப்படி அசைவது மனிதர்கள்தாமென்றும், அவர்களில் ஒருவன் ஆண் என்றும் மற்றொருவர் பெண் என்றும் தெரிந்துகொண்டேன். அவர்கள் பச்சை நிறமான தோலாடைகளை உடுத்தியிருந்தார்கள். அவற்றின் நிறம் மலைமீதிருந்த செடிகொடிகளின் நிறத்தோடு கலந்து போயிருந்தது. அவர்கள் தலையில் பனிக்குல்லா தரித்திருந்தார்கள். உடலில் தோல் துப்பட்டியைப் பூணூல் தரிப்பதுப் போல வலது கை வெளியே தெரிய போர்த்தியிருந்தார்கள். இடது புஜத்தில் பச்சை நிறமுள்ள அம்புறாத் தூணிகளைத் தொங்கவிட்டுக் கொண்டு கைகளில் வில்களை வைத்திருந்தார்கள். காலிலிருந்த செருப்புகள்கூட அதே பச்சை நிறமாகவே இருந்தன. நான் எவர்கள் பக்கத்தில் நின்று பாரசீகர்களோடு போர் செய்ய வேண்டுமென்று அங்கே சென்றேனோ, அதே குருஜாதிக்காரர்கள்தான் அந்த ஆணும் பெண்ணும் என்பதைத் தெரிந்துகொண்டேன். அவர்களிருவரும் சர்வ ஜாக்கிரதையாக அப்புறமும் இப்புறமும் பார்த்துக்கொண்டு, இடையிடையே நாசித் துவாரங்கள் விடைக்க, ஏதோ வாசனையை மோப்பம் பிடிப்பதை நான் கவனித்தேன். உண்மையைச் சொல்லு கிறேன். நண்பா! மோப்பத்தின் மூலம் என்னை எங்கே அவர்கள் கண்டுபிடித்துவிடுகிறார்களோ என்று பயத்தால் என் இருதயம் அப்போது "திக்திக்"கென்று அடித்துக்கொண்டது. அப்படியே பாறையோடு பாறையாக ஒடுங்கிப் படுத்துக்கொண்டேன். சற்று நேரத்தில் அவர்கள் எறும்புகள் போலக் கீழே இறங்கிச் செல்வதைப் பார்த்தேன்.

"அவர்களது முதலாவது பாதுகாப்புத் தளம் இன்னும் கீழே இருக்கக்கூடும் என்பதை ஊகித்துக்கொள்ள எனக்கு அதிக நேரம் பிடிக்கவில்லை. மாலைவரை அங்கேயேயிருந்துவிட்டு, இருட்டானதும் எனது ஆயுதங்களையும், கொஞ்சம் மாமிசத்தையும் எடுத்துக்கொண்டு கீழே இறங்க ஆரம்பித்தேன். ஒரு யோசனை தூரம் (எட்டுமைல்) நடந்த பிறகு, பயங்கர கர்ஜனையோடு பிரவகித்துக்கொண்டிருக்கும் வக்ஷு" நதியின் கரையில் சில நூறு கஜ உயரத்துக்குச் செங்குத்தாக நிற்கும் ஒரு பாறை தென்பட்டது; அதற்குப் பின்புறத்தில் குருதேச வாசிகள் நெருப்பு மூட்டி மாமிசத்தை வறுத்துக்கொண்டிருந்தார்கள். அங்கிருந்து குப்பென்று வந்த வாசனை என் நாசிக் துவாரங்களில் பிரவேசித்து வாயில் நீர் ஊற வைத்தது. மலைஜாதிக் கூட்டத்தினரை விட்டுவந்த பிறகு இப்போதுதான் நெருப்பைப் பார்க்கிறேன்.

நான் உலர்ந்த மாமிசத் துண்டங்களை வயிறார சாப்பிட்டுவிட்டுப் பக்கத்திலிருந்த ஊற்றில் தண்ணீர் குடித்தேன். பிறகு ஒரு மறைவான இடத்தைத் தேடிக்கொண்டு அங்கே விடியும் வரை என் உடலைக் கிடத்தினேன். அதிகாலையில் கருக்கிட்டு இருக்கும்போதே எழுந்திருந்து, பகலில் பசியால் வாடாமலிருப்பதற்காக அப்போதே மேற்கொண்டு கொஞ்சம் மாமிசத்தைச் சாப்பிட்டுவிட்டு, இரவில் தேவர்கள் நெருப்பு மூட்டிய இடத்திலுள்ள செங்குத்தான பாறையைப் பார்த்துக்கொண்டே ஒரு புதரில் ஒளிந்திருந்தேன். வெளிச்சம் வர ஆரம்பித்ததும் பச்சை உடுப்புகள் அணிந்திருந்த சில மனிதர்கள் செங்குத்தாக இருந்த அந்தப் பாறையின் முதுகின் மீது பல்லிகள் போல ஊர்ந்து கடந்து சென்றார்கள். அவர்கள் ஒருவரோடொருவர் என்னென்னவோ பேசிக்கொண்டார்கள். ஆனால் அந்தப் பேச்சுகள் எனக்குச் சரிவரக் கேட்கவில்லை. தேவபாஷைக்கும் எங்கள் தட்சசீலப் பாஷைக்கும் அவ்வளவு வித்தியாசம் கிடையாது. கொஞ்சம் சிரமத்தோடு அதை நாங்கள் அர்த்தம் செய்துகொள்ள முடியும். வெளிச்சம் நன்றாகப் பரவியதும் தேவர் - தேவிகளின் முகங்கள் கூட ஸ்பஷ்டமாகத் தெரிய ஆரம்பித்தன. அவர்களுடைய முகபாவத்திலிருந்து அவர்கள் பய பீதியோடிருப்பதைத் தெரிந்துகொண்டேன்.

"நடு மத்தியான வேளையில் பாரசீகப் படைகள் தூரத்தில் வந்துகொண்டிருப்பது தெரிந்தது. பக்கவாட்டில் ஒரு ஆளுக்கு அதிகமாக நடந்துவர முடியாதபடி பாதை மிகவும் குறுகலாக இருந்தது. பாரசீகர்கள் கற்பாறையைச் சமீபித்ததும் என் நெஞ்சு 'திக்திக்' கென்று அடித்துக்கொள்ள ஆரம்பித்தது. வாயு வேகத்தில் வந்துகொண்டிருந்த சைன்யம் அங்கே வந்ததும் டக்கென்று நின்றுவிட்டது. படைவீரர்களிலே ஒருவன் தனது செருப்புகளைக் கழற்றிவிட்டு வாளை இடுப்பில் தொங்கவிட்டுக்கொண்டு அந்தப் பாறை மீது ஏற

ஆரம்பித்தான். எதிரிகளின் காலடிச் சப்தம் கேட்டுத் தேவர்கள் தங்களது வாட்களையும் வில்லம்புகளையும் எடுத்துக்கொண்டு போருக்குத் தயாரானார்கள். கற்பாறை வக்ஷு நதியின் நடுப்பாகம் வரை நேராக வியாபித்திருந்தது மட்டுமின்றி ஒரு இடத்தில் முன்னால் நீண்டு வளைவாகவுமிருந்தது. ஒரு பக்கத்திலிருந்து ஊர்ந்து வருபவர்கள் அந்த வளைவைத் தாண்டினாலன்றி இரண்டாவது பக்கத்தில் இருப்பவர்களைக் காண முடியாது. அந்த வளைவுக்குப் பக்கத்தில் மிகவும் ஜாக்கிரதையாகவும் திறமையோடும் ஊர்ந்து கடந்துவிட்டால் அதற்கப்புறம் தாராளமாக ஓடவும்கூட முடியும். எதிரிகளைக் கண்டு எனக்கேற்பட்ட அளவுகூடப் பயம் குரு தேசத்தவர்களுக்கில்லை. அவர்கள் இருநூறு பேர்களுக்கு மேலில்லை. ஆனால் பாரசீக சையன்யத்திலோ இரண்டாயிரத்துக்கும் அதிகமானவர்கள் காணப்பட்டார்கள். அவர்கள் அந்தக் கற்பாறையைக் கடந்துவந்துவிட முடிந்தால் தங்களது எண்ணிக்கைப் பலத்தால் குரு நாட்டுக்காரர்களைத் தோற்கடித்து விடுவார்கள் என்பதைத் தெரிந்துகொண்டேன்.

நான் அடர்த்தியாகயிருந்த புதரில் உட்கார்ந்துகொண்டு வில்லை ஏற்றி அந்த வளைவுக்கருகில் யாராவது வருகிறார்களா என்று எதிர்பார்த்துக் கொண்டிருந்தேன். பாரசீகர்கள் அந்த வளைவை அடைந்ததும் குறி தப்பாத என் அம்புகளுக்கு இலக்காகி, தலை குப்புற வக்ஷு நதியில் விழுந்து அடித்துச் செல்லப்பட்டார்கள். வளைவைத் தாண்டி வருபவன் என் அம்பில் அடிபட்டுக் கீழே விழுந்தால் அது அவனுக்குப் பின்னால் வருபவனுக்கு ஒன்றும் தெரியாது. இந்தக் காட்சியை நானும் தேவர்களும் மட்டுமே பார்த்துக் கொண்டிருந்தோம். இப்படிச் சில மணி நேரம் வரை பாரசீகப் படை வீரர்களும் ஒருவர்பின் ஒருவராகப் பரலோக ஜீவிகளாக நதியின் கர்ப்பத்தில் ஐக்கியமாகிக் கொண்டிருந்த போதிலும் கூட அவர்களுக்கு எந்தவிதமான சந்தேகமும் ஏற்படவில்லை. இந்த விசித்திரமான காட்சியின் உண்மை தெரியாமல் குரு தேச வீரர்கள் கொஞ்ச நேரம் வரை அப்படியே ஆச்சரியத்தில் மூழ்கிப் போயிருந்தனர். பிறகு உண்மையைத் தெரிந்து கொண்டு நான் ஒளிந்திருந்த புதரின் மீது திருஷ்டியைச் செலுத்திப் பார்த்துக்கொண்டிருந்தனர். அவர்களுடைய கண்களில் குரோதத்திற்குப் பதிலாக சிநேகபாவமே மிளிர்ந்து கொண்டிருந்தது. அப்போது எனக்கு என்றுமில்லாத ஆனந்தம் ஏற்பட்டது. தேவர்கள் என்னைக் குறைந்தபட்சம் தங்களுக்குச் சகாயம் செய்ய வந்தவனா கவாவது புரிந்துகொண்டார்களே என்று எனக்குத் திருப்தி.

"கடைசியில் பாரசீகர்கள் தங்கள் படை வீரர்கள் உயிரிழந்து பிரவாகத்தில் அடித்துச் செல்லப்படுகிறார்கள் என்பதைக் கண்டு கொண்டார்கள். ஆனால் அவர்கள் தங்கள் வீரர்கள் என் கையாலன்றித் தேவர்களால்தான் கொல்லப்படுகிறார்கள் என்று

நினைத்தார்கள். இந்தச் சமயம் சேனாதிபதி வளைவை மெல்லக் கடந்து செல்லாமல் வேகமாகக் கடந்து செல்லும்படி உத்தரவிட்டான். அப்படி வேகவேகமாகக் கடந்து செல்லும்போது வளைவுக்குப் பக்கத்தில் சிலர் கால் தவறி நதியில் விழுந்தார்கள். மற்றவர்கள் வளைவைக் கடந்து வந்தார்கள். "கபகப" வென்று வந்துகொண்டிருக்கும் அவர்களெல்லாரையும் அம்பு எய்து வீழ்த்துவது என் ஒருவனால் ஆகக்கூடிய காரியமல்ல. என் அம்புக்குத் தப்பி வருபவர்களை எதிர்ப்பதற்கு குரு வீரர்கள் தயாராக இருந்தனர். நான் என் முயற்சியைக் கைவிடாமல் முடிந்த மட்டும் பாரசீகர்களைக் கொன்று வீழ்த்திக் கொண்டிருந்தேன். எனினும் சாயங்காலத்துக்குள்ளாக வளைவைக் கடந்து வந்த எதிரிகளின் எண்ணிக்கையைப் பார்த்தபோது இனி அந்தக் கேந்திரத்துக்கருகில் அவர்களை வெற்றிகொள்ள முடியாது என்று நிச்சயித்துக்கொண்டேன்.

"இருட்டானதும் நான் அந்த இடத்தை விட்டு மேலே உள்ள பாதைக்குச் சென்றேன். தேவர்களும் போரை நிறுத்திவிட்டு அந்தப் பக்கமே புறப்பட்டார்கள். அவர்களுடைய பிரதான தற்காப்புக் கேந்திரம் பாரசீகர்கள் வசமாயிற்று! ஆனால் தங்களுடைய ஆட்கள் இன்னும் இந்தப்புறம் வரவேண்டியிருந்ததால் பாரசீகர்கள் உடனே குரு தேவர்களைத் துரத்திவர முடியவில்லை.

நான் மறுபடியும் நதிக்கு இரு பக்கங்களிலும் உயரமாகக் கற்பாறையிருக்கும் இடத்திற்கு வந்து சேர்ந்தேன். ஒரு பாறையின் மறைவிலிருந்து திடீரென்று ஒரு ஆள் வெளிப்பட்டு என் முன்னால் வந்து நின்றாள். பயத்தால் என் சர்வாங்கமும் நடுங்கிற்று. அந்தக் குரு வீரன் என் மண்டையைப் பிளக்கத்தான் போகிறான் என்று நினைத்தேன்; ஆனால், சிறிது நேரத்திலேயே அந்த ஆள், "ஓய் மானுடனே; பயப்படாதே, தேவ ஜாதிகளாகிய நாங்கள் உன்னை எங்கள் நண்பனாக ஏற்றுக்கொண்டிருக்கிறோம்" என்று என் தோள் மீது கையைப் போட்டுத் தட்டிக் கூறவே நான் பழைய நிலைக்கு வந்தேன்.

அவனுடைய வார்த்தைகளைக் கேட்டதும் எனக்குத் தைரியம் பிறந்தது. அது என்னுடைய அதிர்ஷ்டம்தான் என்று நினைத்துக் கொண்டேன். 'கிராதகர்களான பாரசீகர்கள் தேவ பூமி மீது படையெடுத்து வருவதைப் பார்த்து உங்களுக்கு உதவி செய்ய வேண்டுமென்ற தீர்மானத்தோடேயே இங்கு வந்தேன்; ஆனால் உங்களுக்கு உபயோகப்படுவதற்கு முன்னதாக உங்கள் கையில் சிக்கிச் சாகடிக்கப்பட்டு விடுவேனோ என்னவோ என்று பயந்து கொண்டிருந்தேன்' என்றேன். அதற்கு அவன் 'ஆமாம், எங்கள் மண் மீது வேறு எவரையும் வரவிட மாட்டோம். மானிடர்கள் வந்து எங்கள் பூமியை எங்கே களங்கப்படுத்தி விடுவார்களோ என்று அவர்களை

இங்கே அடியெடுத்து வைக்க விடமாட்டோம்; ஆனால், உன் நடவடிக்கைகள் மூலம் நீ எங்களுடைய ஆப்த நண்பன் என்பது ருசுவாகிவிட்டது. அதனாலேயே உன்னை எங்கள் தேவ பூமிக்கு வரவேற்கிறோம்' என்றான். இதைக் கேட்டதும் நான் மட்டற்ற மகிழ்ச்சியால் பூரித்துப் போனேன்.

பிறகு அவன்தான் தேவ சேனைகளின் தலைவன் என்றும் பெயர் மகவான் என்றும் கூறினான். பாரசீகப் படைகள் இன்னும் ஏராளமாக இருக்கின்றன என்பதையும் அங்கே வந்து சேர்ந்தவை சொற்பமானதுதான் என்பதையும் அவனுக்கு நான் தெரியப்படுத்தினேன். அப்போது அவன் "என்மீது பூரண நம்பிக்கை வைத்து எங்களுடைய இந்த முதலாவது தற்காப்புக் கேந்திரம் மிகவும் சாதாரணமானது. இதற்கு அப்புற மிருக்கும் கேந்திரங்கள் ஒன்றைவிட ஒன்று பலமானவை. நாங்கள் பாரசீகர்களைத் தோற்கடிப்பதோடு மட்டுமல்ல; அவர்களில் ஒவ்வொருவரையும் ஹதம் செய்யப் போகிறோம்; எவனொருவனையும் உயிரோடு திரும்பவிடப் போவதில்லை. பாரசீகர்கள் மட்டுமே யல்லாமல் மானிடர்கள் எவர் விஷயமும் எங்களுக்குத் தெரியாது. எங்கள் மண்ணில் காலடி எடுத்து வைத்தவன் இதுவரை உயிரோடு வெளியே செல்ல அனுமதித்ததில்லை. ஆகையில் இந்த விஷயங்களில் நீ எங்களுக்கு ஆலோசனை கூறுபவனாக இருக்க வேண்டுமென்று கேட்டுக்கொள்கிறோம்" என்றான்.

சேனைத் தலைவன் பேசிய பாஷையில், ஓர் அற்புதமான கவர்ச்சியிருந்தது. அந்தப் பாஷை எங்கள் பாஷை போலவேயிருந்தது; ஆனால் பல வார்த்தைகள் புதியவையாக இருந்தன. உச்சரிப்பில்கூட வித்தியாசமிருந்தது. அவன் பேசிக்கொண்டிருப்பது சங்கீதம் பாடிக் கொண்டிருப்பது போலிருந்தது. தேவ பாஷையை அர்த்தம் செய்து கொள்வதற்கு எனக்குச் சிரமம் எதுவும் ஏற்படவில்லை. நான் அநேக ஆரிய பாஷைகளைக் கற்றுக்கொண்டிருந்தது, இதற்குக் காரணமாக இருக்கலாம். வேறு மிக முக்கியமான காரியம் எதுவுமில்லையென்றால் முதலில் எதிரிகளைத் தோற்கடிக்கும் விஷயமாக ஆலோசிக்கலாம் என்று நான் சேனைத் தலைவனிடம் கூறினேன். அதற்கு அவன் இதைவிட முக்கிய காரியம் வேறு எதுவுமில்லை என்று கூறினான். பேச்சிலும் நடை உடை பாவனைகளிலும் சேனாபதி அவ்வளவு ஆடம்பரமில்லாதவனாகக் காணப்பட்டாலும் சூட்சும அறிவு படைத்தவன் என்பதைத் தெரிந்துகொண்டேன். அவர்களுடைய தற்காப்புக் கேந்திரங்களில் சில வெகுதூரம் வரை ஒரு ஆள் மட்டுமே நடந்து செல்லக்கூடிய மிக ஆபத்தான குறுகிய ஒற்றையடிப்பாதைகள். அந்தப் பாதைகள் வழியாக வரும் எதிர்ப்படைகள் மீது மேலேயிருந்து பாறைகளை உருட்டிவிட ஆங்காங்குச் சில இடங்களில் ஏற்பாடு

செய்யப்பட்டிருப்பதாக மகவான் தெரிவித்தான். அவர்கள் என்னென்ன ஆயுதங்களை உபயோகப்படுத்துகிறார்கள் என்று கேட்டதில் வாள், வில், ஈட்டி, கதாயுதம் முதலியவற்றைப் பயன்படுத்துகிறார்கள் என்பது தெரிந்தது. அவையெல்லாம் பிறரிடம் பண்டமாற்றாகப் பெற்ற இரும்பிலிருந்து தேவசில்பிகள் தயார் செய்தவை. அவை மிகுந்த வேலைப்பாட்டுடன் செய்யப்பட்டிருந்தன. எந்த இடத்தில் எவ்வளவு வீரர்களோடு போய் எதிரிகளைத் தாக்குவது என்பதை அன்று இரவு முடிவு செய்துகொண்டோம்."

"நண்பா சிம்மா! பிறகு பாரசீகப் படைகள் எவ்விதம் முறியடிக்கப்பட்டன என்பதைத் தெரிந்துகொள்வதைக் காட்டிலும் அந்தத் தேவர்களது தேசத்தின் விசேஷங்களை அறிந்துகொள்ள வேண்டுமென்ற ஆர்வமே உனக்கு அதிகமாக இருக்கிறது என்று நினைக்கிறேன். என்ன இல்லையா?"

"எனக்கு அந்த யுத்த விருத்தாந்தங்களையெல்லாம் தெரிந்து கொள்ள வேண்டுமென்றுதானிருக்கிறது; ஆனால் கபில்! அந்தப் போரில் நீ செய்த வீர சாகசங்களை உன் வாயாலேயே வர்ணிப்பதற்கு இஷ்டமில்லாமல்தான் இப்படிச் சொல்லுகிறாய். சரி, உன் இஷ்டப் படியே கூறு."

"அவர்களுக்குள்ள யுத்த சாதனங்களைக் கொண்டு பாரசீகர்கள் எவ்விதம் ஒழித்துக் கட்டினார்கள் என்பதை நீ சுலபமாக யூகித்துக் கொள்ள முடியும். சொந்தநாட்டின் சுதந்திரத்தைப் பாதுகாப்பதற்காக ஆண்களோடு சேர்ந்து பெண்களும் சரிநிகர் சமமான போரில் கலந்துகொண்டார்கள். உனக்கு ஒரு விஷயம் சொல்ல மறந்துவிட்டேன். வடக்கு குருமக்கள் தங்களை தேவஜாதியென்று சொல்லிக்கொள் கிறார்கள்; ஆயினும் அப்படிச் சொல்லிக்கொள்வதில் அந்த வார்த்தைக்குப் பின்னால் ஏதோ ஒரு இரகசிய சக்தி பொதிந்திருக்கிறது என்ற எண்ணம் அவர்களுக்குக் கிஞ்சிற்றும் கிடையாது. மேலும், வருடக்கணக்கில் அவர்கள் மத்தியில் வாழ்ந்து அவர்கள் எவ்விதம் சுதந்திரத்தைத் தங்கள் உயிரினும் மேலாக நேசிக்கிறார்கள் என்பதையும், எவ்விதம் அந்தச் சுதந்திரத்திற்காக எந்தச் சக்திகளுடனும் எவ்வளவு தடவைகள் வேண்டுமானாலும் ஆயுதபாணிகளாகப் போராடத் தயாராக இருக்கிறார்கள் என்பதையும் நேரில் கண்டேன். அவர்கள் சாதுவான சுபாவமுள்ளவர்கள்; சத்யசந்தர்கள்; பயம், விசாரம், துக்கம் முதலிய உணர்ச்சிகள் அவர்கள் உள்ளத்தில் நீர்மேல் எழுத்துபோல் வெகுநேரத்திற்கு நீடித்திருக்காது."

"தேவர்கள் என்ற வார்த்தைக்கு நாம் அர்த்தம் செய்துகொள்வது போல் தாங்கள் தேவர்கள்தான் என்ற எண்ணம் அவர்களுக்கு இல்லையா?"

“இல்லை நண்பா! அவர்களுடைய கண்ணோட்டத்தில் தேவர்கள் என்பது ஒரு ஜாதியைக் குறிக்கும் சொல்லாகவே இருக்கிறது.”

“அப்படியா, நல்லது யுத்தத்திற்குப் பிறகு அவர்களுடைய மனோபாவம் எப்படி இருந்தது? இன்னும் இதர விசேஷங்களையும் கூறு.”

“யுத்தத்தில் தேவர்கள் தங்களுடைய ஒவ்வொரு எதிரியையும் கொன்றார்கள். நான் என்னுடைய திறமை முழுவதையும் அவர்களுடைய சேவையில் ஈடுபடுத்தினேன். அந்தப் போரில் தேவர் - தேவிகள் எத்தனையோ பேர் தங்கள் இன்னுயிர்களை அர்ப்பணித்தார்கள். விரோதிகளைத் துவம்சம் செய்த அன்றைய மத்தியானமே அவர்கள் வக்ஷு நதியின் குளிர்ந்த நீரில் நீராடித் தங்கள் தங்கள் திரேகங்களையும் தோலாடைகளையும் சுத்தம் செய்து கொண்டார்கள். அவர்களது உடல் காந்தியை எப்படி வர்ணிப்பேன்! அவர்களுடைய நிறத்தை ஓரளவு நம்முடைய ரோகிணியின் நிறத்தோடு ஒப்பிடலாம். அவர்கள் பொன்னிறக் கேசமும், நீலநிறக் கண்களும் பெற்று நம்மைவிட ஆஜானுபாகுகளாக இருக்கிறார்கள். அவர்களுக்கு க்ஷவரம் செய்து கொள்ளத் தெரியாது. எதிரிகளின் தாக்குதல்களிலிருந்து தங்களைப் பாதுகாத்துக்கொள்ள இரும்பைக்கூடச் சமீபத்தில்தான் உபயோகிக்கக் கற்றுக்கொண்டார்கள். இப்போதுகூட அவர்கள் எலும்பு ஆயுதங்களை உபயோகித்து வருகிறார்கள்.”

“சரி ஆடைகள் விஷயமோ?”

“ஆடைகளைப் பற்றி ஏற்கெனவே கூறியிருக்கிறேன். அவர்கள் தோலாடைகளைப் போர்த்திக் கொண்டிருக்கிறார்களே தவிர, சொக்காயாகத் தைத்துப் போட்டுக்கொள்வதில்லை. வெயில் காலம் வந்ததும் தேவ ஜாதி ஆண்களும், பெண்களும் தங்கள் சரீரங்களில் எவ்வித ஆடைகளையும் அணிந்துகொள்வதில்லை. நிர்வாணமாயிருக்கும் போது ஆண்களுடைய முடியும், தாடியும், பெண்களுடைய கூந்தலும் அக்கினிக் குண்டத்திலிருந்து வெளிப்படும் தீக்கொழுந்துகள் போல இருக்கின்றன. அவர்களுடைய சௌந்தரியமோ? அதை அந்த தேவகன்னிகளிடம்தான் பார்க்கவேண்டும். அவர்களுக்கு இணையான வர்களை மானிடர்களிடையே காணுவது கஷ்டம். தேவஜாதிப் பெண்கள் எல்லாம் ரோகிணிகளே என்று கூறினால் அவர்களுடைய அழகை ஓரளவு நாம் ஊகித்துக்கொள்ள முடியும்.”

“வெற்றிபெற்ற தினத்தன்று, சாயங்காலம் ஆவதற்குள்ளாகவே தேவகுமாரர்களும், தேவ கன்னியர்களும் மது, பாயாஸம், மிருக மாமிசம் முதலியவற்றோடு ஒரு பர்வதத்திற்குப் பின்னாலுள்ள விசாலமான, பசுமைமிக்க மைதானத்தில் ஒன்றுகூட ஆரம்பித்தார்கள்.

முன்னெச்சரிக்கையாக நெருப்பையும் கொண்டு வந்தார்கள். தேவஜாதியினர் நெருப்பை மிகப் பத்திரமாகப் பாதுகாக்கிறார்கள். அணைந்து போனால் இரண்டு அரணிக்கட்டைகளை ஒன்றோடொன்று உராய்ந்து நெருப்பு உண்டாக்கிக் கொள்கிறார்கள். கொண்டுவந்த நெருப்பில் சுள்ளிகளைப் போட்டு எரித்து சிலர் மாமிசத்தைச் சுட்டுக் கொண்டிருந்தார்கள். இன்னொரு புறத்தில் மிருதுவான தோலின்மீது உட்கார்ந்து கொண்டு ஒன்றிரண்டுபேர் கல்லின்மீது பச்சைக் கஞ்சாவை அரைத்துக் கொண்டிருந்தனர். அந்த மலைப் பிராந்தியத்தில் திராட்சை ஏராளமாகக் கிடைத்த போதிலும்கூட அவர்கள் அதிலிருந்து சுராபானம் செய்வதை அறியார்கள். அப்படியே ஒருக்கால் அவர்களுக்குச் சுராபானம் கிடைத்தாலும்கூட அதில் அவர்களுக்கு விருப்பமில்லை. ஆகாரபானாதிகள் தயாரித்துக் கொண்டிருக்கும் போதே யுவர்களும் யுவதிகளும் ஆடல் பாடல்களை ஆரம்பித்தார்கள். சிறிது ஆகாரமும் சோமபானமும் சாப்பிட்டு முடிந்த பிறகு அன்று இரவு நான் தேவ - தேவிகளின் நடனம் பார்த்தேன். அந்த நடனம் என்றென்றும் நினைவில் வைத்துக்கொள்ளத்தக்கதாகும். காந்தார வாசிகளாகிய நாங்கள் நாட்டிய கானங்களில் விருப்பமுள்ளவர்கள்தான். ஆனாலும் இதில் தேவர்களுக்குப் பின்னால்தான் நாங்கள் என்று கூறுவேன்.

சேனைத் தலைவன் அங்கு வந்திருந்த அனைவருக்கும் என்னை அறிமுகம் செய்து வைத்தான். என்னைப் பற்றித் தெரிந்துகொண்ட பிறகு தேவகன்னியர்கள் எல்லாரும் என்னை நடுவிலே நிறுத்தி சுற்றிலும் நாட்டியமாட ஆரம்பித்தார்கள். நான் களைப்படையும் போதெல்லாம் மதுபானங்களைக் கொண்டுவந்து தேவாங்கனைகள் மிகவும் ஆதுர்யத்தோடு குடிக்க வைத்தார்கள்.

"அந்த ஒரு தின ஆடல் பாடல்களோடு அவர்களது இருதயத்திலிருந்த யுத்தக் களைப்பையெல்லாம் கழுவிக்கொண்டுவிட்டது போல் எனக்குப் பட்டது. மறுநாள் அவர்கள் தங்களது ஆயிரக்கணக்கான ஆண் பெண்களின் உயிர்களை ஆகிருதி செய்துகொண்ட ஒரு யுத்தப் பெருநெருப்பிலிருந்து வெளிப்பட்டவர்கள் போலவே தென்பட வில்லை. அவ்விதம் அவர்கள் அந்தப் பயங்கர சம்பவத்தை அத்தனைச் சுலபமாக மறந்து போனதற்கு ஒரு பலமான காரணம் உண்டு."

"அது அவர்களுடைய இதயத்தின் கடினச் சித்தமா?"

"அது இல்லை, சிம்மா! தேவர்கள் கடினச் சித்தமுடையவர்களாக இருக்கும் சந்தர்ப்பங்களே குறைவு. அவர்கள் வாழ்க்கையை - வாழ்க்கையை மாத்திரமே உண்மையானதாகப் பாவிக்கிறார்கள். அவர்களுக்குச் சோமபானம் என்றால் அத்தியந்த விருப்பம் என்பது உண்மையே. ஆனால் அவர்கள் அதைக் குடித்து, சாவில்லாமல்

சிரஞ்சீவிகளாக இருக்கிறார்கள் என்று கூறுவது பொய். எனக்குத் தெரிந்தவரைக்கும் அவர்களிடம் 'நான்' என்ற அகங்காரம் இல்லாமலிருப்பதும், மனிதத் தொடர்பு வைத்துக்கொள்ளாததுமே தேவர்கள் ஆனந்தமயமான வாழ்க்கை நடத்தி வருவதன் இரகசியம். தேவஜாதியில் தனித்தனியான குடும்பம் என்பது கிடையாது."

"அப்படியானால் அவர்களுடைய குடும்பங்கள் எல்லாம் ஒன்று சேர்ந்தே இருக்கின்றனவா!"

"அப்படியில்லை. உண்மையில் அவர்களுக்குள் குடும்பம் என்ற முறையே கிடையாது. ஜாதி முழுவதுமே ஒரே குடும்பமாக இருக்கிறது."

"பின் கல்யாணம் கார்த்திகை?"

"அவ்விஷயத்தில் தேவ ஜாதிகளின் ஆசாரத்தைக் கேட்டால் மானிடர்கள் மூக்கு, முகம், சுழிப்பார்கள்; ஆனால் தேவ பூமியில் அவர்களுடைய வாழ்க்கையைத் தங்கள் கண்களாலேயே கண்டவர்கள் அதில் எவ்விதத் தவறும் காணமாட்டார்கள். அங்கே ஒவ்வொரு பெண்ணும் சுயேச்சையானவள், எவனொருவனுக்கும் மனைவியாகக் கட்டுப்பட்டவளல்ல. அவள் தாமரை மலர்களைச் சுற்றிக்கொண்டிருக்கும் வண்டு போன்றவள். எந்தத் தாமரை மலரிலுமுள்ள தேனையும் வண்டு தன் இஷ்டம் போல் ருசி பார்ப்பதுபோல அவள் எந்த ஆடவனோடும் கூடிச் சுகிக்கலாம். இதற்கு அவளுக்குச் சுதந்திரமுண்டு. இதேபோல் ஆண்களுக்கும் சுதந்திரமுண்டு. ஆனால் தேவ சமூகத்தின் ஆசாரப்படி இந்தச் சுதந்திரத்துக்கும் ஒரு எல்லை உண்டு. வெவ்வேறு சமயங்களில் வெவ்வேறுஆடவர்களோடு சயனம் செய்யும் பெண்ணின் கர்ப்பத்தில் பிறக்கும் குழந்தை ஒரு குறிப்பிட்ட ஆணின் சந்தானம் என்று சொல்வதற்கு வழியில்லை. ஆகையினால் எந்த ஒரு ஆணுக்கும் தன் சொந்தக் குழந்தை என்று எதுவுமிருக்காது. ஒரு குறிப்பிட்ட சிசுவை "என் குழந்தை" என்று எவரும் சொல்ல முடியாது. ஆயினும் அதற்காக எந்தக் குழந்தையும் தந்தையின் வாஞ்சை கிட்டாமல் வஞ்சிக்கப்பட மாட்டாது. அதற்குப் பதில் எத்தனையோ மடங்கு அதிகமான அன்புக்கு அக்குழந்தை பாத்திரமாகிறது. நான் தேவபூமியில் இரண்டரை ஆண்டுகள் இருந்தேன்! அந்தக் கால கட்டத்தில் ஒருத்திக்கதிகமான தேவ கன்னிகள் பிரேமைக்குரியவனானேன். அப்போது பிறந்த குழந்தைகளில் ஏதாவது ஒன்று என் குழந்தையாக இருக்க வேண்டும். ஆனால் இதுதான் என் குழந்தை என்று குறிப்பிட்டுக் கூறுவதற்கு மார்க்கமேயில்லை. தேவ புருஷன் எவனும் தன் முன் எதிர்ப்பட்ட எந்தக் குழந்தையையும் தூக்கி முத்தமிட்டுக் கொஞ்சி குலாவிவிட்டுத்தான் அடுத்த அடி எடுத்து வைப்பான். அந்த மாதிரி சமயங்களில், தான் பெற்ற குழந்தையை உச்சி மோந்து கொஞ்சி முத்தமிடும் மானிடனைப்போலவே தேவ புருஷனும் உடல்

புளகாங்கிதமடைய ஆனந்தப் பரவசமடைகிறான். முதலில் எனக்கு இந்த விஷயம் விசித்திரமாகவே இருந்தது; ஆனால் நாளாவட்டத்தில் அது சர்வசாதாரணமாகத் தோன்றிற்று."

"அவர்களது கூட்டுத் திருமணங்கள் மிருக உறவு போன்று தோன்றவில்லை?"

"இங்கேயிருந்து பார்த்தால் அது மிருக உறவு போலவே தோன்றக்கூடும்; ஆனால் நண்பா! அங்கே போய் நேரில் பார்த்தால் அது ஒரு திவ்யக்காட்சிபோல் இருக்கிறது. யுவர்கள் அனைவரும் ஒரே சகோதரர்கள் போலவும், யுவதிகளெல்லாரும் அக்காள் தங்கைகள் போலவும், ஒவ்வொருவருடைய குழந்தையும் வயது வந்த ஒவ்வொருவருடைய குழந்தைகள் போலவும், கிழப்பிராயமடைந்த பாட்டன் - பாட்டிகள் போலவுமிருக்கிறார்கள். இனி, தேவ ஜாதி - யுவர்களும் யுவதிகளும் மாமூலாக அண்ணன் - தங்கைகள் போலவும், உடல் இச்சை கொள்ளும்போது மட்டும் காதலர் - காதலிகளாகவும் இருக்கிறார்கள். இருபக்கமிருந்தும் காதல் கனியும் போதே அத்தகைய உடல் உறவுகள் கொள்ள முடியும். அப்படியல்லாமல் பலாத்காரத்துக்கோ, பொய்க்கோ தேவலோகத்தில் இடம் கிடையாது; அவை மன்னிக்க முடியாத குற்றங்களாகக் கருதப்படும்."

"காதலில் பலாத்காரத்துக்கு மட்டுமல்லாமல் ஆசைக்கும் கூட இடமில்லை. உண்மையில் அங்கே ஆசைப்படுவதற்கு எவ்வித சாதனமுமில்லை. ஏனென்றால் கால்நடை பராமரிப்பு, மிருகவேட்டை, தேன் சேகரிப்பு முதலியவற்றில் கிடைப்பதனைத்தும் பொதுச் சொத்தே. அந்த தேவ வாழ்க்கையின் மாதுர்யத்தை வார்த்தையால் வர்ணிக்க என்னால் இயலாது; ஆனால் அந்த தேவபூமியின் தேவ வாழ்க்கையின் சித்திரத்தை உன் மனதில் உருவகப்படுத்திப் பார்க்க யத்தனிப்பாயேயானால் அதன் மகத்துவத்தைக் கொஞ்சமாவது நீ ஊகித்துக் கொள்வாய்."

"சரி! கபில்! பின் அப்படிப்பட்ட தேவ பூமியை விட்டு நீ வந்துவிட்டாயே ஏன்?

"அந்தத் தேவ பூமியின் திவ்ய வாழ்க்கையை மானிடர்களின் முன்பு வைப்பதற்கு ஆத்திரப்பட்டேன். அதுமட்டுமல்லாமல், மனிதர்களிடமிருந்து அவர்கள் பெறும் இரும்பு மீதே தேவலோகம் ஆதாரப்பட்டிருக்கிறதென்றும், அது அஸ்திவாரமில்லாத சுவர் என்றும் தெரியவந்தது. அந்தச் சுவர் சீக்கிரத்திலேயே - எனது வாழ்க்கைக் காலத்தில் விழக்கூடியதாக இல்லாது போனாலும் மனிதர்களின் சக்தி - பிரயத்தனங்களுக்குப் பதிலாக மலைகளும், நதிகளும் சககஜமான பாதுகாப்புக்காக நிலைத்து நிற்கும் அந்த

வாழ்க்கை பிறகு எனக்கு அவ்வளவு கவர்ச்சிகரமாயில்லாது போயிற்று. மேலும் உற்றார் உறவினர்களின் நினைப்பும் என்னை அலைக்கழித்து விட்டது; இவையெல்லாம் சேர்ந்து எனக்கு அந்த வாழ்க்கையில் விரக்தியை ஏற்படுத்திவிட்டன என்று கூறலாம்: ஆனால் அங்கிருந்து திருட்டுத்தனமாகத் தப்பியோடி மட்டும் வந்துவிடவில்லை."

"அப்படியானால் - நண்பா! - உன்னை அங்கேயே இருக்கும்படி அவர்கள் நிர்ப்பந்தம் செய்யவில்லையா?"

"அன்போடு கட்டாயப்படுத்தினார்கள் என்பது என்னவோ நிஜமே; ஆனால் உண்மையில் நிர்ப்பந்தம் செய்வது அவர்களுடைய சுபாவத்திற்கே மாறானது. அதிலும் முக்கியமாக நண்பர்களிடம் அவ்விதம் நடந்துகொள்ள மாட்டார்கள். தங்களுடைய மானிட நண்பன் தனது பிறந்த பூமிக்குத் திரும்பிப் போக விரும்புகிறான் என்பதைத் தெரிந்து கொண்டதும் தேவ கன்னிகள் புரிந்த அன்பு சாகசங்கள் குறித்த விவரங்களை என்னிடம் கேட்க வேண்டாம். அவர்கள் என்னை ஒரு பூஞ்சோலைக்குள் அழைத்துச் சென்றார்கள். வன மலர்களால் தங்களது கூந்தல்களை அலங்கரித்துக்கொண்டு, என்னைச் சூழ்ந்துகொண்டு, ஒருத்தி எனது காதுகளில் பூக்களைச் சொருகினாள்; இன்னொருத்தி என் கேசத்தில் பூச்சூடினாள்; மற்றொருத்தி என் தோளின் மீது கன்னத்தைச் சாய்த்துக்கொண்டு 'அன்பே! நீ அந்த மனிதர்களுக்காக எங்களை விட்டு எப்படிப் போக விரும்புகிறாய்' என்று கேட்டாள். அவர்களுடைய கேள்விகளுக்கு என்ன சமாதானம் கூறுவது என்றே எனக்குத் தோன்றவில்லை. எனக்குப் பிரத்யேகமாக ஒரு தேவ கன்னிகை வேண்டும்; குழந்தை குட்டிகள், வீடு வாசல்கள் வேண்டும்; தனியாக அடுப்பு வேண்டும் என்று நான் அவர்களிடம் எவ்விதம் கூற முடியும்? இங்கே தட்சசீலத்தில் அத்தகைய பொதுக் குடும்பத்தை அமைக்க முயற்சிப்பது வீணானது என்று தெரிந்துங்கூட நான் அந்த தேவ குடும்பத்தைப் பார்த்துப் பொறாமை கொண்டேன். இப்போதுகூட எனக்கு அந்தப் பொறாமை இருக்கவே செய்கிறது. அந்தச் சுதந்தரமான சாந்த மூர்த்திகள், அவர்களது அன்பு வாத்சல்யங்கள் சொந்த நாட்டுக்குத் திரும்ப வேண்டுமென்ற எனது உறுதியைப் பல மாதங்கள் வரை சிதைத்துவிட்டன. ஆண்களுக்குக் கூட - முக்கியமாக எனது நண்பன் மகவந்தனுக்கு நான் அந்தப் பூமியை விட்டுச் செல்வது கொஞ்சமும் இஷ்டமேயில்லை."

"கடைசியில் அங்கிருந்து எப்படியும் புறப்பட்டே தீருவது என்று நிச்சயித்துக்கொண்டதும் தேவபூமியின் (வடக்குக் குருதேசம்) பாதுகாப்பு சம்பந்தமாகச் சேனாதிபதியோடும், தேவஜாதி முக்கியஸ்தர்கள், தேவமாதாக்களோடும் எத்தனையோ வாரங்கள் கலந்தாலோசித்தேன். வடக்குக் குரு நாட்டில் படிப்பது, எழுதுவது

என்றால் என்னவென்றே எவருக்கும் தெரியாது. ஆகையினால் நான் எனது கருத்துக்களை எழுதிக்கொடுத்தாலும், அவர்களுக்கு ஒரு பயனுமில்லை. ஆனாலும் நான் பெரியவர்களிடம் கூறியதையெல்லாம் எதிர்காலச் சந்ததிகளுக்கென்று பனை ஓலைகளில் எழுதி ஒரு குகையில் வைத்துவிட்டு வந்தேன். அதில் முக்கியமாக தேவஜாதி தங்களுடையதென்று ஏற்றுக்கொள்ளாமல் வெறுத்துத் தள்ளிய இரும்பின் பலம்தான் தங்கள் மீது படையெடுத்து வந்த டாரியசை எதிர்த்துத் தோற்கடிப்பதில் பெரிதும் உபயோககரமாக இருந்தது என்று குறித்து வைத்தேன். அந்த இரும்பு இல்லாமல் அவர்கள் தங்களது எலும்பு, மரக்கொம்பு, கல்லாயுதங்களால் பாரசீகர்களைத் தோற்கடிக்க முடியாது. அதுவே அவர்கள் மீது நடைபெற்ற இறுதிப் படையெடுப்பல்ல; கலைமான்கள் வதியும் அந்த மண்மீது மானிடன் திரும்பத் திரும்பத் தனது திருஷ்டியை செலுத்துவதை நிறுத்தவே மாட்டான். ஆகையினால் தேவஜாதியினர் மனிதர்கள் தயாரிக்கும் ஆயுதங்களைச் சேகரித்து வைத்துக்கொள்வது அவசியம். ஆனால் ஆயுதங்களின் பொருட்டு வெளிஉலகத்தோடு மிகுந்த தொடர்பு வைத்துக்கொள்ள நேருவதன் மூலமாகத் தேவபூமியின் தேவதர்மம் களங்கமடைந்து போகலாம். அப்படிக் களங்கமடையாதபடி செய்யும் வழி எதுவும் எனக்குத் தோன்றவில்லை. எனவே, இந்தவிதமாக நான் பனை ஓலையின் மீது குறித்து வைத்த உபாயம் வியாதிக்குப் பூரணமாக மருந்தில்லை என்றே கூறவேண்டும்."

"ஆயினும் உன் சக்தி முழுவதையும் கொண்டு அவர்களின் நன்மைக்கு முயற்சித்தாயல்லவா?"

"ஆமாம். இருதய பூர்வமாக முயற்சித்தேன். இப்போது அது சொர்ப்பனலோகம்போல் தோன்றுகிறது. ஆனால், மூன்றாவது காலம் எனது இந்தக் கண்களாலேயே அதைச் சுயமாகப் பார்த்தேன். அப்போது அது ஸ்தூலமாகவே தென்பட்டாலும் இப்போது ஏதோ திவ்ய காட்சிபோலத் தோன்றுகிறது. அங்கே ஆனந்தமேயல்லாமல் ஆசையில்லை. அதோடு அங்கேயுள்ள ஆண்களும், பெண்களும் கேவலம் பரஸ்பரம் கண் பார்வையிலேயே மகிழ்ச்சி கொள்வார்கள் என்று நீ நினைக்கலாம். அப்படியில்லை. அவர்கள் ஆலிங்கனம் செய்து கொள்பவர்கள். ஆண்களும் பெண்களும் காதல்வசமாகிக் கூடுதலும் உண்டு. அனால், மானிடர்களிலே அதாவது நம்மிலே காணப்படும் 'நான்' 'நீ' என்ற இழிந்த மனோபாவம் அவர்களிடம் அடையாளத்துக்குக்கூட இல்லை. போட்டி - பொறாமையில்லாத, கபடமில்லாத அந்தச் சமூகத்தில் ஒரு வரையறுப்பு இல்லாமலேயே ஒழுக்கநியதி கட்டப்பட்டிருக்கிறது. அது ஒவ்வொரு செயலையும் ஒவ்வொருவனுடைய மனோபாவத்தையும் கடைநிலைக்குப் போய்விடாதபடி காப்பாற்றுகிறது. இவையெல்லாம் நான்

அங்கேயிருந்தபோது பெற்ற சுய அனுபவங்களே என்ற போதிலும் தேவபூமியை விட்டுவிட்டு வரவேண்டுமென்ற என் உறுதியை எதனாலோ என்னால் விலக்க முடியவில்லை."

"பாரசீகர்கள் மீது பழிவாங்கும் மனோபாவம் உன்னை இழுத்துக்கொண்டு வந்ததோ என்னவோ?"

"ஒருக்கால் நீ சொன்னது உண்மையாக இருக்கலாம் சிம்மா! பாரசீகர்களின் பெயரைச் சொன்னாலேயே என் செவிகளில் ஈட்டிபோல் குத்துகிறது; இதயத்தில் தேள்போல் கொட்டுகிறது. அந்தக் குரூரர்கள் எங்கள் காந்தார தேசத்தில் பாதியை ஆக்ரமித்துக் கொண்ட விஷயத்தை எவ்வளவு முயற்சித்தாலும் என்னால் மறக்க முடியவில்லை. தேவபூமியில் இருக்கும்போதுகூடப் பாரசீகர்களைப் பழிவாங்க வேண்டுமென்ற வன்மம் அவ்வப்போது என் இதய ஆழத்தில் கனன்றுகொண்டே இருக்கிறது. நான் தேவபூமியை விட்டு வரும்போது பாலர் முதல் விருத்தர்வரை எல்லாத் தேவ-தேவாங்கனைகளும் தங்களது ஆப்த நண்பன் பிரிந்து போகிறானே என்று கண்ணீர் வடித்தார்கள். நான் செத்திருந்தால்கூட அவர்கள் அவ்வளவு விசாரப்பட்டிருக்க மாட்டார்கள். ஏனென்றால் தங்கள் அன்புக்குப் பாத்திரமானவர்களை அவர்கள் தங்கள் பிராணன் போல் நேசித்தார்கள். வயது முதிர்ந்த தேவர்கள் தங்களது சந்ததிகளுக்குக் கபில் என்ற பெயரோடு தட்சசீலத்துப் பெயரையும் சேர்த்து நாமகரணம் சூட்டி அழைக்கிறார்கள் என்பதைக் கேட்டு இன்றுங்கூட எனக்குச் சந்தோஷமாக இருக்கிறது. எனது பெயர் வேண்டுமானால் சீக்கிரமே மறந்துபோகலாம்: ஆனால், தட்சசீலத்தின் நாமம் அவர்களது நினைவுத்திரையில் என்றென்றும் நீங்காது நிலைத்து நிற்கும் என்பது நிச்சயம்."

"நண்பா கபில்! வடக்கு குருதேச - தேவ பூமி உண்மையில் மிகவும் மனோகரமானதுதான், இல்லையா?"

"தேவ கன்னிகளும்கூட மனோகரமானவர்கள்தான் கபில்!" என்றாள் ரோகிணி பின்னாலிருந்து. அவள் "கப்சிப்" என்று குருதேசக் கதையை ஆரம்பமுதலே கேட்டுக் கொண்டிருந்திருக்கிறாள்.

9. தட்சசீலக் குடியுரிமையும் திருமணமும்

தட்சசீலத்தில் எனக்குச் சிறப்பான வரவேற்பு அளிக்கப் போகிறார்கள் என்பதை முன் கூட்டியே கேள்விப்பட்டேன். இதற்காக நான் பூரணமாகக் குணமடையும் வரை அவர்கள் காத்திருக்க வேண்டி வந்தது. நான் சுகவீனமுற்றிருக்கையில் சில விசேஷங்களைக் கவனித்தேன். எங்கள் ஆசார்ய தம்பதிகளிருவரும் என்னைத் தங்களது குழந்தை போலவே நேசித்து, தங்களது குடும்பத்தைச் சேர்ந்தவர்களில் ஒருவனாக ஆதரித்து வந்தார்கள். தட்சசீலக் குடியரசின் தலைவர் (ராஷ்ட்ரபதி) முதல் சாமான்ய குடிமகன் வரை என்மீது அன்பு செலுத்தித் தங்களது அனுதாபத்தைக் காட்டி வந்தனர்.

பாரசீகர்கள் எங்கள் வெற்றியை அங்கீகரித்துத் தங்கள் சேனாபதியையும் (மஜ்தாத்) இதர யுத்தக் கைதிகளையும் விடுவித்துக் கொள்வதற்கு தட்சசீலத்தோடு சமாதானம் செய்துகொள்ள விரும்பினார்கள். முதலில் நாங்கள் மேற்குக் காந்தாரத்தைச் சுதந்திரமடையச் செய்வதற்கு இதுவே தக்க தருணம் என்று கருதினோம். எங்களது படைகள் மேற்குக் காந்தாரத்தின் தலைநகரான புஸ்கலாவதிக்குள் பிரவேசித்து எங்கள் காரியத்தை ஓரளவுக்குச் சுலபமாக்கவும் செய்தன; ஆனால், நாங்கள் அவ்விடத்துக் குடிகளின் சம்மதத்தையும், இன்னும் இதர விஷயங்களையும் குறித்து யோசித்தபோது பாரசீகர்களின் படைபலம் குறைந்தாலொழிய தட்சசீலத்து சைன்ய பலத்தைக் கொண்டு மட்டும் மேற்குக் காந்தாரத்தை விடுவிப்பது இயலாத காரியம் என்று விகசிதமாயிற்று. எனவே இறுதியில், பாரசீகர்கள் தட்சசீலத்துக்குக் கொஞ்சம் நஷ்டஈடு தரவேண்டுமென்ற ஏற்பாட்டின் பேரில் சமாதான உடன்படிக்கை ஏற்பட்டது. இதனடிப்படையில் எல்லா யுத்தக் கைதிகளும் விடுதலை செய்யப்பட்டார்கள் என்பதைச் சொல்லத் தேவையில்லை.

சில தினங்களில் எனக்கு முற்றிலும் குணமடைந்து பழையபடி சதை பிடிக்கவும் ஆரம்பித்தது. அப்போது ஒருநாள் மாலை ஆசார்யர் என்னைப் பார்த்துப் பின்வருமாறு கூறினார்.

மகனே சிம்மா! நாளை நீ குடியரசு மாளிகைக்கு வரவேண்டும் அங்கே தட்சசீலத்தின் சார்பில் உனக்கு வரவேற்பு நடக்கப்போகிறது.”

“குரு! இதுநாள் வரைக்கும் தட்சசீலவாசிகள் என்னிடம் காட்டிய அன்பும் ஆதரவும் எனக்குச் செய்த வரவேற்பில்லையா?” என்றேன் நான்.

“அது போதாது என்பது எங்களைச் சேர்ந்தவர்களின் கருத்து. நீ அங்கே வீரக்கோலத்தோடு வரவேண்டும். நான் உனது கவசத்தையும் ஆயுதங்களையும் துடைத்து மெருகேற்றச் செய்து வைத்திருக்கிறேன்.”

அவரது விருப்பத்தை நிறைவேற்றுவதற்கு அறிகுறியாக நான் என் தலையை ஆட்டினேன்.

அன்றைய தினம் இரவு ரோகிணியோடு மறுநாள் நடக்க இருக்கும் வரவேற்றைப் பற்றியே விடாமல் பேசிக்கொண்டிருந்தேன். அப்போது அவள் ஏதோ ஒரு விஷயத்தை என்னிடமிருந்து மறைத்து இதயத்திற்குள்ளேயே அடக்கி வைத்துக்கொண்டிருக்க முயற்சிக்கிறாள் என்று தோன்றிற்று. ஆனால் அது என்ன விஷயம் என்று கூறும்படி அவளை நான் வற்புறுத்திக் கேட்கவில்லை. விரைவிலேயோ அல்லது சிறிது காலத்திலேயோ ரோகிணி என்னுடையவளாகப் போகிறாள் என்னும் சங்கதியே அவள் வெளியே சொல்ல முடியாமலிருக்கும் விஷயம் என்பதை மாத்திரம் கிரகித்துக்கொண்டேன். ரோகிணி என்னுடைய கவசத்தையும், வாள் முதலியவற்றையும் கொண்டுவந்து காண்பித்தாள். அவையனைத்தும் புத்தம் புதிதாகச் செய்ததுபோல மின்னிக்கொண்டிருந்தன. அவற்றைக் காண்பித்து, “நீ நாளை அதிகாலையிலேயே எழுந்திருந்து தயாராக இருக்கவேண்டும்; எனவே இப்போது நீ தூங்கப் போகலாம்” என்று கூறிவிட்டு ரோகிணி விர்ரென்று ஓடிப்போய்விட்டாள்.

மறுநாள் அதிகாலையில் ரோகிணி குளித்துவிட்டுத் தனது நீண்ட கூந்தலை ஒரு மெல்லிய துணியால் துடைத்துக்கொண்டு ஸ்நான அறையிலிருந்து வெளிவருவதைப் பார்த்தேன். அன்றைய தினம் அவளுடைய நடவடிக்கைகளெல்லாம் வழக்கத்திற்கு மாறாக இருந்தன. இதற்குக் காரணமென்ன என்று அவளை நான் கேட்க வேண்டிய அவசியமில்லாமல் போயிற்று. நான் காலைக்கடன்களை முடித்துக்கொண்டு கட்டிலில் உட்கார்ந்து கவசத்தை அணிந்து கொள்ளலாமென்றிருக்கும்போது ரோகிணி என் அறைக்குள் வந்தாள். அவள் பட்டுப பாவாடையும், தாவணியும், ரவிக்கையும் அணிந்து தன்னைச் சிங்காரித்துக்கொண்டிருந்தாள். அவளுடைய பொன்னிறக் கேசங்கள் முதுகின் மீது படிந்திருந்தன. ஆனால் அவை புதிதாகப் பறித்த மலர்களால் அலங்கரிக்கப்பட்டிருந்தன. முகத்திற்கு வண்ணப்

பொடியை இலேசாகப் பூசிக்கொண்டிருந்தாள். கழுத்தில் ஒரு முத்துமாலையும், காதுகளில் தங்கக் குண்டலங்களும் மட்டும் அணிந்திருந்தாள். உடனேயே நான் கட்டிலிலிருந்து எழுந்து, அருகில் வந்து ரோகிணியின் முகத்தையே கண்ணிமைக்காமல் பார்த்துக் கொண்டிருந்தேன். அவள் தனது சிவந்த அதரங்களிலும் அழகான கண்களிலும் புன்னகையின் ரேகை நெளிந்தோடக் கேட்டாள்.

"விந்தையாகப் பார்த்துக்கொண்டிருக்கிறாயே, நூதனமாக என்ன இருக்கிறது?"

"ரோகிணி! நீ எனக்கு எப்போதும் நூதனமாகவே காணப்படுகிறாய். உன்னை ஒருபோதும் பழமை அண்டாது. அதிருக்கட்டும், இன்றைக்கு ஏதோ விசேஷம் இருக்கிறது போலிருக்கிறதே."

"விசேஷம் இல்லாமலா இருக்கிறது. தட்சசீலம் இன்றைக்கு உன்னைப் பெரிதாகக் கௌரவிக்கப் போகிறதல்லவா. பின் எனக்கு இது ஒரு மகோற்சவ தினமில்லையா?"

"ஆனால், ரோகிணி! நீ இந்த முத்துமாலையையும் குண்டங்களையும் அணிந்து கொண்டதை நான் என்றுமே பார்த்ததில்லையே?"

"அம்மா இன்று இவற்றை அணிந்துகொள்வதற்குக் கொடுத்தாள்."

"சரி ரோகிணி! நான் உன்னருகே வரலாமா?"

"தினமும் நீ என்னைக் கேட்டுத்தான் இந்தக் காரியத்தைச் செய்துகொண்டிருந்தாயா?"

"நான் மூச்சுவிட்டால் எங்கே உனது மிருதுவான கேசம் கலைந்துவிடுமோ - எனது களங்கம் நிறைந்த கைகள் பட்டு எங்கே உனது தாவணி கறைப்பட்டுவிடுமோ? எனது திரேக ஸ்பரிசத்தால் எங்கே உனது அலங்காரம் குலைந்துவிடுமோ என்று எனக்குப் பயமாக இருக்கிறது."

"உனது கவித்துவம் போதுமே" என்று கன்னங்களில் மேலும் சிவப்பேறக் கூறினாள். "நான் சிங்காரித்துக்கொள்ள வேண்டுமென்று நினைக்கவில்லை. எனக்கிஷ்டமில்லாது போனாலும், அம்மா தனது கைகளாலேயே எனக்கு இவற்றையெல்லாம் அலங்காரம் செய்தாள். இதெல்லாம் உனக்குப் பிடிக்கவில்லையோ என்னவோ?"

"பிடிக்காமலென்ன, மிக நன்றாகப் பிடித்திருக்கிறது; ஆனால், கண்களால் பார்த்துவிட்டால் மட்டும் எனக்குத் திருப்தி ஏற்பட்டு விடுமா?"

"பின் என்னதான் செய்யவேண்டுமென்று விரும்புகிறாய்?"

"என் விருப்பம் என்னவென்பது உனக்குத் தெரியும். முதலில் ஒரு முத்தம், அதன் பிறகு ஒரு ஆலிங்கனம்."

ரோகிணி என் தலைமீது கையைப் போட்டு மெதுவாக என் உதடுகளில் தனது அதரங்களைப் பதித்து முத்தம் மீது முத்தம் பொழிந்துகொண்டே "முத்தங்கள் எத்தனை வேண்டுமானாலும் வைத்துக்கொள்; ஆனால் ஆலிங்கனம் இப்போது வேண்டாம். அம்மா செய்த இந்த அலங்காரமெல்லாம் கலைந்து போய்விடும். நானும் அந்த விழாவுக்கு வரவேண்டுமல்லவா" என்றாள்.

நான் சரமாரியாக முத்தங்கள் பொழிவதோடு திருப்தியடைந்தேன்.

பிறகு நான் கவசம் தரித்து, ஆயுத பாணியாகிக் கிளம்புவதற்குத் தயாரானேன். அந்தச் சமயம் ஆசார்யரும் குருபத்தினியும் அங்கு வந்து சேர்ந்தார்கள். அவர்களும் விழாவுக்குரிய புனிதமானஆடை அணிந்திருந்தார்கள். ஆசார்யர் எனது கையையும், குருபத்தினி ரோகிணியின் கையையும் பிடித்துக்கொள்ள அனைவரும் அறையிலிருந்து வெளியே வந்தோம்.

குருகுல வாசிகளாகிய மாணவர்களும், பணியாளர்களும் விழாவில் கலந்து கொள்வதற்காகத் தங்களை அலங்கரித்துக் கொண்டு வந்தார்கள். நாங்கள் வீட்டிலிருந்து குடியரசு மாளிகைக்குப் புறப்பட்டதும் ஆண்களும் பெண்களும் எங்களைப் பின்தொடர்ந்து வந்தார்கள். அந்த மாளிகை சிறிது தூரத்திலிருக்கும்போதே கணபதி (குடியரசுத் தலைவர்) ரோஹ்தாஸ்வரர் சேனாபதியோடு இதர மந்திரிகளோடும் எதிர்கொண்டு வந்து எனக்கு நல்வரவு கூறினர். பிறகு பேரிகை முதலிய வாத்தியங்கள் முழங்க ஆயுதந் தரித்த படைவீரர்கள் புடைசூழ நாங்கள் குடியரசு பவனத்திற்குள் பிரவேசித்தோம்! அப்போது அங்கே குழுமியிருந்த ஆயிரக்கணக்கான கண (குடியரசு) உறுப்பினர்கள் "தட்சசீலம் வாழ்க!" "சிம்மன் வாழ்க" என்ற ஜெயகோஷங்களோடு எனக்கு உள்ளப்பூர்வமான, உணர்ச்சி பூர்வமான வரவேற்பு கொடுத்தார்கள். பின்னர் அந்த விசாலமான மாளிகையில் கீழே விரிக்கப்பட்டிருந்த கம்பளத்தின் மீது எல்லாரும் அமர்ந்தோம். ஒரு பக்கத்தில் உயரமாக இருந்த தலைவர் பீடத்தில் (சபாபதி) கணபதி அமர்ந்துகொண்டு, தமக்கு வலது புறத்தில் என்னை உட்காரும்படி சமித்தார். என் பக்கத்திலேயே ஆசார்யரும் அமர்ந்தார். கவசம் தரித்தவன் வீராசனத்தில் மட்டுமே அமரமுடியும் என்பதை இங்கே சொல்ல வேண்டியதில்லை.

கணபதி ரோஹிதாஸ்வரர் எழுந்து நின்றதுமே அவையில் நிசப்தம் நிலவிற்று. அவர் சபையோரைப் பார்த்துப் பின்கண்டவாறு கூறினார்.

"கௌரவமிக்கவர்களே! கேளுங்கள். சிரஞ்சீவி சிம்மனின் வீரப்பிரதாபங்களை நீங்கள் அறியாதவர்களல்ல. தட்சசீலத்தின் வைரிகளான பாரசீகர்களைத் தோற்கடித்தவர் இவரே. இவருடைய சாகஸத்தாலும், சாமர்த்தியத்தாலுமே எதிரிகளின் சேனாபதி உயிரோடு நம் கையில் சிக்கினான். இன்று சிம்மனின் புகழ்கீதமும், அவருடைய வீரகாதையும் கிழக்கு மேற்கு காந்தாரம் முழுவதிலும் பாடப்படுகிறது. நமது நன்மையை நாடிய இத்தகைய வீரருக்கு நமது நன்றியறிதலைத் தெரிவித்துக் கொள்வது நமது கடமையாகும். இந்தக் கூட்டம் அதற்காகவே ஏற்பாடு செய்யப்பட்டது என்பது உங்களனைவருக்கும் தெரிந்ததே. உங்கள் குடியரசின் (கணத்தின்) தலைமைக் குழு உங்களெல்லோரின் அபிப்பிராயத்தையும் அனுசரித்து, ஒரு நன்றி தெரிவிப்புத் தீர்மானத்தைத் தயாரித்திருக்கிறது. அதை இப்பொழுது நமது சேனாபதி பிரியமேதர் கௌரவமிக்க அவையோர் முன்பு சமர்ப்பிப்பார். உறுப்பினர்கள் எவராவது இந்த விஷயத்தில் இன்னும் ஏதாவது கூறவேண்டுமென்று விரும்பினால் அவ்வாறே செய்யலாம்."

கணபதி அமர்ந்த பிறகு சேனாபதி எழுந்து, "கௌரவமிக்க சபையோர்களே! கேளுங்கள்" என்று தீர்மானத்தை வாசிக்க ஆரம்பித்தார்.

"சிரஞ்சீவி சிம்மன் நமது குடியரசு ராஜ்யத்துக்குச் செய்துள்ள சேவைக்கு நாம் என்றென்றும் கடமைப்பட்டுள்ளோம். அவரது சேவைக்கு நன்றி தெரிவிக்கும் முகத்தான் காந்தாரக் குடியரசு சிம்மனைத் தனது குடிமகனாக ஏற்றுக்கொள்கிறது. காந்தாரப் புதல்வர்களுக்குச் சர்வ சாதாரணமாக உள்ள எல்லா உரிமைகளும் இன்று முதல் சிம்மனுக்கும் கிடைக்கும். அதோடு இந்தக் குடியரசு சபை (பார்லி மெண்ட்) சிரஞ்சீவி சிம்மனைத் தனது நிரந்தர உறுப்பினராகவும் தேர்ந்தெடுத்துக் கொள்கிறது."

தீர்மானத்தை வாசித்துவிட்டுச் சேனாபதி உட்கார்ந்தார். கணபதி மீண்டும் பேச ஆரம்பித்தார்.

"கௌரவமிக்க சபையோர்களே! கேளுங்கள். சிரஞ்சீவி சிம்மனைத் தட்சசீலத்தின் குடிமகனாகவும், குடியரசு சபையின் உறுப்பினராகவும் ஏற்று நமது சேனாபதி வாசித்த தீர்மானத்தைக் கௌரவமிக்க உறுப்பினர்கள் எல்லோரும் கேட்டீர்கள். இந்தத் தீர்மானத்தை அங்கீகரிப்பவர்கள் பேசவேண்டிய அவசியமில்லை. இதில் மாறுபட்டவர்கள் தங்கள் கருத்துக்களைக் கூறலாம்."

யாரும் பேசவில்லை கணபதி முன்னர் சொன்னதையே இரண்டாவது தடவையும் திரும்பவும் கூறினார். "கௌரவமிக்க சபையோர்களே! கேளுங்கள். சிரஞ்சீவி சிம்மனுக்குக் குடியுரிமை வழங்குவது குறித்தும், அவரைக் குடியரசு சபையின் உறுப்பினராக ஏற்றுக்கொள்வதைக் குறித்தும் நமது சேனாபதி மொழிந்த தீர்மானத்தை நீங்களெல்லோரும் கேட்டீர்கள். இதற்கு ஆதரவாக இருக்கக் கூடியவர்கள் பேசவேண்டியதில்லை. இதனை எதிர்ப்பவர்கள் தங்கள் அபிப்பிராயங்களைத் தெரிவிக்கலாம்."

இந்தத் தடவையும்கூட அனைவரும் பேசாமலிருக்கவே தலைவர் மூன்றாம் முறையாகப் பழைய விஷயத்தையே மீண்டும் கூறினார்.

"கௌரவமிக்க சபையோர்களே! சிரஞ்சீவி சிம்மனுக்குத் தட்சசீலத்தின் குடியுரிமை அளித்து இந்தக் குடியரசு சபையின் உறுப்பினராகவும் ஏற்றுச் சேனாதிபதி முன்வைத்துள்ள தீர்மானம் நீங்களெல்லோரும் அறிந்ததே. இந்த விஷயத்தில் சேனாபதியை ஆதரிப்பவர்கள் பேசவேண்டிய அவசியமில்லை. இதற்குச் சம்மதிக்காதவர்கள் தங்கள் கருத்துக்களை மனம்விட்டுக் கூறலாம்."

மூன்று முறை கேட்டும் எவரும் பேசாததால் கணபதி சபையோரைப் பார்த்துக் கூறினார். "கௌரவமிக்க உறுப்பினர்கள் எல்லோரும் மௌனமாக இருக்கிறீர்கள். ஆகையினால் சிரஞ்சீவி சிம்மனைத் தட்சசீலத்தின் குடிமகனாகவும் குடியரசு சபையின் உறுப்பினராகவும் ஏற்றுக்கொள்ள நீங்களனைவரும் சம்மதித்து விட்டீர்கள் என்பது உறுதியாகிவிட்டது."

தீர்மானம் ஏகமனதாக அங்கீகரிக்கப்பட்டதற்கு அடையாளமாகச் சபையில் கைதட்டும் பேரொலி எழுந்தது. கணபதி என்னைப் பார்த்து "சிரஞ்சீவி சிம்மா! நீ இந்தக் கௌரவத்தை உனது வீரத்தாலும், இரத்தத்தாலும் அடைந்திருக்கிறாய். இப்போது முதல் நீ எங்களுள் ஒருவன். இந்த க்ஷணத்திலிருந்து தட்சசீல வாசிகளுக்குள்ள சகல உரிமைகளையும், எங்கள் குடியரசு சபை உறுப்பினருக்குள்ள அத்தனை அதிகாரங்களையும் நீ பெறுகிறாய். இப்போது நீ ஏதாவது கௌரவமிக்க சபையோர் முன் கூறவேண்டுமென்றால் கூறலாம்" என்றார்.

ஒரு சாமான்ய போர் வீரனான எனக்கு இந்தவிதமான வரவேற்புகள் நடந்துகொண்டிருந்தபோது சந்தோஷமிகுதியால் என் உள்ளத்தில் என்னென்னவோ உணர்ச்சி பாவங்கள் புயல்போல் வீசிக்கொண்டிருந்தன. அவ்வளவு பேர் நிறைந்த அந்தச் சபையில் சகஜமாக என்னால் பேச முடியுமோ என்னவோ என்று எனக்குத்

திகிலாக இருந்தது. எனினும் உள்ளப்பூர்வமாக வரவேற்பு ஈந்தவர்களுக்குப் பதில் கூறாமல் எப்படியிருக்க முடியும்? எனவே மெதுவாக எழுந்து நின்றேன். சபையோர்களனைவருக்கும் கைகூப்பி வணக்கம் தெரிவித்துவிட்டுப் பேச ஆரம்பித்தேன்.

"கௌரவமிக்க சபையோர்களே! நான் தட்சசீலத்தில் அடியெடுத்து வைத்து ஏழாண்டுகளாகிவிட்டன. இந்தக் காலத்தில் தட்சசீலத்தின் ஒவ்வொரு வீட்டின் கதவும் எனக்குத் திறந்து வைக்கப்பட்டேயிருந்தது. நான் இங்கே அன்புகெழுமிய உங்கள் நட்பைப் பெற்றுக் கொண்டுதானிருந்தேன். இத்தனைக் காலமாக உங்கள் மத்தியிலிருந்தும் எனக்கு க்ஷணமேனும் சலிப்பு தட்டவில்லை. தட்சசீலத்தில் என்பால் நீங்கள் காட்டிய அன்பும் ஆதரவும் என் வைசாலியின் பிரிவையே மறக்கடிக்கச் செய்துவிட்டன. "வைசாலி கிழக்குத் தட்சசீலம்" என்று சில காலத்திற்கு முன்பு ஆசார்யர் கூறியதில் உள்ள உண்மையை நான் அப்படியே நம்புகிறேன். எனக்குத் தட்சசீலம் வைசாலி போலவே காணப்படுகிறது. நான் இதயபூர்வமாகத் தட்சசீலத்தை என் தாய்நாடாகவே பாவித்துக் கொண்டிருக்கிறேன். என் பிறந்த நாடான வைசாலிக்காகப் பிராணத் தியாகம் செய்வதில் எவ்வளவு மகிழ்ச்சி அடைவேனோ அவ்வளவு மகிழ்ச்சியோடு தட்சசீலத்துக்காக உயிர் துறப்பது என் கடமையென்று கருதுகிறேன். கௌரவம் வாய்ந்த சபையோர்களே! கிழக்கே குரு, வத்சம், கோசலம், மகதம் முதலிய தேசங்களில் ஆட்சி நிர்வாகம் அனார்ய முறையில் நடத்தப்படுகிறது என்பது உங்களில் பெரும்பாலானோர் அறிந்த விஷயமே. தேவசபை போன்ற இத்தகைய குடிமக்கள் சபையை அந்தத் தேசங்களில் மருந்துக்கேனும் பார்க்க முடியாது. அங்கேயுள்ள அரசர்கள் பாரசீக சக்கரவர்த்தி போலவே தங்கள் இஷ்டம்போல் யதேச்சாதிகார ஆட்சி நடத்தி வருகிறார்கள். ஆனால் அவற்றிற்கு மத்தியில் எங்கள் லிச்சவி குடியரசு ஒன்று இருக்கிறது. அந்த ஒரு இடத்தில் ஆரியர்கள் சர்வ சுதந்திரர்களாக அரசன் இல்லாமல் கூட்டு முறையில் குடியாட்சி நடத்தி வருகிறார்கள். நான் கோசல தேசத்திலும், குரு ராஜ்யத்திலும் இருக்கும்போது அந்நியன் என்ற எண்ணமே ஏற்படுகிறது; ஆனால் இங்கே தட்சசீலத்தில் நுழைந்ததும் நான் வைசாலியில் இருப்பதுபோலவே இருக்கிறது. ஆகையால் என்னால் செய்ய முடிந்த எந்தக் காரியமும் வைசாலியின் தூண்டுதலினாலேயே செய்யப்பட்டது என்பதைக் கௌரவமிக்க உறுப்பினர்கள் தெரிந்து கொண்டிருப்பார்கள். இந்தப் புகழும், கௌரவமும் வைசாலிக்கே சேர வேண்டும். இப்போது நீங்கள் எனக்களித்த கௌரவத்தையும் வழங்கிய குடி உரிமையையும் வைசாலிக்குக் கிட்டிய கௌரவ சின்னங்களாக ஏற்றுக்கொண்டு, நான் தங்களுக்கு என்றென்றும் நன்றியுள்ளவனா

யிருப்பேன் என்பதைத் தெரிவித்துக் கொள்கிறேன். இதுமட்டுமல்லாமல், இனிமேலும் கூடத் தட்சசீலத்துக்குச் சேவை செய்யும் சந்தர்ப்பம் என் கையை விட்டுப் போய்விடக் கூடாது என்றே விரும்புகிறேன்."

இவ்விதம் நான் கூறி முடித்து உட்கார்ந்ததும் மீண்டும் கரகோஷம் எழுந்தது. அப்போது ஒரு பிரமுக உறுப்பினர் எழுந்து, "கௌரவமிக்க சபையோர்களே! நமக்கதிகாரமுள்ளவரைக்கும் நமது வீரரைக் கௌரவித்து, மரியாதை செய்திருக்கிறோம். கிழக்குத் தட்சசீலம் என்று அழைக்கத் தகுந்த வைசாலிக்கும் கூட நமது கௌரவத்தையும், மரியாதையையும் தெரிவிக்க வேண்டும். இதற்காக நாம் ஒரு நட்புறவுக் குழுவை வைசாலிக்கு அனுப்பி, அதன் மூலம் வைசாலியிடம் நமக்குள்ள சிரத்தையை வெளியிட்டு, இந்த இரண்டு குடியரசுகளுக் கிடையேயும் நிரந்தரமான பந்தத்தையும், பாந்தவ்யத்தையும் ஏற்படுத்திக்கொள்ள வேண்டுமென்று நான் உங்களைக் கேட்டுக் கொள்கிறேன்" என்று ஒரு யோசனையை வெளியிட்டார்.

கணபதி இந்த யோசனையையும் சபை முன்பு வைக்க அது ஏகமனதாக அங்கீகரிக்கப்பட்டது.

பஞ்சாயத்து (குடியரசு சபை) உறுப்பினர்கள் தங்களுக்குள் தாங்கள் மெதுவாக சம்பாஷித்துக் கொண்டிருந்தபோது ஆசார்ய பஹுளாஸ்வரர் கணபதியை அணுகி அவரது காதில் ஏதோ கூறினார். உடனே கணபதி எழுந்து "கௌரவமிக்க சபையோர்களே!" என்று பேச ஆரம்பித்ததுமே சபையில் அரவமடங்கி, நிசப்தம் நிலவிற்று. "நான் இப்போது உங்களுக்கொரு சந்தோஷச் செய்தி சொல்லப் போகிறேன். ஆசார்யரின் குமாரத்தி - பாரசீகர்களோடு யுத்தத்தில் நேரே ஈடுபட்டுத் தனது வீரப்பிரதாபங்களைக் காட்டி வீராங்கனையெனப் பெயரெடுத்திருக்கும் ரோகிணி, சிரஞ்சீவி சிம்மனைத் தனது அன்புக்குரியவனாகத் தேர்ந்தெடுத்துக் கொண்டிருக்கிறாள். ஆசார்யர் இப்போது அவர்களுடைய காதலுக்குத் தமது சம்மதத்தைத் தெரிவித்ததைக் கேட்க எனக்கு மகிழ்ச்சியாக இருக்கிறது."

இந்தச் சமயம் சபையில் நாலாப்புறங்களிலிருந்தும் "ரோகிணி சிம்மன் திருமணம் எங்கள் எதிரிலேயே நடக்க வேண்டும்" என்னும் குரல்கள் எழுந்தன.

அதுவரைக்கும் ரோகிணி மற்ற பெண்களோடு சேர்ந்து மண்டபத்தின் மேல் மாடத்தில் (காலரி) உட்கார்ந்திருந்தாள். அவளுடைய முகம் மகிழ்ச்சியாலும் நாணத்தாலும் இரத்தம் போல் சிவந்து போயிருந்தது. கொஞ்ச நேரத்தில் கணபதியின் ஆசனத்துக்குப் பின்னாலிருந்து வாயில் வழியாக ரோகிணி தலைகுனிந்தவாறு தனது

தாயைப் பின் தொடர்ந்து வந்து கொண்டிருந்ததைக் கண்டேன். மண்டபத்தில் குழுமியிருந்த இரண்டாயிரம் பேர்களது பார்வையின் பாரம் தாங்காது அவள் சங்கோஜமடைந்து போயிருந்தாள். மலரால் அலங்கரிக்கப்பட்ட சுவர்ண கேசங்கள் அவளது முதுகுப் புறத்தில் இன்னும் புரண்டுகொண்டிருந்தன. எவ்வளவு மெதுவாக அடியெடுத்து வைத்தபோதிலும் அவளது காது குண்டலங்கள் இங்குமங்குமாக ஆடிக்கொண்டேயிருந்தன. உணர்ச்சிக் கொந்தளிப்பில் விட்டு விட்டுச் சுவாசம் வெளியிட்டதால் அவளது மார்பகம் ஏறியிறங்குவது தெளிவாகத் தெரிந்தது. தினம் தினம் அதிகரித்துக்கொண்டு வந்த ரோகிணியின் அபூர்வ சௌந்தர்யத்தைச் சில வருடங்களாகவே நான் நாள்தோறும் பார்த்து வந்திருக்கிறேனானாலும் உண்மையில் எனக்கு இன்று அவள் மானிடப் பெண்ணாகத் தென்படவில்லை. வடக்கு குரு தேசத்திலிருக்கும் அப்சரஸ் போலவே காணப்பட்டாள். தரித்திரனான எனக்கு இப்படிப்பட்ட அழகு மோகினி கிடைத்திருக்கிறாளே என்று என் அதிர்ஷ்டத்தை நினைத்து உள்ளம் பூரித்துப் போனேன்.

ரோகிணி கணபதியின் ஆசனத்துக்கருகில் வந்து நின்றாள். கணபதியும், ஆசார்யரும் எழுந்து நிற்கவே நானும் எழுந்து நின்றேன். அப்போது ஆசார்யர் ரோகிணியின் கரங்களை என் கைகளில் வைத்தார். சபையில் மீண்டுமொரு முறை கரகோஷம் எழுந்தது. "தட்சசீலம் வாழ்க" "வைசாலி வாழ்க" என்னும் வாழ்த்தொலிகள் அந்த மண்டபத்தையே அதிர வைத்தன. கணபதி அன்றைய தினத்தையே மணவிழா நாளாகப் பிரகடனம் செய்து அவைக் கூட்டத்தை முடித்தார். பிறகு கணபதி முதலிலும் அவருக்குப் பின்னால் நானும் ரோகிணியும், எங்களுக்குப் பின்னால் ஆசார்யரும் மற்றும் இதரர்களும் ஒருவர்பின் ஒருவராக வெளியே வந்தோம். வெளியில் கூடியிருந்த ஜனங்களைப் பார்த்தால் தட்சசீலத்துப் பிரஜைகளெல்லோரும் அங்கு வந்துவிட்டது போலிருந்தது. ஊர்வலமாக நகர வீதிகளைக் கடந்து எங்கள் இருப்பிடத்திற்கு வந்து சேர்ந்தோம். அங்கே எங்களை விட்டுவிட்டு எல்லோரும் திரும்பிவிட்டனர்.

அன்றைய தினம் சாயங்காலம் தட்சசீலத்தின் யுவர், யுவதிகள் கூட்டம் கூட்டமாக எங்கள் வீட்டு முற்றத்தில் கூடி விட்டார்கள். அவர்கள் எங்களிருவரையும் மத்தியில் வைத்துக்கொண்டு மணவிழாவைக் கொண்டாட ஆரம்பித்துவிட்டார்கள். சுவை மிக்க மாமிசத்தோடு விருந்தும், உயர்தர சுராபானமும் உண்டு முடிந்த பிறகு ஆடல் பாடல்கள் ஆரம்பமாயின. அங்கே வந்திருந்த யுவதிகள் ஒருத்தியை மிஞ்சி ஒருத்தி ரூபவதிகளாக இருந்தார்கள். சௌந்தர்யமெல்லாம் அங்கு ஒன்று திரண்டுவிட்டனவோ என்று எண்ணும்படியாயிருந்தது.

அவர்களிலே நான் வழிபடும் தேவி ரோகிணி பூரண சந்திரனைப்போல் ஒளிர்ந்து கொண்டிருந்தாள். நடனத்தில் திருமணத் தம்பதிகளும்கூடக் கட்டாயமாகக் கலந்துகொள்ள வேண்டியிருந்தது. நாட்டியத்தில் நாங்களிருவரும் எவருக்கும் சளைத்தவர்களல்லவாதலால் நாங்கள் அதில் கலந்துகொள்வதற்கு வெட்கப்படும்படியான அவசியமில்லாது போயிற்று. யுவர்களும் யுவதிகளும் நடனம் ஆடி ஆடிக் களைத்துப் போனார்கள். கண்ணிமைகள் கிறங்கிக் கொண்டிருந்தன. அப்பொழுது விடிவதற்கு இன்னும் அதிகநேரமில்லை. சுராபானமும் தனது பிரதாபத்தைக் காட்ட ஆரம்பித்தது. அந்நிலையில் ஆடல் பாடல்கள் முடிந்து எங்களுக்கு ஓய்வு கிடைத்தது.

ரோகிணியின் கண்ணிமைகள் கனத்தன. எனது கண்களும்கூட அயர ஆரம்பித்தபோது நாங்கள் எங்கள் சயன அறைக்குள் நுழைந்தோம்.

10. தட்சசீலத்திலிருந்து பயணம்

ரிபுஞ்சயனுக்குப் பதினெட்டு மாதங்கள் நிறைந்துவிட்டன. ஓடியாடித் திரிந்துகொண்டிருந்தான். தாய் - தந்தையரைவிடப் பாட்டன் பாட்டி மீதே அவனுக்குப் பிரியம் அதிகம். தாயின் முன்னாலேயே பாட்டியை அம்ம என்று அழைத்தான்.

வைசாலிக்குப் புறப்பட வேண்டிய நட்புறவுக்குழு எனக்காகக் காத்திருந்தது. அந்தக் குழுவுக்கு என் நண்பன் கபில்தான் தலைவன். இதோ இன்று, இதோ நாளை என்று இரண்டு வருடங்கள் நான்கு மாதங்கள் வரை தாமதித்து விட்டான். இதற்கு மேலும் காலதாமதம் செய்தால் கபிலின் இடத்துக்கு வேறொருவரை நியமித்துவிடுவார்கள். அதோடு, எங்கும் வெளியே பயணம் செய்யாமல் ஒரேயிடத்தில் முடங்கிக் கிடக்கும் சுபாவமுடையவனல்ல கபில். இனி பிரயாண விஷயத்தை ஆசார்யரிடத்தில் முக்கியமாக அம்மாவிடத்தில் (ரோகிணியின் தாய்) சொல்வது கஷ்டமாக இருந்தது. இதற்கு எனக்குத் துணிச்சலில்லை. இதற்கு என்ன செய்யலாம் என்று யோசித்துக் கொண்டிருந்தபோதே ரோகிணி கர்ப்பவதியானதற்கான சின்னங்கள் தென்பட்டன. இந்நிலையில் பிரயாணத்தை மேற்கொள்வது உசிதமல்ல என்று பட்டது. பிறகு ரிபுஞ்சயன் கைக்குழந்தையாக இருக்கையில் எப்படிப் புறப்படுவது என்று தயக்கமாக இருந்தது. அவனுக்கு ஓராண்டு முடிந்த பிறகு நான் ஆசார்யரிடம் மெள்ள விஷயத்தை வெளியிட்டேன். அவர் தூரதிருஷ்டமிக்கவர். பிறருடைய அபிப்பிராயங்களையும் மனோபாவங்களையும் அப்படியே ஊகித்துத் தெரிந்துகொள்ளக்கூடியவர். நான் முதல் தடவையாகப் பிரயாணத்தைப் பற்றிப் பிரஸ்தாபித்தபோது அவர், "மகனே! நான் உனது நிலையை ஆதரிக்கிறேன். நீ இங்கே பத்து வருடங்களாகக் கற்றுக்கொண்ட வித்தையெல்லாம் அவசியமான தருணத்தில் வைசாலிக்குப் பயன்பட வேண்டும் என்பதற்குத்தானேயல்லவா. ஆனால் உங்களை இங்கேயிருந்து அனுப்பாதபடி பாசம் எங்களைத் தடுக்கிறது. ஆயினும் போர்க்களம் செல்பவன் தனது பத்தினி தடுத்தாலும் அவளின் அன்பைத் திரஸ்கரித்து விட்டுச் செல்வதுபோல நாங்கள் இந்தப் பாசத்தைத் தியாகம் செய்துதான் ஆகவேண்டும். எனவே, நீ உன் அம்மாவுக்குத் தகுந்த சமாதானங்களைக் கூறிப் பிரயாணத்துக்கு வேண்டிய ஏற்பாடுகளைச் செய்" என்றார்.

அம்மாவைச் சமாதானப்படுத்துவது சுலபமான காரியமல்ல. அவளுடைய ஏகப்புத்திரி என்னோடு வந்துவிட்டால் அவளின் நடமாட்டமில்லாத அந்த வீடு அவருக்கு எவ்வளவு பயங்கரமாக இருக்கும் என்பது எனக்கும் என்னைவிடக் கூட ரோகிணிக்கும் தெரியும். நாங்களிருவரும் எத்தனையோ தடவைகளில் பிரயாணத்தைப் பற்றி மறுநாள் அம்மாவிடம் கூறவேண்டுமென்று முந்திய இரவுகளில் முடிவு செய்வோம்; ஆனால், அவள் முன்னால் சென்றதுமே விஷயத்தைக் கூறுவதற்கு எங்களுக்குத் துணிச்சல் இருக்காது. இனி இந்தக் காரியம் நம்மால் முடியாது என்று கபிலைத் தூது அனுப்பத் தீர்மானித்தோம்.

கபில் ஒரு தினம் பேச்சோடு பேச்சாக அம்மாவிடம் பின்வருமாறு கூறினான்:

"அம்மா! நமது குடியரசு சிம்மனின் சேவைக்குத் தகுந்தபடி மரியாதை செய்து கௌரவித்துவிட்டது. ஆனால், அது மேற்கொள்ளத் தீர்மானித்த மற்றொரு காரியம் அப்படியே இருக்கிறது. வைசாலியிடம் நமக்குள்ள நன்றியறிதலையும் அக்கறையையும் எங்கள் மூலமாகத் தெரிவிக்கத் துடித்துக்கொண்டிருக்கிறது. அங்கே அன்புக் காணிக்கையாக அனுப்பி வைப்பதற்காக நல்ல நல்ல குதிரைகள், ரத்தினக் கம்பளங்கள், பழைய கபிஸா திராட்சைப்பானம் உள்ள பாண்டங்கள், இன்னும் இதர எத்தனையோ பொருட்களைச் சேகரித்துக் கொண்டிருக்கிறது. இந்த விவரங்களெல்லாம் உங்கள் காதுகளில் கூட விழுந்திருக்கலாம்."

"இல்லை மகனே, நான் எதுவும் கேள்விப்படவில்லை. ரிபுஞ்சயன் என்னை எந்த வேலையாவது செய்யவிட்டால்தானே! கால்விநாடி எவராவது ஏதாவது தகவல் சொல்ல வந்தால் அவன் கேட்கவிடுகிறானா? அது இருக்கட்டும் குமாரா! வைசாலிக்கு நீதானே போக வேண்டும்?"

"ஆமாம் அம்மா! நட்புறவுக் குழுவுக்குத் தலைவனாக என்னையே தேர்ந்தெடுத்திருக்கிறார்கள்."

"நல்லது அப்படியானால் எப்போது புறப்படத் தீர்மானித்திருக் கிறாய்?"

"இன்னும் ஆறு மாதங்கள் போன பிறகு. மழையெல்லாம் குறைந்தால் தானே பாதை நன்றாய் இருக்கும். ஆற்றுத் துறைகளும் சரியாக இருக்கும். மேலும் அப்போதுதான் வர்த்தகக்கூட்டத்தினர் கூடப் பிரயாணம் செய்ய ஆரம்பிப்பார்கள்."

"ஆமாம், நீ சொன்னபடி அந்தச் சமயம்தான் பிரயாணத்துக்கு ஏற்றதாக இருக்கும். பயணத்துக்கு வேண்டிய எல்லா ஏற்பாடுகளையும் பூர்த்தி செய்துவிட்டாயா?"

"ஏறக்குறைய பூர்த்தியானது மாதிரிதான்; ஆனால், கடந்த இரண்டு ஆண்டுகளாக நாங்கள் எதற்காகத் தாமதித்து வருகிறோமோ அந்த விஷயம் மட்டும் இன்னும் முடியவில்லை."

"அப்படி அது என்ன விஷயம் மகனே?"

"சிம்மனின் பிரயாண விஷயம்தான். நாங்கள் அவரோடு சேர்ந்து புறப்பட வேண்டுமென்றுதான் இவ்வளவு காலம் தாமதித்தோம் அம்மா."

இந்த விஷயத்தைக் கூறியதும் அவளுடைய விழிகளில் நீர் மல்கிற்று. கண்ணீர்த் துளிகள் மளமளவென்று கீழே கொட்டின. அவளுடைய மடியில் ரிபு படுத்துக்கொண்டிருந்தான். குருபத்தினி அவனை முத்தமிட்டுத் தழுதழுத்த குரலில் கூறினாள்.

"மகனே! எனக்கென்னவோ பயமாகவே இருக்கிறது. ரோகிணிக்குத் திருமணம் ஆன வருடத்தில் நீங்கள் எப்போது வைசாலிக்குப் போகவில்லையோ அப்போதே எனக்குக் காரணம் தெரிந்துவிட்டது. இத்தனை நாட்களாக உங்களைக் காக்க வைத்திருக்கக் கூடாது; நான் அப்போதிருந்தே ஆலோசனை செய்துகொண்டு வருகிறேன். ரோகிணியும் சிம்மனும் எங்களை விட்டுப் பிரிந்து செல்வது எனக்கு எவ்வளவு தாங்க முடியாத விஷயம் என்பதை நீ சுலபமாகவே புரிந்துகொள்ளமுடியும். உங்கள் ஆசார்யரிடம் நான் இவ்விஷயத்தைப் பற்றிப் பல தடவைகள் பேசியிருக்கிறேன். அவரது வாதத்தின் முன்னால் என் வாய் அடைபட்டு எதுவும் பேச முடியாது போயிருக்கிறேன். ஆனால் எவ்வளவு பிரயத்னம் செய்தாலும் மனம் ஒப்பமாட்டேன் என்கிறது மகனே!" அவளால் மேற்கொண்டு எதுவும் பேச முடியவில்லை.

"அம்மா! நீங்கள் கூறுவது உண்மைதான். ஒரே ஒரு மகள் மாமியார் வீட்டுக்குப் போனால் அந்தப் பிரிவைச் சகித்துக் கொண்டிருப்பது கஷ்டமே."

"மிகவும் கஷ்டம் மகனே! ஆனால், என்ன செய்வது? தவிர்க்க முடியாத விஷயம். ஆகையால் அதனைச் சகித்துக்கொள்வதற்கு நெஞ்சைத் திடப்படுத்திக் கொண்டிருக்கிறேன். இந்த வருடம் ரோகிணி, சிம்மன் பிரயாணத்துக்கு அனுமதி கொடுத்து அனுப்பலா மென்றிருக்கிறேன். அதோடு, இந்த ரிபுனைப் பிச்சையாகக் கேட்டுப் பெற்று அவன் முகத்தைப் பார்த்துக் கொண்டிருந்தாவது என் துக்கத்தை ஆற்றிக் கொள்ளலாமென்றிருக்கிறேன்."

இந்தச் சம்பாஷணையின் சாராம்சத்தைக் கபில் கூறியபோது பெரிய பாரம் இறங்கியதுபோல என் உள்ளம் நிம்மதியடைந்தது. "ரிபு

அம்மாவுக்குக்கூடப் பிள்ளைதானே. அவனை அவள் ஏன் பிச்சை கேட்கவேண்டும்" என்றாள் ரோகிணி.

மறுநாள் நாங்கள் இருவரும் நேரே அம்மாவின் முன்னால் சென்றோம். முன்தினம் கபில் பேசியது சம்பந்தமாகத்தான் நாங்கள் வந்திருக்கிறோம் என்பதை அவள் தெரிந்துகொண்டாள். ஒரு விநாடி அவள் முகத்தில் துயரத்தின் சாயல் கவிந்தது; ஆனால் அவள் மிகுந்த சிரமத்தோடு அந்தத் துக்கத்தை உள்ளடக்கி, ஒரு சிரிப்பை வரவழைத்துக்கொண்டு "எனது குழந்தைகளிருவரும் ஏதோ காரியமாக வந்திருக்கிறார்கள் போலிருக்கிறதே?" என்றாள்.

நான் சற்றுத் தைரியமாகவே கூறினேன் - "அம்மா! கபில் உங்களோடு பேசிய விஷயங்களை எங்களிடம் கூறினான். நாங்களிருவரும் உங்களுடையவர்கள்; நீங்கள் எங்களிடம் பிச்சை கேட்க வேண்டிய அவசியம் என்ன இருக்கிறது? நீங்கள் அப்படி ரிபுனை உங்களோடு வைத்துக்கொள்ள வேண்டுமென்றால் அதில் தடை என்ன இருக்கிறது. உண்மையில் எங்களைப் போகவேண்டாமென்று தடுத்து இங்கேயே இருக்கவேண்டுமென்று கூறக்கூட உங்களுக்கு உரிமை இருக்கிறது. உங்கள் கட்டளையை நாங்களிருவரும் சிரமேல் ஏற்றுக்கொள்வோம். ஆனால் இப்போது மகத மன்னன் தனது கோபப் பார்வையை வைசாலிமீது திருப்பியிருப்பதாகத் தெரிகிறது. எனது கடமை என்னை உடனேயே வைசாலிக்குப் பயணம் செய்ய வேண்டுமென்று தூண்டிக்கொண்டிருக்கிறது. ஆசார்யர் அவர்களின் அபிப்பிராயம்கூட அதுதான்" என்றேன்.

அம்மா நான் பேசி முடிக்கும்வரை மௌனமாக இருந்தாள். பிறகு ரோகிணியை இரண்டு கைகளாலும் வாரியெடுத்துத் தனது மடியில் வைத்துக்கொண்டாள். அவளது தாய்ப்பாசத்தின் முன்னால் ரோகிணி இன்னும் பால் குடிக்கும் பச்சைக் குழந்தையாகவே தென்பட்டாள். தனது மகளை மாறி மாறி முத்தமிட்டுக் கொண்டாள். பிறகு கம்மிய குரலில் கூறினாள்:

"மகனே! எனது செய்கைகளைக் கண்டு பயந்து விடாதே. எனக்குத் தாய் உள்ளம் இருப்பது போலவே கடமையை உணரும் விவேகமும் இருக்கிறது. என் தாயுள்ளம் பொங்கி எழும்போது என் செய்கைகளில் என் விவேகம் மட்டுப்பட்டுவிடுவது போல் தோன்றுகிறது. இன்னும் ஆறு மாதங்கள் தான் இந்த விவேக-சூன்ய வாழ்க்கையைக் கழிப்பதற்கு நீங்களிருவரும் சம்மதிப்பீர்கள் என்று நம்புகிறேன். எனக்கு இப்போது அறுபது வயது நடக்கிறது. ரோகிணி இனி எனக்கு..." மேற்கொண்டு அவளால் பேசமுடியவில்லை. அவளது கண்களிலிருந்து நீர் தாரை

தாரையாக வழிந்துகொண்டிருந்தது. பிறகு சிறிது நாழிகை கழித்து அவள் "மகனே என் பக்கத்தில் வந்து உட்கார்" என்றாள்.

நான் அருகில்போய் அமர்ந்தேன். ரோகிணி இன்னும் அவள் மடியிலேயேதான் இருந்தாள். அம்மா என் நெற்றியின் மீது முத்தமிட்டாள். அப்போது கண்ணீர்த் துளிகள் என் தலைமீது உதிர்ந்தன. பிறகு பனி போன்ற தனது வெண்மையான கேசத்தை முகத்திலிருந்து விலக்கிக் கொண்டு என் சிரசின் மீது கையை வைத்துக் கூறினாள்: "குழந்தாய்! உங்களிருவருக்கும் பதிலாக உங்களது பிரதி பிம்பமான ரிபுனை நான் பார்த்துக்கொள்கிறேன். நீங்கள் அவனைப் பற்றிக் கவலைப்பட வேண்டாம். ரோகிணியைவிட என் இடுப்பிலேயே அவன் அதிகமாக இருக்கிறான். எனக்கு நன்றாய்ப் பழக்கமாகியும்விட்டான். பசி எடுக்கும்போது பால் குடிப்பதைத் தவிர ரோகிணியிடம் அவனுக்கு வேறு வேலையே இல்லை. நான் இதற்கு மத்தியில் அவனுக்கு வெள்ளாட்டுப்பால் கொடுக்க ஆரம்பிக்கவும், அவன் தன் தாயைக் கூட மறந்துவிட்டான்."

நாங்கள் எவ்வளவோ சிக்கலான விஷயம் என்று நினைத்துக் கொண்டிருந்ததை அம்மா சுலபமாகத் தீர்த்துவிட்டாள்.

ஒருபுறத்தில் தட்சசீலத்து அன்புமயமான இதயங்களை விட்டுப் பிரிந்து செல்கிறோமே என்று என் மனம் துக்கித்துக் கொண்டிருந்ததால், இன்னொரு புறத்தில் வைசாலியின் பால்ய நினைவுகள் என்னை ஆகர்ஷித்து என் இதயத்தை உல்லாசப்படுத்திக் கொண்டிருந்தன. ரோகிணிக்கு அந்த ஆறு மாதங்கள் அனுபவிக்க முடியாததாக விறுவிறு என்று ஓடிக்கொண்டிருந்தன. அவள் தனது தோழிகளோடும், உற்றார் - உறவினர்களோடு மட்டுமல்லாமல், மரம், செடி, கொடிகள் நிறைந்த உத்தியான வனங்களிலும் ஏகாந்தமாகக் காலத்தைக் கழிக்க விரும்பினாள். அதனால் நானும் சிற்சில சமயங்களில் தனிமையாக இருக்க வேண்டி வந்தது. ஆயினும் ரோகிணிக்கு அந்த நிலையில் தனிமை அவசியமே என்று கருதினேன். கடந்த இரண்டு மாதங்களில் நாங்களிருவரும் எத்தனையோ தடவை இரண்டு மூன்று தினங்கள் வயலிலேயே தங்கிப் போயிருக்கிறோம். ஐயன் தனது பாட்டியின் பாராட்டு சீராட்டினால் எங்களையே மறந்துபோய் விட்டான்.

படிப்படியாக மழைக்காலம் குறைந்தது. தட்சசீலத்துக் கருகாமையில் மலைகளில் முளைத்திருந்த புல் பூண்டு தாவரங்கள் தங்கள் கரும்பச்சை நிறத்தை விட்டுப் பழுப்பு நிறத்தை அடைய ஆரம்பித்தன. வயல்களில் பயிர்கள் தான்யங்களை உதிர்க்கத் துவங்கின.

பிரஜைகள் தங்கள் தங்கள் இல்லங்களைச் சுத்தப்படுத்தி மராமத்து செய்ய ஆரம்பித்தார்கள்.

கபில் தலைமையில் பத்துப்பேர்கள் கொண்ட நட்புறவுக் குழு வைசாலிக்குக் கிளம்பத் தயாராயிற்று. அன்புக் காணிக்கையாகப் பத்து உயர் ஜாதிக் குதிரைகள், ரத்தினக் கம்பளங்கள் முதலிய இன்னும் இதர பொருட்கள் சேகரிக்கப்பட்டன. தட்சசீலக் குடியரசின் சார்பாக ஒரு தங்கப் பலகையில் பின்வரும் வாக்கியங்களைப் பொறித்து அதை வைசாலிக் குடியரசிடம் சமர்ப்பிக்கும்படி குழுவின் தலைவனிடம் கொடுக்கப்பட்டது.

"வைசாலிக்கும் தட்சசீலத்துக்குமுள்ள உறவு மிகவும் தொன்மையானது. முன் எப்போதோ ஒரு சமயம் கொஞ்சம் ஆரியர்கள் காந்தாரத்தின் பக்கத்திலிருந்துதான் கிழக்கே சென்றார்கள் என்று எங்கள் மூதாதையர் மூலம் கேள்விப்பட்டு வந்திருக்கிறோம். இங்கேயிருந்து சென்ற ஆரியர்களே வைசாலியில் குடியாட்சியை அமைத்தார்கள் என்றுங்கூட கேள்விப்பட்டிருக்கிறோம். இது எப்படியிருந்தாலும் இன்றுங்கூட நம்மிரு நகரங்களுக்கும், மக்களுக்கு மிடையே பல விஷயங்களில் ஒற்றுமை அம்சம் காணப்படுகிறது.

"வைசாலி தட்சசீலத்தைப் போலவே வீரர்களுக்குப் பிறப்பிடம். வைசாலியின் வீரப்புதல்வன் சிம்மன் தனது அசாத்திய நெஞ்சுரத்தாலும், அற்புதச் சாதுர்யத்தாலும் பாரசீகப் படைகளைத் துவம்சம் செய்த விஷயம் என்றென்றும் எங்கள் நினைவிலிருந்து நீங்காத நிகழ்ச்சியாகும். அந்த வீரப்புருஷனுக்கு நாங்கள் தகுந்தபடி மரியாதை செய்து கௌரவித்திருக்கிறோம். அத்தகைய அஞ்சா நெஞ்ச தீரனைப் பெற்றெடுத்த வைசாலி பெரும்பாக்கியம் செய்ததே அந்தப் பராக்கிரமசாலியின் வீரகாவியத்தைக் கேட்ட எவரும் வைசாலியைப் பேராசை கொண்ட பார்வையோடு பார்க்கமாட்டார்கள் என்பது எங்கள் நம்பிக்கை.

"தட்சசீலமும், வைசாலியும் அக்காள் தங்கைகள் போல நிரந்தர நட்புறவு கொண்டிருக்க வேண்டுமென்பதும் காந்தாரர்களும் லிச்சவிகளும் அண்ணன் தம்பிகள் மாதிரி வாழவேண்டுமென்பதும் எங்கள் விருப்பம்."

நாங்களிருவர், நட்புறவுக் குழுவினர் பதினோரு பேர் ஆகப் பதின்மூன்று பேர் மட்டுமல்லாமல், வைசாலியிலிருந்து வந்து தட்சசீலத்தில் யுத்தக் கல்வி கற்றுக்கொண்ட லிச்சவி யுவர்கள் ஐந்துபேர்களும்கூடப் பயணத்துக்கு ஆயத்தமானார்கள். எல்லாரும் சேர்ந்து மொத்தம் பதினெட்டுப் பேர் இருந்தோம். தட்சசீலத்திலிருந்து ஹஸ்தினாபுரம் வரை தரை மார்க்கமாக வர்த்தகக் கூட்டத்தோடு

சேர்ந்து செல்வதென்றும் அதன் பிறகு படகுகளில் பிரயாணம் செய்வதென்றும் நிச்சயிக்கப்பட்டது. வைசாலிக்குக் கொண்டு செல்லும் பரிசுகள், வழியில் அன்ன ஆகாரத்திற்கான பொருட்கள் இவையனைத்தையும் ஆறு வண்டிகள் மீதி ஏற்றி அவற்றை ஆறு ஆறு பேர் ஓட்டிக்கொண்டு வரவேண்டுமென்றும் மீதி பன்னிரண்டு பேர் குதிரைகள் மீதேறி வரவேண்டுமென்றும் ஏற்பாடுகள் செய்து கொண்டோம். எனக்கும் ரோகிணிக்கும் ஆசார்யர் தமது உயர்ஜாதிக் குதிரைகள் இரண்டு கொடுத்தார்.

பயணத்திற்கு முந்திய தினம் சாயங்காலம் எங்களைக் காணுவதற்காக நண்பர்கள், உறவினர்கள், ரோகிணியின் தோழிகள் முதலியோர் வந்திருந்தனர். கடைசி முறையாக உல்லாச விழாவுக்கும் ஏற்பாடு செய்யப்பட்டிருந்தது. ஆனால் அதில் உல்லாசமில்லை. சப்பென்றிருந்தது. திராட்சைப் பானம் விஷம் போலிருந்தது. சுவை மிகுந்த ஆகாரங்கள் வெறுப்பாக இருந்தன. ஆடல்பாடல்களில் மனமே செல்லவில்லை. பொழுதெல்லாம் துயரம் நிறைந்த சம்பாஷணைகளிலேயே கழிந்தது. ரோகிணியின் தோழிகள் அவளை அணைத்துத் தங்களது கண்ணீர்த் தாரைகளால் அவளது முகத்தைக் கழுவிப் பிரியாவிடை கொண்டு சென்றனர். எனது நண்பர்கள் மீண்டும் சந்திப்போம் என்று நல்வாழ்த்து கூறி என்னை விட்டுச் சென்றனர்.

விடிவதற்கு முன்பே நாங்கள் தட்சசீலத்தின் கிழக்கு வாசலைத் தாண்டிப்போக வேண்டும். அம்மா இரவு முழுவதும் என்னென்னவோ பதார்த்தங்களைச் சமைப்பதில் ஈடுபட்டிருந்தாள். நாங்களிருவரும் முன்னதாகவே எழுந்து பல் விளக்கி முகம் கைகால்களைக் கழுவிக்கொண்டு ஆடைகளை மாற்றிக்கொண்டோம். பிறகு அம்மா தமது கையாலேயே தயாரித்த சுவையான மாமிசகோலா உருண்டைகள், பூரிகள் தின்றோம் ரிபு மெய்மறந்து நித்திரை செய்துகொண்டிருந்தான். தாய் தந்தையர் ஒருநாள் ஒரு ஜாமத்தில் எழுந்து தான் தூங்கும்போது தன்னை விட்டுவிட்டுப் போய்விட்டார்கள் என்பதை அவன் தெரிந்துகொள்வதற்குச் சில வருடங்கள் செல்ல வேண்டும். நானும் ரோகிணியும் மெதுவாக ஐயனை முத்தமிட்டோம் ஒருதடவை. கொவ்வைப் பழம் போன்றிருந்த அவனுடைய செக்கச் சிவந்த உதடுகளின் மத்தியில் வெள்ளை வெளேரென்று பால்பற்கள் தெரியவும் ரிபு சிரிக்கிறான் என்று நினைத்துவிட்டேன். ஆனால் அது என் மனப்பிரமைதான். எங்கள் ஐயன் நிச்சிந்தையாகத் தூங்கிக் கொண்டிருந்தான். தீபவெளிச்சத்தில் ரோகிணியின் கண்களில் நீர் மல்கியிருப்பதைக் கவனித்தேன். நான் கண்ணீர் விடாது போனாலும் என் இதயம் துக்கத்தால் கசிந்து கொண்டிருந்தது.

வர்த்தகக் கூட்டத்தோடு எங்கள் வண்டிகளும் நகரத்தின் வாயிலைக் கடந்து சென்றன. எங்களது சக பிரயாணிகளும் முன்னால் சென்று விட்டனர். ரோகிணியின் தாய் தந்தையர்களை நகரத்தின் வாயில்வரை வரவேண்டாமென்று நிர்ப்பந்தமாகத் தடுத்து நிறுத்திவிட்டேன். வீட்டின் தலைவாசலிலேயே அவர்களிருவரையும் கட்டிப்பிடித்துக் கொண்டு விடைதர வேண்டினோம். அவர்கள் எங்கள் நெற்றியில் முத்தமிட்ட பிறகு அவர்களை வணங்கிக் குதிரைகள் மீது ஏறிக்கொண்டோம்.

ஒரு மைல் தூரம் சென்ற பிறகு எங்களது வண்டிகளைச் சந்தித்தோம். செல்வ வளம் கொழிக்கும் தட்சசீலம் அந்த அருணோதய வேளையில் பாலசூரியனின் பொன்னிறக் கதிரொளியில் இணையற்ற அழகு பெற்றுத் தேவநகரமாக மிளிர்ந்து கொண்டிருந்தது. நாங்களும் மற்ற பத்துப் பேர்களும் குதிரைகளில் வண்டிகளைப் பின்தொடர்ந்து சென்றுகொண்டிருந்தோம். தட்சசீலம் எங்கள் கண்பார்வையிலிருந்து மறையுமிடத்தில் நாங்களிருவரும் எங்கள் குதிரைகளை நிறுத்திக் கீழே இறங்கினோம். எங்களைப் பார்த்து முன்னே சென்றுகொண்டிருந்த கபில் முதலியவர்களும் நின்றுவிட்டார்கள். நான் தட்சசீலத்தின் பக்கமாகத் திரும்பிக் கைகூப்பி "ஒருவேளை இதுவே எனது கடைசி அஞ்சலியாக இருக்கலாம். மங்கலம் நிறைந்த தட்சசீலமே! உனது மடியில் நான் கழித்த பத்தாண்டுகளை என்றென்றைக்கும் மறக்க மாட்டேன்" என்றேன்.

ரோகிணியும் தட்சசீலத்துக்கு வணக்கம் தெரிவித்தாள். ஆனால், அவளுடைய வாயிலிருந்து வார்த்தைகள் வருவதற்குப் பதிலாக கண்களிலிருந்து தாரை தாரையாக நீர் கொட்டிற்று. அப்போதைய எங்களது நிலைமையைப் பார்த்து எங்களது சக தோழர்கள் துக்கித்தார்கள். எங்களது வைசாலி இளைஞர்கள் வண்டிகளை ஓட்டிக்கொண்டு முன்னே சென்றுகொண்டிருந்தனர். அந்த இடத்தில் அவர்களது மன உணர்ச்சிகள் எப்படியிருந்தனவோ என்னால் சொல்ல இயலாது.

ரோகிணி இன்னும் நீர் மல்கிய கண்களோடு தட்சசீலத்தின் பக்கமே பார்த்துக்கொண்டிருந்தாள். நான் அவளது குதிரையைக் கொண்டுவந்து அவள் பக்கம் நிறுத்தினதுகூட அவளுக்குத் தெரியாது. நான் "ரோகிணி! இனிப் புறப்படலாம்" என்று கூறியதும் ஏதோ தூக்கத்திலிருந்து திடுக்கிட்டு விழித்துக்கொண்டவள் போலத் தலையைத் தூக்கிப் பார்த்தாள்.

நாங்கள் குதிரைகள் மீதேறி ஒரு விரட்டு விரட்டவே அவை நாலுகால் பாய்ச்சலில் ஓடின. சிறிது நேரத்திலேயே எங்கள் வண்டிகளைப் பிடித்துவிட்டோம்.

11. வைசாலிக்குச் செல்லும் வழியில்

பத்து வருடங்களுக்கு முன்பு தட்சசீலத்துக்குப் புறப்பட்ட போது நான் மத்ர, மல்ல குடியரசுகளின் வழியாகப் பிரயாணம் செய்திருக்கிறேன். எனக்கு அப்போது அவை பரிச்சயமில்லாத அந்நியப் பிரதேசங்களாக யிருந்தன. ஆனால் இப்போது பரிச்சயமான நேச தேசங்களாகக் காட்சியளித்தன. இந்த ராஜ்யங்களில் பாதைகளனைத்தும் நல்ல பாதுகாப்போடு விளங்கின; திருடர் பயம் என்ற பேச்சே எங்கும் இல்லை. மழைக்காலம் முடிந்ததுமே ஜனங்கள் பாதைகளைச் செப்பனிட்டனர். சந்திரபாகா முதலிய நதிகள் மீது ஆங்காங்கே பாலங்கள் அமைத்தனர். மற்றும் சில இடங்களில் படகுகளுக்கு ஏற்பாடுகள் செய்தனர். வர்த்தகக் கூட்டத்தினர் பஞ்சாயத்து ராஜ்யத்தின் (குடியரசின்) எல்லையைத் தாண்டி உள்ளே பிரவேசிக்கும் போது அவர்களிடம் சிறிதளவு சுங்கம் வசூலிக்கப்பட்டது. நகரத்துக்கு வெளியே வர்த்தகக் கூட்டத்தினர் தங்குவதற்காக வசதியான விடுதிகள் அமைக்கப்பட்டிருந்தன. அந்த விடுதிகளில் மனிதர்களுக்கு உணவு வசதிகளும், கால்நடைகளுக்குத் தீவன வசதிகளும் ஏற்பாடு செய்யப்பட்டிருந்தன. நகரத்துக்குள் இந்த வர்த்தகக் கோஷ்டியினர் ஏதாவது பொருளை விற்க வேண்டுமென்று நினைத்தால் அதற்குக் கொஞ்சம் வரி கொடுக்க வேண்டும்.

மல்ல, மத்ர குடியரசுகளைச் சேர்ந்த வீரர்கள் ஏற்கெனவே தட்சசீலத்தின் பாதுகாப்புக்காக வந்து யுத்தத்தில் கலந்து கொண்டிருக்கிறார்கள். ஆகவே அவர்களுக்கு என்னைக் குறித்த விவரங்கள் நன்றாகத் தெரியும். மத்ர குடியரசின் தலைநகரான சாயல் கோட்டைக்கு நாங்கள் வந்துகொண்டிருக்கிறோம் என்பதை முன்னதாகவே தெரிந்து அந்த நாட்டில் எங்களுக்குச் சிறப்பு வரவேற்பளிக்க ஏற்பாடு செய்திருக்கிறார்கள். காந்தார ரமணியான ரோகிணி மத்ர சுந்தரிகளோடு அளவளாவி, கொஞ்ச நேரம் தட்சசீலத்தையே மறந்து போயிருந்தாள். "கிழக்குத் தேசங்களில் மத்ர நாடு அழகு வனிதையர்களின் சுரங்கம்" என்று நான் கூறியபோது ரோகிணி தனது கன்னக்கதுப்புகளில் செவ்வரி படரக் கூறினாள்:

"கிழக்கிலுள்ளவர்கள் மத்ராவுக்கும் காந்தாரத்துக்குமிடையே பேதம் காணமாட்டார்கள்."

"ஆமாம். மத்ர, காந்தார நாடுகளில் ஒன்று உயர்ந்தது, மற்றொன்று தாழ்ந்தது என்று சொல்ல முடியாது" என்றேன் நான்.

நாங்கள் சத்ரு (சட்லெஜ்), சரஸ்வதி நதிகளைத் தாண்டி கிழக்கு பூபாகங்களில் நுழைந்ததும் இதுவரைக்குமிருந்த கவலையின்மையும் பயமின்மையும் எங்களிடமிருந்து விடைபெற்றுக்கொண்டன. பாதை அபாயம் நிறைந்ததாக இருந்தது. காடு, குகை, நதி முதலிய எல்லா இடங்களிலும் திருடர் பயம் நிலவிற்று. இந்தப் பக்கங்களில் பட்டணங்களும் கூடத் தூரதூரமாக இருந்தன. ஆகையினால் நாங்கள் பல தினங்கள் காடுகளிலேயே முகாமிட்டுத் தங்க வேண்டியிருந்தது. பட்டணங்களில் திருடர் பயம் குறைவு. அங்கே பால், காய்கறி, வெண்ணெய் முதலிய உணவுப் பொருள்கள் ஏராளமாகக் கிடைத்தன. அந்தப் பிரதேசங்களெல்லாம் யதேச்சதிகார மன்னர்களின் ஆளுகையின் கீழ் இருப்பவை. அதனால் அங்குள்ள மனிதர்களின் நடவடிக்கைகளில் செயற்கைத் தன்மை மிகுந்து காணப்பட்டது. உயர்ந்தவர் தாழ்ந்தவர் என்ற ஏற்றத்தாழ்வு அதிகம். குடியரசு ஆட்சியை விட அங்கு மக்கள் மிகவும் வறுமையில் ஆழ்ந்திருந்தனர். அடிமைகளின் எண்ணிக்கையும் கூட அங்கு அதிகமே.

வனங்களில் வேட்டையாடுவதற்கு மட்டும் நல்ல சௌகர்யங்கள் இருந்தன. எங்களுக்குத் தினமும் ஏதாவது ஒரு மிருகம் அகப்பட்டுக் கொண்டேயிருந்தது. காட்டுப்பசு, மான், பன்றி, மயில் முதலியவற்றில் ஏதாவதொன்றை அடித்துக்கொல்வோம். இந்த ரீதியாக எங்களுக்குச் சுவையான சூப்பு தாராளமாகக் கிடைத்துக் கொண்டிருந்தது. ஆனால் எங்களோடு வந்த வர்த்தகக் கோஷ்டியில் நானூறு பேர் இருந்தனர். அதனால் எல்லாருக்கும் தினமும் சூப்புக் கொடுக்க முடியவில்லை. காட்டுப்பசு கிடைக்கும் தினத்தன்று எங்கள் கோஷ்டியில் ஒரே ஆனந்தம் தாண்டவமாடும். எங்களிடம் தேவைக்கதிகமாகவே காளை மாடுகள் இருந்தன. இவற்றில் ஏதாவது ஒன்று வண்டியிழுக்க முடியவில்லையென்றால் அதற்குப் பதிலாக நல்ல நிலைமையிலுள்ள காளையை வண்டியில் பூட்டிவிட்டு, வேலை செய்ய சக்தியற்ற காளையை அடித்துக் கொன்று உணவாக உபயோகித்துக் கொள்வது உண்டு. பிறகு வழியிலுள்ள ஊர்களில், குறைந்துபோன மாடுகளுக்குப் பதிலாகப் புதிதாக மாடுகளை வாங்கிக்கொள்வோம். கிராமங்களுக்கும் பட்டணங்களுக்கும் வந்து சேரும்போது எங்களுக்கு மாமிசமும் சுராபானமும் வேண்டிய மட்டும் கிடைக்கும். எங்கள் பிரயாணக் கோஷ்டி முழுவதற்கும் மூன்று மாட்டு மாமிசமில்லாமல் போதாது.

திருடர் பயம் இருக்குமிடங்களில் எங்கள் கோஷ்டியைச் சேர்ந்தவர்கள் சுராபானம் அருந்த அனுமதிக்கப்பட மாட்டார்கள்.

இந்திரப் பிரஸ்தத்தை அடைவதற்கு ஐந்து தினங்கள் இருக்கும்போது எங்களை ஒரு திருடர் கூட்டம் பின்தொடர்ந்து வருவது தெரிந்தது. உடனேயே எங்கள் பிரயாணக் கோஷ்டி ஒரு போர்ப்படையாக மாறிற்று. இவ்விஷயத்தில் ரோகிணியும் வேறு எவருக்கும் சளைக்கவில்லை. இரவு வேளையில் கொஞ்சம் ஓய்வு எடுத்துக்கொள்ளும்படி கபில் கூறியபோது அவனுடன் சண்டைக்கு வந்துவிட்டாள். இயல்பாகவே ரோகிணி சண்டை பிடிக்கும் சுபாவமுடையவளல்ல. ஆயினும் அன்று ஆக்ரோஷத்தோடு எதிர்த்துக் கிளம்பி விட்டாள். அவள் முகம் கோபமடைந்ததை அன்றைய தினம் தான் பார்த்தேன்.

இந்திரப் பிரஸ்தத்தினருகில் யமுனா நதியைக் கடந்து கங்கை நதிக்கரையோரமாகச் சென்று ஹஸ்தினாபுரத்தை அடைந்தோம். வழியில் நாங்கள் கல்மாஷதம்ய நகரத்தைக் கடந்தோம். நாங்கள் அங்கே முகாமிட்டிருந்தபோது ஒரு நாள் குருதேசத்தின் கிழ அரசன் ரதமேறி நகரத்துக்கு வெளியே சென்றுகொண்டிருந்ததைப் பார்த்தோம். அவனைச் சுற்றிலும் நூற்றுக்கணக்கான மெய்க்காப்பாளர்கள் இருந்தார்கள். எனது தட்சசீலத்து நண்பர்கள் இதற்கு முன்னர் எந்நாளும் எந்த அரசனையும் பார்த்தது கிடையாது. ஆகையினால் உலாவுவதற்குச் செல்லும் அரசனையும் அவனது பரிவாரத்தையும் பார்த்து அவர்கள் ஏதோ ஒரு யுத்தத்திற்குச் செல்கிறார்களோ என்று நினைந்து விட்டார்கள். மன்னன் உத்தியானவனத்தில் உலாவுவதற்குப் போகின்றார் என்று நான் சொன்னதும் அவர்கள் ஆச்சரியப்பட்டுப் போய்விட்டார்கள். உலாவுவதற்குப் போகும்போது அத்தனை வீரர்கள் ஆயுதபாணிகளாகக் கூடச் செல்கிறார்களே என்ன என்பது அவர்களது சந்தேகம் அப்போது நான் கூறினேன்.

“முடியாட்சியில் அரசன் என்னும் ஒரு தனிநபர் சர்வாதிகாரியாக சகல அதிகாரங்களையும் தன் கையில் வைத்துக்கொள்கிறான். தனது யதேச்சதிகாரப் பரிபாலனத்தில் எத்தனை எத்தனையோ பேர்களைத் தனது எதிரிகளாக்கிக் கொள்கிறான். அவர்களும் அந்த அதிகாரங்களைக் கைப்பற்றுவதில் தங்கள் பாதையில் குறுக்கே நிற்கும் மன்னனை ஒழித்துக்கட்ட அவ்வப்போது முயற்சித்துக் கொண்டேயிருக்கிறார்கள். அதனால் அரசனுக்குத் தன் உயிரைப்பற்றி சர்வசதாவும் பயமிருந்து கொண்டேயிருக்கிறது. இதன் காரணமாக, அப்போதுதான் மரத்திலிருந்து பறித்த புதிய பழங்களானாலும் தன் கண்ணெதிரே மற்றொருவன் ருசி பார்த்து அபாயமற்றது என்று தெரிந்தாலொழிய

அவற்றை வாயில் வைக்கமாட்டான். அவ்விதமே தனது முன்னாலிருப்பது சுத்தமான கிணற்று நீரானாலும் அதில் விஷம் கலந்திருக்கவில்லை என்று நிரூபிக்கப்படும் வரை தாகத்தால் தவித்து உட்கார்ந்து கொண்டுதானிருப்பான். இன்னும், உணவு உண்டிகளைப் பற்றியோ சொல்லவே வேண்டியதில்லை. இரவில் மெய்மறந்து சுகமாகத் தூங்கினோம் என்றே அவனுக்கு இருக்காது. இரவில் பெரும்பகுதி கெட்ட கனவுகளிலேயே கழியும்."

இவ்விதம் நான் அரசர்களின் நிலைமையைப் பற்றி விவரித்துக் கொண்டு வந்தபோது எனது தோழர்களில் ஒருவனான பத்திரிகன் கேட்டான்.

"இவ்வளவு அபாயங்கள் நிறைந்த அந்த அதிகாரப் பொறுப்பை அரசன் ஏன் வகிக்கிறான்?"

"ஏனென்றால் அரசன் சகல சுகபோகங்களையும் அனுபவிக்கக் கூடியவன். ராஜ்யத்தில் மற்றெல்லோரைக் காட்டிலும் அவனே தனவந்தன். வர்த்தகமோ, வாணிபமோ இல்லாமல் திரண்ட செல்வம் அவனை வந்து அடைகிறது. அவனுக்கு ஏராளமான நிலங்கள் இருக்கின்றன. மற்றெவரையும் விடக் கணக்கற்ற அடிமைகளுக்கு எஜமானனாக இருக்கிறான். தினம் தினம் புதிய புதிய இளம் அழகு வனிதைகளைத் தன் அந்தப்புரத்தில் கொண்டு வந்து நிரப்புகிறான். இன்னும் எத்தனை எத்தனையோ சுகபோகங்களை அனுபவிப்பதற்காகவே அரசன் பல அபாயங்களுக்கு மத்தியிலும் அதிகாரப் பொறுப்பை வகிக்க ஆசைப்படுகிறான்."

"அப்படியானால் மக்கள் ஏன் அப்படிப்பட்டவனைச் சகித்துக் கொண்டிருக்க வேண்டும்?"

"மக்கள் எப்போதும் தன்னைச் சகித்துக்கொள்ளத் தயாராக இல்லை என்று தெரிந்ததோ அப்போதே அரசன் அவர்கள் மீது தனது யதேச்சதிகாரத்தைப் பிரயோகிக்க ஆரம்பித்துவிடுகிறான்."

"நாங்கள் அத்தகைய யதேச்சதிகார அரசனை ஒருபோதும் பொறுத்துக்கொண்டிருக்க மாட்டோம்."

"ஆனால் மேற்குக் காந்தார மக்கள் பாரசீக ஆட்சியின் நுகத்தடியைச் சுமந்து கொண்டிருக்கிறார்களே, அதற்கு என்ன செய்வது? அரசன் ஒரு ஜாதி மீது தனது அதிகாரத்தைச் செலுத்துவதால் மட்டும் பாதுகாப்போடு இருந்துவிட முடியாது. எவ்விதம் குடியரசு அரசாங்கம் அந்நிய ஜாதி மீது தனது அதிகாரத்தைச் செலுத்துவது இயலாதோ அதுபோலவே அரசன் ஒரே ஒரு ஜாதியை மட்டும் ஆதீனம்

செய்துகொள்வது இயலாது. அவன் தனது அதிகாரத்தை நிலைநிறுத்திக் கொள்ள வேண்டுமென்றால் பலஜாதிகளின் பரஸ்பரவிரோத குரோதங்களைப் பயன்படுத்திக்கொண்டு ஒன்றுக்கெதிராக மற்றொன்றின் ஒத்துழைப்பைப் பெற்றிருக்க வேண்டும். அல்லது ஒரே ஜாதியை மட்டும் பரிபாலனம் செய்ய வேண்டுமென்றால் அரசன் தனக்கு ஆதரவாளர்களாக அடிமைகளைப் பெற்றிருக்க வேண்டும். அந்த ஒரே ஜாதியிலும் கூட அரசன் தனது சுயநலத்துக்காகப் பிளவுகள் உண்டுபண்ணி அதனைச் சிதைக்கிறான். ஆரியவர்த்தத்திலுள்ள குடியரசு ராஜ்யங்களில் பிராமணர், க்ஷத்திரியர், வைசியர் என்னும் பேதங்கள் கிடையாது. அந்த ராஜ்யங்களில் கடவுளுக்குப் பூஜை புனஸ்காரங்கள், வழிபாடுகள் செய்தவற்கென்று தனியாக ஒரு வர்க்கம் இல்லை. ஆனால் இங்கே மன்னர்கள் ஆட்சி செய்யும் இந்த ராஜ்யங்களில் பிராமணர், க்ஷத்திரியர் என்பது போன்ற பேதங்கள் ஏற்படுத்தப் பட்டுள்ளன. அதுவும் இந்தப் பேதங்கள் மன்னன் தனது யதேச்சதிகாரத்தை நிலைநாட்டிக் கொள்ளவே சிருஷ்டிக்கப் பட்டிருக்கின்றன."

நாங்கள் சில தினங்கள் ஹஸ்தினாபுரத்திலேயே தங்கியிருக்கும்படி நேர்ந்தது. அங்கிருந்து நதியில் படகுப் பிரயாணம் செய்யும் வர்த்தகக் கூட்டத்தினர் கிடைப்பது கஷ்டமல்ல. ஹஸ்தினாபுரத்திலிருந்து காம்பில்யா, கன்யாகுப்ஜம், அலவிகா, பிரயாகை, காசி முதலிய பட்டணங்களுக்குப் படகுகள் தொடர்ந்து புறப்பட்ட வண்ணமிருந்தன. ஆனால் எங்கள் குதிரைகளை ஏற்றிச் செல்வதற்குப் பிரத்தியேகமான படகுகள் தேவைப்பட்டன. அப்படிப்பட்ட படகுகள் எந்த வர்த்தகக் கூட்டத்திடமும் இல்லை. எனவே நாங்களே அவற்றைத் தயாரித்துக் கொள்ளும் அவசியம் ஏற்பட்டது.

அரண்மனையைச் சேர்ந்த வணிகப் பிரமுகரான ஜோதீயனின் வர்த்தகக் கோஷ்டியோடு நதியில் பிரயாணம் செய்யும் வாய்ப்பு எங்களுக்கு ஏற்பட்டது. எங்களைத் தங்களோடு அழைத்துச் செல்வதற்கு எத்தனையோ வர்த்தகக் கூட்டத்தினர் பெரிதும் விருப்பம் தெரிவித்தார்கள். சிலர் இதற்காக எங்களுக்குச் சன்மானம் கொடுக்கக் கூடச் சித்தமாக இருந்தார்கள். ஏனென்றால் ஆயுதபாணிகளாகப் பதினேழு வீரர்கள் தங்களோடு துணைக்கு வருவது எந்த வர்த்தகக் கூட்டத்திற்கும் சாதாரண உதவியில்லையே? ஜோதீயனின் வர்த்தகக் கோஷ்டிக்குத் தலைவனான பீமன் சாமர்த்தியசாலி; பல தேசங்களையும் சுற்றிப் பார்த்தவன். அவன் கிழக்கு மேற்கு சமுத்திரங்களில் மட்டுமின்றித் தொலைத்தூரத் தீவுகளிளெல்லாம் கூடப் பிரயாணம் செய்தவன். காந்தாரத்தையும் பார்த்திருக்கிறான்.

அவனது நாற்பது பெரிய படகுகளில் காந்தாரத்தையும், பனிப் பிரதேசங்களையும் சேர்ந்த விதம் விதமான பொருள்கள் நிரம்பியிருந்தன. அவற்றில் வடக்குக் குரு தேசத்திலிருந்து வரும் கலைமான் தோல்களும் இருந்தன. இந்த விற்பனைப் பொருள்கள் மகதம் முதலிய கிழக்கு ராஜ்யங்களுக்கு மட்டுமின்றி, பிரமதேசத்துக்கும் (பர்மா) இன்னும் வங்காள விரிகுடாவிலுள்ள இதர தீவுகளுக்கும் ஏற்றுமதி செய்யப்பட்டன.

பீமனின் மூலமாக மகதத்தைப் பற்றி அநேக விஷயங்கள் தெரிந்தன. பிம்பிசாரன் மீண்டும் ராணுவ முஸ்தீபுகள் செய்து வருகிறானாம். உத்தராபதத்திலிருந்து (பஞ்சாப்) ஆயிரக்கணக்கான குதிரைகளை வரவழைத்திருக்கிறானாம். இந்தத் தகவல்களை யெல்லாம் பீமன் கூறினான். ஆனால் இந்தத் தடவை எந்த நாட்டின் மீது படையெடுப்பு நடக்க இந்த ஏற்பாடுகளெல்லாம் நடக்கின்றன என்பதை அவனால் தெளிவாகக் கூறமுடியவில்லை. வணிகர் தலைவன் ஜோதீபனுடைய வர்த்தகப் பிரதிநிதிகள் ஜம்புத்தீவு (பாரதம்) முழுவதும் வியாபித்திருந்தது மட்டுமின்றி கடல் கடந்தும்கூட இருந்தார்கள். ஆகையினால் அவர்களுக்கு ஒவ்வொரு நாட்டிலும் உள்ள சமாதான யுத்த நிலைமைகளைப் பற்றி நன்கு தெரிந்திருந்தது. அந்தந்தத் தேசங்களிலுள்ள சமாதான சூழ்நிலைமைகள் மீதே அவர்களுடைய வர்த்தகம் ஆதாரப்பட்டிருந்தது. கோசல, வத்ச அரசர்களும், லிச்சவி குடியரசு அரசாங்கமும் கூட ராணுவ முஸ்தீபுகளில் இறங்கியிருக்கும் விஷயம் தெரியவந்தது. லிச்சவியின் பெயரைச் சொன்ன மாத்திரத்தி லேயே என் நெஞ்சம் பதைபதைத்தது. பிம்பிசாரன் லிச்சவி கொடுத்த அடியை இதற்குள் மறந்துவிட்டானா?

நதிப் பிரயாணத்துக்குக் காளை மாடுகள் தேவையில்லாது போனதால் அவற்றிற்கு வேண்டிய தீவனம்- புல் முதலியவற்றைப் பற்றிக் கவலைப்படவேண்டிய அவசியமில்லாது போயிற்று. அத்தோடு எறும்புகளைப் போல வண்டிகளுக்குப் பின்னால் நடந்து செல்லவேண்டிய அவசியமில்லாது போயிற்று. கங்கை நதியில் நீரோட்டத்தின் திசையில் பிரயாணம் செய்தபோது படகுகள் மிக வேகமாகச் சென்றன. அப்போது மேற்கத்திய காற்று வீசியதால் பாயின் உதவியால் படகுகள் மேலும் அதிவேகமாகச் சென்றன. எங்கள் குதிரைகளுக்கு வேண்டிய புல், தீவனம் முதலியவற்றிற்குப் பஞ்சமில்லை. காட்டுப் பிராந்தியத்தில் ஆங்காங்கே படகுகளை நிறுத்தி வர்த்தகக் கோஷ்டியினர் சுள்ளிகளையும், விறகுகளையும் பொறுக்கி வந்தனர். அப்படிப்பட்ட சமயங்களில் நாங்கள் குதிரைகளைப் படகுகளிலிருந்து இறக்கி அவற்றின் கால் கூச்சம் தீர சவாரி செய்தோம். சில சமயங்களில்

வேட்டையும் ஆடினோம். எங்களுக்கு ஒவ்வொரு தினமும் வர்த்தக் கோஷ்டியைச் சேர்ந்த வணிகர்கள் பிடித்த மீன்கள் கிடைத்தன. நாங்கள் மாமிசம் முதலியவற்றிற்குச் செலவு செய்தது மிகவும் சொற்பமே.

நிலா வெளிச்ச நாட்களில் படகுகள் இரவும் பகலும் பயணம் சென்றன. இருட்டுக் காலங்களில் நதியின் மத்தியில் நங்கூரம் பாய்ச்சித் தங்கிவிடுவோம். நெருப்புப் பந்தங்களை ஏற்றிப் படகோட்டிகள் மதுபானம் அருந்துவார்கள். பிறகு மீன் பிடிப்பார்கள். காம்பில்யம், கன்யா குப்ஜம் முதலிய தீர்த்த ஸ்தலங்களில் ஜோதீயனுக்குக் கடைகள் இருந்தன. அப்படிப்பட்ட இடங்களில் வர்த்தகக் கோஷ்டியினர் தாங்கள் கொண்டுவந்த பொருள்களை இறக்கவும், ஆங்காங்கே கிடைக்கும் பொருள்களை ஏற்றிக்கொள்ளவும் வேண்டியிருந்தது. ஆகையால் நாங்கள் அத்தகைய இடங்களிலெல்லாம் ஒன்றிரண்டு தினங்கள் பிரயாணத்தை நிறுத்தி வைக்கும்படி நேர்ந்தது. இச்சமயங்களில் நாங்கள் கூட்டம் கூட்டமாகப் பட்டணங்களுக்குச் சென்று, தீர்த்த ஸ்தலங்களை தரிசித்து எங்களிடமுள்ள பொருள்களை விற்றுவிட்டு அன்றாட வாழ்க்கைக்கான அத்தியாவசியப் பொருள் களையும், ஆகாரப் பதார்த்தங்களையும் வாங்கிக்கொண்டு வருவோம். அப்போது இடைப்பனிக்காலம். ஆயினும் ரோகிணி, தட்சசீலத்தைக் காட்டிலும் இங்குக் குளிர் குறைவுதான் என்று கூறினாள். கிழக்கத்தியப் பட்டணங்களிலுள்ள கடைவீதிகள், கடைகள், நேர்த்தியான மாளிகைகள், சுந்தரமான பொழுதுபோக்கு உத்யான வனங்கள் முதலியவற்றைப் பார்த்து ரோகிணி மகிழ்ச்சி அடைந்தாள்; ஆனால் தீண்டத்தகாதவர்கள், அடிமைகள், உழைக்கும் மக்கள் முதலியோரின் சிதிலமாகிப் போன குடிசைகளையும் அவற்றில் எலும்பும் தோலுமாக வசிக்கும் ஏழை எளியவர்களையும் கண்ணுற்றபோது ரோகிணியின் மனம் பெரிதும் சஞ்சலமடைந்தது. அடிமைத்தனம் எவ்வளவு குரூரமானது. வறுமை எவ்வளவு வெறுக்கத்தக்கது என்பதை இப்போது அவள் புரிந்துகொண்டாள்.

கன்யாகுப்ஜத்தில் நாங்களிருவரும் ராஜ உத்யானவனத்திற்குச் சென்றோம். அந்த உத்யான வனத்தின் மத்தியில் தாமரை மலர்கள் பூத்துக் குலுங்கும் ஒரு தடாகமிருந்தது. அத்தடாகத்தில் அன்னப் பறவைகள் நீந்தி விளையாடித் தண்ணீரை அல்லோல கல்லோலம் செய்துகொண்டிருந்தன. தடாகத்தின் நாலாப்புறங்களிலும் நடப்பட்டிருந்த மரம், செடி கொடிகள் விதம் விதமான வண்ணப் பூக்களோடு, நறுமணம் கமழும் மலர்களோடு மிக வனப்பாக இருந்தன. இடையிடையே நிலம் பசுமையோடு பச்சைக் கம்பளம் விரித்தது போலிருந்தது. அந்தப் பூந்தோட்டத்தில் இளம் யுவதிகள் சிலர்

கொண்டாட்டம் ஆடிக்கொண்டிருந்தனர். வேறு சிலர் சரச சல்லாபப் பேச்சுக்களில் லயித்துப் போயிருந்தனர். ரோகிணியின் மேனியில் குண்டலங்களைத் தவிர வேறு ஆபரணங்கள் எதுவும் இல்லை. அவள் ஆடைகளில்கூட மிக சாமான்யமானவற்றையே உடுத்தியிருந்தாள்; ஆயினும் காந்தாரத்தின் நிரதிசய அழகு அவளிடம் மிளிர்ந்து, பார்ப்போர் எவருடைய கவனத்தையும் அவள் பக்கம் ஈர்த்துக் கொண்டிருந்தது. நாங்கள் ராஜ உத்யான வனத்திலிருந்த போது பாஞ்சால ராஜகுமாரி அங்கே தனது பரிவாரங்களோடு வந்திருந்தாள். அவள் தனது தோழிகள் மூலம் ரோகிணியைப் பற்றிக் கேள்விப்பட்டு எங்களிடம் வந்தாள். அப்போது நாங்கள் ஒரு சலவைக் கல்லின் மீது உட்கார்ந்து தடாகத்தின் சௌந்தர்யத்தை ரசித்துக் கொண்டிருந்தோம். ராஜகுமாரியைப் பார்த்ததும் நாங்கள் எழுந்து நின்றோம். அவளுடைய தோழி ஒருத்தி எங்களுக்கு ராஜகுமாரியை அறிமுகம் செய்து வைத்தாள். ரோகிணியை ராஜகுமாரியோடு கொஞ்ச நேரம் பழகிப் பேசும்படி கூறினேன்.

ஒருவரோடொருவர் பழகும்போது என்ன மரியாதை முறைகளை அனுஷ்டிக்க வேண்டும் என்பது இருவருக்குமே தெரியாது. எந்தக் கன்னியோடாகட்டும், யுவதியோடாகட்டும் பழகும்போது அவர்களைத் தனக்குச் சமானமானவர்களாக மதித்து நடந்து கொள்ளவே ரோகிணிக்குத் தெரியும். ராஜகுமாரிக்கும் சம வயதுள்ள எல்லோர்களோடும் தனது தோழிகளைப் போலவே பழகத் தெரியும். ஆனால் ரோகிணியுடைய வாளிப்பான உருவத்தைப் பார்த்து அவளும் யாரோ ஒரு அரசகுமாரி என்று நினைத்துவிட்டாள். எனவே, ரோகிணி "வணக்கம்" என்று கூறியதும் அவளும்கூட "வணக்கம் ராஜகுமாரி" என்றாள். நான் சற்றுத் தொலைவில் விலகி நின்று அவர்களுடைய நடவடிக்கைகளைக் கவனித்துக் கொண்டிருந்தேன். தங்களிருவருக்கு மிடையே பின்கண்டவாறு சம்பாஷணை நடந்ததாக ரோகிணி பின்னால் வழியில் கூறினாள்.

ராஜகுமாரி; தோழி! நீ இந்தத் தேசத்தைச் சேர்ந்தவளாகத் தெரியவில்லை; ஆகையினால் நான் சில விவரங்கள் கேட்பதற்கு மன்னிக்க வேண்டும்.

ரோகிணி : அவ்விதம் கூறவேண்டாம் ராஜகுமாரி! உங்களோடு பழகுவதற்கு எனக்கு மிகவும் மகிழ்ச்சியாக இருக்கிறது.
ராஜ : அவர் உனக்கு என்ன வேண்டும்?
ரோ : என் கணவர்.
ராஜ : உன் பிறந்த இடத்தின் பெயர்?
ரோ : காந்தார நாட்டில் தட்சசீல நகரம்.

ராஜ : எங்கள் பாட்டி காந்தாரத்தில் பிறந்தவள்தான். அதுசரி, உன் பெயர் என்னவோ?

ரோ : ரோகிணி, உன் பெயரோ?

ராஜ : வித்யாவதி. என்ன தோழி? நாமிருவரும் கொஞ்ச நேரம் அந்தப் பூங்குடிலின் கீழ் உட்கார்ந்து இளைப்பாறுவதற்கு உனக்கு ஏதாவது ஆட்சேபம் உண்டா? நான் என் அம்மாவைக்கூட அங்கு அழைக்கலாமென்றிருக்கிறேன். எங்களது காந்தார விருந்தினருக்கு உபசாரம் செய்வது எனது கடமையல்லவா.

"இந்த விஷயத்தில் என் கணவரைக் கேட்டு வருவதற்கு அனுமதியளியுங்கள்" என்று கூறிவிட்டு ரோகிணி என்னிடம் வந்தாள். நாங்கள் எங்கள் இருப்பிடத்திற்குத் திரும்புவதற்கு இன்னும் நேரம் இருந்தது. ஆகையினால் ராஜகுமாரியோடு பூங்குடிலையடைந்து அந்த மத்தியானத்தைக் கழிப்பதற்கு எங்களுக்குத் தடையேதுமில்லை.

நாங்களிருவரும் அவளிடம் சென்றோம். ராஜகுமாரியின் திரேகம் முழுவதும் நகை அலங்காரங்களால் நிறைந்திருந்தது. அவளது காதுகளில் ரத்தினங்கள் பதித்த பெரிய பெரிய குண்டலங்கள் தொங்கிக் கொண்டிருந்தன. அவற்றின் பாரத்தால் செவிகள் புஜங்களைத் தொட்டுக்கொண்டிருந்தன. கழுத்தில் அணிந்திருந்த பெரிய ஆரங்கள் மார்பையே மறைத்துக் கொண்டிருந்தது. இடுப்பில் விதம் விதமான சரங்கள் கொண்ட ஒட்டியாணமிருந்தது. அதில் சிறுகுண்டுமணிகள் ஆடிக்கொண்டிருந்தன. கையில் ஏராளமான கங்கணங்களும் வளையல்களுமிருந்தன. தலையில் கறுநிறக் கேசம் சூடாமணி முதலிய சிரசாபரணங்களால் அலங்கரிக்கப்பட்டு விளங்கிற்று. கால்களில் கொலுசும், சிலம்பும் இருந்தன. எங்கள் வைசாலியிலும் பெண்கள் நகைகள் அணியும் பழக்கம் அதிகமுண்டு; ஆனால் இவ்வளவு நகைகளை நான் அங்கு யாரிடமும் பார்க்கவில்லை. இத்தனை நகைகளோடு ராஜகுமாரி நடப்பதற்கும்கூடக் கஷ்டமாகவே இருந்தது. எனக்கு அவைகள் ஆபரணங்களாகத் தோன்றவில்லை. சுமையாகவே தென்பட்டது. நாங்கள் அருகில் வந்ததும் ராஜகுமாரி "விருந்தினர்களே! வாருங்கள். தாங்கள் தங்களுடைய துணைவி சகிதம் மத்தியானம் எங்கள் விருந்தினர்களாக இருக்கவேண்டுமென்று கேட்டுக்கொள்கிறேன்" என்றாள்.

"அவ்விதமே செய்கிறோம். உங்களுடைய ஆக்ஞையைச் சிரமேற் கொள்கிறோம். எங்களுக்கு இன்னமும் நேரம் இருக்கிறது" என்றேன் நான்.

"நீங்கள் இங்கே கன்யாகுப்ஜத்தில் (தானௌஜ்) சில தினங்கள் தங்கப் போகிறீர்களா?" என்று கேட்டாள் ராஜகுமாரி.

"இல்லை ராஜகுமாரி! நாங்கள் ஒரு வர்த்தகக் கோஷ்டியோடு சேர்ந்து நதிப்பிரயாணம் செய்துகொண்டிருக்கிறோம். இன்று மாத்திரம் இங்கிருந்துவிட்டு மகதத்துக்குப் பிரயாணம் செய்ய இருக்கிறோம்."

"அப்படியானால் நீங்கள் மகத நாட்டின் ராஜகுமாரரா? தோழி ரோகிணி காந்தாரத்தின் ராஜகுமாரியோ?"

"இல்லை ராஜகுமாரி நான் ராஜகுமாரியில்லை. இவரும் அரசகுமாரர் இல்லை. நாங்கள் க்ஷத்திரியர்கள். எனது கணவர் வைசாலியைச் சார்ந்த க்ஷத்திரிய வீரகுமாரர். தட்சசீலத்தில் படிப்பை முடித்துக்கொண்டு என்னோடு தாயம் திரும்பிக் கொண்டிருக்கிறார்" என்றாள் ரோகிணி.

பேசிக்கொண்டே மூவரும் பூங்குடிலுக்குள் நுழைந்தோம். அடிமைகள் ஏற்கெனவே ஆசனங்கள் போட்டு உணவு வகைகளைப் பரிமாறுவதற்குத் தயாராக இருந்தார்கள். நாங்கள் அமர்ந்த பிறகு ராஜகுமாரி சொன்னாள்:

"நாங்களும் க்ஷத்திரியர்கள்தான். ராஜகுமாரி ஆனதால் மட்டும் என்ன வந்துவிடுகிறது? நல்லது. தோழி ரோகிணி! வனப்பான உனது மேனியை அலங்கரிப்பதற்கு ஆபரணம் எதுவும் அவசியமில்லைதான். ஆனாலும் கைகளில் கங்கணம்கூட அணிந்துகொள்ளாமல் இருக்கிறாயே!"

"நகைகள் எங்கள் வேலைகளுக்கு இடைஞ்சலாக இருக்கின்றன ராஜகுமாரி!" தனது உள்ளங்கையையும் காய் காய்ச்சிக் கரடுமுரடாக இருந்த ஆள்காட்டி விரலையும், கட்டை விரலையும் காட்டி ரோகிணி தொடர்ந்து கூறினாள். "நாங்கள் வில்லேற்ற வேண்டியிருக்கிறது: வாளைச் சுழற்ற வேண்டியிருக்கிறது; வயலிலும் தோட்டத்திலும் பாடுபட வேண்டியிருக்கிறது; அப்படிப்பட்ட சந்தர்ப்பங்களில் நகைகள் தடங்கலாக இருக்கின்றன."

ரோகிணியின் கரங்களைப் பார்த்து ராஜகுமாரி ஆச்சரியப்பட்டுப் போனாள்; ஏனென்றால் அவளது கண்ணோட்டத்தில் கரங்கள் மலர்போல மென்மையாக இருப்பதே பெண்களுக்கு இயல்பான அழகு; குளிர் - வெயில் கொஞ்சம் பட்டால்கூடப் பெண்களின் மேனி வாடி வதங்கிவிடும் என்பது அவளது நினைப்பு. அவள் தனது மிருதுவான கரங்களால் ரோகிணியின் கரடுமுரடான உள்ளங்கையைத் தடவிப் பார்த்து, "உங்கள் பக்கத்தில் ராஜகுமாரிகள்கூட இவ்வளவு கடினமான வேலைகளைச் செய்கிறார்களா?" என்று கேட்டாள்.

"நான் ராஜகுமாரி இல்லை தோழி, க்ஷத்திரியப் பெண்."

"இல்லை, நீ பேசும் முறையும், உனது பயமற்ற தன்மையும் நீ ராஜகுமாரிதான் என்பதைக் கூறுகின்றன."

"அதற்கு வேறு காரணங்கள் இருக்கின்றன. ராஜகுமாரி! உண்மையில் எங்கள் காந்தார நாட்டில் அரசனே கிடையாது. தாச-தாசிகளும் (அடிமைகளும்) இல்லை. எல்லாரும் க்ஷத்திரியர்களே. உயர்வு தாழ்வின்றி அனைவரும் சரிநிகர் சமானமாக இருக்கிறார்கள்."

"பின் எங்கள் பாட்டியைக் காந்தார அரசகுமாரி என்று அழைக்கிறார்களே!"

"இங்கே வந்த பிறகு அப்படி அழைத்திருப்பார்கள்; எங்களுடையது குடியரசு நாடு ராஜகுமாரி! எங்கள் நாட்டில் ராணி, ராஜகுமாரிகள் கிடையாது. அதனால் நாங்கள் சம வயதுள்ள எல்லாரிடமும் சரிசமமாகப் பழகுவதையே அறிவோம்."

ராஜகுமாரி இந்தப் பேச்சுக்களை ஆச்சரியத்தோடு கேட்டுக்கொண்டிருந்தாள். ரோகிணி சொல்வதை அவளால் நம்ப முடியவில்லை. ஆனால் ரோகிணியின் நீல நிற விழிகளைப் பார்த்தால் அவள் கூறுவது முற்றிலும் உண்மை என்றே பட்டது. இதற்குள் உணவு பரிமாறிவிடவே ராஜகுமாரி எங்களைச் சாப்பிடுவதற்கு அழைத்தாள். இன்று பாஞ்சால அரசு வம்சம் சூரசேன, வத்ச அரசர்களின் கீர்த்திக்கு முன்னால் மங்கிப்போயிருந்தாலும் அது தொன்மையானது என்பது பிரசித்தமான விஷயம். இன்றுங்கூட குரு-பாஞ்சால வம்சத்தார் அரசர்களின் ஆசார அனுஷ்டான விஷயங்களில் ஏனைய மன்னர்களுக்கு முன் மாதிரியாக விளங்குகிறார்கள். பாஞ்சால அரண்மனை உணவு புகழ்பெற்றது; ஆனால் நானும் ரோகிணியும் அந்தப் பதார்த்தங்களைச் சாப்பிடும் போது அவற்றை மெச்சிக் கொண்டாலும் பொதுவாக எங்களுக்கு அந்த உணவு அவ்வளவாகப் பிடிக்கவில்லை.

சாப்பாடு ஆனதும் ராஜகுமாரியும் அவளது தோழிகளும் வீணையை மீட்டிக்கொண்டே பாட்டுக்கள் பாடினார்கள். ரோகிணியும் அவர்களோடு சேர்ந்து பாடினாள். பிறகு, நடனம் ஆடுவது பற்றிப் பேச்சு எழுந்ததுமே இனி எங்களுக்கு நேரமில்லை என்று கூறி விடை பெற்றுக்கொண்டு புறப்பட்டோம். ஒரு ராஜகுமாரியோடு சில விநாடிகள் கழித்ததன் மூலமாக, அரச குடும்பத்தாரைப் பற்றித் தெரிந்துகொள்ள வேண்டுமென்ற ரோகிணியின் விருப்பம் நிறைவேறிவிட்டது. ஆனால் இதனால் அரச குடும்பத்தைச் சேர்ந்த பெண்கள் மீது அவளுக்கு மரியாதை அதிகரிக்கவில்லை. எனவே, உத்தியான வனத்திலிருந்து வெளியே வந்ததுமே ரோகிணி என்னிடம் "இவளும் சரஸ்வதி மாதிரியே எருமைபோல் வளர்ந்து விட்டாள்" என்றாள்.

"எதனால் அப்படி" என்று கேட்டேன் நான்.

"பதினாறு, பதினேழு வயதுக்குள்ளேயே அவளுடைய முகவாய்க்கட்டைக்குக் கீழ் எவ்வளவு சதை வளர்ந்திருக்கிறது பார்க்கவில்லையா? அந்த நகைகளெல்லாம் பார்த்து எனக்கு அவள்மீது இரக்கம்தான் ஏற்பட்டது. கழுதைச் சுமைபோல் இவ்வளவு பாரமா! கொஞ்சம் வேலைவெட்டிகள் செய்து, காற்று வெளிச்சத்தில் ஓடியாடித் திரிந்தால் அவளுக்கு இந்த விகாரமான ரூபம் ஏற்பட்டிருக்காது. கண்களில் மையை எவ்வளவு சலப்பமாக வைத்துக் கொண்டிருக்கிறாள்."

"அப்படியானால் ரோகிணி! ராஜகுமாரி எப்படியிருப்பாள் என்பதை நீ தெரிந்துகொண்டு விட்டாய் அல்லவா?"

"ஆமாம் தெரிந்துகொண்டேன். எங்கள் காந்தார காரிகை உப்பென்று ஊதினால் ஆகாயத்தில் பறந்துபோய் விடுவாள் ராஜகுமாரி."

"அப்படிப் பறந்து போவது மாதிரி இருப்பதுதான் அரசகுமாரிகளுக்குப் பெருமை."

"இருக்கலாம். ஆனால், அதனால் பெண்மையே மாசுபட்டு விடுகிறது."

"அரசர்களுக்குப் பெண்மையைப் பற்றிக் கவலையில்லை. அவர்கள் ஆடுவதற்குப் பொம்மைகள் வேண்டும். ஒன்றல்ல, அநேகம்."

"ஒன்றுக்கு அதிகமாகவா?"

"ஆமாம். நூற்றுக்கணக்கில் அவர்களுக்குத் தினம் தினம் புதுப்புது பொம்மைகள் வேண்டும்."

"அவர்கள் முன்னால் பெண்மைக்கு மதிப்பில்லையா?"

"இல்லாமலென்ன, இருக்கிறது. நீதான் பார்த்தாயே ராஜகுமாரி தன் திரேகம் நிறைய எவ்வளவு மதிப்புள்ள நகைகளைப் போட்டிருந்தாளென்று."

"கால்சட்டை போட்ட மாதிரியிருக்கும் சுமைக்குப் பெயர் மதிப்பா! அது தண்டனை."

"ஆனால் அரசவம்ச சீமாட்டிகள் அதைத் தண்டனையாகக் கருதமாட்டார்கள்."

"அப்படியானால் அவர்கள் அத்தனை பேரும் விவேகமற்றவர்கள் தானா?"

“அன்பே! ராஜகுமாரியை நேரில் பார்த்த நீயே அதற்குப் பதில் சொல்ல முடியும்.”

“அவளுடைய பேச்சுக்கள் அத்தனை இயற்கையாக இல்லாவிட்டாலும் அவள் மந்த புத்தி படைத்தவளாக எனக்குத் தோன்றவில்லை.”

“பிரியமுள்ள ரோகிணி! யதேச்சதிகார முடியாட்சி ஆண், பெண்களின் சிறைக்கூடம். அங்கே மன்னன் முன்னால் எந்த மனிதனுக்கும் மதிப்பு கிடையாது. அரசனின் கண்ணோட்டத்தில் பெண் ஒரு விளையாட்டுப் பொம்மை - காமக் களியாட்ட யந்திரம். யதேச்சதிகார அரசில் சுதந்திர மனிதனுக்கு இடமேயில்லை.”

“அதனால்தான் மன்னராட்சி என்றால் உனக்கு அவ்வளவு வெறுப்பு இருக்கிறது.”

“உண்மை. நான் முடியாட்சியை மனித வர்க்கத்துக்கே ஒரு இழுக்காகக் கருதுகிறேன். நான் அதை வெறுப்பதற்கு இன்னொரு காரணமும் உண்டு. எங்கள் வைசாலிக்குப் பயங்கர விரோதிகளாக இருப்பவர்கள் மன்னர்களே.”

“பிரிய சிம்மா! இந்தத் தேசங்களிலெல்லாம் முடியாட்சிகள் அனாதிகாலம் தொட்டே இருந்து வருகின்றனவா?”

“இல்லை ரோகிணி! குரு. பாஞ்சாலம், காசி, கோசலம், சேதி, வத்சம் முதலிய நாடுகளிலெல்லாம் முன்னர் குடியரசுகளே இருந்தன. நாளடைவில் அடிமைகள், ஆண்டான்கள் ஏற்பட்டு, ஆர்ய அனார்ய வர்ணக்கலப்பைத் தொடர்ந்து உள்ளுக்குள் விளைந்த கலகங்களைச் சுயநலமிக்க தலைவர்கள் பயன்படுத்தி, தங்களது அதிகாரத்தை நிலைநாட்டிக் கொண்டனர்; இந்த விவரத்தைப் பெரியவர்கள் மூலமாகத் தெரிந்துகொண்டேன்.”

“நல்ல கிராக்கியான பேரம்தான்!”

“ஆம். இதில் சந்தேகமென்ன இருக்கிறது?”

“அப்படியானால் - சிம்மா! - தட்சசீலத்தில்கூட ஆரிய அனார்ய வர்ணக் கலப்பு ஏற்பட்டு, ஆண்டான் - அடிமை பேதங்கள் தீவிரமானால் அங்குக் குடியரசு நீடித்து நிற்கமுடியாதா?”

“வைசாலியிலும் எங்களை இந்தச் சிக்கல் எதிர்நோக்கியிருக்கிறது. ரோகிணி! எங்களது குடியரசு ஆட்சியை உறுதியாகப் பேணிக் காப்பதற்கு ஒவ்வொரு லிச்சவி மகனும் சர்வ பரித்தியாகமும் செய்யச் சித்தமாகவே இருக்கிறான்; ஆனாலும் அங்கே வேரோடிப் போயிருக்கும் ஆரிய அனார்ய ஆண்டான் - அடிமை பேதா பேதங்கள்

எப்போதானாலும் எங்கள் குடியரசு ஆட்சிக்கு அபாயகரமானவை. இந்த உண்மை எனக்கு வைசாலியில் இருக்கும்போது தெரியாது. தட்சசீலக் குடியரசு வைசாலியைவிடச் சிறிதாக இருந்தாலும் அது இவ்வளவு பலத்தோடு விளங்குவதற்குக் காரணமென்ன என்பதைத் தெரிந்து கொண்டபோதுதான் எனக்கு இந்த உண்மை புலனாயிற்று."

நாங்கள் இப்படிப் பேசிக்கொண்டே கங்கைக் கரையை அடைந்தபோது இன்னும் ஒரு ஜாமப்பொழுது (மூன்று மணி நேரம்) இருந்தது. கன்யாகுப்ஜத்தில் கொள்முதல் செய்த சரக்குகளை வர்த்தகக் கோஷ்டியைச் சேர்ந்த சிப்பந்திகள் படகுகளில் ஏற்றி முடித்திருந்தார்கள். அவர்கள் ஆடல் - பாடல் - குடி - கூத்துகளுக்கு ஏற்பாடு செய்து கொண்டிருந்தார்கள்; சிலர் மசாலை தினுசுகளை அரைத்துக் கொண்டிருந்தார்கள்: வேறு சிலர் சுராபானப் பாத்திரங்களைக் கொண்டுவந்து வைத்துக்கொண்டிருந்தார்கள். எங்களைச் சேர்ந்தவர்களும்கூட இந்த முயற்சியில் ஈடுபட்டிருந்தார்கள். லிச்சவி இளைஞனான சுபம் மிருதங்கம் வாசிப்பதில் நிபுணன். அவன் தன் மிருதங்கத்தைச் சரிசெய்து கொண்டிருந்தான். பீமன் இமை கொட்டாமல் தனது வீணையைப் பார்த்துக் கொண்டிருந்தான். கபில் திகிலடைந்தவன் போலிருந்தான். என்னைப் பார்த்ததுமே தோள்மீது கையைப் போட்டு "நண்பா! எங்கள் காந்தாரப் பெண் ரோகிணியின் காரணமாக உனக்கு ஏதாவது ஆபத்து நேர்ந்துவிட்டதோ என்று நினைத்துவிட்டேன்" என்றான்.

"ஆபத்தா?"

"ஆமாம், பின்னே என்ன. அரசர்கள் மிகவும் கொடியவர்களென்றும் பிறர் மனைவிகளையும் பொருள்களையும் அபகரிப்பதை ஒரு தர்மமாகவே கொண்டிருக்கிறார்கள் என்றும் பீமன் சொன்னான். மேலும் ரோகிணி போன்ற பெண் ரத்தினம்..."

"ரத்தினம்!" தீட்சண்யமாகப் பார்த்துக்கொண்டே ரோகிணி இடையே குறுக்கிட்டாள். "நான் ஜீவனற்ற ரத்தினமல்ல. காமுகனான அரசன் எவனாவது என்மீது கண் வைத்தால் அவனுக்குப் பெண்மை என்றால் என்ன என்பதைக் காண்பிக்காமல் விடமாட்டேன்."

"உனது சாமர்த்தியம் எனக்குத் தெரியும் சகோதரி. நீ அவ்வாறே செய்வாய் என்பதில் சந்தேகமில்லை; ஆனால், பீமன் சொன்னதைக் கேட்டதும் ராஜாக்கள் மீது எனக்கு வெறுப்பு ஒருபுறம்; நீங்கள் இவ்வளவு நேரமாகியும் வராததால் என்ன நேர்ந்ததோ என்ற கவலை இன்னொருபுறம்."

"உண்மைதான். நீ சொன்னபடி கொஞ்சம் நேரமாகிவிட்டது. நாங்கள் நட்புக்குக் கட்டுப்பட்டுப் போய் வருவதற்கு இவ்வளவு நேரமாகிவிட்டது.

"இங்கே - பாஞ்சாலத்தின் தலைநகரான - கன்யாகுப்ஜத்தில் நட்புக்குக் கட்டுப்பட்டிருப்பதா? வைசாலிகள் அல்லது தட்சசீல நண்பர்கள் எவரையாவது சந்தித்தீர்களா?"

"அவர்கள் எவரையும் பார்க்கவில்லை அண்ணா!" ரோகிணி கபிலின் புஜத்தின் மீது கையை வைத்து அவனது முகத்தைப் பார்த்துக்கொண்டு கூறினாள். "நான் ஒரு ராஜகுமாரியைப் பார்த்தேன்."

"ராஜகுமாரியைப் பார்த்தாயா? விந்தையான ஜந்து மாதிரி இருந்ததா?"

"விந்தை ஜந்துவைவிட விசித்திரமாக இருந்தது. ஆனால் அவள்மீது எனக்கு இரக்கம்தான் ஏற்பட்டது கபில்."

"இரக்கமா!"

"ஆமாம், இரக்கம்தான். அவளிடத்தில் நமது காந்தாரப் பெண்களைப் போல ஜீவன் இல்லை. ஏதோ நகைகளால் போர்த்தப் பட்ட உயிரற்ற பொம்மை போல் இருந்தாள். கொழு கொழுப்பில்லாத கொடியைப்போல, திக்கற்றவளாகக் காணப்பட்டாள்; அதனாலேயே அவள் மீது எனக்கு இரக்கம் ஏற்பட்டது."

"அப்படியானால் என்னை ஏன் அழைத்துக்கொண்டு போகவில்லை? நான் அவளுக்கு அடைக்கலம் கொடுப்பவனாக இருந்திருப்பேனே. அப்போது அவள் மீது இரக்கப்பட வேண்டிய அவசியமும் ஏற்பட்டிருக்காது" என்றான் கபில் சிரித்துக்கொண்டே.

ரோகிணி கம்பீரத்தோடு கூறினாள் - "இல்லையண்ணா, சிரிக்க வேண்டாம். இங்குள்ள பெண்களின் அசிரத்தைப் போக்கையும்; புத்திஹீனத்தையும் பார்த்து எனக்குக் கவலையாக இருக்கிறது."

கபில் தனது விரல்களை ரோகிணியின் கேசத்திற்குள் நுழைத்து சிக்கெடுத்துக்கொண்டே கூறினான் - "பைத்தியக்காரப் பெண்ணே! இழிவாக நடத்தப்படும் எத்தனை பெண்களை நான் பார்த்திருக்கிறேன். பாரசீகம் (ஈரான்), பவேரு (பாவுல்) முதலிய மேற்கு நாட்டுப் பெண்கள் கேவலம் காமுகர்களின் விளையாட்டுப் பொருளர்கவே கருதப்படுகிறார்கள். அவர்களுக்குரிய கௌரவம் அளிப்பது நமது குடியரசு ராஜ்யங்களில்தான்."

அன்றைய தினம் உண்மையிலேயே ரோகிணி ராஜகுமாரியின் நிலைமைக்காகத் துக்கப்பட்டாள். நான்கு பேர்களோடு உட்கார்ந்து ஏதோ ஒப்புக்குச் சாப்பிட்டாள்; ஆனால், ஆடல் பாடல்கள் நடந்து கொண்டிருந்தபோது அவள் தலைவலியால் பீடிக்கப்பட்டு உற்சாகமற்றிருந்தாள். ஆகையினால் நான் அவளைப் படகுக்குள் அழைத்துச் சென்றேன். கொஞ்ச நேரம் கங்கையின் குளிர்ந்த காற்று

அவள் முகத்தில் பட்டதுமே தலைவலி சற்றுக் குறைந்தது. பால் போல் காய்ந்து கொண்டிருந்த நிலவில், கங்கை நதியின் மத்தியில் நங்கூரமிட்டு நின்றிருந்த படகில் ரோகிணி படுத்திருந்தாள். நான் அவளுக்கருகில் உட்கார்ந்து அவளுடைய வேதனைகளை மறக்கடிப்பதற்கு முயற்சித்துக் கொண்டிருந்தேன். ஆனால், இடையிடையே ராஜகுமாரியின் உருவம் நினைவுக்கு வரவே ரோகிணி என்னென்னவோ சொல்லிக் கொண்டிருந்தாள்.

"பாவம், பேதைப் பெண்! எனது காய் காய்த்த கைகளைப் பார்த்துவிட்டுக் கண்ணீர் விட்டுவிட்டாள். உருவம்தான் பெண்களுக்குப் பிழைக்கும் வழி என்று நினைத்துக் கொண்டிருக்கிறாள். சீச்சி!"

"ஆனால், அன்பே! இதில் பெண்கள்மீது அவ்வளவாகக் குற்றமில்லை. அவர்களும் மகா சிந்துநதி தீரத்தில் பாரசீகர்களை எதிர்த்துப் போராட வேண்டிய அவசியம் ஏற்பட்டிருந்தால் காந்தார வீராங்கனைகளைப் போலவே அவர்களும் தயாராகியிருப்பார்கள்."

"ஆனால், பெண்ணுக்கு விவேகமிருக்கிறது; தனது ரூபத்தைப் பற்றி நல்லது கெட்டதைத் தெரிந்து கொள்ளலாமே?"

"இந்த அரசர்களின் ஆட்சியின் கீழுள்ள மக்களுக்கும் விவேகம் இருக்கவே செய்கிறது; ஆயினும் அவர்களெல்லோரும் மன்னர்களின் கைப்பாவைகளாக ஆகிறார்களே?"

இந்தவிதமான பேச்சுக்களால் அவள் மனம் வியாகூலப்பட்டுக் கொண்டிருந்தபோது நான் அவளுடைய சிந்தனையை வேறு விஷயத்தில் திருப்ப நினைத்து அவளுடைய தலையை நீவிக்கொண்டே கூறினேன்.

"அன்பே! இப்போது நாம் தட்சசீலத்தைக் காட்டிலும் வைசாலிக்கு அருகில் இருக்கிறோம்."

"அருகிலிருக்கிறோமா? நீ முன்னர் தட்சசீலத்துக்கு வருவதற்கு எட்டு மாதங்கள் பிடிக்கவில்லை?"

"நான் பெரும்பாலும் கால்நடையாகவே பிரயாணம் செய்ய வேண்டி வந்ததால் அவ்வளவு காலம் பிடித்தது. நாம் தட்சசீலத்திலிருந்து புறப்பட்டு இரண்டு மாதங்களாகிவிட்டன. இன்னும் ஒரு மாதத்திற் குள்ளாகவே வைசாலிக்குப் போய்ச் சேர்ந்துவிடலாம் என்று நினைக்கிறேன்."

"அவ்வளவு சீக்கிரத்திலேயா?"

"ஆமாம் நமது படகுகள் அதிவேகமாக இரவும் பகலும் பிரயாணம் செய்து கொண்டிருக்கின்றன."

"அப்படியானால், இன்னும் ஒரு மாதத்தில் வைசாலியை அடைந்து நான் அம்மாவைப் பார்க்கலாம் என்று சொல்கிறாயா?"

"ஆமாம், சோமாவைக்கூடப் பார்க்கப்போகிறாய்; நான் நமது திருமண சமயத்தில் உன்னைப் பற்றி அம்மாவுக்குக் கடிதம் எழுதினேன்; ஆனால், அது போய்ச் சேர்ந்திருக்கும் என்று கூறுவதற்கு வழியில்லை."

"அப்படியானால் நான் திடீரென்று போய் வாசற்படியில் நின்றால் அம்மா என்ன சொல்லுவாள்?"

"இப்படிப்பட்ட தங்கமான மருமகள் கிடைத்திருக்கிறாளே என்று பூரித்துப் போவாள்; ஆனால் நீ திடீரென்று அங்கே போய் நிற்க வேண்டிய அவசியம் ஏற்படாது ரோகிணி! கங்கை - கண்டகி சங்கம ஸ்தலத்திற்குப் போய்ச் சேர்ந்ததுமே நாம் வைசாலிக்கு ஆள் அனுப்ப வேண்டும். நம்முடன் வைத்திருக்கும் தட்சசீல நட்புறவுக் குழுவினருக்கு வரவேற்பளிப்பதற்கான ஏற்பாடுகளைச் செய்ய லிச்சவிகளுக்குப் போதிய அவகாசம் இருக்க வேண்டுமல்லவா?"

"பின் நாமெல்லோரும் கங்கை நதிக்கரையில் பதில் எதிர்பார்த்துக் காத்துக்கொண்டிருக்க வேண்டுமா? அப்படியானால் என்னை மட்டுமாவது சுபனோடு முன்னதாக அனுப்பிவை."

"அந்தச் சங்கம ஸ்தானத்திலிருந்து வைசாலிக்கு இரண்டு பாதைகள் இருக்கின்றன. கங்கைக்கு இடதுபுறத்திலுள்ள உல்காசேலம் என்னுமிடத்திலிருந்து தரைமார்க்கம் ஒன்று இருக்கிறது. மற்றொன்று கண்டகி நதியில் படகு மூலமாகக் கொஞ்சதூரம் சென்று, பிறகு அங்கிருந்து ஒற்றையடிப் பாதை வழியாக வைசாலியை அடையலாம். ஆனால், இரண்டாவது மார்க்கம் வழியாகச் சென்றால் பிரயாணம் சிறிது அதிக நேரம் பிடிக்கும்."

"நாம் பதினெட்டுப் பேர்களுக்குப் பன்னிரண்டு குதிரைகள் தானே இருக்கின்றன?"

"இந்த விஷயத்தில் நாம் கவலைப்பட வேண்டிய அவசியமில்லை. ஏனென்றால் நமக்கு வேண்டிய குதிரைகளை உல்காசேலத்தில் கேட்டு வாங்கிக்கொள்ளலாம். தட்சசீலத்திலிருந்து காணிக்கையாகக் கொண்டு வந்துள்ள குதிரைகளை ஆள் ஏறாமல் காலியாகவே நடத்திச் செல்ல வேண்டும். இது போக நமக்கும் தேவையான குதிரைகள் உல்காசேலத்தில் சுலபமாகவே கிடைக்கும்."

"பின் நாம் வழியில் தாமதம் செய்வது எதற்கு?"

"நமது நண்பர்களுக்குச் சிறப்பான வரவேற்பு ஏற்பாடுகளைச் செய்ய அவகாசம் கொடுப்பதற்கு, அதுசரி, வைசாலிக்குப் போகவேண்டுமென்று நீ ஏன் இவ்வளவு அவசரப்படுகிறாய் ரோகிணி?

"அம்மாவையும் சோமாவையும் சீக்கிரம் பார்க்க வேண்டுமென்று ஆவலாயிருக்கிறது."

"பார்க்கலாம் ரோகிணி! கொஞ்சம் பொறுமையோடிரு. வழி நெடுக வஜ்ஜி தேசத்தின் அழகையெல்லாம் உனக்குக் காண்பித்துக் கொண்டு அழைத்துச் செல்கிறேன். ஐந்து அல்லது ஆறு தினங்களில் நாம் சாவதானமாக வைசாலி போய்ச் சேர்ந்துவிடலாம். அதற்குள் நீ மாம்பழத் தோட்டங்களும், வாழைத் தோட்டங்களும் நிறைந்துள்ள வஜ்ஜி மண்ணின் சௌந்தர்யத்தைப் பார்க்கலாம். உன்னைக் கோபாலர்களின் பசுக் கொட்டங்களுக்கு அழைத்துச் செல்கிறேன். மான், மயில் வேட்டையைக் காண்பிக்கிறேன். இந்த ஐந்தாறு தினங்களில் வஜ்ஜி தேசத்தின் காட்சிகளைப் பார்ப்பதனால் உனக்கு வைசாலி ஓரளவு பரிச்சயமானதாகக்கூட இருக்கும்."

"அப்படியில்லை, நான் பரிச்சயமில்லாமலே செல்ல விரும்புகிறேன். அப்போதுதான் வைசாலி மிகவும் கவர்ச்சிகரமாகவும் அற்புதமாகவுமிருக்கும்."

ரோகிணியின் தலைவலி போனவிடம் தெரியவில்லை. அவள் வைசாலிக்குச் சீக்கிரம் போகவேண்டுமென்று துடித்துக்கொண்டிருந்தாள். நான் அவளுடைய அதரங்களில் முத்தமிட்டு "அப்படியானால் அன்பே! என்னை விட்டு விட்டு நீ ஒருத்திமட்டும் முன்னால் போகவேண்டுமென்று இருக்கிறாயா?" என்று கேட்டேன்.

"பின் நீ நட்புறவுக் குழுவோடு சேர்ந்து வரவேண்டுமல்லவா?"

"நீ மட்டும் எங்கள் குழுவின் உறுப்பினரில்லையா?"

"இப்போது நினைப்பதினால் நான் உறுப்பினராக முடியுமா?"

"ஆனால் ரோகிணி! நாமிருவரும் ஒன்று சேர்ந்தே அம்மாவின் முன் செல்ல வேண்டும் என்பது எனது விருப்பம். ஆயின் உனக்கிஷ்டமிருந்தால் சுபனோடு நீ முன்னால் போகலாம். என் குதிரையைச் சுபனுக்குத் தருகிறேன். நீங்களிருவரும் மறுநாளே வைசாலிக்குப் போய்ச் சேர்ந்து விடலாம்."

"சரி அப்படியே சிம்மா!" ரோகிணி எழுந்து உட்கார்ந்து என் கழுத்தைக் கட்டிப்பிடித்துக் கொண்டு கூறினாள். "நான் முன்னால் போய் நமக்காக ஒரு வீடு ஏற்பாடு செய்கிறேன்."

"அம்மா நம்மை எப்போதும் தன் வீட்டிலேயே இருக்கும்படி கூறுவாள்; ஆனால் அன்பே! நாம் நமது சொந்த வீட்டை என் தந்தையின் வீட்டைச் சீர்படுத்திக்கொள்ள வேண்டும்."

"தந்தையின் வீடா?"

“ஆமாம், நான் வைசாலியிலிருந்து வரும்போது அது நன்றாகவே இருந்தது. அம்மா அதனைக் கவனித்து வந்தாள். வைசாலிக்கு வெளியே நமக்குக் கொஞ்சம் நிலம்கூட இருக்கிறது.”

“தோட்டம் கூடவா?”

“ஆம். நமது நிலத்தில் மாந்தோப்புகூட இருக்கிறது. எனது தகப்பனார் பெரிய தனவந்தரில்லாவிட்டாலும் உண்டு உடுப்பதற்குப் போதுமான வருமானம் வரும் நிலம் மட்டுமிருக்கிறது.”

“தந்தை தனவந்தராக இருந்தாரில்லையே என்று நீ விசனப்படுகிறாயா?”

“அப்படியொன்றுமில்லை. அப்பா என்னை மிகுந்த அன்போடு நேசித்தார். அவர் தனவந்தராயில்லாதிருந்தது நல்லதாயிறறு. ஏனென்றால் அதனாலேயே எனக்குத் திட உறுதியும், கஷ்டங்களைச் சகிக்கும் தன்மையும் ஏற்பட்டது.”

“சரி, இனி நம் வீட்டையும், நிலத்தையும் விருத்தி செய்துகொள்ள வேண்டும்.”

“அது மட்டும் போதாது. வைசாலிக்குச் சேவை செய்வதற்கு நாம் கங்கணம் கட்டிக்கொள்ள வேண்டும்.”

“அன்பே! பிம்பிசாரன் வைசாலிமீது படையெடுத்து வருவான் என்று நினைக்கிறாயா?”

“மகதம் வைசாலியைத் தோற்கடித்தாலொழிய இனி ஒரு அடிகூட முன்னால் எடுத்து வைக்க முடியாது. எனவே இப்போது அத்தேசம் செய்து வரும் ராணுவத் தயாரிப்புகளெல்லாம் வைசாலிக்காகவே என்று நான் நினைக்கிறேன்.”

“அப்படியானால் நாம் சரியான சமயத்தில்தான் வந்திருக்கிறோம்.”

“அப்படித்தான் நான் எண்ணுகிறேன்.”

“நானும்கூடக் கையில் வாள் ஏந்தவேண்டிய அவசியம் ஏற்படலாமல்லவா?”

“ஏற்படலாம். ஆனால் வைசாலிப் பெண்மணிகள் யுத்தத்தில் பங்குகொள்வது அரிது. நீ ஜாக்கிரதையாக இருக்க வேண்டும். ஏனென்றால் அரசர்கள் நீசர்கள். அதிலும் பெண்கள் விஷயத்தில் துஷ்டர்கள்.”

“அதற்காக நான் கூடைக்குள் முடங்கிக் கிடக்க வேண்டுமா?” என்றாள் ரோகிணி குரலை மாற்றிக்கொண்டு.

நான் அவளுடைய தலையைத் தூக்கி என் மடியில் வைத்துக்கொண்டு, "இல்லை அன்பே! நீ அவ்விதம் அர்த்தம் செய்துகொள்ளக் கூடாது. நீ போரில் கலந்துகொள்வதற்கு முன்பு எனக்குத் தெரிவிக்க வேண்டும் என்பதே என் விருப்பம்" என்று சமாதானம் கூறினேன்.

"அதற்கு நான் தயாராக இருக்கிறேன். எனது கரம் வாளேந்த வேண்டும்; அதுதான் எனக்கு வேண்டியது."

இவ்விதம் நாங்கள் வெகுநேரம் பேசிக்கொண்டிருந்தோம். பிறகு ரோகிணி தூங்கிவிட்டாள். நான் ஒரு கம்பளியை எடுத்து அவள்மீது போர்த்தினேன். கரையில் இன்னும் நாட்டியம் நடந்துகொண்டிருந்தது. எல்லோரும் குடிபோதையிலிருந்தார்கள். விடிவதற்கு முன்னே படகுகளை அவிழ்த்துப் புறப்பட வேண்டும். அப்படியிருக்க அவர்கள் விடியும்வரை நடனத்திலேயே ஈடுபட்டுவிடுகிறார்களோ என்று எனக்குப் பயம்; ஆனால், நள்ளிரவு ஆவதற்கு முன்னதாகவே படகோட்டிகளில் அநேகர் குடிபோதையில் மயங்கிவிழ ஆரம்பித்தார்கள். அப்படிப்பட்டவர்களை மற்றவர்கள் படகுகளுக்குள் கொண்டுவந்து சேர்த்தார்கள். நான் நித்திராதேவிக்கு எப்போது வசமானேனோ எனக்குத் தெரியாது. தூக்கத்தில் நான் ஒரு கனவு கண்டேன். கோரமான யுத்தம் நடந்துகொண்டிருக்கிறது. நான் பக்கத்தில் நின்று பார்த்துக் கொண்டிருக்கிறேன். லிச்சவிகள் ஒருபுறத்தில் போர் செய்து கொண்டிருக்கிறார்கள். சும்மாயிராமல் நான் ஒரு குதிரை மீதேறி சவாரி செய்கிறேன். மகா சிந்து நதி தீரத்தில் பாரசீகர்களோடு சண்டையிட்டபோது இருந்த ஆயுதங்களெல்லாம் இப்போது என் வசமிருக்கின்றன. நான் எதிரிகளின் அணியைப் பிளந்துகொண்டு முன் செல்கிறேன். என்னை நோக்கி ஒரு யானை வந்து கொண்டிருக்கிறது. அது தூரத்தில் பனை உயரத்துக்கு இருக்கிறது. இவ்வளவு உயரமான யானையை என் ஈட்டி கொண்டு எப்படிக் குத்துவது என்று நான் யோசித்துக் கொண்டிருக்கிறேன். அதற்குள்ளாக என் குதிரை தரையிலிருந்து எழும்பி ஆகாயத்தில் ஓட ஆரம்பிக்கிறது. அது என் ஒலி சமிக்ஞையோடு மரங்களுக்கு மேல் பறந்து செல்கிறது. நான் மெதுவாக அந்த யானையின் மீது இறங்குகிறேன். அதன் மீது மகத மன்னன் பிம்பிசாரன் உட்கார்ந்திருக்கிறான், என்னைப் பார்த்ததும் அவன் "கிடுகிடு"வென்று நடுங்கிக் கருணை காட்டும்படிக் கெஞ்ச ஆரம்பிக்கிறான். நான் கோபத்தோடு "உன்னை ஒரு தடவை தோற்கடித்துச் சும்மாவிட்டோம். இந்தத் தடவை சும்மாவிட மாட்டோம்" என்று கூறி என் ஈட்டியை அவன் மீது எறியப்போகும் போது விழித்துக்கொண்டேன். அப்போதுதான் படகோட்டிகள் படகுகளை அவிழ்க்கப் போனார்கள். சந்திரன் மலைவாயை அடைந்தான்.

எங்கள் படகுகள் மீண்டும் தடங்கலில்லாமல் பயணத்தை ஆரம்பித்தன. வழியில் இரண்டு மூன்று இடங்களில் தங்கிவிட்டு நாங்கள் வாரணாசியை அடைந்தோம். கங்கை, யமுனை நதிகளின் சங்கம ஸ்தானத்திலிருக்கும் வாரணாசிக்கே கங்கை நதி தீரம் மிகவும் வனப்போடு விளங்கிற்று. வாரணாசி காசி வஸ்திரங்களுக்கும், சந்தனம், வாசனைத் திரவியங்கள், இன்னும் அநேக இதர பொருள்களுக்கும் பிரசித்தி பெற்றது. ஆகையினால் எங்களோடு வந்த வர்த்தகக் கோஷ்டியினர் வாரணாசியில் நான்கு தினங்கள் தங்கிவிட்டனர். அங்கிருந்து பாதை அபாயமற்றதாக இருந்ததால் ரோகிணிக்குச் சிறிது நேரம் காசியைக் (வாரணாசி) காண்பித்துவிட்டு, நாங்கள் பதினெட்டு பேரும் எங்கள் இரண்டு படகுகளோடு முன்னதாகவே புறப்பட்டோம்.

கங்கை நதிதீரம் வெகுதூரம் வரை பச்சைப் பசேலென்ற பயிர்களோடு மினுமினுத்துக் கொண்டிருந்தது. ஆங்காங்கே கோபால்களின் குடில்களும், செம்படவர்களின் குடிசைகளும் காணப்பட்டன. இவையெல்லாவற்றையும் விடக் கங்கை நதியின் கம்பீரமான பிரவாகம்தான் ரோகிணியைப் பெரிதும் ஆகர்ஷித்தது. அவள் தண்ணீருக்கு வெளியே மணல்மீது படுத்து உடலைச் சூரிய வெப்பத்தால் உலர்த்திக் கொண்டிருக்கும் முதலைகளைப் பார்த்து பல தடவை கருநிறமான மரக்கட்டைகள் என்று நினைத்துவிட்டாள். ஆனால் படகுகள் சமீபத்ததுமே அவைகள் சரசரவென்று ஓடிப்போவதைப் பார்த்து ஆச்சரியப்பட்டாள். அவை மனிதர்களைப் பிடித்துத் தண்ணீருக்குக் கீழே இழுத்துச் சென்று அவர்களை விழுங்கிவிடும் என்று நான் கூறியபோது அவள் பயத்தால் நடுநடுங்கிப் போனாள். நாங்கள் ஜாமப்பொழுது ஏறுவதற்குள் கங்கை கண்டகிசங்கமஸ்தானத்திலுள்ள உல்காசேலம் (ஹாஜிபூர்) போயடைந்தோம்.

12. லிச்சவி மண்ணில்

உல்காசேலத்தை அடைந்ததுமே லிச்சவி இளைஞர்களாகிய நாங்களறுவரும் மட்டற்ற மகிழ்ச்சியடைந்தோம். எங்கள் சந்தோஷத்தில் ரோகிணியும் கலந்துகொண்டாள். கடைசியில், அநேக சிரமங்கள் நிறைந்த மூன்று மாத பிரயாணத்தை முடித்து நாங்கள் வஜ்ஜி தேசத்தில் காலடி எடுத்து வைத்தோம். படகிலிருந்து இறங்கிக் கரையை அடைந்ததுமே சுங்க அதிகாரி வந்து சேர்ந்தான். நான் அவனுக்குத் தட்சசீலத்திலிருந்து எங்களோடு வந்திருக்கும் நட்புறவுக் குழுவைப் பற்றியும், அவர்கள் கொண்டுவந்துள்ள வெகுமதிப் பொருள்களைக் குறித்தும் விவரமாக எடுத்துரைத்தேன். இதைக் கேட்டதும் அவன் மகிழ்ச்சியடைந்து என்னை உடனேயே சேனைத் தலைவரிடம் அழைத்துச் சென்றான். கங்கை நதிக்கு அப்பாலுள்ள பிரதேசம் மகத ராஜ்யத்தைச் சேர்ந்ததானதால் உல்கா சேலத்தில் எல்லைப் பாதுகாப்புப் படை எப்போதும் தயாராக இருந்தது. அந்தப் படையின் தலைவர் ரோஹண் எனது தந்தையின் அத்யந்த நண்பர் என்று தெரிந்ததும் எனது சந்தோஷம் மேலும் ஒருபடி அதிகமாயிற்று. என்னைப் பார்த்ததுமே அவர் கண்களில் ஆனந்தக் கண்ணீர் பொங்கிற்று. என்னைக் கட்டிப்பிடித்து என் புருவங்களில் முத்தமிட்டுக் கூறினார்.

"நல்ல சமயத்தில் வந்திருக்கிறாய் மகனே! இப்போது வைசாலிக்கு உன்னால் எவ்வளவோ ஆக வேண்டியிருக்கிறது."

என்னைக் குறித்துச் சுருக்கமாகக் கூறி, தட்சசீல நட்புறவுக் குழுவினரைப் பற்றி விவரமாக எடுத்துரைத்தேன். அப்போது அவர், "அப்படியானால் குமாரா வைசாலிக்கு இப்போதே ஆள் அனுப்புகிறேன். இரண்டு மணி நேரத்தில் நமது தகவல் அங்கே கிடைத்துவிடும். நான் ஒரு கடிதம் எழுதி அனுப்புகிறேன். நீயும் எழுத விரும்பினால் எழுது. இதோ பனயோலையும், பேனாவும், மையும் இருக்கிறது. இன்னும் உங்களுக்கு வேறு என்னென்ன வேண்டும்?" என்று கேட்டார்.

"வெகுமதிப் பொருள்களை வண்டிகளிலேற்றி முன்னதாக அனுப்ப வேண்டும். குதிரைகளையும் முன்னதாகவே அனுப்புவது நல்லது. ஏனென்றால், நான்கு யோசனை தூரம் செல்ல வேண்டியிருப்பதால் அவற்றுக்கு நேரம் கொஞ்சம் அதிகமாகப் பிடிக்கும்."

“அதுமட்டுமில்லை மகனே! அவர்களுக்கு வரவேற்பு ஏற்பாடுகளைச் செய்வதற்குக் கூட அவகாசம் இருக்க வேண்டும். நான் தட்சசீலத்துக்குப் போனவனல்ல. ஆனாலும் தட்சசீலம் வைசாலியர்களுக்கு மிகவும் பரிச்சயமானதே. பூர்வகாலம் தொட்டு நம்மவர்கள் தட்சசீலத்தை மற்றொரு தாயாகவே மதித்து வருகிறார்கள். காந்தார நண்பர்களைக் கௌரவித்து மரியாதை செய்யும் வாய்ப்பு நமக்கு இப்போதுதான் முதல் தடவையாகக் கிடைத்திருக்கிறது. சரி, முதலில் கடிதத்தை எழுது, பிறகு மற்ற முக்கிய விஷயங்களைப் பேசிக் கொள்ளலாம்.”

நான் எங்கள் குடியரசுத் தலைவருக்கு ஒரு கடிதமும், என் தாய்க்கு ஒரு கடிதமும் எழுதினேன். அம்மாவுக்கு எழுதிய கடிதத்தில் என்னோடு ரோகிணி வருவதையும் குறிப்பிட்டிருந்தேன். உல்காசேலத்திலிருந்து வைசாலிக்குச் செல்லும் மார்க்கத்தில் பிரதியோசனை தூரத்துக்கும் குதிரைப்படை வீரர்கள் நியமிக்கப்பட்டிருந்தார்கள். செய்தி கொண்டு செல்பவர்கள் ஒவ்வொரு யோசனைத் தூரத்துக்கும் ஒருவர் மாறுவதால் கடிதங்கள் வெகுசீக்கிரமே வைசாலியில் கிடைக்க ஏதுவிருந்தது. சேனைத் தலைவர் விவரமாகக் கடிதம் எழுதி அதன் மீது தனது முத்திரையை இட்டார். பிறகு பனையோலையை மடித்து, கயிற்றால் கட்டி முடிச்சில் மிருதுவான களிமண்ணை உருண்டையாக அப்பி அதன் மீது மற்றொரு பெரிய முத்திரையை வைத்தார். பின்னர் அந்தக் கடிதத்தைப் படைவீரன் ஒருவனிடம் கொடுத்து உடனடியாக தட்சசீலத்துக்கு அதனை அனுப்பும்படி கட்டளையிட்டார். அந்த வேலை முடிந்ததும் என்னை நோக்கிக் கேட்டார். “முன்னாதாக மத்தியான உணவுக்கு ஏற்பாடு செய்கிறேன். நீங்கள் எத்தனை பேர்?”

“பதினாறு பேர்கள் தட்சசீலத்து நண்பர்கள், அவர்களில் கபில் சேனைத் தலைவன்; மற்றவர்கள் போர் வீரர்கள். தட்சசீலத்தில் கல்வி போதனை பெற்றுத் திரும்பியுள்ள லிச்சவி இளைஞர்கள் ஒரு ஐந்து பேர். அதற்கு மேல் நானும் என் மனைவி ரோகிணியும்.”

“உன்னுடைய மனைவியா? அப்படியானால் என் மருமகள்! காந்தாரப் பெண்ணா!” என்று மீண்டுமொருமுறை என்னைக் கட்டிப்பிடித்துக் கொண்டார். “மகனே! தட்சசீலத்துக்கும் வைசாலிக்கு மிடையே உள்ள உறவை நீ மேலும் வலுப்படுத்திவிட்டாய். நமக்கும் அவர்களுக்குமிடையேயுள்ள அறுபது யோசனை தூரம் நமது நெருங்கிய உறவுக்கு எந்த வகையிலும் குறுக்கே நிற்காமல் பார்த்துக் கொள்ள வேண்டும். சரி, எனது மருமகளை வரவேற்பதற்கு ஏற்பாடு செய்யும்படி இப்போதே உன் சின்னம்மாவிடம் சொல்லிவிட்டு வருகிறேன். பதினெட்டு பேர்களுக்குச் சாப்பாடு தயாரிக்கும்படியும் கூறிவிட்டு வருகிறேன். பன்றிக்குட்டி மாமிசம் நன்றாக இருக்குமல்லவா?”

"ரொம்ப நன்றாய் இருக்கும் சிற்றப்பா!"

"பத்துக் குதிரைகளுக்குப் பத்துக் குதிரைக்காரர்கள் தேவைப்படும். வண்டிகள் எத்தனை வேண்டும்?"

"ஐந்து இருந்தால் போதும்."

"ஐந்து வண்டிகளுக்கு ஐந்து வண்டியோட்டிகளும் தேவைப்படுமில்லையா? சரி, குதிரைகளோடு எனது சாரதியையும் (தேர்ப்பாகன்) அனுப்புகிறேன். அவர்கள் அனுப்பியுள்ள இந்தக் குதிரைகள் மிகவும் உயர்ந்த ஜாதிகளைச் சேர்ந்தவைகள்தானா?"

"தட்சசீலத்திலேயே இவைகள் மிக உயர்ந்த ஜாதிக் குதிரைகள் சிற்றப்பா!"

"வண்டிகளோடு சேனைத்தலைவன் திஷ்யனையும் ஐந்து படைவீரர்களையும் அனுப்பி வைக்கிறேன். அதன் பிறகு நீங்கள் ஏறிச்செல்வதற்குக் குதிரைகளோ, ரதங்களோ எது வேண்டுமென்றாலும் தாராளமாகக் கிடைக்கும். படகுகளிலிருந்து குதிரைகளையும், சாமான்களையும் இறக்கி வண்டிகளில் ஏற்றி வைசாலிக்கு ஓட்டிக்கொண்டு போகும்படி நான் போய் திஷ்யனிடம் கூறிவிட்டு வருகிறேன். நீ அதுவரை உன் சிற்றன்னையிடம் பேசிக்கொண்டு இரு. அதன் பிறகு இருவரும் படகுத்துறைக்குச் சென்று விருந்தினர்களுக்கு வரவேற்பு கொடுப்போம்."

சேனைத் தலைவர் சமையற்காரனிடம் சாப்பாட்டிற்கு வேண்டிய ஏற்பாடுகளைச் செய்யும்படி கூறிவிட்டு வெளியே சென்றார். நான் "சின்னம்மா!" என்று அழைத்துக்கொண்டே வீட்டின் முற்றத்திற்குள் நுழைந்தேன். நான் வந்திருப்பது ஏற்கெனவே வேலைக்காரிகள் மூலம் அவளுக்குத் தெரிந்துவிட்டது. என் குரலைக் கேட்ட மாத்திரத்திலேயே அவள் தடதடவென்று வெளியே வந்தாள். என்னைக் கட்டிப் பிடித்து நெற்றியில் முத்தமிட்டு, கனத்த குரலில் பேச ஆரம்பித்தாள்.

"குழந்தாய்! பல வருடங்களாக உன்னைப் பற்றித் தகவலே இல்லை. சமீபத்தில் கண (குடியரசு) உற்சவத்துக்காக வைசாலி சென்றிந்தேன். உன்னைப் பற்றிய தகவல் ஒன்றுமே தெரியவில்லை என்று சொல்லி அக்கா மல்லிகா கவலைப்பட்டுக் கொண்டிருந்தாள். என்ன மகனே, நீ வீட்டை விட்டுப் போய் ஒரு மாமாங்கம் (பன்னிரண்டு வருடங்கள்) ஆகி இருக்காது?"

"இல்லை சின்னம்மா! பத்து வருடங்கள்தான்"

"பத்து வருடமானாலும் ஒரு யுகம்தான் குழந்தாய். சோமாகூட திகிலடைந்திருக்கிறாள். மகனே! உனக்குத் தகவல் கொடுக்க

முடியவில்லை; மல்லிகா அக்காவின் மகள் எனக்கு மருமகளாகி விட்டாள். சூரசேனன், சோமா திருமணத்திற்கு எங்கள் சம்மதத்தைக் கேட்டபோது நானும் உனது சிற்றப்பாவும் அடைந்த மகிழ்ச்சிக்குக் கங்குகரையில்லை! சோமாவையும் சூரசேனனையும் நீ வைசாலியிலேயே பார்க்கலாம். சரி மகனே! உன் முகம் வாடிப்போய் இருக்கிறதே என்ன? ஏண்டி காளி! என் குழந்தையின் முகம் வதங்கிப்போன மாதிரி இல்லை? நீ சீக்கிரம் போய் லட்டு, சூடான பால்..."

அவள் சொல்லி முடிப்பதற்குள்ளாக சிற்றப்பா வந்து சேர்ந்தார். அவர் இடையே குறுக்கிட்டு, "மகனுக்கு மட்டும்தான் லட்டு தரப்போகிறாயா? மருமகள் விஷயத்தைப் பற்றியும் ஆலோசிக்க வில்லையா? என்றார்.

"மருமகளா! என்ன மகனே! கல்யாணமாகி மருமகளையும் அழைத்து வந்திருக்கிறாயா?"

"பின்னே என்ன? தம்பி திருமணம் செய்துகொண்டு பெண்ணையும் உடன் அழைத்து வந்திருக்கிறான். இப்போது நாங்களிரண்டு பேரும் மருமகளையும் மற்றவர்களையும் வரவேற்கப் புறப்பட்டுப் போகிறோம். மத்தியான சாப்பாடு ஏற்பாடுகள் குறித்து சுனீதனிடம் சொல்லி யிருக்கிறேன். ஆனாலும் அந்தப் பொறுப்பு உன்னுடையதுதான் சுகுலா! மருமகளுக்கு என்ன மரியாதை செய்யப் போகிறாயோ அது உன் பாடு. நாம் கிளம்பலாம் குமாரா! அவர்கள் நம்மை எதிர்பார்த்துக் கொண்டிருப்பார்கள்; ஆயினும் அவர்களை இங்கு அழைத்து வந்து முறைப்படி மரியாதை செய்ய வேண்டுமல்லவா?"

நாங்களிருவரும் சேனைத் தலைவரின் மாளிகையிலிருந்து படகுத் துறைக்குப் புறப்பட்டோம். நாங்கள் போவதற்குள்ளாகவே சுங்க அதிகாரி வைக்கோல் வேய்ந்த தனது அழகிய குடிசையில் தட்சசீலத்து அகதிகளை வரவேற்று இனிப்பு, பால் முதலியன கொடுத்து உபசரித்துக் கொண்டிருந்தான். இன்னொருபுறம் திஷ்யன் சாமான்களைப் படகுகளிலிருந்து இறக்கச் செய்து வண்டிகளில் ஏற்றிக் கொண்டி ருந்தான். குதிரைகள் கரையில் வளர்ந்திருந்த பச்சைக் கோதுமைகளை வெகு ஆவலோடு மேய்ந்து கொண்டிருந்தன. அங்கே நண்பர்கள் சிற்றுண்டி சாப்பிட்டு முடித்துவிட்டதைப் பார்த்து சேனைத் தலைவர் கூறினார்.

"என்ன மகனே! உன்பாடு இரண்டுங்கெட்டானாகவல்லவா ஆகிவிட்டது. அங்கே உன் சின்னம்மா தயாரித்த பலகாரங்களைச் சாப்பிடாமல் வந்துவிட்டாய்; இங்கேயும் நீ விருந்தில் கலந்துகொள்ள முடியாமல் போய்விட்டதே!"

சேனைத்தலைவர் கூறியதைச் சுங்க அதிகாரி மனோரதன் கேட்டு ‘இல்லை ஐயா! மருமகளைப் பாமா உள்ளே அழைத்துச் சென்றிருக்கிறாள். பெண்களுக்குப் பெண்களென்றால் அபிமானம் அதிகமல்லவா! சிரஞ்சீவி சிம்மனுக்குக்கூட அங்கேதான் விருந்து” என்றான்.

“அப்படியானால் என் வீட்டுக்காரி தயாரித்த லட்டுகளும், பாலும் அப்படியே இருந்துவிடும். சரி மகனே நீ உள்ளே போ” என்று கூறி தட்சசீலத்து வீரர்கள் பக்கம் திரும்பி, “ஆப்த பந்துக்களே! சேனைத் தலைவன் ரோஹன் உங்களெல்லோரையும் லிச்சவி மண்ணின் மீது வரவேற்கிறேன். நீங்கள் எங்களுடைய இந்த வஜ்ஜி நாட்டை உங்கள் காந்தார நாடாகவே கருதிக் கொள்ளுங்கள். இங்கே உங்களுக்கு எந்தவிதமான சௌகர்யக் குறைவும் ஏற்படவில்லையே?” என்று அக்கறையோடு விசாரித்தார்.

பால் அருந்தி முடிந்தது. நான் சேனைத் தலைவருக்குக் கபிலை அறிமுகப்படுத்தி வைத்தேன்! அவர் அவனை ஆலிங்கனம் செய்து கொண்டார். பிறகு வரிசையாக தட்சசீலத்து வீரர்கள் பத்துப் பேர்களையும் ஆலிங்கனம் செய்துகொண்டார். லிச்சவி இளைஞர் களையும் ஆலிங்கனம் செய்து, அவர்களது நெற்றியில் முத்தமிட்டு, எல்லோரையும் க்ஷேம நலம் விசாரித்தார். மனோரதன் என்னை வீட்டுக்குள் அழைத்துச் சென்றான். அது தற்காலிகமாக அமைக்கப் பட்ட குடிசையாக இருந்தாலும் சுத்தமானதாகவும் சுகம் தருவதாகவு மிருந்தது. எங்கள் காலடி சப்தம் கேட்பதற்குள்ளாகவே பாமா விரைந்து எதிரே வந்தாள்.

“கொழுந்தனாரே! நல்வரவு. வா. தங்கை உனக்காக எதிர்பார்த்துக் கொண்டிருக்கிறாள்!” என்றாள் பாமா.

லட்டுகளும், பாலும் தயாராக வைக்கப்பட்டிருந்தன. நாங்கள் நால்வரும் அமர்ந்தோம். மனோரதன் என்னைவிட ஒரு வயதுதான் பெரியவன். ஆகையினால் பாமா கொழுந்தன் மீது தனது அதிகார வரிசையைக் காட்டினாள். அவள் தன்னுடைய கன்னத்தை என்னுடைய கன்னத்தோடு சேர்த்துக் கூறினாள் “கொழுந்தனாரே! நான் உனக்காகக் காத்திருந்து பார்த்தேன்; ஆனால் என்ன பிரயோசனம்? நீ வரவில்லை. இனி கிழவியாகி வேறு எந்த லிச்சவிக்கும் மனைவியாகாமல் போய்விடுவேனோ என்று கூடப் பயந்துவிட்டேன். இதற்கு மேல் என்ன செய்வது? காத்திருந்து இனிப் பயனில்லை என்று பேசாமல் மனோரதனைக் கைப்பிடித்தேன்.”

“அதனால் என்ன அண்ணி! இப்போது நீ எங்கள் குடும்பத்தில்தானே இருக்கிறாய்?”

"ஆமாம் கொழுந்தனாரே! மனைவி, அண்ணிக்கிடையே வித்தியாசம் என்ன இருக்கிறது!"

அவளுடைய பேச்சில் ரோகிணி கொஞ்சம் பயந்துபோய் விட்டாள். பாமா அவளுடைய முகவாய்க்கட்டையை விரலால் தொட்டு "சகோதரி உனக்குப் பொறாமையாக இருக்கிறதா? சிம்மனை உனக்கில்லாமல் நான் அபகரித்துக் கொள்ளமாட்டேன். அப்படி அபகரித்துக்கொள்ள நினைத்தாலும் உன் முன்னால் என்போன்ற கிழவிகள் யாருக்கு வேண்டும்?" என்றாள்.

பேச்சு மும்முரத்தில் நாங்கள் தாமதம் செய்வதைப் பார்த்து சேனைத்தலைவர் உள்ளே வந்து - "நான் விருந்தினர்களை வீட்டுக்கு அழைத்துச் செல்கிறேன். நீங்கள் சாவதானமாக வாருங்கள்; மத்தியான சாப்பாட்டு வேளைக்குச் சரியாக வந்துவிட வேண்டும். உனது சின்னம்மா லட்டுகளையும், பாலையும் வைத்துக்கொண்டு உங்களிருவருக்காக எதிர்பார்த்துக் கொண்டிருப்பாள். நான் போய் நீங்கள் பின்னால் வருவதாகக் கூறுகிறேன். மனோரதா! நீங்களிருவரும் கூடத் தவறாமல் வந்துவிடுங்கள்" என்று கூறினார்.

ரோகிணி பாமாவுக்குப் பதில்சொல்லப் போனவள் சிற்றப்பாவைப் பார்த்ததும் பேசாமலிருந்துவிட்டாள். நான் அவளுடைய கையைப் பிடித்துக்கொண்டு முற்றத்துக்கு அழைத்துச் சென்றேன். அவள் யார் என்பதைச் சிற்றப்பா சுலபமாகவே தெரிந்துகொண்டார். அவர் அவளுடைய புஜங்கள் மீது கையைப் போட்டு, நெற்றியில் முத்தமிட்டு "குழந்தாய்! உனக்கு நல்வரவு! உனது அம்மா - சோமாவின் அத்தை - சுகுலா உனக்காக எதிர்பார்த்துக் கொண்டிருக்கிறாள்."

"மகளே! சீக்கிரமே வந்துவிடுங்கள்" எனக்கூறி வெளியே போய்விட்டார்.

பாக்குவெட்டி, போல நடக்கும் அண்ணி, விட்ட இடத்திலிருந்து மீண்டும் பேச்சை ஆரம்பித்தாள்.

"மாட்டுப் பெண்ணே! என்னைத் தப்பாக நினைத்துக் கொள்ளாதே. நாட்டியம் ஆடும்போது சிம்மன் என் கன்னத்தில் முத்தமிடும் அளவுக்கு எங்களிருவருடைய காதலும் வளர்ந்தது. பிரிய மனோரதா! இந்த இரகஸ்யத்தைத் தெரிந்து என்மீது நீ வெறுப்புக் கொள்ள மாட்டாய் என்று நம்புகிறேன்."

"இரகஸ்யமா, வெறுப்பா? லிச்சவி யுவர் யுவதிகளுக்குள் யார் யாருடைய கன்னத்தில் முத்தமிடாமலிருக்கிறார்கள்?" என்றான் மனோரதன்.

"நீ பெருந்தன்மையான உள்ளம் படைத்தவன் மனோரதா."

“பாமா! நீ இப்பொழுது கொழுந்தனை விட்டுவிட்டுப் புருஷனை சண்டைக்கிழுக்க நினைக்கிறாயா? மருமகள் என்ன சொல்கிறாளோ பார்.”

“என்ன சொல்வாள்? பாவம்! பாமா மிகவும் கவலைப் பட்டிருப்பாள்; காதலித்த காதலன் தட்சசீலத்துக்குப் போய்விட்டதால் கிழட்டு மாப்பிள்ளையாவது அவளை லட்சியம் செய்திருப்பானா” என்று நினைத்திருப்பாள்.

“அண்ணி!” நான் கூறினேன் “நீ எப்போதிருந்து கிழவியானாய்? என்னை விட ஐந்து வருடங்கள் சின்னவளாக இருப்பாய்; ரோகிணியைவிட மூன்று வருடங்கள் மூத்தவளாக இருப்பாய் அவ்வளவுதான்.”

“வருடங்களில் என்ன இருக்கிறது கொழுந்தனாரே!”

“உனது கருவண்டு போன்ற கூந்தல் இன்னும் அப்படியே இருக்கிறது. உனது கன்னங்கள் - எங்கே அவற்றை ஒரு தடவை முத்தமிடுவதற்கு அனுமதி கொடு” என்று கூறி முத்தமிட்டு “ஆம். உனது கன்னங்கள் முன்பு போலவே அதே ரோஜா நிற வனப்போடு, மதுரமாக இருக்கின்றன. உன் சிரசு ஆட்டம் கொடுக்கவில்லை; உனது பற்கள் விழுந்து விடவில்லை. அண்ணி பாமா! உன்னை நேற்றுத்தான் விட்டுவிட்டுப் போன மாதிரி இருக்கிறது. அன்று பார்த்த மாதிரியே தான் இன்றும் இருக்கிறாய்.”

“ஆம், அப்படி வா வழிக்கு. என்னை விட்டுவிட்டுப் போனதாக நீயே ஒப்புக் கொள்கிறாய் அல்லவா. கொழுந்தனாரே, பின், மனோரதனும் என்னை விட்டுவிட்டுப் போகிறேன் என்று தினமும் பயமுறுத்திக்கொண்டே இருந்தார்.”

“பாமா? என்னை ஏன் வதைக்கிறாய்! உன் மனோரதனைக் கட்டிப் போடுவதற்கு உனது ரோமம் ஒன்று போதும் என்று உனக்குத் தெரியும். அது சரி மருமகள் என்ன யோசித்துக் கொண்டிருக்கிறாள்!”

“என்ன யோசித்துக் கொண்டிருப்பாள்” என்று கூறி ரோகிணியைப் பாமா தனது மார்போடு அணைத்துக்கொண்டாள். “இவள் என்னுடைய சகோதரிதானே. அக்காள் வாயாடிபோலும் என்று நினைத்திருப்பாள். அவ்வளவுதானே மருமகளே? பாமா உன்னுடைய சிம்மனைத் தனது வலையில் - அல்லது மனோரதன் கூறியது போலத் தனது ரோமத்தால் கட்டிச் சிக்க வைத்துவிடுவாள் என்று பயந்து கொண்டிருக்கிறாய் இல்லையா?” என்றாள்.

“இல்லை அக்கா!” என்றாள் ரோகிணி சிரித்துக்கொண்டே “உன்னிடம் எனக்கு நிரம்ப நம்பிக்கை இருக்கிறது.”

"இல்லையம்மா! இல்லை அப்புறம் மோசம் போய்விட்டோமே என்று வருத்தப்படுவதில் லாபம் இல்லை. சிம்மனை என் கையில் ஒப்படைத்துவிடாதே."

"என்னைக்கூட உனக்கே ஒப்புவிக்கப் போகிறேன்."

"ஆம், நீ பலே கெட்டிக்காரி! உன்னுடைய பொன்னிறக் கூந்தலே எனது கருநிறக் கூந்தலைவிட மேலானது."

"தங்கம் விலை உயர்ந்ததாக இருக்கலாம்; ஆனால் உறுதியான சக்தி இரும்புக்கே உண்டு."

"அப்படியானால் நீ என்னைக் கண்டு பயப்படுகிறாய் என்று சொல்லு. என் பேச்சைக் கேட்டு மனோரதன் கூடப் பயந்துவிட்டார் என்றே நினைக்கிறேன். பயப்பட வேண்டாம் அன்பரே!" மனோரதனின் உதடுகளில் முத்தமிட்டு "உன்னை என்னுடைய கூந்தலிலிருந்து விடுவித்துவிடுகிறேன். பின் பார் சகோதரி! மனோரதன் என்றால் முகத்தை ஏன் வேறுபக்கமாகத் திருப்பிக்கொள்கிறேன் என்று நினைக்கிறாய்! அவருடைய மீசைகளைப் பார்த்தாயல்லவா? முத்தமிடப் போனால் என்னுடைய அதரங்களை அவை குத்துகின்றன. சிம்மனுடைய உதடுகளைப் பார்; எவ்வளவு மென்மையாக இருக்கின்றன!"

"சரி, அப்படியானால் நான் நாளையே என் மீசைகளை எடுத்து விடுகிறேன்."

"கேட்டாயா சகோதரி! இன்றைக்கு இல்லையாம், நாளைக்காம்! யுகம் கழிந்து போனாலும்கூட அவருக்கு 'நாளை' நாளையேதான். இதுமட்டுமல்லாமல் இவர்மீது எனக்கு இன்னொரு கோபமும் உண்டு. இவர் எந்த எல்லையிலாவது படைவீரராக இருந்தால் எவ்வளவு பெருமையாக இருக்கும்! அதைவிட்டு இங்கு அவர் வருகிற போகிற சாமான்களை நிறுத்துக்கொண்டு உட்கார்ந்திருக்கிறார். நீயே சொல் ரோகிணி! இவர் கையில் பெருமை பெறுவது வாளா, தராசா?"

அப்போது நான் கூறினேன்: "ஆனால், அண்ணி! இதில் மனோரதனுடைய தப்பு என்ன இருக்கிறது? எங்கள் கையில் வாளைக் கொடுப்பதா, தராசைக் கொடுப்பதா என்பது நமது குடியரசின் விருப்பம். குடியரசு பரிபாலனத்தில் வாளுக்கும் தராசுக்கும் வித்தியாசமில்லை."

"நான் கேட்டது உன்னையல்ல கொழுந்தனாரே! பார்த்தாயா ரோகிணி! ஆண்களுக்குத் தங்கள் புருஷ ஜாதி என்றால் எவ்வளவு பட்சபாதம்! நாமிருவரும் கூட ஒன்றுசேர வேண்டும். இல்லையென்றால், ஊர் இரண்டுபட்டால் கூத்தாடிக்குத்தான் கொண்டாட்டம்."

"ஆமாம், அக்கா! எனக்குக்கூட அப்படித்தான் தோன்றுகிறது. நான் உன்னோடேயே இருக்கிறேன்."

பாமா ரோகிணியைக் கட்டிப் பிடித்து முத்தமிட்டு "இனி நாம் நிச்சயமாக வெற்றிபெறுவோம். எனக்கு இன்னொரு விஷயத்திலும் உன்னுடைய ஒத்துழைப்பு வேண்டியிருக்கிறது. இந்த லிச்சவிகள் மகா கர்விகள். இவர்கள் எங்களை லிச்சவிகளாகவே கருதுவதில்லை. மகதத்தை எதிர்த்துப் போராடுவதற்கு எங்களையும் ராணுவத்தில் சேர்த்துக்கொள்ளும்படி கொஞ்சம் யுவதிகள் கேட்டோம்; ஆனால் என்னென்னவோ சாக்குப் போக்குகள் கூறி எங்கள் கோரிக்கையை நிராகரித்து விட்டார்கள்."

"அப்படியானால் அண்ணா மனோரதா! மகதத்தால் யுத்தம் வரும் என்ற பயமிருக்கிறதா, என்ன?" நான் கேட்டேன்.

"ஓ, நிறைய இருக்கிறது. எல்லா லிச்சவிகளும் ஆயுதபாணிகளாகி, போர்ப் பயிற்சிகள் செய்து கொண்டிருக்கிறார்கள். எந்த நேரத்திலும் யுத்தப் பிரகடனம் செய்யப்படலாம். வாக்மதி, கங்கை நதி தீரங்களில் பல மகத உளவாளிகளை நாங்கள் கைது செய்து வைத்திருக்கிறோம். இதற்குப் பதில் நடவடிக்கையாகப் பிம்பிசாரன் நம்முடைய வர்த்தகர்களில் அநேகரைப் பிடித்து வைத்திருக்கிறான்."

"அப்படியானால் நான் நல்ல சமயத்தில்தான் வந்திருக்கிறேன்."

"சந்தேகமென்ன. சீக்கிரமே வயதான லிச்சவி எவரையாவது என் ஸ்தானத்துக்கு அனுப்பப் போகிறார்கள். அப்புறம் எனக்கு மீண்டும் வாளேந்தும் வாய்ப்பு கிட்டப் போகிறது."

பாமா தன்னுடைய கணவனின் உதடுகளில் முத்தமிட்டு மகிழ்ச்சி துள்ளும் முகத்தோடு கூறினாள் - "அன்பரே! இந்த விஷயத்தை எனக்கு இதுவரையிலும் சொல்லவில்லையே ஏன்?"

"நீ பெண் என்பதால்"

"ஆமாம், எங்கள் பேச்சு எங்கே செல்லுபடியாகப் போகிறது. பார்த்தாயா ரோகிணி! ஆண்கள் எவ்வளவு கெட்ட உள்ளம் படைத்தவர்கள்!"

"நான் தோற்று நீயே வெற்றி பெற்றுவிட்டாய் பாமா! பேச்சுக்குப் பேச்சு என்னை எடுத்தெறிந்து பரிகாசம் செய்கிறாய். எனக்கு ஒரு தடவைகூடச் சந்தர்ப்பம் கொடுக்க மறுக்கிறாய்!"

"மனோ! நீ முதலில் பரிகாசம் செய்யக் கற்றுக்கொள்."

"யாரிடம்?"

"இதற்குத் தொலைதூரம் போகவேண்டிய அவசியமில்லை. வீட்டிலேயே இருக்கிறாளல்லவா உன் பாமா. அது சரி, இவ்வளவு நல்ல சமாசாரத்தை என்னிடம் கூறாமல் மறைத்தாயே ஏன்?"

"மனோரதன் கைகளைக் கூப்பிக் கூறினான் - "மன்னித்துவிடு தேவி! உனது அடிமையின் தவறை மன்னித்துவிடு. என் பதவி மாற்றச் செய்தி இப்போதுதானே கிடைத்தது."

பாமா அவனைப் பக்கவாட்டமாக ஆலிங்கனம் செய்துகொண்டு கூறினாள் - "மனோ, எனது மனோ! நான் எப்போதாவது உன் மீது கோபத்தைக் காட்டியிருக்கிறேனா? நீ தெரிவித்தபடி வைசாலி சென்றதும் எங்கள் பெண்கள் படைக்கு ராணுவப் பயிற்சி அளிக்கும் விஷயமாக அதிகாரிகளோடு பேசி அவர்களைச் சம்மதிக்க வைக்க வேண்டும். (ரோகிணி பக்கம் திரும்பி) என்ன செய்வது ரோகிணி! நான் குடியரசு சபையில் அங்கம் வகிக்காமல் போய்விட்டேன். இல்லையென்றால் அவர்களோடு வாதம் செய்து சம்மதிக்க வைத்திருப்பேன். சகோதரி! ராணுவத்தில் நாம் இடம் பெற்ற பிறகு குடியரசு சபையிலும் பிரதிநிதித்துவம் பெற நாம் போராட வேண்டும்; என்ன ரோகிணி! உன் கருத்து யாது?"

"நான் உன் பக்கமேதான் அக்கா! ஆனால், முதலில் நாம் நமது ராணுவப் பயிற்சி விஷயத்தை முடிவு செய்துகொள்ள வேண்டும்."

"இந்த விஷயத்தில் பூரணமாக நாங்கள் ஒத்துழைப்பைத் தருகிறோம்" என்றோம் நானும் மனோரதனும்.

பாமா தன்னுடைய கணவரின் தோள் மீது கையைப் போட்டுக்கொண்டு கூறினாள் - "மனோ! போர்க்களத்தில் வீர மரணம் எய்திய தங்களது அன்புக் கணவன்மார்கள் மீது எவ்வளவு அபார பாசமிருந்தால், எத்தனை லிச்சவி யுவதிகள் மீண்டும் திருமணம் செய்துகொண்டு, தங்களது புதிய நாயகர்களோடு கூடிக் குழந்தைகளைப் பெற்று சுகித்திருக்க மனமில்லாமலிருப்பார்கள். கணவனும் மனைவியும் ஒன்றுபட்டு வாழ எப்படி அதிகாரமிருக்கிறதோ அப்படியே ஒன்றுபட்டு மரணமடைவதற்கும் உரிமை இருக்க வேண்டும்." நேரமாகிக் கொண்டிருப்பதைப் பார்த்து "சரி, இனி போகலாம் ரோகிணி! சுகுலா சின்னம்மா தனது கோபத்தையெல்லாம் என்மீது காட்டிவிடுவாள். அந்தத் துஷ்டப்பெண் தன் பேச்சில் எல்லோரையும் சிக்கவைத்து விட்டாள் என்று சொல்வாள். நாம் தாமதம் செய்வதைப் பார்த்து அவள் இங்கே வந்தாலும் அதில் ஆச்சரியப்படுவதற்கில்லை."

நாங்கள் நால்வரும் குடிசையிலிருந்து வெளியே வந்தோம். மனோரதன் தன்னுடைய ஆட்களுக்குச் செய்யவேண்டிய

வேலைகளைப் பற்றிக் கட்டளையிட்ட பிறகு சின்னம்மாவின் வீடு நோக்கிப் புறப்பட்டோம். எங்களைப் பார்த்துவரும்படி அனுப்பப்பட்ட காளி வழியில் எதிர்ப்பட்டாள். பாமா, "அண்ணி பார்த்தீர்களா! அந்தத் தாசி (வேலைக்கார, அடிமைப்பெண்) நமக்காகவே வந்துகொண்டிருக்கிறாள். விரைவாக நடங்கள்" என்றாள்.

கண்களில் ஆனந்தக் கண்ணீர் சொரிய சின்னம்மா ரோகிணியைக் கட்டிப்பிடித்துக் கொண்டாள். பிறகு முகத்தை உற்று உற்றுப் பார்த்து அவளுடைய உதடுகளில் முத்தமிட்டாள். அவளுடைய தாயன்பு நிறைந்த வரவேற்பைக் கண்டு ரோகிணி பரவசப்பட்டுப் போய்விட்டாள் என்பதை அவளுடைய முகம் காட்டிற்று.

"நல்வரவு குழந்தாய்! என் தங்கக்கண்ணு வழியில் எவ்வளவு சிரமப்பட்டுப் போய்விட்டாளோ! வாருங்கள் புத்திரர்களே, நீங்களிருவரும் உங்கள் சிற்றப்பாவிடம் போய் உட்காருங்கள். வா, மகளே பாமா! உள்ளே போவோம்" என்று கூறிச் சின்னம்மா ரோகிணியை அணைத்துக்கொண்டே உள்ளே அழைத்துச் சென்றாள்.

சிற்றப்பா பத்து குதிரைகளையும் வண்டிகளையும் பயணப்படுவதற்கு ஏற்பாடுகள் செய்துகொண்டிருந்தார். எங்களுடைய இரண்டு குதிரைகளும் லாயத்தில் இளைப்பாறிக்கொண்டிருந்தன. நாங்களிருவரும் சென்றபோது தட்சசீலத்திலிருந்து வந்திருந்தவர்களின் மத்தியில் உட்கார்ந்து ஏதோ சொல்லிக்கொண்டிருந்தார். எல்லோரும் கடகடவென்று சிரித்துக்கொண்டிருந்தார்கள். கம்பளத்தின் மீது அமர்ந்திருந்த சிற்றப்பா எங்களைப் பார்த்ததும் கூறினார்.

"வா மகனே! நான் இவ்வளவுநேரம், முன்பு நாம் எவ்வாறு மகதப்படைகளின் உயிர்களைக் காப்பாற்றினோம். எவ்வாறு அவர்கள் வாய் திறந்து கெஞ்சிக் கூத்தாடி நம்மிடம் உயிர்ப்பிச்சை கேட்டார்கள். உன்னுடைய தகப்பனார் சேனைத் தலைவர் அர்ஜுனன் எவ்வாறு மகதசேனை முழுவதையும் பத்மவாசலில் மடக்கிக் கைது செய்தார் என்பதையெல்லாம் சொல்லிக் கொண்டிருந்தேன். நான் அர்ஜுனனிடம் உதவி சேனைத் தலைவனாக இருந்தவன். அந்த யுத்தத்தில் நாங்களே வெற்றிபெற்றோம். ஆனால் எங்களிடம் கைதியாக இருந்த ஒரு மகதப் படைவீரன் இரவில் நயவஞ்சகமாக எங்கள் சேனைத் தலைவரைக் குத்திவிட்டான். இந்தக் கைதியிடம்தான் அவர் விசேஷ அன்பு கொண்டிருந்தார். ஆனால் அப்படியிருந்தும் அந்த நீசன் கொஞ்சமும் நன்றியில்லாமல் உபகாரம் செய்தவரையே கொலை செய்துவிட்டான்."

நாங்கள் இங்கே பேச்சு மும்முரத்தில் இருக்க, சின்னம்மா உள்ளே மருமகளுக்கு வேண்டிய மரியாதைகள் செய்துகொண்டிருந்தாள். அன்று இரவு நான் ரோகிணியைக் கூப்பிட்டு "என்ன ரோகிணி! நீ

வைசாலிக்கு என்னோடு வருகிறாயா? அல்லது முன்னாலேயே செல்கிறாயா?" என்று கேட்டேன்.

"முன்னால் செல்லமாட்டேன். எனது உத்தேசத்தை மாற்றிக் கொண்டுவிட்டேன்."

"மாற்றிக்கொண்டு விட்டாயா."

"சுகுலா சின்னம்மாவும் அம்மா மாதிரிதானே. ஆகையால் இங்கிருந்து இப்போதே போக வேண்டுமென்பதில்லை."

"அப்படியானால் இரண்டு அம்மாக்களையும் உன் பிடிக்குள் வைத்துக்கொள்ள வேண்டுமென்று நினைக்கிறாய்!"

"உண்மைதான் அன்பரே! சின்னம்மா நல்ல குணமுடையவள், மதுரமானவள். பேச்சுக்குப் பேச்சு ஆனந்தக் கண்ணீர் சொரிந்து என்னை முத்தமிடும்போது எனக்கு அம்மாவின் நினைவு வந்துவிடுகிறது. இந்த மூன்று மாதத்தில் தாய்ப் பாசத்தை இன்றுதான் பூரணமாக அனுபவித்தேன்.

"ஆம்! லிச்சவி மண்ணிற்கு வந்து பன்னிரண்டு நாழிகைகூடக் கழியவில்லை; அதற்குள் பந்தபாசம் ஏற்பட்டுவிட்டது!"

"ஏன் ஏற்படாது; இரவும் பகலும் சிரிப்பூட்டுவதில் பாமா அக்காள் நிபுணியாக இருக்கிறாள்; சுகுலா சின்னம்மாவோ தாய்க்குச் சமானமாக இருக்கிறாள். இங்கிருந்து குதிரை மீதே பிரயாணம் செய்யலாமென்றிருந்தேன்; ஆனால் இப்பொழுது அந்த எண்ணத்தை மாற்றிக்கொண்டு சின்னம்மாவோடு ரதத்தில் ஏறி வரலாமென்றிருக் கிறேன்."

"ரதத்திலா?"

"ஆமாம், சின்னம்மா என்னைத் தன்னோடு அழைத்துச் செல்வதாகச் சொல்லியிருக்கிறாள்."

"எப்பொழுது?"

"அவளுக்கிஷ்டமானபோது. ஆனால் தட்சசீலப் பிரதிநிதிகளுக்கு வரவேற்பளிக்கும் சமயத்துக்கு முன்னதாகவே வைசாலி போய்ச் சேர்ந்துவிட வேண்டுமென்று சொல்லிக் கொண்டிருக்கிறாள்."

"நீ சின்னம்மாவோடு சேர்ந்து போனால் பிறகு நான்..."

"உனக்குப் பொறாமையாக இருக்கிறதா?"

"சின்னம்மா மீது எனக்குப் பொறாமையில்லை; பொறாமைப்பட வேண்டியவன் நானல்ல; மனோரதன்தான் பொறாமைப்பட வேண்டும்."

‘இல்லை சிம்மா! பாமா அக்காளை விட்டுவிட்டு வருவதற்கு மனம் ஒப்பவில்லை. சின்னம்மா அவளை நேசிக்கிறாள்; அதோடு பயப்படவும் செய்கிறாள்.”

“பயம் எதற்கு?”

“பாமாவின் வாயை யாராலும் மூடமுடியாது என்று சொல்கிறார்கள். வேலை செய்வதிலும்கூட அலுப்பு சலிப்பு அறிய மாட்டாளாம். நாம் வந்ததுமே பன்றிக்கறி சமைத்தாள். மத்தியான சாப்பாட்டு முடிந்ததும் மாலை சாப்பாடு பானம் - கானம் - நாட்டியம் முதலிய ஏற்பாடுகளையெல்லாம் தானே செய்தாள். தான் ஒரு விநாடிகூட சும்மா உட்கார்ந்திருக்கமாட்டாள்; மற்றவர்களையும் உட்காரவிட மாட்டாள். உல்காசேலம் லிச்சவி பெண்களெல்லாம் அவள் சொன்னபடி ஆடுவார்கள். தான் வரச்சொன்னதாகக் காளியை வீட்டுக்கு வீடு அனுப்பிச் சொல்லிவரச் சொன்னாளோ இல்லையோ, ஒரு நாழிகைக்குள் பெண்களெல்லாம் வந்து கூடிவிட்டார்கள்.

ரோகிணியின் ஒவ்வொரு மயிர்க்காலிலும் ஆனந்தம் பொங்கிப் பொசிந்து கொண்டிருப்பதுபோலத் தோன்றிற்று. மூன்று திங்களாக வாடி வதங்கிப் போன கொடிக்கு ஆவணி மாத மேகம் ஜீவனளித்தது போல ரோகிணியின் முகம் களையோடு விளங்கிற்று. நான் அவளை இறுகத் தழுவிக்கொண்டு, “அன்பே! லிச்சவி பூமி உன்னைத் தன்னுடையதாக்கிக்கொள்வதில் ஓரளவு வெற்றி பெற்றுவிட்டதைக் காண எனக்கு எவ்வளவோ மகிழ்ச்சியாக இருக்கிறது” என்றேன்.

“ஓரளவுக்கில்லை அன்பரே, முழுவதும்தான். கன்யாகுப்ஜ ராஜகுமாரியைப் பார்த்தபோது இந்தப் பக்கத்துக்காரர்களோடு ஒன்றறக் கலந்து போவதற்குக் குறைந்தபட்சம் ஒரு வருட காலமாவது ஆகுமென்று நினைத்தேன். அதற்காக மனப்போராட்டம் கூட நடத்த வேண்டியிருக்கும் என்று நினைத்தேன்.

“ஆனால் இப்போது?”

“ஒரு நாளிலேயே நான் லிச்சவிப் பெண்ணாகிவிட்டேன். வைசாலி கிழக்கு தட்சசீலம் என்று அப்பா கூறியது முற்றிலும் உண்மை. இதனைச் சின்னம்மாவையும் பாமாவையும் பார்த்து மட்டும் நான் கூறவில்லை. இன்று சாயங்காலம் இங்கே வந்த லிச்சவிப் பெண்களெல்லோரையும் பார்த்து இவர்கள் கன்யாகுப்ஜ பெண்களுக்குப் பூரணமாக மாறுபட்டவர்கள் என்பதைப் புரிந்துகொண்டேன். இவர்களைப் பார்த்த மாத்திரத்திலேயே வைசாலியில் கன்யாகுப்ஜத்தின் வாசனைகூட இருக்காது என்பது தெரிந்து போயிற்று.”

“இது உண்மைதான்; ஆனால், தாசிகள் (அடிமைகள்) விஷயத்தில் உன்னுடைய கருத்து என்ன?”

“காளி போன்றவர்களைப் பற்றியா?”

“ஆமாம், கறுப்பு அடிமைகள் போன்றவர்களைப் பற்றியும் கூடத்தான்.”

“இவர்களைத்தானே கிரயம், விக்கிரயம் செய்யலாம் என்று நீ கூறினாய்?”

“ஆம்”

“இவர்களைப் பார்த்தால் இரக்கம் ஏற்படுகிறது. இவர்கள் மனிதர்களாகக் கருதப்படாமல் தாழ்த்தப்பட்டவர்களாகக் கருதப்படுகிறார்கள். இவர்களை மனிதர்களாக்குவதற்கு ஒருவேளை வழி எதுவும் இல்லாதிருக்க வேண்டும். இல்லையென்றால் இவ்வளவு இனிமையான சுபாவம் படைத்த லிச்சவிகள் அவர்களுக்காக ஏதாவது செய்யாமலிருக்க மாட்டார்கள்.”

“சரியாகச் சொன்னாய்! இவர்கள் விஷயத்தில் என்ன செய்வதற்கும் முடியாதிருக்கிறது. கொஞ்சம் பேர்களாக இருந்தால் ஏதாவது செய்யலாம். ஆனால் லிச்சவிகளைக் காட்டிலும் லிச்சவிகளல்லாதவர்களே அதிக எண்ணிக்கையிலிக்கிறார்கள்.”

“லிச்சவிகளல்லாதவர்களா?”

“ஆம், வஜ்ஜி தேசத்தில் அவர்கள் லிச்சவிகளைவிட எண்ணிக்கையில் அவ்வளவு ஒன்றும் குறைந்தவர்களல்ல. அவர்களிலே வேலைக்காரர்கள் மட்டுமல்லாமல், பிராமணர்கள், வைசியர்கள் முதலிய எத்தனையோ செல்வந்தர்கள் இருக்கிறார்கள். அவர்களுக்குக் குடியரசு பரிபாலனத்தில் அதிகாரமில்லை. யுத்தத்தில் மடிய வேண்டுமென்ற பயமுமில்லை; ஆயினும் அவர்களுக்கு வேண்டியமட்டும் நிலமிருக்கிறது. லட்சக்கணக்கில் வாணிபமும் செய்கிறார்கள். அவர்கள் சுதந்திரர்களாகி சுகஜீவனம் செய்து வருகிறார்கள். தாச - தாசிகளை (அடிமைகளை) விடுவிப்பதைப் பற்றிப் பேச்சு எடுத்தால், முதலில் அதற்கு அவர்களிடமிருந்தே ஆட்சேபனை வருகிறது. அதோடு எங்களுக்குக் கிழக்கிலும் தெற்கிலும் இரு பக்கங்களிலும் மகத தேசம் இருக்கிறது. ஏராளமானவர்கள் அங்கிருந்து வந்து தங்கள் சொந்த விருப்பப்படியே தங்களை விற்றுக்கொள்கிறார்கள்.”

“இவ்வளவு பேர் லிச்சவிகளல்லாதவர்கள் இங்கே எப்படி வந்தார்கள் என்பதைப் பற்றி யோசித்துக் கொண்டிருக்கிறேன் சிம்மா!”

"இதெல்லாம் லிச்சவிகளுக்கு நியாயத்தின் பேரிலுள்ள பற்றுதலாலும் தயாள குணத்தாலும் ஏற்பட்டவைகள். எங்கள் முன்னோர்கள் முதல் முதலாக இந்த வஜ்ஜி பூமிக்கு வந்தபோது இதெல்லாம் ஒரே காடாக இருந்தது. அவர்கள் இங்கே தங்கள் ஆடு மாடுகளை மேய்த்து போஷித்து வந்தார்கள். சிங்கங்களும், புலிகளும், காண்டாமிருகங்களும், யானைகளும் நிறைந்திருந்த இந்த ஆரண்யத்தைத் திருத்தி ஒரு கிராமத்தை உண்டு பண்ணினார்கள். ஊரைச் சுற்றிலும் நான்கு புறங்களிலும் மரவேலி அமைத்தார்கள். படிப்படியாக மக்கள்தொகை பெருகி, புதிய வீடுகள் கட்டுவதற்கு வேலிகளுக்குள் இடமில்லாமல் போய்விட்டது. அதனால் வேலிகளைப் பிரித்து விஸ்தரித்தார்கள். இவ்விதம் பல தடவைகள் விஸ்தரிக்கப்பட்டதினால் அந்த ஊருக்கு "வைசாலி" என்று பெயர் ஏற்பட்டது. வைசாலியிலுள்ள லிச்சவிகளுடைய நிலங்கள்கூட ஆரண்யத்துக்குள் ஊடுருவி விஸ்தரிக்க ஆரம்பித்தன. அவர்களுடைய கால்நடைகளும் பெரிதும் விருத்தியடைந்தன. முன்னோர்களின் இரத்தத்தோடு அவர்களுடைய வீரமும் இப்போதைய லிச்சவிகளின் நரம்பு நாளங்களில் நிறைந்திருந்தன. அவர்கள் அக்கம்பக்கத்திலிருந்த மன்னர்களைப்போல சுகபோகங்களுக்கு ஆசைப்படவில்லை. எங்களுடைய இந்த மண்ணில் சத்திய ஆட்சி - தர்ம ஆட்சி ஸ்தாபிதமாயிற்று. தஞ்சம் புகுந்தவர்களுக்கு அடைக்கலமளித்து அவர்களைக் காப்பாற்றுவது தங்களது கடமை என்று கருதினார்கள். பாதிக்கப்பட்ட பிராமணர்களும், வைசியர்களும் இங்கே வந்து இவர்களிடம் அடைக்கலமடைந்தார்கள். லிச்சவிகள் அவர்களுக்கு அபயமளித்து, உழுது பயிரிட்டுக்கொள்வதற்கு நிலங்கள் கொடுத்து உதவினார்கள். கால்நடைகளை மேய்த்துக் கொள்வதற்குத் தங்களுடைய ஆதினத்திலுள்ள காடுகளில் அனுமதித்தார்கள்; அவர்களுடைய வாணிபத்தைத் தங்களுடைய தோள் வலிமையினால் காப்பாற்றினார்கள். இந்த விதமாக லிச்சவிகளல்லாத வம்சத்தார்கள் இங்கே பெருகினார்கள். குடியரசு பரிபாலனத்தில் அவர்கள் எங்களுக்கு அந்நியர்களே; ஆனால், மகத, கோசல ராஜ்யங்களில் உள்ளவர்களைக் காட்டிலும் அதிக சுதந்திரமுடையவர்கள். இங்கே நிலைபெற்று சுகவாழ்வு அனுபவித்துக் கொண்டிருந்த அவர்களுக்கு மெள்ள மெள்ள வஜ்ஜி தேசத்தின் மீது மிகுந்த அபிமானம்கூட ஏற்பட்டது. இவர்களையன்றிப் பணியாட்களும் ஏராளமான பேர் குடும்ப சகிதம் வந்து குடியேறினார்கள். இவர்கள் கூலிக்குச் சுயேச்சையாக வேலை செய்து பிழைக்கிறார்கள். லிச்சவிகளைக்காட்டிலும் லிச்சவிகளல்லாத தனவந்தர்களுக்குத்தான் தாசர்களோடு அதிகமான சம்பந்தமிருக்கிறது. ஆகையினால் அடிமைத்தனத்தை ஒழித்துக் கட்டுவது என்பது எங்கள் அதிகாரத்துக் குட்பட்ட விஷயமாக இல்லாது போய்விட்டது. ஆனாலும் தாசர்களிடம் அக்கிரமமாக நடந்துகொள்பவர்களைத் தண்டிக்காது

விடோம். எங்கள் நாட்டிலுள்ள அடிமைகளை வெளியார்களுக்கு விற்காதபடி தடை செய்துள்ளோம். உண்மையைச் சொல்லுவதனால் இங்குள்ள அடிமைகள் தாங்கள் வேற்று நாட்டினருக்கு விற்கப்படுவதை விரும்புவதில்லை. இதிலிருந்து அடிமைகள் விஷயத்தில் லிச்சவிகள் எவ்வளவு உதாரண குணத்தோடு நடந்துகொள்கிறார்கள் என்பதை நீ தெரிந்து கொள்ளலாம்."

"உண்மைதான் சிம்மா! இங்கே பல்வேறு துறைகள், ஜாதிகள், பிரிவுகள் ஒன்றாய்ப் பின்னிப் பிணைக்கப்பட்டிருக்கின்றன. காந்தாரத்திலோ ஒரே ஜாதி, ஒரே நிறம். ஒரே மொழி மட்டும்தான்."

"அதனாலேயே அங்கே எல்லோரும் சமத்துவமாக இருப்பது சுலபம்; ஆனால் இங்கேயோ அடிமைகள் வேறு; சுதந்திரமான பணியாட்கள் வேறு; இதல்லாமல் பிராமணர்கள்; வைசியர்கள் முதலிய வர்ணத்தவர் வேறு இருக்கிறார்கள். இவர்களெல்லோரையும் லிச்சவிகள் என்று அழைப்பது பொருந்தாது. ஆயினும் லிச்சவிகளிலேயுள்ள ஒன்பது கோத்திரங்களில் மாத்திரம் எவ்விதப் பேதங்களும் கிடையாது."

"ஒன்பது கோத்திரங்களா?"

"ஆமாம் ஞாத்ரு, தீர்க்கவாதி முதலிய நவகோத்திரங்கள் இருக்கின்றன. இவர்களெல்லாம் முதலாவது மூதாதையின் ஒன்பது மக்களின் வழித்தோன்றலில் வந்தவர்கள்."

"அப்படியானால் பிரிய சிம்மா! இத்தனை விதம் விதமான ஜாதிகள் இருந்தபோதிலும் லிச்சவிகளிடம் ஆரிய வர்ணம் (நிறம்) எப்படி நிலைத்திருக்க முடிந்தது?"

"இதற்கு நாங்கள் மிகக்கடுமையான ஒழுங்குகளைக் கடைப்பிடித்து வருகிறோம். லிச்சவியல்லாத தகப்பனுக்கோ, தாய்க்கோ பிறந்த குழந்தையை லிச்சவியாக நாங்கள் ஏற்றுக்கொள்ள மாட்டோம். லிச்சவி தம்பதிகளுக்குப் பிறந்து பிரகாசமான சிவப்பு நிறம் பெற்றுள்ள குழந்தைகளே வைசாலியின் ஸ்நான குளங்களில் குளிக்க முடியும்."

"இங்கே வந்த லிச்சவிப் பெண்களில் எவருடைய கூந்தலும் காவிநிறமாக இல்லையே. பெரும்பாலோருடைய கேசம் பாமாவின் கருங்கூந்தல் போலத்தானே இருந்தது. ஆனால் மேனி நிறம் மட்டும் நம்முடையது மாதிரி இருந்தது."

"ஆமாம், இதற்காகக் கூட லிச்சவி குடியரசு மிகக் கடுமையான கட்டுத் திட்டங்களை அமுல் செய்ய வேண்டியிருக்கிறது. தாங்கள் பெற்ற குழந்தைகள் விஷயத்திலும்கூட லிச்சவிகள் அவ்வவ்போது ரொம்பவும் கண்டிப்பாக நடந்துகொள்ள வேண்டியிருக்கிறது.

தங்களுடைய இரத்தத்தின் பரிசுத்தத்தை உறுதியாகக் காப்பாற்றிக் கொள்வதற்கு அவர்கள் எவ்வளவு கடினமான கட்டுத்திட்டங்களையும் பின்பற்றுவதற்குத் தயங்கமாட்டார்கள்."

"இவ்வளவு கடுமையான ஒழுங்கு முறைகள் எனக்குப் பிடிக்கவில்லை. உண்மையைச் சொல்கிறேன் அன்பரே! காளியை 'அடியே காளி' என்று கூப்பிடுவதைக் காதால் கேட்பது எனக்குக் கர்ண கடூரமாக இருக்கிறது."

"வாஸ்தவத்தில் 'காளி' என்பது அவளுடைய பெயரே இல்லை அன்பே! உடல் கறுப்பாக இருக்கும் பெண்கள் 'காளி' (கறுப்பி) என்றும், ஆண்கள் 'காகா' (கறுப்பன்) என்றும் வழக்கமாக அழைக்கப்பட்டு வருகிறார்கள். பூர்வத்தில் லிச்சவிகளல்லாதவர்களுக்கு அடைக்கலம் தராதிருந்தால் நன்றாக இருந்திருக்குமே என்று நான் நினைப்பதுண்டு."

"அது இன்னும் கொடூரமானது!"

"நீ கூறுவது உண்மைதான். இந்தச் சிக்கலை நம்மால் தீர்க்க முடியாது. ஒருவேளை சரித்திரத்தால் தீர்க்க முடியும். சரி, இந்த சாரமற்ற விஷயத்தை விட்டுத் தள்ளு. என் பிரியமுள்ள ரோகிணி! இன்று நாட்டியம் எப்படியிருந்தது?"

"சிம்மா! பாமா அக்காள் எல்லாக் கலைகளிலும் கைதேர்ந்தவளாக இருக்கிறாளே. உன்னோடு ஆடிய நாட்டியத்தின் பெயர் என்ன?"

"திரிபதி"

"ஆமாம், திரிபதி. அவளுடைய இடுப்பு, கால் கைகளின் அசைவுகளைப் பார்த்து உண்மையிலேயே எனக்குப் பொறாமை ஏற்பட்டுவிட்டது. நீ வியர்வையில் தெப்பமாக நனைந்துங்கூட அந்தப் பூதம் உன்னை விடவில்லையே!"

"பூதமா?"

"அது செல்லமாக வைக்கப்பட்ட பெயர். இன்னும் அக்காவின் எதிரில் அந்தப் பெயரைச் சொல்லி அழைக்கவில்லையாயினும், ஒரு தடவை அவள் என்னைக் கோபமூட்டியபோது அப்படி அழைத்திருக்கிறேன்."

"அப்படியானால் அவள் பூதமென்று அழைக்கப்படுவதை ஏற்றுக்கொண்டாளா? பாமா சாதாரணப் பெண்ணல்ல ரோகிணி! அவள் அசாதாரண பட்டத்தை ஏற்றுக்கொள்ளவும் தயாராக இருப்பவள். அது சரி அவளுடைய அழகு எப்படி?"

"பாமா தட்சசீலத்திலுள்ள எந்த சௌந்தர்யவதிக்கும் குறைந்தவளல்ல."

"இது அநியாயம் ரோகிணி! அவள் மூன்று வருடங்களுக்கு முன்புவரை வைசாலியிலேயே முதன்மையானஅழகியாக இருந்தாள்."

"என்ன சிம்மா! அழகில் முதன்மையானவளா! ஆம். அவளுடைய கூந்தல் எவ்வளவு கறுப்பாக, பிரகாசமாக இருக்கிறது."

"அதற்குத் தலைக்கு எண்ணெய் தேய்த்துக்கொள்ளுவதும் காரணமாக இருக்கும்."

"என்னைக்கூட சிரசுக்கு எண்ணெய் தேய்த்துக்கொள்ளும்படி சொல்கிறாள். ஆனால் அது பிசுபிசு என்றிருக்கும்போது, எப்படித் தேய்த்துக் கொள்கிறார்களோ!"

"தலையணைகூட அழுக்காய் விடுகிறது ரோகிணி! குளிப்பதற்கு முன்பு எண்ணெய் தேய்த்துக்கொண்டு பிறகு சீயக்காய் போட்டுக் கழுவிவிடுவதில் நஷ்டம் எதுவுமில்லை."

"அப்படிச் செய்தால் என் கூந்தலும் கறுப்பாகிவிடுமோ என்னமோ?"

"கறுப்பாகிவிடுமோ என்று பயமாக இருக்கிறதா?"

"பாமாவின் கூந்தல் போல அவ்வளவு கறுப்பாகிவிட்டால் எனக்கு ஆட்சேபனமில்லை."

"என் தங்கச்சிலையே!" என்று கூறி, முறுவல் பூத்து நின்ற அவள் அதரங்களில் முத்தமிட்டுச் சொன்னேன். "நாம் இன்னும் ஐந்து நாட்கள் வரை இங்கேயேதான் இருக்க வேண்டும்."

"ஐந்து தினங்களா? அதுவரை இங்கேயுள்ளவர்களுடன் நன்றாய்ப் பழகிவிடுகிறேன்."

"உனது காந்தார இசையையும் நடனத்தையும் காட்டி இங்கேயிருப்பவர்களின் பாராட்டுதலைப் பெறப் பார்க்கிறாய். இல்லையா? வைசாலியிலிருந்து கடிதம் வந்திருக்கிறது. அங்கே வரவேற்புக்கான ஏற்பாடுகளைச் செய்ய ஆரம்பித்துவிட்டார்கள். நட்புறவுக் குழுவினருக்கு வேண்டிய வசதிகள் செய்து தருவதில் பிரத்யேக கவனம் செலுத்தும்படி சேனைத் தலைவருக்குத் தெரிவித்திருக்கிறார்கள். நாம் வைசாலிக்கு என்றைய தினம் புறப்பட வேண்டும் என்பது பற்றி நாளை மீண்டும் கடிதம் வரும். நீ சின்னம்மாவோடு ரதத்திலேதானே வரப்போகிறாய்?"

"ஆம், நான் சின்னம்மாவோடுதான் வரப்போகிறேன். இதற்குள்ளாக வயதான புதிய சுங்க அதிகாரி வந்துவிட்டால் பாமாவும்கூட எங்களோடு புறப்பட்டு வருவாள்."

"அப்படியானால் நீ இங்கேயிருந்து ஒரு சைன்யத்தையே திரட்டிக் கொண்டுவருவாய் போலிருக்கிறதே!"

"இதற்காக நீங்கள் பொறாமைப்படாதீர்கள். நானும், பாமாவும் சுகமாக மட்டும் இருந்தால் விரைவிலேயே லிச்சவி வீராங்கனைகளின் படையை நீங்கள் பார்ப்பீர்கள். பெண்களாகிய நாங்கள் கேவலம் பிள்ளைகளைப் பெறுவதற்காக மட்டுமிருக்கவில்லை என்பதை நீங்கள் தெரிந்துகொள்வீர்கள்."

"பிள்ளைகளைப் பெற்றெடுப்பது கெட்ட காரியமல்ல ரோகிணி! சிட்டுக் குருவிகள் குஞ்சுகள் பொரிப்பதற்குச் செய்யும் ஏற்பாடுகளை நீ பார்த்திருக்கிறாயா? அவற்றின் அன்பு, இனிய கூவல், பின்னர் தாய் தந்தையர் ஆவதற்குத் தயாரிப்புகள்! ஆண் குருவியும் பெண் குருவியும் சேர்ந்து எங்கெங்கிருந்தோ செத்தைகள், துரும்புகள், கூளங்கள் முதலியவற்றை அலகில் கொத்திக்கொண்டு வந்து புதிய கூடு தயாரிக்கின்றன. அதில் பெண் குருவி முட்டைகள் இடுகிறது. அடைகாக்கிறது. ஆண் குருவி அதைக் காப்பாற்றுகிறது. பிறகு உரிய காலத்தில் முட்டைகளிலிருந்து சிறுசிறு குஞ்சுகள் வெளிவருகின்றன. "சேவ்ங் சேவ்ங்" என்று கூவுகின்றன. இதைக் கண்டு குருவித் தம்பதிகள் ஆனந்தத்தால் பூரித்துப்போகின்றன. பின்னர் வெளியே பறந்து சென்று வரிசை வரிசையாகத் தானியங்களையோ புழுக்களையோ கொண்டு வருகின்றன. தாய் தந்தையரைப் பார்த்ததும் குஞ்சுகள் "சேவ்ங் சேவ்ங்" என்று கூவி இறக்கைகளை அடித்துக்கொள்கின்றன. பெரிய குருவிகள் ஆகாரத்தை அவற்றின் அலகுகளினால் குஞ்சுகளின் வாயில் ஊட்டிவிட்டுத் திரும்பவும் பறந்து செல்கின்றன. சிறிய பிராணிகளானாலும், சிட்டுக் குருவிகள் தாம்பத்திய வாழ்க்கை குறித்து நமக்கு நல்ல பாடம் கற்றுத் தருகின்றன."

"அவ்வளவுதானா? எதிரிகள் யாராவது வந்தால் அவை இரண்டும் தங்கள் பிராணனைப் பணயம் வைத்தும் எதிர்த்துப் போராட மாட்டாவா?"

"ஆமாம், பிரிய ரோகிணி! இவ்விஷயத்தில் நான் உன் கருத்தைப் பூரணமாக ஆதரிக்கிறேன். நீ மனமுவந்து ஒரு இனிய முத்தம் கொடுப்பாயானால், லிச்சவிப் பெண்கள் படை அமைப்பதின் அவசியத்தை நாளை குடியரசு சபையில் எடுத்துக்கூறுவேன்."

ரோகிணி எனது உதடுகளில் முத்தமிட்டு, "கடைசியில் லஞ்சமா பெற்றுக் கொள்கிறீர்கள்!" என்றாள்.

"லஞ்சம் அல்ல அன்பே! உனது முத்தம் குடியரசு சபையில் நடக்கப்போகும் வாக்குவாதத்தில் வெற்றிபெறும் சக்தியை எனக்களிக்கும்."

நன்றாய் இருட்டிய பிறகு நாங்கள் படுக்கையறைக்குச் சென்றோம். அங்கேயும் வெகுநேரம் வரை பேசிக்கொண்டிருந்தோம். நேரம் கழித்துத் தூங்கியதால் காலையில் நான் விழித்தெழுந்தபோது வெயில் வெகுதூரம் ஏறிவிட்டது. அப்போது ரோகிணி இன்னும் தூங்கிக்கொண்டிருந்தாள். நான் ஓசைப்படாமல் மஞ்சத்திலிருந்து எழுந்து வெளியே வந்தேன்.

நாங்கள் மூன்றாவது தினம் புறப்பட வேண்டுமென்று மறுநாளே தகவல் வந்தது.

மீதியிருந்த அந்த மூன்று தினங்களும் எங்களுக்குத் தெரியாமலேயே கழிந்துவிட்டன. ஒருநாள் ஒருவர் வீட்டில் விருந்தென்றால், அடுத்த நாள் மற்றொருவர் வீட்டில் விருந்து. இதல்லாமல் ஒவ்வொரு தின இரவிலும் சிற்றப்பாவின் இல்லத்தில் ஆடல் பாடல் முதலிய கோலாகலங்கள் நடந்தன. பாமாவைப்போலச் சாதுர்யமாகப் பேசத் தெரியாவிட்டாலும் ரோகிணி தனது சங்கோஜத்தை விட்டு நான்கு பேர்களோடு சௌஜன்யமாகப் பழகினாள். பாமா மற்றெல்லோரைக் காட்டிலும் ரோகிணியின் அன்புத் தோழியாகிவிட்டாள். அவர்களிருவரிடையேயும் பரிணமித்த நட்பு ஆயுட்கால நட்பாக வளர்ந்தது. காந்தார மருமகள் வந்திருக்கும் விஷயம் அக்கம் பக்கத்திலுள்ள கழனிகளுக்கெல்லாம் கூடப் பரவிற்று. மூன்றாவது நாள், அந்தக் கழனிகளில் குடியிருக்கும் பெண்மணிக ளெல்லோரும் கூட்டமாக வந்து கூடிவிட்டார்கள். அன்றைய தினம் உல்காசேலம் அழகு வனிதையரின் இசை நாட்டியச் சாலையாகிவிட்டது. வெளியிலிருந்து வந்திருந்த அந்த அழகிகளில் உல்காசேலத்துக்குக் கிழக்கே ஒரு கோஸூ (இரண்டரை மைல்) தூரத்திலுள்ள "தீர்கி" என்னும் கிராமத்தைச் சேர்ந்த வனிதையொருத்தி எல்லாருடைய கவனத்தையும் கவர்ந்தாள். அலை அலையான கறுத்த நீண்ட கூந்தல், பெரிய நீலநிறக் கண்கள், செதுக்கியெடுத்தது போன்ற மிருதுவான மேனி, வாளிப்பான உயரம், யௌவனம், விம்மிப் புடைத்த மார்பகம், இனிமையான குரல், அழகிய பாதங்கள் முதலியன அவளுக்கு விசேஷ சோபையளித்தன. அந்தப் பெண் கொடியோடு அவளுடைய கணவனும் வந்திருந்தான். அவள் மனோரதனைப் போலவே தன் கணவன் சந்திரனையும் தன் ஒரு ரோமத்தில் கட்டிப்போட்டு விடக்கூடிய சாமர்த்தியமுள்ளவளாகத் தென்பட்டாள். அந்த யுவதி எவ்வளவு சுறுசுறுப்புடையவளாக இருந்தாளோ, அவ்வளவுக்கு அவளுடைய மணாளன் மந்தமுடையவனாக இருந்தான். ஆனால், அவனுடைய பார்வை மட்டும் மிகவும் தீட்சண்யமுள்ளதாக இருந்தது.

அவனுடைய மனைவி தன்னுடைய சங்கீத, நாட்டியத் திறமையைக் காட்டுவதற்காகவே அங்கு வந்திருந்தாள்; ஆனால் சந்திரனுக்குத் தனது மனைவியின் திறமையில் சந்தேகமாக இருந்தது. அவள் நாட்டியம் ஆடிப் பார்ப்போரின் பரிகாசத்துக்கு ஆளானாள்; ஆனால் கபில் அவளைத்தான் தன் ஜோடியாகத் தேர்ந்தெடுத்துக்கொண்டான். அவர்களிருவரும் அரங்கில் விரவேசித்ததும் சந்திரனுடைய முகத்தைப் பார்க்க வேண்டுமே! அவன் இடையிடையே ஜாடைமாடையாக அவர்களிருவரையும் ஓரக்கண்ணால் பார்த்துக்கொண்டிருந்தான். இந்த இரகசியத்தைப் பாமா எப்படியோ தெரிந்துகொண்டு விட்டாள். அவள் சட்டென்று சென்று சந்திரனின் கைகளைப் பிடித்துக் கொண்டாள். அவன் தன்னுடைய கையாலாகாத்தனத்தை நன்கு தெரிந்திருந்தவனாதலால், தன்னை விட்டுவிடும்படி பாமாவைக் கெஞ்சிக் கேட்டுக்கொண்டான். பாமா அவனை விடாமல் நாட்டியமாட அழைத்துக் கொண்டிருப்பதைக் கண்ட சுபனும் மனோரதனும் சொன்னார்கள். "சந்திரன் அண்ணா! நீ நாட்டியமாடித்தான் ஆக வேண்டும். கபில், உன் முன் மோகினியோடு ஆடுவதற்கு எப்போது சந்தர்ப்பம் கொடுத்தாயோ, அப்போது பாமாவின் கோரிக்கையையும் நிறைவேற்றாமல் நீ தப்ப முடியாது."

பாமா சந்திரனின் கைகளைப் பிடித்துக்கொண்டு "வஜ்ஜி தேசம் முழுவதிலுமே என்னோடு நாட்டியமாடக் கூடியவர்கள் யாராவது இருக்க முடியுமானால் அது என் பிரியமுள்ள சந்திரன்தான்" என்று கூறி அவனுடைய கன்னத்தில் முத்தமிட்டாள். சந்திரனுடைய இந்த அவஸ்தையைப் பார்த்து முனி மோகினி மகிழ்ச்சியடைந்தவளாகக் காணப்பட்டாள். சந்திரன் தன்னை நிழல்போல் தொடர்ந்து வருவது அவளுக்குப் பிடிக்கவில்லை. தன்னைச் சுற்றிலும் கூட்டம் கூடிவிட்டதைக் கண்ட சந்திரன் எழுந்து அழமாட்டாத குறையாக முகத்தை வைத்துக்கொண்டு கூறினான் - "பாமா! நீ செய்வது நன்றாய் இல்லை, நாட்டியம் ஆடத் தெரியாத என்னை இழுத்து, பிறரின் பரிகாசத்துக்குள்ளாக்க வேண்டுமென்று இப்படிச் செய்கிறாயா?"

"நண்பா சந்திரா! பாமா போன்ற திரிலோக சுந்தரி என் கையைப் பற்றியிருந்தால் இந்திரலோக சிம்மாசனம் கிடைத்தது மாதிரி எண்ணியிருப்பேன்" என்றான் கபில்.

சுபன் சொன்னான் - "நண்பா கபில்! உனக்கு அந்தப் பாக்கியம் கிடைக்கும்போது முனி மோகினியோடு நடனமாடும் அதிர்ஷ்டம் இந்தத் துர்பாக்கியசாலிக்குக் கிட்டும் என்று நம்புகிறேன்."

மனோரதன் அப்போது சந்திரனிடம் அனுதாபம் காட்டிக் கூறினான் - "சகோதரா சந்திரா! நம்மிருவரின் அதிர்ஷ்டமும் ஒன்று மாதிரியே இருக்கிறது. பின்னே பார்! முனி மோகினி கபிலுடைய வலது

கையைப் பிடித்துக்கொண்டு அவனுடைய ஒரு பக்கவாட்டு அங்கமாக நிற்கிறாள். என் பாமா கூட என்னை இங்கே அழுது கொண்டிருக்கும்படி விட்டுவிட்டு உன் கையைப் பிடித்துக்கொண்டிருக்கிறாள். என்ன சொல்வேன்? இதைத்தான் அதிர்ஷ்டம் என்று கூறுகிறார்கள் போலும்!"

சுபன் - "ஆனால், மனோரதா! நீயும்கூட அவர்களைத் திருட்டுப் பார்வையோடு பார்த்தாலொழிய நீங்களிருவரும் ஒரே நிலையிலுள்ளவர்கள் என்பது அவனுக்குப் புரியாது."

பாமா தனது முகத்தை மனோரதன் பக்கம் திருப்பிக் கூறினாள் - "துக்கப்படுவதில் நல்ல சம பங்காளிகளாகிவிட்டீர்கள்! இப்போது நீ ரோகிணியோடு நடனமாடவில்லை?"

மனோதரன் - "ஏன், நாங்கள் ஜோடியாக நடனம் ஆடுவது உனக்கு அசூசையாக இருக்கிறதா பாமா?"

பாமா - "நான் சந்திரனோடு நாட்டியமாடுவதற்கு நீ ஆட்சேபித்தால்தான் எனக்கு ஆசூயை இருக்கும்."

மனோரதன் - "நான் ஏன் ஆட்சேபிக்கப்போகிறேன் நீங்களிருவரும் இஷ்டபூர்வமாகச் சென்று நடனமாடுங்கள்; ஆனால் பாமா! ஒரு வார்த்தை, இஷ்டமில்லாத எவரையும் நடனமாடும்படி கட்டாயப் படுத்துவது பலாத்காரமில்லையா? முனி மோகினி கபிலோடு சேர்ந்து பிரியமாக நாட்டியமாடுகிறாளே. அவள் அக்கம்பக்கம் பார்த்து மறைவாகக் கபிலுக்கு எத்தனை முத்தங்கள் கொடுக்கிறாளோ என்று என் நண்பன் மனம் பொருமிக்கொண்டிருக்கையில்..."

"மறைவு எதற்கு?" என்று முனி மோகினி கபிலின் கன்னத்தில் வரிசையாக மூன்று தடவை முத்தமிட்டாள். பாவம்! சந்திரனுடைய முகம் தொங்கிப் போயிற்று.

சுபன் மனோரதனிடம் சென்று கூறினாள் - "சந்திரனுக்குப் பெரிதாக அனுதாபம் காட்டப் போய்விட்டாயே! பாமாவும் கபிலை ஆலிங்கனம் செய்துகொண்டு இதுபோலவே தங்குதடையின்றி முத்தமிட்டால் அப்போதுதான் உனக்குப் புரியும். முனிமோகினிக்கும் கபிலுக்கும் தொடர்பு ஏற்பட்டுவிட்டால் தீர்கி எங்கே, தட்சசீலம் எங்கே! கொஞ்சம் ஏமாந்தாலும் சந்திரனுடைய விலாசம்கூடச் சிக்காது. மேலும் உங்களுடைய லிச்சவி சட்டப்படி எந்த விஷயத்திலும் பெண்களுடைய விருப்பத்திற்கு விரோதமாக நிர்ப்பந்தம் செய்ய முடியாது."

பாமா புருவங்களை நெரித்து சுபனை குறுகுறு என்று உற்றுப் பார்த்து, "சுபா! உன் கெட்டிக்காரத்தனத்தையெல்லாம் என்னிடம்

காட்டாதே. நான் கபிலை முத்தமிடப்போனால் அதற்குள்ளாக என் பிரியமுள்ள சந்திரனை இங்கிருந்து விரட்டியடித்துவிடலாம் என்பதா உனது நினைப்பு?" என்றாள். பிறகு சந்திரனின் இரண்டாவது கன்னத்திலும் முத்தமிட்டுக் கூறினாள் - "பிரியமுள்ள சந்திரா! நீ முன்பே தென்பட்டிருந்தால் எவ்வளவு நன்றாக இருந்திருக்கும்? நான் இந்த மனோரதனைக் கைப்பிடித்திருக்கமாட்டேனே."

அப்போது ரோகிணி அவர்களருகில் வந்து கூறினாள் - "அப்படி நடந்திருந்தால் நீ நாட்டியத்தாலேயே சந்திரனைக் கொன்று தீர்த்திருப்பாயே அக்கா!"

பாமா - "அந்தக் காரியம் முடிந்ததும் திரும்பவும் மனோரதனுக்கு மனைவியாகிவிடுகிறேன். ஆனால் இதில் சாவு, வாழ்வு விஷயம் என்ன இருக்கிறது பெண்ணே! அந்தக் குட்டி மோகினி என் பிரிய சந்திரனை எந்த வேலையும் தெரியாதவனாக ஆக்கிவிட்டாள், சந்திரன் நாட்டியமாடக் கற்றுக்கொண்டால், பிறகு நான் தினமும் புதிய புதிய ஜோடிகளை எப்படிப் பொறுக்கி எடுப்பது என்று நினைத்துவிட்டாள். எப்படியானாலும் இன்று நான் என் சந்திரனுக்கு நாட்டியம் கற்றுத் தந்தே தீருவேன். நட, நண்பா எல்லோரும் இங்கேயே கூட்டமாகக் கூடியிருக்கிறார்கள். நகரா வேறு அடித்துவிடப் போகிறது."

நான் கூறினேன் - "வேண்டாம் அண்ணி! நாட்டியமென்றால் சந்திரனுக்கு ஒன்றும் பயமில்லை. ஆனாலும் இன்றைக்கு அவனை விட்டுவிடு."

பாமா கீழே உட்கார்ந்து சந்திரனின் பாதங்களைக் கையால் தடவிக் கொடுத்துக் கூறினாள் - "இந்தப் பாதங்கள் நாட்டியத்தால் எவ்வளவு அழகாக மாறியிருக்கின்றன!"

நான் சொன்னேன் - "ஆமாம், சந்திரா அண்ணனின் சரீரத்திலுள்ள ஒவ்வொரு அங்கமும் நாட்டியத்திற்காகவே சிருஷ்டிக்கப்பட்டவை. இன்று அவன் அரங்கத்தில் இறங்கி நாட்டியமாடவில்லையென்றால் பாவம் அவனுக்குத் தலைவலியோ அல்லது வேறு ஏதாவது நோய் நொடியோ இருக்கும்."

சந்திரனுக்கு ஒளிந்துகொள்ளப் பொந்து கிடைத்தது. நீண்ட பெருமூச்சுவிட்டு அவன் கூறினான் - "ஆமாம், நண்பா! நீ சொன்னது ரொம்ப சரி. இன்று எனக்குத் தலைவலிக்கிறது. இலேசாக நெஞ்சும் வலிக்கிறது."

சுபன் - "நெஞ்சு திக்திக்கென்று அடித்துக்கொள்கிறது என்று சொல்லு."

மனோரதன் - "எனக்கு நெஞ்சுவலி எப்போதுமே வராது."

சுபன் - "எல்லோருக்கும் ஒரேவிதமான நோய் வரவேண்டுமென்று என்ன இருக்கிறது?"

மனோரதன் - "சரி, இந்தத் தகராறைத் தீர்க்க நான் ஒரு உபாயம் சொல்லட்டுமா?"

எல்லாரும் - "சொல்லு! சொல்லு!"

மனோரதன் - "சொல்லும்படி கூறிவிட்டு அப்புறம் மறுத்தால் என்ன செய்வது? முதலில் சந்திரா அண்ணன் ஒப்புக்கொள்வதாகச் சொன்னால்தான் கூறுவேன்."

நான் - "அதென்ன விஷயத்தைச் சொல்லாமலேயே ஒப்புக்கொள்ள வேண்டுமென்கிறாயே. பெரிய பேராசைக்காரன்தான் நீ."

மனோரதன் - "இல்லை! ஒப்புக்கொள்ளக்கூடிய விஷயத்தைத்தான் நான் சொல்லப்போகிறேன்."

நான் - 'ஒருவருக்குச் சம்மதமாக இருப்பது இன்னொருவருக்கு ஏற்றுக்கொள்ள முடியாததாக இருக்கலாம்."

மனோரதன் - 'அப்படியானால் நண்பா! தலைவலியோடிருக்கும் சந்திரனை பாமா நாட்டியமாட வைக்க வேண்டுமென்பது உன் அபிப்பிராயமா?"

நான் - "சரி, நண்பா சந்திரா! சொல்லப்போவது ஏற்றுக்கொள்ளக் கூடியதாக இருந்தால் உனக்கு ஆட்சேபமில்லை என்று தெரிவி."

சந்திரன் "சரி" என்று கூறினான்.

மனோரதன் - "இப்போது இங்கேயுள்ள சுந்தரிகளனைவரும் சந்திரனுக்கு முத்தமிட வேண்டும்."

சுபன் - "அப்படியானால் கல்யாண வயது வந்த குமரிகளெல்லோரும் கூட ஒருவர் பாக்கியில்லாமல் அவனுக்கு முத்தமிட வேண்டுமென்று சொல்லு! சந்திரனுக்கு இப்போது மீண்டும் கல்யாணம் நடக்கிறது போலும்! இது சந்திரனுக்குத் தண்டனையா? அல்லது சன்மானமா?"

நான் - "சந்திரா! உடனே 'உம்' என்று சொல்லிவிடு. இல்லையென்றால் இங்கே எல்லோரும் கூட்டம் கூடிவிடுவார்கள்."

சந்திரன் "சரி" என்று ஒப்புக்கொண்டான்.

மனோரதன் - "ஆனால் இது என்னுடைய நிபந்தனையில் பாதிதான். இன்னொரு பாதியிருக்கிறது. அதாவது, சந்திரனுடைய விஷயம் முடிந்துபோன பிறகு யுவர்களனைவரும் முனிமோகினி யையும்கூட முத்தமிட வேண்டும்."

இதைக் கேட்டதும் சந்திரனுடைய முகத்தில் சிவப்பேறிற்று. ஆனால் அவன் வாய்திறப்பதற்குள் நானே முந்திக்கொண்டு கூறினேன் - "வஜ்ஜி யுவதிகள் இரவும் பகலும் முத்தத்திலேயே மூழ்கிப் போயிருக்கிறார்கள். இதில் உனக்குத் தண்டனை என்ன இருக்கிறது? சீக்கிரம் 'சரி' என்று சொல்லு."

சந்திரன் சட்டென்று "சரி" என்று கூறினான். அப்போது முனிமோகினியினுடைய கண்களில் விஷமச் சிரிப்பு நர்த்தனமாடுவதைக் கண்டேன்.

சந்திரனை முத்தமிடுவதில் பாமாதான் முதலில் போணி செய்தாள். பிறகு ரோகிணி; அதற்கப்புறம் மற்றெல்லா யுவதிகளும் முறைவைத்து முத்தமிட்டார்கள். கடைசியில் முனி மோகினி வந்தபோது பாமா அவளை இடைமறித்து "நீதான் தினமும் முத்தமிட்டுக் கொண்டிருப்பவளாயிற்றே; ஆகையினால் உன்முறை இன்றைக்கு இல்லை" என்றாள்; ஆனால் கபில் மோகினியைச் சந்திரன் பக்கம் தள்ளிவிடவும் அவள் அவனை முத்தமிட்டாள்.

பிறகு இரண்டாவது அங்கம் ஆரம்பமாயிற்று. யுவர்களெல்லாரும் தங்கள் ஆசைதீர முனி மோகினியை முத்தமிட்டார்கள். சங்கீதம், நடனத்தைவிட இந்த முத்த உத்சவமே எல்லோருடைய மனதிற்கும் மிகவும் பிடித்திருந்தது.

அன்றைய தினம் வெகுநேரம் வரை ஆடல்பாடல்களில் கழித்தோம். கடைசியில் நாங்களிருவரும் படுக்கைக்குச் சென்றபோது எங்கள் உடம்பு களைத்துச் சளைத்து அலுத்துப் போயிற்று.

13. வைசாலியில் வரவேற்பு

நாங்கள் உல்காசேலத்திலிருந்து காலையிலேயே புறப்பட்டுப் பயணமானோம். அன்று இரவு "கோடி" கிராமத்தில் தங்கினோம். மறுநாள் விடியற்காலையில் வைசாலி சேர்ந்து விடலாம் என்று நாங்கள் பயணமான அன்றே ரோகிணி, சின்னம்மா, பாமா ஆகியோர் ரதம் மீது புறப்பட்டு வைசாலி அடைந்தனர்.

சின்னம்மா ரோகிணியை நேரே தன் வீட்டிற்கே அழைத்துச் சென்றாள். சோமா அங்கேதானிருந்தாள். ரதச் சக்கரங்களின் சப்தம் காதில் விழுந்ததுமே சோமா வாசலில் வந்து நின்றாள். சின்னம்மா கட்டளையிடும் தொனியில் கூறினாள்.

"சோமா! வாயை என்ன அப்படித் திறந்து பார்த்துக் கொண்டிருக்கிறாய். உன் அண்ணியை ரதத்திலிருந்து இறக்கி அழைத்துச் செல்லக்கூடாதா?"

சோமா ரதத்தைச் சமீபித்தாளோ இல்லையோ பாமா தன் வாயாடித்தனத்தை ஆரம்பித்துவிட்டாள். "வா பெண்ணே! வா, நாமிருவரும் உதவி செய்வோம். பாவம், உன் அண்ணியின் பாதம்."

சோமாவின் முகம் வெளிறிப் போய்விட்டது. ரோகிணியின் காலுக்கு ஏதாவது விபத்து நேர்ந்துவிட்டதோ என்று நினைத்தாள். எனவே சட்டென்று ரதமிருக்குமிடத்திற்குச் சென்று ரோகிணியின் காலைப் பிடித்துக்கொண்டாள்.

பாமா கொஞ்சமும் சிரிக்காமல் "ஜாக்கிரதையாகப் பிடித்துக் கொள்ள வேண்டும். அலுங்கினால் வலி அதிகமாகும் நாத்தனாரே!" என்றாள்.

சோமா ஜாக்கிரதையாகப் பிடித்துக்கொண்டே கூறினாள் - "பாமா! நீயும்கூடப் பிடித்தால் இரண்டுபேரும் சேர்ந்து கஷ்டமில்லாமல் இறக்கலாம்."

பாமா மேலும் நடித்து, "பெண்ணே! பத்திரம்! கால் கொஞ்சம் அசைந்தாலும் உன் பொன்னான அண்ணி கிடைக்கமாட்டாள். எப்படி உள்ளே கொண்டு செல்வதோ தெரியவில்லையே? ஆம், இரு ஒன்று செய்யலாம். அவளை என் முதுகு மீது ஏற்றிக்கொள்கிறேன்" என்றாள்.

இந்த கபட நாடகத்தைத் தெரிந்துகொள்ளாத சோமா குனிந்து, 'நான் ஏற்றிக்கொள்கிறேன் பாமா! என் முதுகின் மீது ஏற்றுவதற்கு நீ கொஞ்சம் உதவிசெய்" என்றாள்.

பாமா ரோகிணியை இறக்குவதற்குக் கையை நீட்டிக்கொண்டிருக்கும் போதே சின்னம்மா முன்புறத்திலிருந்து இறங்கிக் குதிரைக் காரனோடு பின்னால் வந்து நின்றாள். பாமா கலகலவென்று சிரித்துவிட்டாள். சோமா பின்னால் திரும்பிப் பார்த்து வெட்கமடைந்தாள். சின்னம்மா பாமாவின் விஷமத்தனத்தைக் கடிந்து கொண்டாள்.

"பாமா! உன்னுடைய குறும்புத்தனம் மிதமிஞ்சிப் போய்விட்டது!"

"இல்லை சின்னம்மா!" பாமா அடக்க ஒடுக்கத்தோடு கூறினாள். "வைசாலிக்குப் புதிய மருமகள் வந்தால் அவளை நாத்தனார் தனது முதுகில் சுமந்துகொண்டு நிலைப்படியைக் கடந்து செல்வது வழக்கமில்லையா!"

"உன் மூஞ்சி! நான் மாத்திரம் வைசாலியின் மருமகள் இல்லையோ?"

"உங்கள் காலத்தில் இந்த வழக்கம் இல்லையோ என்னவோ சின்னம்மா! இப்போது எல்லோரும் இப்படித்தான் செய்கிறார்கள். நாத்தனார் சோமாவிடமே கேட்டுப் பாருங்கள்!"

பாமாவின் விஷயம் தெரிந்துங்கூட சோமா அவள் வலையில் சிக்கிக்கொண்டாள். இப்போது வெட்கத்தால் முகம் சுருங்கிப்போய் விட்டது. இதற்குள்ளாக ரோகிணி ரதத்திலிருந்து இறங்கி இரண்டு கைகளாலும் சோமாவை ஆரத் தழுவிக்கொண்டு முத்தமிட்டுக் கூறினாள்.

"என் பிரிய நாத்தனாரே! பாமா அக்காவின் சங்கதி உனக்குத் தெரியாதா என்ன?"

சோமாவின் கண்களிலிருந்து ஆனந்தக் கண்ணீர் சொரிந்தது. அவளுடைய சங்கோசமெல்லாம் பறந்தோடிப் போயிற்று. புது அண்ணியை ஏற இறங்கப் பார்த்து "பாமாவைத் தெரிந்தவர்கள்கூட அவளுடைய வலையில் விழுந்துவிடுவார்கள்" என்றாள்.

அப்போது பாமா வந்து சோமாவின் கழுத்தைக் கட்டிக்கொண்டாள். "போ அண்ணி முதலில் அடித்துவிட்டுப் பிறகு அணைத்துக் கொள்கிறாய் நீ" என்றாள் சோமா.

"நெல்லிக்காய் உவர்ப்பாக இருந்தாலும் தின்றபிறகு தண்ணீர் குடித்தால் எவ்வளவு இனிப்பாக இருக்கிறது சோமா!"

ரோகிணி வந்திருக்கும் செய்தி பேட்டை பேட்டையாகப் பரவிற்று. ஒவ்வொரு வீட்டிலிருந்தும் பெண்கள் வர ஆரம்பித்தார்கள். முதிய பெண்கள் புதிய மருமகளுக்குத் திருஷ்டி கழித்து, மங்கள கீதமிசைத்து, பொரி தூவி உள்ளே கூடத்துக்கு அழைத்துச் சென்றார்கள். தரை மீது விரித்திருந்த கம்பளத்தின் மத்தியில் ரோகிணியை உட்கார வைத்தார்கள். அதற்குள்ளாக மல்லிகாவும் அங்கு வந்து சேர்ந்தாள். கூடியிருந்த பெண்கள் ஒதுங்கி அவளுக்கு வழிவிட்டார்கள். சின்னம்மா ரோகிணியின் காதுகளில் "இவள்தான் உன் அத்தை" என குசுகுசுத்தாள். ரோகிணி சட்டென்று எழுந்து நின்றாள். மல்லிகா மருமகளின் முகத்தை உற்றுப்பார்த்து நெற்றியில் முத்தமிட்டாள். "என் பிரியமுள்ள மகளே! வைசாலியில் உனக்கு நல்வரவு கூறுகிறேன்!" என்றாள்.

எல்லோரும் அமர்ந்தபிறகு மருமகளுக்குத் தயிரோடு கலந்ததேன், வேகவைத்த கன்று மாமிசம், திராட்சை ரசம் கொடுத்தார்கள். ரோகிணி ஒவ்வொன்றையும் சிறிது ருசி பார்த்துச் சம்பிரதாயத்தை நிறைவேற்றினாள்.

பாமாவின் தலைமையில் லிச்சவி அணங்குகள் தங்களது இனிய குரல்களில் மங்கள கீதங்கள் பாடினார்கள். இருட்டத் தொடங்கியதும் பெண்கள் ஒவ்வொருவராகத் தங்கள் தங்கள் இல்லங்களுக்குத் திரும்ப ஆரம்பித்தார்கள். எல்லாரும் காந்தார மருமகளின் அழகைப்பற்றி வர்ணித்த வண்ணமிருந்தார்கள். ஒருத்தி அவளுடைய பரந்த நீலநிறக் கண்களைப் புகழ்ந்தாள்; ஒருத்தி அவளது மெல்லிய சிவந்த அதரங்களைப் புகழ்ந்தாள்; ஒருத்தி அவளுடைய நீண்ட பொன்னிறக் கூந்தலைப் புகழ்ந்தாள்; ஒருத்தி அவளுடைய அன்பு ததும்பும் சந்திரவதனத்தைப் புகழ்ந்தாள். வைசாலியிலுள்ள அழகிகளிலெல்லாம் மிகச்சிறந்த அழகி ரோகிணிதான் என்பது அனைவருடைய ஏகோபித்த அபிப்பிராயம்.

மறுநாள் இரண்டு நாழிகைப் பொழுது ஏறிய பிறகு நாங்கள் நட்புறவுக் குழுவினரோடு வைசாலியின் தெற்கு வாசலை அடைந்தோம். சிறிது தூரத்தில் நாங்கள் வரும்போதே லிச்சவிகள் எதிர்கொண்டு வந்து எங்களுக்கு வரவேற்பளித்தார்கள். நாங்கள் ஊர்வலமாக அழைத்துச் செல்லப்பட்டோம். ஊர்வலத்தில் முதல் வரிசையில் ராணுவ வாத்தியங்கள் முழங்கிக்கொண்டிருந்தன. அதற்கடுத்து தட்சசீலத்திலிருந்து வந்திருந்த பத்துக் குதிரைகளும் நடந்து சென்றன. அவற்றையொட்டி வெகுமதிப் பொருள்கள் நிறைந்த வண்டிகள் வந்தன. அவற்றிற்குப் பின்னால் தட்சசீலத்திலிருந்து கல்வி கற்றுத் திரும்பிய லிச்சவி யுவர்களாகிய நாங்கள் ஆறுபேர் குதிரைகளிலேறி வந்தோம்.

கடைசியாக லிச்சவிகள் நூற்றுக்கணக்கான ரதங்களில் ஏறி வந்தார்கள். அவர்கள் எல்லோருக்கும் முன்னால் லிச்சவி சேனாபதி சுமணன் வந்தார்.

தெற்கு வாசலைக் கடந்து நகரின் முக்கிய வீதிகள் வழியாக வந்து நாங்கள் குடியரசு மாளிகையின் (பார்லிமெண்ட் சபை) முன் போய்ச் சேர்ந்தோம். அங்கே கணபதி (குடியரசுத் தலைவர்) சுனந்தர் மந்திரிகள் முதலிய சகாக்களோடு எதிர் வந்து நட்புறவுக் குழுவினருக்கு வரவேற்பளித்தார். எங்களோடு இருந்த சேனாபதிகூட கணபதியோடு போய்ச் சேர்ந்துகொண்டார். கணபதி குதிரைகளையும், வெகுமதிப் பொருள்கள் நிறைந்திருந்த வண்டிகளையும் ஒரு பார்வை பார்த்து விட்டு விருந்தினர்களை அழைத்துக்கொண்டு குடியரசு மாளிகைக்குள் நுழைந்தார். எங்கள் ஆறு பேர்களுக்கும் ஒருபுறத்தில் விசேஷமாக இருக்கைகள் கொடுத்தார்கள். குடியரசு சபை உறுப்பினர்கள் 999 பேர்களில் 900 பேர்களுக்கு மேல் வருகை தந்திருந்தார்கள். கணபதி கையை உயர்த்தியதும் சபையில் நிசப்தம் நிலவிற்று. நட்புறவுக் குழுவின் தலைவன் கபில் எழுந்து பின்வருமாறு கூறினான்:

"மதிப்பிற்குரியவர்களே! கேளுங்கள். வைசாலியும் தட்சசீலமும் நீண்டகாலம் தொட்டே பரஸ்பர நட்புறவு கொண்டு கௌரவித்துக் கொண்டிருக்கின்றன; ஆனால் தட்சசீலம் தனது புராதன சகோதரியிடம் தனக்குள்ள இதயபூர்வமான அன்பையும் மரியாதையையும் தெரிவித்துக்கொள்வதற்கு நட்புறவுக் குழுவை அனுப்புவது இதுவே முதல் தடவை. காந்தாரக் குடியரசு வைசாலிக் குடியரசு மீதும், லிச்சவிகள் மீதும் எத்தகைய சிநேகபாவம் கொண்டிருக்கிறது என்பதைப் பற்றிச் சில வார்த்தைகளில் கூறுவதைக் காட்டிலும் நாங்கள் பதினொரு காந்தாரப் புத்திரர்கள் லிச்சவிப் புத்திரர்களுக்கு மத்தியில் இருப்பதே அதிகம் கூறும். இதையெல்லாம் வார்த்தைகள் ரூபத்தில் இந்தப் பொன்மடலிலிருந்து நீங்கள் தெரிந்துகொள்ளலாம்" இவ்விதம் கூறிக் கபில் பொன்மடல் ஒன்றைக் கணபதியிடம் சமர்ப்பித்துவிட்டுத் தொடர்ந்து பேசினான். "முடிப்பதற்கு முன்னால் என் தரப்பிலிருந்து ஒன்றிரண்டு வார்த்தைகளைக் கூறிக்கொள்ள விரும்புகிறேன். வைசாலிக்கும் தட்சசீலத்துக்குமிடையே இவ்வளவு நெருங்கிய உறவை ஏற்படுத்துவதில் ஒரு வைசாலி மகன் எவ்விதம் வெற்றிபெற்றான் என்பதைப் பற்றியதே அந்த வார்த்தைகள். நூற்றாண்டுகள் கால மாகவே தட்சசீலத்துக்கு இதர கிழக்கிந்திய நாட்டு மாணவர்களைப் போலவே லிச்சவி புத்திரர்களும் நூற்றுக்கணக்கில் கல்வி போதனை பெறுவதற்காக வந்த வண்ணமிருக்கிறார்கள். தட்சசீலம் அவர்களிடம் மிகுந்த அன்பு பாராட்டி வருகிறது. அவர்களும் தட்சசீலத்திடம் அபாரமான மரியாதை காட்டி வருகிறார்கள். ஆனால், லிச்சவி

குமாரன், இந்த சிம்மன் செய்த பணி இவையெல்லாவற்றையும்விடச் சிறப்பானது; அசாதாரணமானது. தட்சசீலத்துக்கு ஆபத்து நேர்ந்த காலையில் அங்கு எந்த லிச்சவிகள் இருந்திருந்தாலும் இந்தச் சிம்மனையும் அவருடைய ஐந்து தோழர்களையும் போலவே அவர்கள் தட்சசீலத்தைக் காப்பாற்றுவதற்காகத் தங்கள் இரத்தத்தைச் சிந்தியிருப்பார்கள் என்பது என் கருத்து இதற்கு முன்பு அப்படி நடந்ததில்லையே என்றால் அதற்குச் சந்தர்ப்பம் ஏற்படாததுதான் காரணம். என்றாலும் இரண்டு ஆண்டுகளுக்கு முன்பு லிச்சவிப் புத்திரர்கள் தட்சசீலத்தின் நிமித்தம் வாளேந்தி, அதி அற்புத வீரத்தோடு ரணகளத்தில் குதித்துத் தீரத்தோடு போராடியது சாதாரண விஷயமல்ல. அந்த யுத்தத்தில் எங்கள் காந்தார பூமிக்காகப் போராடியவர்களிலே நானும் ஒருவன். சுபன் முதலிய இந்த ஐந்து லிச்சவிப் புதல்வர்களின் பராக்கிரமத்தை அப்போது நான் என் கண்ணாரக் கண்டேன். இவர்களின் தோள் வலிமைக்காக எந்தக் குடியரசும் பெருமைப்படாமலிருக்க முடியாது. இந்தச் சின்ன வயதில் அவர்கள் காட்டிய வீரம் எதிர்காலத்தில் நாம் அவர்கள் மீது பூரண நம்பிக்கை வைக்க முடியும் என்பதைக் காட்டுகிறது. இனி சேனைத் தலைவர் பதவியைப் பெறும் பெருமை பெற்ற சிம்மன் போர்க்களத்தில் காட்டிய வீரதீரம் பற்றி எங்கள் காந்தாரக் குடியரசு எப்படிப்பட்ட அபிப்பிராயம் கொண்டிருக்கிறது என்பதை இந்தப் பொன் மடலே தெரியப்படுத்தும்! நான் இவருக்கு உத்விப் படைத்தலைவனாக இருந்து பணியாற்றியவன். ஆகையினால் அப்போது அவர் அருகிலேயே இருந்து அவருடைய புஜபல பராக்கிரமத்தை நேரில் பார்க்கும் வாய்ப்பு எனக்குக் கிடைத்தது. சிம்மன் போன்ற சிறந்த வீரரைச் சேனைத் தலைவராகப் பெற்றிருப்பதற்கு எந்தத் தேசமானாலும் கர்வப்படவே செய்யும் என்று நான் மட்டுமல்ல, எங்கள் தட்சசீலத்தின் பழைய, புதிய சேனாபதிகள், சேனைத் தலைவர்கள், யுத்தக் கல்வி விற்பன்னர்கள் முதலிய எல்லாருமே அபிப்பிராயப்பட்டு வருகிறார்கள். இவருக்குக் கொடுக்கப்பட்ட யுத்த அரங்கம் மற்றெல்லாவற்றைக் காட்டிலும் கேந்திரமானது. பாரசீகர்களின் பயங்கரமான படையெடுப்பு இங்கேதான் நடக்கும் என்பது எங்களுக்குத் தெரியும். எங்களுடைய முன்னால் சேனாபதியும் யுத்த வித்தையைக் கற்றுக் கொடுப்பதில் தட்சசீலத்துக்கு நான்கு திசைகளிலும் பெயரும் புகழும் பெற்றுத்தரும் எங்கள் ஆசார்யருமான பஹுளாஸ்வரருக்குச் சிம்மனுடைய தோள் திண்மை நன்கு தெரியும். எனவே அவருடைய ஆலோசனைப்படிதான் மிக முக்கியத்துவம் வாய்ந்த மகா சிந்து போர் அரங்கத்திற்குச் சேனைத் தலைவராக சிம்மனை எங்கள் சேனாபதி நியமித்தார். சிம்மன் எவ்விதம் வியூகம் வகுத்தார். எவ்விதம் படைகளை நடத்திச் சென்றார்,

எதிரிகளின் நடமாட்டத்தை அப்போதைக்கப்போது எவ்விதம் முன்னதாகவே தெரிந்துகொண்டார் என்னும் விஷயங்களையெல்லாம் இங்கே நான் இப்போது சொல்ல விரும்பவில்லை. கௌரவமிக்க லிச்சவி பெருங்குடியோரே! பாரசீகச் சக்கரவர்த்தியின் பிரம்மாண்டமான சேனையில் ஒரு பிரதானப் பகுதியை முதல் அடியிலேயே அதம் செய்து, அவர்களுடைய சேனாபதியையும் சிறைப்படுத்தியதிலிருந்தே சிம்மனுடைய அருந்திறனை நீங்கள் ஊகித்துக்கொள்ள முடியும். அந்தப் போரில் சிம்மன் கடுமையாகக் காயமடைந்துவிட்டார். அப்போது, ஆசார்யர் பஹுளாஸ்வரரின் மகள் - இன்று சிம்மனின் மனைவி - ரோகிணி வாளேந்தி தான் ஒரு வீராங்கனை என்பதைக் காட்டியிருக்கவில்லையென்றால் வெற்றி ஈட்டித்தந்த இந்த சிம்மன் எங்களுக்குக் கிடைத்திருக்க மாட்டானென்பதில் சந்தேகமில்லை."

கபில் தனது உரையை முடித்து உட்கார்ந்ததும் "நாங்கள் ரோகிணியையும் சிம்மனையும் பார்க்க வேண்டும்" என்னும் குரல்கள் உறுப்பினர்களிடையேயிருந்து எழுந்தன. ஒரு மூலையிலிருந்து ரோகிணி அழைத்து வரப்பட்டாள். கணபதியின் கட்டளைப்படி சிம்மன் அவர் அருகே வந்தான். அந்த வீரத் தம்பதிகள் இருவரும் அவையோர் முன் நின்றனர். அவர்களைப் பார்த்துச் சபையோர், சந்தோஷ ஆரவாரம் செய்து கோஷங்களிட ஆரம்பித்தனர்.

"காந்தாரக் குடியரசுக்கு ஜே!"

"லிச்சவி குடியரசுக்கு ஜே!"

"தட்சசீலத்திற்கு ஜே!"

"வைசாலிக்கு ஜே!"

"லிச்சவிப் புதல்வன் சிம்மன் வாழ்க!"

"காந்தாரப் புதல்வி ரோகிணி வாழ்க!"

பொன்மடல் படிக்கப்படுவதற்கு முன்னர் கணபதி பின்கண்டவாறு கூறினார்:

"கௌரவமிக்க அவையோர்களே! முன்னதாக நான் உங்களனைவரின் சார்பிலும் நமது தட்சசீல நண்பர்களுக்கு நல்வரவு கூறுகிறேன். சிரஞ்சீவி கபில்! நீங்களும் உங்களுடைய தோழர்களும் வழியில் எத்தனை எத்தனையோ கஷ்டங்களை அனுபவித்து வைசாலி சேர்ந்திருக்கிறீர்கள் என்னும் விஷயம் எங்களுக்கு நன்கு தெரியும்; ஆனால் உங்களுக்கு நேர்ந்த இந்தச் சிரமங்களும் சிக்கல்களும் எங்களால் தடுத்திருக்க முடியாத விஷயங்கள். எனினும் எங்களது இந்த

வஜ்ஜி மண்ணின் மீது உங்களுக்கு அப்படிப்பட்ட அசௌகர்யங்கள் எதுவும் ஏற்படாமல், நீங்கள் மனமகிழ்ச்சியடைந்தால் அதனையே பெரும் பாக்கியமாகக் கருதுகிறோம். நீங்கள் லிச்சவியைக் காந்தாரமாகவும், வைசாலியைத் தட்சசீலமாகவும் கருதிக் கொள்ளுங்கள். இதனை உங்கள் சொந்த வீடாகவே பாவித்து, நாங்களளிக்கும் இந்த மரியாதையை உங்கள் சொந்த ஜனங்கள் அளிக்கும் மரியாதையாகவே எண்ணி ஏற்றுக்கொள்ளுங்கள்."

பிறகு கணபதி தட்சசீலத்திலிருந்து அனுப்பப்பட்டிருந்த பொன்மடலை வாசித்துக் காட்டினார். அது படிக்கப்பட்ட போது இடையிடையே சபையோர்கள் "சபாஷ்! சபாஷ்" என்று மகிழ்ச்சி ஆரவாரம் செய்தார்கள். அதன் பின்னர் கருவூல அதிகாரி தட்சசீலத்திலிருந்து வந்திருந்த குதிரைகள், மற்றும் இதர வெகுமதிப் பொருட்களின் பட்டியலை வாசித்துக்காட்டி, குதிரைகளை லாயத்திலும் மற்ற வெகுமதிப் பொருட்களை பொக்கிஷச் சாலையிலும் போய் யாரும் காணலாம் என்று பிரகடனம் செய்தார். பிறகு குடியரசுத் தலைவர் அவை முடிவடைந்துவிட்டது என்று அறிவிக்கவும், எல்லோரும் வாழ்த்தொலிகள் முழங்கிக்கொண்டு தங்கள் இல்லங்களுக்குச் சென்றனர்.

குடியரசு பவனத்துக்கு (பார்லிமெண்ட்) வடக்கே இருந்த விருந்தினர் மாளிகையில் கபில் முதலியோர் தங்குவதற்குத் தனித்தனியாக ஏற்பாடு செய்யப்பட்டிருந்தது.

நான் ரோகிணியோடு வெளியே வருவதற்கு முன்னதாகவே சின்னம்மாவோடு அம்மா அங்கே காத்துக்கொண்டிருந்தாள். நான் அவளிடம் ஓடோடிச் சென்றேன். அம்மா என்னைக் கட்டித் தழுவி முத்தமிட்டு, கண்ணீரால் என் முகத்தை நனைத்துவிட்டாள். சிறிது அமைதி அடைந்த பிறகு அம்மா "வா, மகனே! உன்னைக் காணும் பாக்கியம் இனி எனக்கு இல்லை என்றே நினைத்துவிட்டேன்" என்று மட்டுமே கூற முடிந்தது.

நாங்கள் சின்னம்மா வீட்டிற்கே போகவேண்டியிருந்தது. தற்காலிகமாக நாங்கள் தங்குவதற்கு அங்கேதான் ஏற்பாடு செய்யப்பட்டிருந்தது. நான் என் தகப்பனார் வீட்டைப் பார்க்க வேண்டுமென்ற விருப்பத்தைத் தெரிவிக்கவே அம்மா என்னை அங்கே அழைத்துச் சென்றாள். வீட்டு மராமத்து வேலைகள் அப்போது நடைபெற்றுக் கொண்டிருந்தன. எங்கள் நிலத்தில் சாகுபடி நடப்பதாகவும் கூட அம்மா கூறினாள். அங்கிருந்து நாங்கள் மாற்றாந் தகப்பன் வீட்டுக்குச் சென்றோம். அவர், தொலைதூர நாட்டிற்குச் சென்று நீண்ட காலம் கழித்துத் திரும்பும் தன் சொந்த மகனைப் போலவே என்னை வரவேற்று ஆலிங்கனம் செய்துகொண்டார். சோமா

மாமியார் வீட்டிற்குப் போன பிறகு அந்த வீட்டில் அம்மாவும் அவரும் மட்டுமே இருக்கிறார்கள். நான் அவரிடம் ஏதோ கேட்கப் போகையில் சப்தம் போட்டு உரக்கப் பேசினால்தான் அவருக்குக் கேட்கும் என்று அம்மா கூறினாள். தாயார் இப்போது ரொம்பவும் மாறிப் போயிருந்தாள். அவளது தலை ரோமத்தில் பாதி நரைத்துப் போயிருந்தது. மாற்றாந் தகப்பனின் முதுகு கூனிப்போய்விட்டது. அவர் ஒரு நீண்ட பெருமூச்சுவிட்டு கூறினார்-"சோமாவுக்குத் திருமணம் ஆனதோடு அவளைப்பற்றிய கவலைவிட்டது. இனி உன் வருகைக்காக எதிர்பார்த்துதான் உயிரைக் கையில் பிடித்துக்கொண்டிருந்தேன். நீயும் வந்துவிட்டாய்."

"அப்பா! உங்கள் மருமகளும்கூட வந்திருக்கிறாள்" என்று ரோகிணியை அருகில் கொண்டுவந்து நிறுத்தி உரக்கக் கூறினேன்.

நீர் நிறைந்த கண்களோடு பார்த்தவாறே அவர் ரோகிணியை முத்தமிட்டு "இதோ வந்துவிடுகிறேன் இருங்கள்" என்று தன்னுடைய படுக்கை அறைக்குள் சென்றார்; கிழவன் என்ன செய்யப்போகிறாரோ என்று நாங்கள் எதிர்பார்த்துக்கொண்டிருந்தோம். அவர் உள்ளேயிருந்து சீக்கிரமே வெளியே வந்தார். அவர் கையில் ஒரு கறுப்புக் கம்பளித் துணியிருந்தது. அதில் சுற்றப்பட்டிருந்த முத்தும் பவளமும் கோர்த்த ஒரு மாலையை எடுத்துத் தனது கையாலேயே ரோகிணியின் கழுத்தில் சூட்டி "மகளே! இதை நான் மல்லிகாவுக்குக்கூடத் தெரியாமல் சிம்மனின் மணமகளுக்காக மிக ஜாக்கிரதைப்படுத்தி வைத்திருந்தேன். இப்போது எனது அந்தக் கடைசி ஆசையுங்கூட நிறைவேறிவிட்டது" என்றார்.

"அப்பா! நீங்கள் இன்னும் பல்லாண்டுகள் வாழ்ந்திருக்க வேண்டும்" என்றேன்.

"வேண்டாம் மகனே! எப்படியோ இதுநாள் வரை இழுத்துப் பறித்து இருந்துவிட்டேன். உன்னையும் பார்த்துவிட்டேன். இனி கவலையில்லாமல் பிராணனை விடுவேன். எழுபது வயது ஆகிவிட்டது. காதும் செவிடாகிவிட்டது. இத்தகைய வாழ்க்கை லிச்சவிகளுக்கு அழகல்ல குழந்தாய்!"

தனது ஆயுள் முடிந்துபோய்விட்டது என்ற நம்பிக்கை அவருக்குப் பலமாக ஏற்பட்டுவிட்டது. அவரது விருத்தாப்பியத்தில் மீண்டும் பால்யம் திரும்பிக் கொண்டிருக்கிறதென்று நான் நினைத்துவிட்டேன்; ஆனால் நான்காவது நாள் அவர் படுத்திருந்தவர் படுத்தவாறே நிரந்தரமாகக் கண்களை மூடிவிட்டார்.

அங்கிருந்து அம்மாவோடு நாங்கள் சின்னம்மா வீட்டிற்குச் சென்றோம். உள்ளே தாழ்வாரத்திலிருந்து அநேகம் பேர் கலகலவென்று

சிரிக்கும் ஒலியும் பாமாவின் இனிய குரலும் கேட்டது. உள்ளே யுவதிகள் கூட்டத்தைப் பார்த்துவிட்டு அம்மா "பாமா மீண்டும் ஏதோ உபத்திரவத்துக்கு அடிபோடுகிறாள்" என்று கூறி நேரே சின்னம்மாவின் அறைக்குள் போய்விட்டாள். பாமா எங்களைப் பார்த்ததுமே நான்கைந்து சுந்தராங்கிகளோடு எங்களிடம் குதித்தோடி வந்தாள். ரோகிணியின் கழுத்திலிருந்த புதிய மாலையைக் கண்டு "ரோகிணி! உனக்கு இந்த மாலை மிகவும் அழகாக இருக்கிறது!" என்று அவளை முத்தமிட்டுக்கொண்டாள். பிறகு என்னைப் பார்த்து "கொழுந்தனாரே! உனக்கு வரவேற்பளிப்பதற்காக வைசாலியிலுள்ள அத்தனை அழகிகளும் இங்கே வந்துள்ளார்கள்" என்றாள்.

நான் சிரித்துக்கொண்டே "வரவேற்பளிப்பதற்குத்தானா, அல்லது வேறு ஏதாவதற்கா?" என்றேன்.

பாமா பதிலொன்றும் பேசாமல் ரோகிணியின் கையைப் பற்றிக்கொண்டு, என்னையும் பின்தொடரும்படி ஜாடை காட்டித் தாழ்வாரத்திற்குள் நுழைந்தாள். அங்கே ஒரு புறத்தில் விரிக்கப்பட்டிருந்த ஆசனத்தில் எங்களிருவரையும் உட்கார வைத்தாள். கூடியிருந்த யுவதிகளில் சிலர் வீணை, மிருதங்கம் முதலிய வாத்தியங்கள் வைத்திருந்தார்கள். மணமக்கள் சொந்த வீட்டிற்கு வரும்போது பாடும் மங்கள கீதங்களை அங்கேயிருந்த இளம் பெண்களனைவரும் குயிலினுமினிய குரலில் பாடினார்கள். அதன் பிறகு பாமா அந்த அழகிகள் ஒவ்வொருத்தியையும் ரோகிணிக்கு அறிமுகப்படுத்தி வைத்தாள். பாமா லிச்சவி வம்சத்திலுள்ள உயர்ந்த குடும்பங்களைச் சேர்ந்த பெண்மணிகளை ஒருவர் பாக்கியில்லாமல் அங்கு அழைத்திருந்தாள்.

பரஸ்பரம் அறிமுகம் செய்து வைப்பது முடிந்ததும் கூட்டத்தில் சிறிது நேரம்வரை நிசப்தம் நிலவிற்று. பிறகு பாமா தொண்டையைக் கனைத்துக்கொண்டு பேச ஆரம்பித்தாள்.

"சகோதரிகளே! அண்ணிமார்களே! மதினிமார்களே! குமாரிகளே! மருமகள்களே! சிம்ம குமாரனையும் அவருடைய மனைவி காந்தார சுந்தரி ரோகிணியையும் வரவேற்பதில் நாம் மட்டற்ற மகிழ்ச்சி யடைகிறோம். சிம்மகுமாரன் நல்மெல்லோருடைய அன்புக்கும் பாத்திரமானவர். நம்மிலே எத்தனையோ பேர் இவருடைய முத்தங்களின் இனிமையை அனுபவித்திருக்கிறோம்; இவரோடு நாட்டியமாடியிருக்கிறோம்; இவரோடு குடித்து மகிழ்ந்திருக்கிறோம். அந்தத் தினங்கள் எவ்வளவு மனோகரமானவை; இப்போது அவை கனவாகப் போய்விட்டன. ஆனால் அந்த மதுரமான நாட்களை

நினைத்து ஏங்கித் தவிக்கும் நேரம் இதுவல்ல. ஏனென்றால் இப்போது நாம் அவருக்கு நல்வாழ்த்துக்கள் கூறக் கூடியிருக்கிறோம். நமது சகோதரி ரோகிணியைப் பாருங்கள். அசல் தங்கச்சிலை மாதிரியிருக்கிறாள். வைசாலியில் இந்தக் காந்தார சுந்தரியோடு போட்டி போடக்கூடிய அழகிகள் யார் இருக்கிறார்கள்? ஒருவேளை அப்படிப் போட்டி போடக்கூடியவர்கள் யாராவது இருந்தாலும் அது நமது தேசத்தின் இப்போதைய அழகுராணி க்ஷேமா ஒருத்திதான். "அடியே க்ஷேமா! இப்படிக் கொஞ்சம் வா!" என்றதும் பதினெட்டு வயதுள்ள இணையற்ற அழகி ஒருத்தி பாமாவின் அருகில் வந்து நின்றாள். அவளுக்கு விசாலமான கண்கள்; கறுகறுவென்ற கூந்தல். ரோகிணி அவளையே இமைகொட்டாமல் பார்த்தாள். தட்சசீலத்திலும்கூட இப்படிப்பட்ட அழகு தேவதைகளைக் காண்பது அரிது. பாமா திரும்பவும் தனது பேச்சைத் தொடங்கினாள். "சகோதரிகளே! பார்த்தீர்களல்லவா! க்ஷேமா போன்ற மோகனாங்கிகளைக் குறித்து வைசாலி கர்வம் கொள்வதில் தவறு ஒன்றுமில்லை. ஆயினும் இந்த அழகுப் போட்டியில் ரோகிணிக்கு முதல் ஸ்தானம் கொடுப்பதிலும் தவறு எதுவுமில்லை என்பது என் அபிப்பிராயம். அழகுப் போட்டியில் க்ஷேமாவிடம் தோற்றுப் போனதால் அதற்குப் பழி வாங்கவே நான் இவ்விதம் கூறுகிறேன் என்று எவரும் தவறாக எடுத்துக்கொள்ளக் கூடாது. மேலும் இப்போது நாம் வைசாலியில் அழகுப் போட்டியா நடத்துகிறோம் நமது க்ஷேமாவுக்கு நஷ்டம் ஏற்படுவதற்கு! இங்கே உங்களுக்கு நான் மற்றொரு விஷயத்தையும் கூற விரும்புகிறேன். இன்று லிச்சவி யுவதிகள் அனைவரும் அலங்காரத்தில் கைதேர்ந்தவர்களாகி வருகிறார்கள். அந்த மோசக்காரி - அம்பாபாலி இருக்கிறாளே. அவள் கடைபரப்பி வைத்ததிலிருந்து ஒவ்வொரு யுவதிக்கும் தனது வாழ்க்கை எங்கே கங்கையில் மூழ்கிவிடுமோ என்ற பயம் ஏற்பட்டிருக்கிறது. எனவே, எல்லா லிச்சவிப் பெண்களும் ஆடை ஆபரண அலங்காரத்தில், சிங்காரத்தில் அம்பாபாலியை மிஞ்சிவிட வேண்டுமென்று ஆவல் கொண்டுள்ளார்கள். இந்த ஆவல் தீமையானது என்று சொல்ல மாட்டேன். ஏனென்றால் மனோதரனைப்போல் எல்லாக் கணவன் மார்களும் ஒரு ரோமபந்தத்தில் கட்டுப்பட்டிருப்பார்கள் என்று சொல்ல முடியாது. ஆயினும், லிச்சவி யுவதிகள் ஒருபுறம் அம்பாபாலியை அலங்காரக் கலையில் தங்களது வழிகாட்டியாகக் கொண்டு ஒவ்வொரு தின இரவும் ஆயிரக்கணக்கானப் பணம் அந்த பாழாய்ப்போன முண்டைக்குப் போய்ச் சேராதபடி தடுத்து நிறுத்தும்

அதே சமயத்தில்; இன்னொருபுறம் ஒரு தவறை - பெரிய தவறை - பெரிய தவறல்ல, மிகப்பெரிய தவறை செய்து கொண்டிருக்கிறார்கள்.

"இந்த வார்த்தைகளைத்தான் நன்றாய் யோசித்தே கூறுகிறேன். லிச்சவி வனிதையர்கள் தங்களது படாடோப அலங்காரங்களில் மூழ்கிப்போய் தாங்கள் லிச்சவிப் பெண்மணிகள் என்பதையே மறந்துவிடுகிறார்கள். சகோதரி ரோகிணி! எங்கே உன் கையை இப்படிக் காட்டு". ரோகிணி தனது கைகளைப் பாமாவிடம் நீட்டினாள்; ஆனால், அவளுடைய நெஞ்சு திக்திக்கென்று அடித்துக்கொண்டது. பாமா தனது பேச்சை மீண்டும் தொடர்ந்தாள் - "நீங்களெல்லாம் அவசரப்படக்கூடாது. பத்துப் பத்துப் பேர்களாக அழைத்துக் காட்டுகிறேன். அழகான கைகள் எப்படியிருக்க வேண்டுமென்பதை நீங்கள் யோசியுங்கள். சரி, இப்போது அருகாமையிலிருக்கும் பத்துப் பேர் வாருங்கள். வந்து ரோகிணியின் கைகளைப் பார்ப்பது மட்டுமல்ல, அவற்றைத் தொட்டுப் பாருங்கள்! வஜ்ரம் பாய்ந்து கடினமாக இல்லை? உண்மையைச் சொல்லுங்கள்." எல்லாரும் கடினமாகவே இருக்கிறது என்றார்கள். பிறகு இதே விதமாகப் பாமா பத்துப்பத்துப் பேர்களாகவே அழைத்து ரோகிணியின் கைகளை முன்னர் கேட்டமாதிரியே கேட்டாள். எல்லோரும் வெறும் கைகளைப் பார்ப்பதற்காக மட்டும் ஆர்வத்தோடு வரவில்லை; ஆனால் காந்தார மருமகளைப் பக்கத்திலிருந்து பார்த்துத் தொட்டு ஸ்பரிசிக்கலாம் என்ற எண்ணத்தோடேயே அனைவரும் வந்து ரோகிணியின் கைகளைப் பரீட்சித்துப் பார்த்தார்கள். எல்லோரும் பார்த்து முடிந்த பிறகு பாமா திரும்பவும் தனது பேச்சை ஆரம்பித்தாள்.

"சகோதரிகளே! ரோகிணி அழகில் நம் எவருக்கேனும் குறைந்தவளாக இருக்கிறாளா? முகஸ்துதி செய்யாமல் உண்மையைச் சொல்லுங்கள்."

எல்லோரும் "நம்மனைவரையும்விட அழகாக இருக்கிறாள். க்ஷேமாவையும் விடக்கூட அழகாக இருக்கிறாள்" என்றார்கள்.

"ஆனால் - சகோதரிகளே! ரோகிணியின் சௌந்தர்யத்தில் ஒரு பெரும் குறைபாடு இருக்கிறது. அவளுடைய கரங்கள் தாமரை மலர்போல் மிருதுவாக இல்லை. அம்பாபாலியின் கண்ணோட்டத்தில் இதனை அழகு என்று ஏற்றுக்கொள்ளமாட்டாள். அப்படியானால் இப்படிப்பட்ட கடினமான கரங்கள் காரணமாக ரோகிணி அழகியல்ல என்று நாம் சொல்லலாமா? அம்பாபாலியின் சிஷ்யைகள் வேண்டுமானால் அப்படிக் கூறலாம். ஆனால் நானும் எனக்கு முன்னால் வைசாலியின் அழகு ராணிகளாக இருந்தவர்களும் அம்பாபாலியைப்

பின்பற்றுகிறவர்கள் கூறும் வாதம் தவறு என்கிறோம். சகோதரி ரோகிணியின் கைகள் இவ்வாறு கரடுமுரடாக இருந்தாலும் அழகாக இருப்பதற்கு என்ன காரணம் என்று நினைக்கிறீர்கள்? லிச்சவிப் பெண்மணிகள் இவ்விதம் தங்கள் கரங்களைக் கடினமாகவிட மாட்டார்கள். கொடுங்கோலனான மகத மன்னன் - அபாயங்களைப் பொருட்படுத்தாமல் அம்பாபாலியின் அழகுத்தேனை அருந்துவதற்காக வைசாலிக்கு ஒருநாள் இரவு திருடனைப்போல் வந்திருந்த பிம்பிசாரன் - என்றாவது ஒருநாள் நமது வஜ்ஜி மண்ணின்மீது படையெடுத்து வரவே போகிறான். அவனை எதிர்ப்பதற்காக நமது தம்பிகள், அண்ணன்கள், கணவர்கள், கொழுந்தனார்கள், மாமன்கள், தகப்பனார்கள், சிறிய தகப்பனார்கள் முதலிய எல்லோரும் ஆயத்தமாகி வருகிறார்கள். படையெடுப்பு நிகழும் காலையில் நமது பாட்டிமார்கள் போல நாமும் விரோதிகளை எதிர்க்கும்படி நேரிட்டால் அப்போது லிச்சவிப் பெண்மணிகளாகிய நமக்கு அம்பாபாலி தயார் செய்த தாமரைப்பூ போன்ற மிருதுவான கரங்கள் உதவிகரமாக இருக்குமா என்பதை யோசித்துப் பாருங்கள். இந்தப் பட்டுப்போன்ற கைகளால் வாளை ஏந்த முடியுமா? ஈட்டியை எறிய முடியுமா? எதிரியின் அடியை கேடயத்தால் தடுக்க முடியுமா? முடியாது. ஆனால் ரோகிணி விஷயம் அப்படியல்ல. இப்போது நீங்கள் பார்த்த இந்தக் கரடு முரடான கரங்கள் தான் நூறு பிம்பிசாரன்களுக்குச் சமதையான பலம்பெற்ற பாரசீகச் சக்கரவர்த்தியின் கர்வத்தையும் அகங்காரத்தையும் துடைத்தெறிந்தன. ஆகையினால் உங்களெல்லோருக்கும் நான் கூறவிரும்புவது என்னவென்றால், அம்பாபாலியைப் பின்பற்றிப் பராமரித்த இந்த மிருதுவான கரங்களுக்குப் பிரிவு உபசாரம் கூறுங்கள். அவை விலையுயர்ந்த கைகள்; அவை நமக்கு வேண்டாம். ரோகிணியுடையது போன்ற கைகளே நமக்கு வேண்டும். அவளை நான் சந்தித்து ஐந்து தினங்கள்தான் ஆகின்றன. ஆனால் நாங்கள் எத்தனையோ ஜன்மங்களாக அக்காள் தங்கைகளாக இருந்தது போல் உணர்கிறோம். எனது கைகள்கூட ரோகிணியின் கரங்களைப் போல இருப்பது உண்மையில் என் அதிர்ஷ்டமே. சிம்மனும், மனோரதனும் ஆயுதபாணிகளாகிப் போர்க்களத்திற்குச் செல்லும்போது நாங்களிருவரும்கூட கைகளில் வாளேந்துவது என்று நிச்சயித்துக் கொண்டிருக்கிறோம். சகோதரிகளே நீங்களும்கூட வாளேந்த விரும்புகிறீர்களா? உங்களுடைய உத்தேசம் என்ன தெரிவியுங்கள்."

அநேகம் பேர் "ஆமாம், நாங்களும்கூடக் கையில் வாளேந்த விரும்புகிறோம்" என்றார்கள்.

பாமா மீண்டும் கூறினாள் - "அப்படியானால் முதலில் உங்கள் கைகளை மாற்றிக்கொண்டு வாருங்கள். அம்பாபாலி போன்று

மிருதுவான கைகள் உள்ளவர்களுக்கே இதை நான் கூறுகிறேன். கைகளை மாற்றிக்கொள்வதற்கு வழிகள்கூடக் கூறுகிறேன். தான்யம் குத்துதல், மாவு அரைத்தல், சாப்பாடு சமைத்தல் முதலிய வேலைகளைத் தாசிகளுக்கே (அடிமைப்பெண்கள்) விட்டுவிடாமல் நீங்களும் செய்யுங்கள். வாள், கேடயம், ஈட்டி வில் ஆகியவற்றோடு தினமும் பயிற்சி பெறுங்கள்; தோட்டங்களுக்கும் வயல்களுக்கும் சென்று கோடரி, பிக்காசு, மண்வெட்டி முதலியவற்றோடு வேலை செய்யுங்கள்; வெயிலில் திரிவதற்குப் பழக்கப்படுத்திக் கொள்ளுங்கள்; நடனம் இன்னும் இதர விளையாட்டுகள் மூலம் சரீரத்திலுள்ள கொழுப்பைக் குறைத்துக்கொள்ளுங்கள். இன்று நான் நீண்ட பிரசங்கம் செய்து விட்டேன். இதற்காக என்னை மன்னியுங்கள் இனி நமது மகிழ்ச்சிக் கொண்டாட்டத்தை ஆரம்பிப்போம்."

பிறகு மாமிசத் தட்டுகளும், சுராபானப் பாத்திரங்களும் கொண்டுவரப்பட்டன. எல்லோரும் சாப்பிடுவதிலும் குடிப்பதிலும் ஈடுபட்டோம். பாமா தானே சுராபானமுள்ள பாத்திரத்தை எடுத்துவந்து ரோகிணிக்கும் எனக்கும் மத்தியில் உட்கார்ந்து எங்களுடைய கோப்பைகளில் சுராபானத்தை ஊற்ற ஆரம்பித்தாள்.

"அண்ணி! நீயும் குடி" என்றேன் நான்.

"குடிக்கிறேன்"

"அப்படியானால் கோப்பை எடுத்து வா"

"இன்னொரு கோப்பை எதற்கு? உன் கோப்பையிலேயே குடிக்கிறேன்."

"என் கோப்பையிலா?"

"ஆமாம். அதில் உன் அதரங்கள் படும்போது இன்னும் இனிமையாக இருக்கும்."

எனக்கு ரொம்பவும் சங்கடமாகப் போய்விட்டது. பாமாவின் நீண்ட பிரசங்கம் முடிந்ததும் "அப்பா! உயிர் பிழைத்தோம்" என்று நினைத்தேன்; ஆனால் இப்போது மீண்டும் கஷ்டத்தில் சிக்கிக்கொண்டேன். நான் வாய் பேசாமல் இருப்பதைப் பார்த்ததும் பாமா கூறினாள்.

"என்ன கொழுந்தனாரே! உன் பக்கத்தில் உட்கார்ந்து ஒரு வாய் சுராபானம் குடிப்பதற்குக்கூட உனது அண்ணிக்கு உரிமையில்லையா?"

பிறகு அவள் யுவதிகள் கூட்டத்தை விளித்து "சகோதரிகளே! கேட்டீர்களா? தன்னோடு உட்கார்ந்து கொஞ்சம் சுராபானம் அருந்துவதற்குக் கூடக் கொழுந்தனார் ஒப்புக்கொள்ள மறுக்கிறார். இது ரொம்பவும் அநியாயம் என்பது என் கருத்து" என்றாள்.

சியாமா - (அவளுடைய பசிய கண்விழிகளில் செவ்வரி படர்ந்தோட) "ஆம் அக்கா! இது மிகவும் அநியாயம் தான். சிம்மனுக்குச் சிறுவயது முதலே அநியாயம் செய்யும் பழக்கமிருந்து வருகிறது. இவர் எத்தனை எத்தனையோ இதயங்களை உடைத்திருக் கிறார். என்னைப் பொறுத்தவரைலும்கூட நான் இவரோடு மாந்தோப்பில் எத்தனை தடவைகள் சுற்றியிருக்கிறேன். என்னைத் தூக்கிக்கொண்டு எத்தனை தடவைகள் வயல் பாத்திகளைத் தாண்டியிருக்கிறார். நாங்கள் எத்தனை தடவைகள் ஜோடியாக நடனம் ஆடியிருக்கிறோம். எனக்கு அவர் எத்தனை முத்தங்கள் கொடுத்திருக் கிறார். எத்தனை தடவைகளில் என்னைக் கட்டித் தழுவிக்கொண்டி ருக்கிறார். இவற்றிற்கெல்லாம் அளவே கிடையாது. இது மட்டுமா? 'சியாமா, என் உள்ளத்தில் உன் ஒருத்திக்கே இடமுண்டு' என்று எத்தனை தடவைகள் கூறி என்னை நம்ப வைத்தார். அக்கா! நீயே சொல். சிம்மன் தான் சொன்ன சொல்லை மீறி எனக்கு அநியாயம் செய்தாரா இல்லையா?"

"முற்றிலும் அநியாயம்"

"அப்படியானால் இதற்குத் தண்டனை?"

"கொழுந்தனாரே! ஒரு காலில் நின்றுகொண்டு, கைகளைக் கூப்பி சியாமாவிடம் மன்னிப்பு கேட்டுக்கொள். இல்லையென்றால் (கொஞ்சம் நிறுத்தி) இது பாரசீக ராணுவமல்ல: லிச்சவிப் பெண்களின் சைன்யம். நீ தன்னந்தனியனாக இருக்கிறாய். உனக்கு என்ன கதி நேரும் என்பதை யூகித்துக் கொள்."

உடனே நான்கு யுவதிகள் வந்து என் கைகளைப் பிடித்துக் கொண்டார்கள். ஒருத்தி என் காலைத் தூக்கிப் பிடித்துக்கொண்டு "உம், மன்னிப்பு கேட்டுக்கொள்" என்றாள்.

"மன்னிப்பு கேட்டால் விட்டுவிடுகிறோம். இது எங்கள் சேனாபதியின் கட்டளை" என்றாள் மற்றொரு யுவதி.

சியாமா என் அருகில் வந்து உட்கார்ந்தாள். நான் அந்த யுவதிகள் கூறியபடியே மன்னிப்பு கேட்டேன்.

அப்போது உஷா வாயைப் பெரிதாக வைத்துக்கொண்டு கூறினாள் - "தோழி பாமா! எனக்கும் கூட நியாயம் வழங்கு. நான் சொல்லப் போவது எத்தனை வருடங்களுக்கு முன் நடந்த சமாச்சாரமோ எனக்குச் சரியாக நினைவு இல்லை. நானும் சிம்மனும் ஒரு சமயம் உலாவச் சென்றோம். அப்போது சிம்மன் 'உஷா! எனக்கு ஐந்து முத்தங்கள் கொடு. பிறகு நான் திருப்பிக் கொடுத்து விடுகிறேன்" என்றார்.

சரியென்று நான் அவருக்கு ஐந்து முத்தங்கள் கொடுத்தேன். ஆனால் அவற்றை அவர் இதுவரை திருப்பிக்கொடுக்கவில்லை."

பாமா என்னைக் கேட்டாள் - "என்ன! இது உண்மைதானா?"

"அண்ணி! அது சிறு பிராயக் காலத்துச் சங்கதி. அப்போது எங்களுக்கு நான்கோ அல்லது ஐந்தோதான் வயது."

"அப்போ ரொம்ப காலத்துக் கடன் என்பதை நீயே ஒப்புக்கொள் கிறாய். அப்படியானால் வட்டியும் வெகுவாகப் பெருகியிருக்குமே."

"அதற்கு இப்போது என்ன?"

"என்னவா? உன்னை இப்போது பத்துத் தடவைகள் முத்தமிட்டுக்கொள்வதற்கு உஷாவுக்கு உரிமை இருக்கிறது. நம்முடைய ராஜ்யத்தில் வட்டி அசலைவிட இரண்டு பங்குக்கு மேல் போகக்கூடாது அல்லவா. சரி. உஷா உன் பாக்கியை வசூல் செய்துகொள்" என்றாள் பாமா.

மீண்டும் நான்கு யுவதிகள் என் கைகளைக் கெட்டியாகப் பிடித்துக்கொள்ளவும் உஷா ஒவ்வொரு கன்னத்திலும் ஐந்தைந்து முத்தங்களிட்டாள். அப்போது எனக்கு ஒரு பயம் ஏற்பட்டுவிட்டது. இப்படிப் பழைய கடன்களையெல்லாம் தீர்த்துக்கொள்ள வேண்டி வந்தால் என் வாழ்நாள் முழுவதும் கடனை அடைப்பதிலேயே கழிந்துவிடுமோ என்று கிலியடைந்துவிட்டேன்.

பாமா திரும்பவும் உரத்த குரலில் சொன்னாள்: "தோழிகளே! பாமா நீதிபதி பீடத்தை அலங்கரிப்பது இன்று ஒருநாள் மட்டும்தான். ஆகையினால் தண்ணீருக்குத் தண்ணீராக, பாலுக்குப் பாலாக நியாயம் கிடைக்க வேண்டுமென்றால் உங்களுடைய புகார்களையெல்லாம் இன்றே கூறிவிடுங்கள்."

ரமா தன்னுடைய புகாரைச் சொல்லப் போகும்போது வெளியில் வாத்தியங்களின் ஒலிகேட்டது. ஒரு தாசிப்பெண் வந்து நடன வைபவத்துக்கு எல்லோரும் வந்து சேர்ந்து விட்டார்களென்றும், வைசாலியிலிருந்து வந்திருந்த யுவர்களும்கூட அங்கேயே இருப்பதாகவும் கூறினாள். பாமா திடீரென்று "சகோதரிகளே! நடனசாலையில்" என்று சொல்ல ஆரம்பிக்கவும். "நல்லவேளை பிழைத்தோம்!" என்று நான் எண்ணிக்கொண்டேன். பிறகு நானும், ரோகிணியும், பாமாவும் எங்கள் முன்னாலிருந்த மாமிசத் துண்டங்களை "லபக் லபக்" என்று அவசர அவசரமாக விழுங்கிவிட்டு, இரண்டு மூன்று கோப்பை சுராபானத்தைத் தொண்டையில் ஊற்றிக்கொண்டு தாழ்வாரத்திலிருந்து வெளியே கிளம்பினோம்.

நாட்டியசாலை சின்னம்மா வீட்டிற்கு அருகிலேயே இருந்தது. அங்கே போய்ப் பார்த்தால் வைசாலியிலுள்ள லிச்சவி யுவர்கள் - யுவதிகளெல்லாம் வந்திருந்தார்கள். அவர்களிலே. எனது பால்ய நண்பர்கள் அநேகர் இருந்தார்கள். அவர்களனைவரையும் அங்கே பார்க்க முடிந்ததைப்பற்றி நான் அளவில்லாத மகிழ்ச்சியடைந்தேன். எட்டு, பத்து வயதில் அவர்களை விட்டுச் சென்றேன். இப்போது எல்லோரும் பெரியவர்களாகி கட்டுமஸ்தோடு இருந்தார்கள். வழக்கத்தை அனுசரித்து நான் அன்றையதினம் ரோகிணியோடு நாட்டியமாடினேன். வைசாலியின் அழகு ராணியான க்ஷேமா எனது நண்பன் கபிலைத் தனது ஜோடியாகத் தேர்ந்தெடுத்துக்கொண்டாள். கோஷ்டி நடனம், ஜோடி நடனம் முதலியவை ஒன்றன்பின் ஒன்றாக நடைபெற்றன. அன்றைய நாட்டியத்தில் வைசாலியிலிருந்து மட்டுமின்றி வஜ்ஜி தேசம் முழுவதிலுமிருந்ததும் பெயர் பெற்ற யுவர் - யுவதிகள் கலந்துகொண்டார்கள். பிறகு நான் அவர்களது நாட்டியத் திறமை பற்றிப் புகழ்ந்து பிரத்தியேகமாகக் கூறுவது அநாவசியம்.

நாட்டியமாடிக் களைத்துப் போனவர்கள் போய் உட்கார்ந்து இளைப்பாறினால் புதிய ஜோடிகள் அரங்கத்துக்கு வந்தார்கள். இளைப்பாறும்போது பரிமாறுவதற்கென்று மது மாமிசங்களைக் குடியரசு ஏற்பாடு செய்திருந்தது. அந்த நடன வைபவம் முக்கியமாகத் தட்சசீலத்திலிருந்து வந்திருக்கும் விருந்தினர்களைக் கௌரவிப்பதற்காகவே ஏற்பாடு செய்யப்பட்டது.

நாங்களிருவரும் எங்களிருப்பிடத்திற்குத் திரும்பியபோது இரவுப் பொழுது இன்னுமதிகமில்லை.

14. லிச்சவி நீராட்டு விழா

என்னுடைய மாற்றாந் தந்தை கண சபையில் (பார்லிமெண்ட்) உறுப்பினராக இருந்தார். அவர் மரணமடைந்ததால் ஏற்பட்ட காலி ஸ்தானத்தில் இன்னொருவரைத் தேர்ந்தெடுத்துக் கொள்ளவேண்டிய அவசியம் ஏற்பட்டது. என் வம்சத்திலுள்ள பெரியோர்களெல்லாம் என்னையே பிரதிநிதியாக நிற்கும்படி உற்சாகப்படுத்தினார்கள். ஆனால் எனது சிறிய தகப்பனாரின் மகன் அஜித்துக்குக் குடியரசு சபையில் அங்கம் வகிக்க வேண்டுமென்று மிகவும் விருப்பமாக இருந்தது. எங்களுடைய வம்சத்தில் அவனுக்குத்தான் ஏராளமான நிலபுலன்களும், கால்நடைகளும் இருந்தன. அதனால் குடியரசு சபை உறுப்பினராகும் அருகதை தனக்கே இருக்கிறது என்பது அவனுடைய எண்ணம். எங்களுக்குள் அபிப்பிராய பேதமிருந்ததால் கண சபையில் தேர்தல் நடத்தித்தீர வேண்டிதாயிற்று. நான் தேர்தலுக்கு நிற்காமல் தப்பித்துக் கொள்ளலாமென்று பார்த்தேன். ஆனால், கணபதி கனந்தரும் சேனாபதி சுமணரும் எங்கள் பஞ்சசாயத்து ராஜ்யத்தை ஒரு பெரிய ஆபத்து எதிர்நோக்கியிருக்கும் வேளையில் உறுப்பினராக இருக்க மறுப்பது தன்னலத் தியாகமல்லவென்றும் அதற்குப் பதிலாக அது லிச்சவிக்கு ஆற்றவேண்டிய கடமைக்கு விரோதமானது என்றும் கண்டிக்க ஆரம்பித்தார்கள். கடைசியில் வேறு வழியின்றி நான் அபேட்சகனாக நிற்பதற்கு ஒப்புக்கொண்டேன். அஜித்திடம் எத்தனையோ பேர் சொல்லிப் பார்த்தார்கள். ஆனால் அவன் கேட்கவில்லை. தனது மாமனான சேனாபதியும், செல்வாக்கு மிக்க இதர உறவினர்களும் தன்னை ஆதரிப்பார்கள் என்பதும், ஏழையான என்னோடு நடக்கும் போட்டியில் தனக்கு வெற்றி கிடைப்பது உறுதி என்பதும் அவனுடைய திடநம்பிக்கை.

ஒருதினம் குடியரசு பவனத்தில் கண சபை (பார்லிமெண்ட்) கூடிற்று. அம்மா, சின்னம்மா, ரோகிணி ஆகியோரும் பார்வையாளர்களாக வந்திருந்தார்கள். சபையின் நடவடிக்கைகளை ஆரம்பித்து வைத்து கணபதி சுனந்தர் பின்வருமாறு கூறினார்:

‘கௌரவமிக்க சபையோர்களே! இன்று இந்தக் கூட்டம் ஏன் நடக்கிறது என்று உங்களுக்குத் தெரியும். காலியான ஞாத வம்ச ஸ்தானத்துக்குத் தேர்தல் நடத்தவே இக்கூட்டத்தைக் கூட்டியிருக்கிறோம்.

தேர்தலில் நிற்கப் போகும் அபேட்சகர்களின் பெயர்களைத் தெரிவிப்பதற்கு முன்பு நான் ஒரு வேண்டுகோள் விடுக்க விரும்புகிறேன். இப்போது லிச்சவி நாட்டுக்கு ஒரு பேரபாயம் காத்து நிற்கிறது. இதை மனதில் வைத்தே நாம் எந்த ஒரு நடவடிக்கையையும் மேற்கொள்ள வேண்டும். நாம் நமது குடியரசை உறுதியும் உரமும் பலமும் ஆக்கும் விஷயத்தை என்றைக்கும் மறந்துவிடக்கூடாது.

"மதிப்பிற்குரிய சபையோர்களே! தேர்தலில் இரண்டு பேர் அபேட்சகர்களாக நிற்கிறார்கள். ஒருவர் சிம்மன், இன்னொருவர் அஜித். இரண்டு பேர்களும் ஞாத வம்சத்தைச் சேர்ந்தவர்களே. இவர்களில் ஒருவரைத்தான் நாம் தேர்ந்தெடுத்துக்கொள்ள வேண்டும். இந்தச் சபையிலுள்ளவர்கள் அனைவரும் ஒரே அபிப்பிராய முடையவர்களாக இருக்கிறார்களா, அல்லது இரண்டு அபிப்பிராயங்கள் உடையவர்களாக இருக்கிறார்களா என்பதை நான் முதலில் தெரிந்துகொள்ள விரும்புகிறேன். சிரஞ்சீவி சிம்மன் பக்கம் இருப்பவர்கள் 'இருக்கிறோம்' என்று சொல்லுங்கள்." இவ்விதம் கணபதி கூறியதுமே நாலா பக்கங்களிலிருந்தும் 'இருக்கிறோம், இருக்கிறோம்' என்றும் குரல்கள் எழுந்தன. பிறகு இதே மாதிரி அஜித்தைப் பற்றியும் கேட்டபோது முன்னைவிடக் குறைவாக இருந்தாலும் "இருக்கிறோம் இருக்கிறோம்" என்ற குரல்கள் எல்லாத் திசைகளிலிருந்தும் வந்தன. இதன் பேரில் கணபதி திரும்பவும் கூற ஆரம்பித்தார்.

"கௌரவமிக்க சபையோர்களே! அபேட்சகர்கள் இருவரையும் ஆதரிப்பவர்கள் உங்களில் இருக்கிறார்கள் என்பது தெரிந்துவிட்டது. ஆகையால் இப்போது வாக்கெடுப்பு நடத்துவதைத் தவிர (வோட்டுப் பதிவு) வேறு வழியில்லை. அதற்கு முன்னதாகக் குடியரசு சபை உறுப்பினர்கள் எத்தனை பேர் இந்தக் கூட்டத்திற்கு வந்திருக்கிறார்கள் என்பதை நமது கணக்கர் மூலமாகத் தெரிந்துகொள்ள விரும்புகிறேன்."

"872 பேர் கூட்டத்திற்கு வந்திருக்கிறார்கள்" என்று கணக்கர் தெரிவித்தார்.

கணபதி - "வஜ்ஜி தேசத்திலுள்ள ஒவ்வொரு உறுப்பினருக்கும் இந்தக் கூட்டம் நடக்கும் விஷயம் உரிய காலத்தில் அறிவிக்கப்பட்டது. எனவே, மதிப்பிற்குரிய சபையோர்களே! இங்கே வருகைதரத் தக்கவர்களெல்லோரும் வந்திருக்கிறார்கள். இப்போது ஆஜராகி யுள்ளவர்களில் சித்த சுவாதீனமற்றவர்கள் எவரும் இருக்கமாட்டார்கள் என்று நம்புகிறேன்; அப்படி யாராவது இருப்பார்களேயானால் பக்கத்திலுள்ள உறுப்பினர்கள் எனக்குத் தெரிவிக்க வேண்டும்!" (சிறிது நேரம் நிறுத்தி) "ஒருவரும் பேசாததிலிருந்து சித்தசுவாதீனமற்றவர்கள்

எவரும் இல்லை என்று அபிப்பிராயப்படுகிறேன். குடிபோதை யிலிருப்பவர்கள் எவராவது இருப்பார்களேயானால் அருகிலுள்ள அங்கத்தினர்கள் தகவல் தாருங்கள்" (மீண்டும் சிறிது நிறுத்தி) "யாரும் பேசாததால் குடிபோதையிலுள்ளவர்கள் ஒருவரும் இல்லை என்று கருதுகிறேன்" பிறகு இரண்டு சிறுகுச்சிகளை எடுத்துக் கையில் பிடித்துக்கொண்டு கணபதி சொல்ல ஆரம்பித்தார். "கௌரவமிக்க சபையோர்களே! இந்தச் சிவப்பு, கறுப்புக் குச்சிகளில் சிவப்புக் குச்சி 'ஆம்' என்பதற்கு அல்லது அங்கீகரிப்பதற்கு அடையாளம்; கறுப்புக்குச்சி 'இல்லை' என்பதற்கு அல்லது நிராகரிப்பதற்கு அடையாளம். குச்சிகள் வழங்குபவர்கள் இரண்டு தனித்தனிக் கூடைகளில் ஒவ்வொன்றிலும் 872 குச்சிகள் வீதம் இரண்டு தடவைகள் கொண்டு வருவார்கள். நான் அபேட்சகர் பெயரை அறிவித்ததும் அந்த அபேட்சகருக்கு ஆதரவாகவோ அல்லது எதிராகவோ உங்கள் விருப்பப்படி அவற்றிற்குரிய வர்ணக்குச்சிகளை எடுத்துக் கொள்ளுங்கள். இதே மாதிரி நான் இரண்டாவது அபேட்சகரின் பெயரைச் சொல்லும்போதுகூட அவ்வாறே செய்யுங்கள். யாரும் ஒன்றுக்கு அதிகமான குச்சிகளை வாங்கிக்கொள்ளக் கூடாது. எங்கேயாவது கூடையிலிருந்தும் தவறிக் குச்சிகள் விழுந்தால் அவற்றைப் பார்த்தவர்கள் குச்சிகளை வழங்குவோர்களிடம் தந்துவிடுங்கள்."

"மதிப்பிற்குரிய சபையோர்களே! இதுவரைக்கும் நமது கூட்டங்களில் குச்சிகள் வழங்கிய பழைய பத்துப்பேர்களே இப்போதும் வழங்குவார்கள். அவர்களில் எவர் மீதாவது யாருக்காவது நம்பிக்கையில்லை என்றால் சொல்லிவிடுங்கள் ஆட்சேபமில்லை யென்றால் மௌனமாக இருங்கள். இரண்டாம் முறை கேட்கிறேன். குச்சிகள் வழங்குபவர்களில் யார் மீதேனும் நம்பிக்கையில்லை என்றால் தெரிவியுங்கள். எல்லோர் மீதும் நம்பிக்கை இருக்கிறதென்றால் எவரும் பேசவேண்டியதில்லை. மூன்றாம் முறை மீண்டும் கேட்கிறேன். யாருக்காவது சந்தேகமிருந்தால் கூறுங்கள். சந்தேகமில்லை என்றால் மௌனம் சாதியுங்கள். மதிப்பிற்குரிய உறுப்பினர்களனைவரும் பேசாதிருப்பதால் குச்சிகளை வழங்கும் பத்துப் பேர்கள் மீதும் சபைக்குப் பூரண நம்பிக்கை இருக்கிறதென்ற தீர்மானிக்கிறேன்.

"கௌரவமிக்க சபையோர்களே! கேளுங்கள். நான் முதலில் சிரஞ்சீவி சிம்மன் பெயரை உங்கள் முன்னால் வைக்கிறேன். குச்சிகளை விநியோகிப்பவர்கள் உங்கள் மத்தியில் வருகிறார்கள். அவர்கள் உங்கள் ஒவ்வொருவரிடமும் குச்சிகளைக் கொண்டு வருகிறார்கள். எல்லோரும் உங்கள் இருக்கைகளிலேயே அமர்ந்திருங்கள். சிரஞ்சீவி சிம்மனுக்கு ஆதரவாக வாக்களிக்க விரும்புபவர்கள் சிவப்புக் குச்சிகளில் ஒன்றை

எடுத்துக்கொள்ளுங்கள். எதிர்த்து வாக்களிக்க விரும்புபவர்கள் கறுப்புக்குச்சியை எடுத்துக்கொள்ளுங்கள். இனி நீங்கள் சப்தமில்லாமல் குச்சிகளைத் தேர்ந்தெடுத்துக்கொள்வதில் ஈடுபடலாம். யாருக்காவது ஏதேனும் சந்தேகமிருந்தால் குச்சிகள் விநியோகிப்பவர்களிடம் மெதுவாகக் கேட்கலாம்."

குச்சிகளை விநியோகிப்பவர்கள் இரண்டுவித வர்ணக் குச்சிகளையும் கூடைகளில் போட்டுக்கொண்டு ஒவ்வொரு உறுப்பினர் களிடமும் செல்லச் செல்ல அவர்கள் தங்களுக்கு இஷ்டமான வர்ணக் குச்சிகளை எடுத்துக்கொண்டார்கள். விநியோகம் முடிந்ததும் குச்சிகள் வழங்குபவர்கள் கணபதியிடம் போய்ச் சேர்ந்தார்கள். அப்போது கணபதி கூறினார் - "மதிப்பிற்குரிய சபையோர்களே! வாக்குகளைக் குறிக்கும் குச்சிகள் இப்போது உங்களுக்கு விநியோகிக்கப்பட்டன. யாருக்காவது குச்சிகள் கிடைக்கவில்லையென்றால் அல்லது ஒன்றிற்கு மேற்பட்ட குச்சிகள் கிடைத்திருந்தால் அல்லது வேறு ஏதாவது ஒழுங்கின்மை நடந்திருந்தால் உடனே தெரிவிக்கும்படி கோருகிறேன். எந்த ஆட்சேபனையுமில்லாதவர்கள் வாய் பேசாமலிருங்கள். இரண்டாவது தடவை கேட்கிறேன்... மூன்றாவது தடவையும் கேட்கிறேன். எல்லோரும் மௌனமாக இருப்பதால் அனைவருக்கும் குச்சிகள் கிடைத்துவிட்டன என்று பாவிக்கிறேன்."

பிறகு கணபதி கூடைகளில் மீதமிருந்த குச்சிகளைத் தனித்தனியாக எண்ணி வைத்தார். சிவப்புக் குச்சிகள் ஐந்தும், கறுப்புக் குச்சிகள் 867-ம் இருந்தன. இதன் பேரில் கணபதி பின்வருமாறு அறிவித்தார். "கௌரவம் வாய்ந்த சபையோர்களே! இப்போது என்னிடம் ஐந்து சிவப்புக் குச்சிகளும், எண்ணூற்றி அறுபத்தி ஏழு கறுப்புக் குச்சிகளும் மீதமிருக்கின்றன. அப்படியானால் உங்களில் 867 பேர் தங்கள் வாக்குகளைச் சிரஞ்சீவி சிம்மனுக்கு ஆதரவாக அளித்துள்ளீர்கள்; ஐந்து பேர் எதிராக அளித்துள்ளீர்கள். ஒருவரும் நடு நிலைமை வகிக்கவில்லை. இனி, உங்களிடமுள்ள குச்சிகளை வருவோரிடம் திரும்பக் கொடுத்துவிடுங்கள்."

திரும்ப வாங்கிய குச்சிகளையும் மீதமிருந்த குச்சிகளையும் ஒன்று சேர்த்து மீண்டும் எண்ணிக் கூடையில் போட்டார்கள். கணபதி மறுபடியும் பேசினார். "மதிப்பு வாய்ந்த சபையோர்களே! கேளுங்கள். நான் இப்போது சிரஞ்சீவி அஜித்தின் பெயரை உங்கள் முன் மொழிகிறேன். அஜித்துக்கு ஆதரவாக வாக்களிக்க விரும்புகிறவர்கள் சிவப்புக் குச்சிகளையும் எதிராக வாக்களிக்க விரும்புகிறவர்கள் கறுப்புக் குச்சிகளையும் எடுத்துக்கொள்ளுங்கள்."

மீதமிருந்த குச்சிகளை எண்ணியபோது சிவப்புக் குச்சிகள் 872ம் அப்படியே இருந்தன. கறுப்புக் குச்சிகள் தீர்ந்துபோய் காலிக்கூடை மட்டுந்தான் மிஞ்சிற்று கணபதி பின்வருமாறு அறிவித்தார்.

"கௌரவமிக்க சபையோர்களே! கறுப்புக்குச்சி ஒன்றுகூட என்னிடம் திரும்பி வரவில்லை. சிவப்புக் குச்சிகள் எண்ணூற்றி எழுபத்தி இரண்டும் அப்படியே இருக்கின்றன. இதிலிருந்து உங்களில் ஒருவர்கூட அஜித்துக்கு ஆதரவாக வாக்களிக்கவில்லை என்பது தெளிவாகிறது."

"கௌரவம் வாய்ந்த சபையோர்களே! சிரஞ்சீவி சிம்மனுக்கும் சிரஞ்சீவி அஜித்துக்கும் நடைபெற்ற தேர்தலில் வெளியான குச்சிகள் கணக்கிலிருந்து நமது குடியரசு சபை சிரஞ்சீவி சிம்மனைத் தனது உறுப்பினனாக ஏற்றுக்கொள்கிறது என்பதைத் தெரிவித்துக் கொள்கிறேன். மதிப்புசால் சபையோர்களே! சற்றுநேரம் பொறுங்கள். இப்போதே அமைச்சர்களுடன் கலந்து பேசி சிம்மனுக்கு, நீராட்டு விழா செய்யும் தினத்தைத் தெரிவிக்கிறேன்."

கணபதி அமைச்சர்களோடு பக்கத்திலிருந்த அறைக்குள் சென்று, சிறிது நேரத்திலேயே திரும்பி வந்து, "கௌரவமிக்க சபையோர்களே! இன்றைக்கு ஐந்தாவது நாளன்று சிரஞ்சீவி சிம்மனுக்கு நீராட்டுவிழா செய்வது என்று தீர்மானிக்கப்பட்டிருக்கிறது" என்று தெரிவித்தார்.

குடியரசு பவனத்திலிருந்து வெளியே வந்ததுமே முதலில் என்னைக் கட்டித் தழுவிக்கொண்டு பாராட்டியவன் அஜித்துதான். "அண்ணா சிம்மா! உனக்கு என் பாராட்டுகள். தகுதி மிக்கவனுக்கு வாக்குகள் கிடைத்ததற்கு நான் மிகவும் மகிழ்ச்சியடைகிறேன்" என்றான்.

நான் அவனை இறுகத் தழுவிக்கொண்டு என் நன்றியைத் தெரிவித்தேன். பக்கத்தில் வந்து நின்ற ரோகிணிக்குக் கூட "அண்ணி! உனக்கும் என் பாராட்டுகள்" என்று தெரிவித்தான். ரோகிணி அவன் உச்சியில் முத்தமிட்டாள்.

அஜித் மீண்டும் என்னிடம் "அண்ணா! இன்று மாலை நீங்கள் என் வீட்டிற்கு வரவேண்டும். அங்கே நமது ஞாத வம்சத்தைச் சேர்ந்த யுவர் - யுவதிகளெல்லாம் வருகிறார்கள் உன்னைக் கௌரவிப்பதற்காக நான் நடத்தப் போகும் அந்த விருந்துக்கு தட்சசீல நட்புறவுக் குழுவின ரையும்கூட அழைக்கிறேன்" என்று கூறினான்.

உடனே ரோகிணி குறுக்கிட்டு "பின் எங்கள் பாமா அக்காள்?" என்று வினவினாள்.

பாமா ஞாத வம்சத்தைச் சேர்ந்தவளல்ல அண்ணி இருந்தாலும் நீ சொல்லுவதால் இப்போதே அவளையும் அழைக்கிறேன். ஆனால் அவளிடமிருந்து என் உயிரைக் காப்பாற்றுவது உன்னைத்தான் சேர்ந்தது. சொல்லிவிட்டேன்" என்றான் அஜித்.

"என்னது! பாமா அக்காள் மனிதர்களின் பிராணனை வாங்குபவளா?" என்றாள் ரோகிணி சிரித்துக்கொண்டே.

"பிராணனை வாங்கினாலும் பரவாயில்லையே அண்ணி! வதைத்து வதைத்துச் சாகடித்துவிடுவாள். துரதிர்ஷ்டவசமாக ஒரு சமயம் அவளுடைய வலையில் மாட்டிக்கொண்டு படாதபாடுபட்டு விட்டேன். இப்போது நீதான் துணை ரோகிணி! உன் பேச்சைத் தட்டமாட்டாமல் நான் அழைக்கிறேன். ஆகையால் நீ மறுக்காமல் என்னை அவளுடைய சொல்லம்புகளிலிருந்து காப்பாற்ற வேண்டும்."

"அப்படியே ஆகட்டும் கொழுந்தனாரே!" என்று ரோகிணி அபயமளித்தாள்.

குடியரசு சபை உறுப்பினர்களெல்லாம் என்னைப் பாராட்டிக் கட்டித்தழுவிக் கொண்டார்கள். இந்தப் பாராட்டுதல்களிலும் ஆலிங்கனங்களிலும் சிறிது நேரம் கழிந்தது.

நாங்கள் வீட்டிற்குப் போய்ச் சேரும் சமயத்திலேயே பாமாவும் வந்துவிட்டாள். அவள் என்னை நோக்கிக் குதித்தோடி வந்தாள். எனக்குப் பயமாகப் போய்விட்டது. பாமாவைக் குறித்து அஜித் கூறிய வார்த்தைகள் அப்போது என் ஞாபகத்திற்கு வந்தன. பாமா என் கழுத்தைச் சுற்றிலும் கையைப் போட்டு அணைத்துக்கொண்டு என் நெற்றியிலும் கன்னங்களிலும், புருவங்களிலும் சரமாரியாக முத்தங் களைப் பொழிந்தாள். பிறகு என்னை விட்டுவிட்டு ரோகிணியைக் கட்டித் தழுவிக்கொண்டு நீர்மல்கிய கண்களோடு அவளை முத்தமிட்டாள். ரோகிணியின் கண்களும் ஈரமடைந்தன. முதலில் பாமாதான் வாய் திறந்தாள்.

"ரோகிணி! என் பிரிய ரோகிணி! நான் அளவற்ற மகிழ்ச்சியில் திளைத்துப் போயிருக்கிறேன். கர்வமும் படுகிறேன். இவ்வளவு சின்ன வயதில் குடியரசு சபை உறுப்பினராகத் தேர்ந்தெடுக்கப்படுபவர்கள் மிகக் குறைவான பேர்களே. நமது சிம்மன் இதற்குத் தகுதியானவர்தான் சரி. அதிருக்கட்டும் ரோகிணி! அஜித் சிரித்துக்கொண்டே உன்னிடம் ஏதோ கூறிக்கொண்டிருந்தானே. என்ன அது?"

"சிரித்துக்கொண்டே இல்லையக்கா! அழுதுகொண்டே கூறிக் கொண்டிருந்தான்."

"அப்படி என்ன அது? நான் கேட்கலாமா?"

"நான் கேட்கத் தகுந்ததை நீயும் கேட்கலாம் அக்கா?"

பாமா ரோகிணியின் வதனத்தில் முத்தமிட்டு "நீ என்னிடம் காட்டும் அன்பிற்கு மிக்க நன்றி ரோகிணி!" என்றாள்.

"சகோதரனோ சகோதரியோ என்னோடு ஒருவரும் உடன் பிறக்கவில்லையக்கா! அதற்காக நான் தவியாய்த் தவிக்கிறேன். நட்புக்குகந்தவளாக நீ ஒரு சகோதரி கிடைத்திருக்கிறாய். அப்படிப்பட்ட உன்னிடம் நான் ஏன் மறைக்க வேண்டும்?" இதைக் கூறும்போது ரோகிணியின் கண்கள் மினுமினுத்தன.

பாமா ரோகிணியின் கழுத்தைக் கட்டிப்பிடித்துக்கொண்டு, கண்களில் ஆனந்தக் கண்ணீர் சிந்த "சகோதரி நீ எவ்வளவு நல்லவள்! உன்னை ஒரு விநாடி பார்க்காதிருந்தாலும் எனக்கு நிம்மதியில்லை. சொந்தச் சகோதரிக்குக்கூடக் கிட்டாத ஸ்தானத்தை நீ என் இதயத்தில் சம்பாதித்துக்கொண்டு விட்டாய் ரோகிணி" என்றாள்.

"அக்கா! நீ அஜித்தைப்பற்றிக் கேட்டாயல்லவா அவன் என்னையும் சிம்மனையும் தன் வீட்டிற்கு விருந்துக்கழைத்தான். இன்று சாயந்திரம் அங்கே ஞாத வம்ச யுவர் யுவதிகளெல்லாம் வருகிறார்களாம்."

"ஞாத வம்சத்தைச் சேர்ந்தவர்கள் மட்டுமேதானா?"

"ஆம் அவர்கள் மட்டும்தானாம். ஆனால் நீ இல்லாமல் அங்கே நான் போவதற்குச் சம்மதிக்கவில்லை. நான் கூறுவது உண்மை அக்கா! உன்னையும் அழைக்க வேண்டுமென்று நான் சொன்னதும் பாவம். அவன் பயந்து போய்விட்டான்."

"என்ன சொன்னாய், பயந்து போய்விட்டானா?"

"ஆமாம் அக்கா! இருந்தாலும் உன்னைக் கூப்பிட ஒப்புக்கொண்டான். ஆனால், உன்னுடைய சொல்மாரியிலிருந்து நான் அவனைக் காப்பாற்ற வேண்டுமாம். அப்படியே செய்கிறேன் என்று நான் வாக்கு கொடுக்க வேண்டுமென்று கூறிவிட்டான்."

"பெரிய வீரன்தான் அஜித்! பாமாவின் பேச்சுகளையே சமாளிக்க முடியாதவன் நீயும் ஒரு ஆண்பிள்ளையா! சரி ரோகிணி! நீ வாக்கு கொடுக்கவில்லையே?"

"கொடுத்துவிட்டேன் அக்கா!"

"அடடா! வாக்கு கொடுக்காமலிருந்தால் எவ்வளவு நன்றாக இருந்திருக்கும். அந்தச் சூராதிசூரன் கரிசனத்தோடு என் கையைப் பிடித்து அழைத்துச் செல்கிறானா இல்லையா என்று பார்க்கிறேன்."

"உன்னை அழைப்பதற்கு முதலில் சரி என்றான்; பிறகு தயக்கம் காட்டினான்; அதனால்தான் வாக்கு கொடுக்க நேர்ந்தது அக்கா."

அம்மாவும் சின்னம்மாவும் மகிழ்ச்சியோடிருந்தார்கள். அவர்கள் இன்னொரு அறையில் கூடிப் பேசிக்கொண்டிருந்தார்கள். அங்கே குழுமியிருந்த வயதான லிச்சவிப் பெண்மணிகள் எனக்குப் பதவி கிடைத்தமைக்காகத் தங்களது வாழ்த்துக்களைத் தெரிவித்துக் கொண்டார்கள். சூரசேனன் (சோமாவின் கணவன்) நான் வந்திருக்கும் தகவல் தெரிந்து வடக்கு எல்லையிலிருந்து அன்றுதான் வந்திருந்தான். எங்கள் பேச்சு சப்தம் கேட்டு சோமாவுடன் எங்களிடம் விரைந்து வந்தான். அவனுடைய கண்கள் வீங்கிப் போயிருந்ததிலிருந்து இரவு முழுவதும் தூங்காமல் இடைவிடாமல் குதிரைச் சவாரி செய்து இங்கு வந்து சேர்ந்திருக்கிறான் என்பது தெரிந்தது. சிறிது நேரமாவது தூங்கினாலொழிய எந்த வேலையும் செய்யமுடியாத நிலையிலிருந்தான். ஆயினும் எங்களருகில் வந்து ரோகிணியின் நெற்றியில் முத்தமிட்டுக் கொண்டான். என்னைக் கட்டித்தழுவிக்கொண்டு "சிம்மா! உன்னைப் பார்க்க வேண்டுமென்று ஒரே ஆவல்! நேற்றுக் காலை செய்தி எட்டியதுமே உடனே புறப்பட்டு வந்துவிட்டேன்" என்றான்.

க்ஷேமநலங்களை விசாரித்த பிறகு, "சூரசேனா! வடக்கு எல்லையில் பயம் ஏதுமில்லையே?" என்று நான் கேட்டேன்.

"இல்லை சகோதரா! அங்கே யானைகள், காண்டாமிருகங்கள், சிங்கங்கள் பயம்தான் இருக்கிறது. இதுவரை இரண்டு யானைகளைக் கொன்றிருக்கிறேன். அவற்றின் தந்தங்கள் ஒவ்வொன்றும் நான்கு முழ உயரம் இருக்கிறது. திடீரென்று புறப்பட்டு வந்ததால் அவற்றைக் கொண்டுவர முடியவில்லை. அவைகளை அண்ணி ரோகிணிக்கு வெகுமதியாக அளிக்கிறேன்.

பாமா மத்தியில் குறுக்கிட்டாள் - "ரோகிணிக்கா? சிம்மனுக்கு ஒன்றுமில்லையா? எதற்காக இந்தப் பாரபட்சம்?"

சூரசேனன் - "நான் அவைகளை அண்ணனுக்குக் கொடுத்தால், 'ஆண்களுக்கு எவ்வளவு பாரபட்ச எண்ணம்' என்று பாமா குத்திக்காட்டமாட்டாளா?"

பாமா - "ரோகிணிக்குத் தந்தங்களைக் கொடுத்துவிட்டு சிம்மனுக்கு வெறுங் கைகளைக் காண்பிக்கிறாயா?"

சூரசேனன் - வெறுங்கை ஏன் காட்டுகிறேன். அண்ணாவுக்காகக் காண்டாமிருகத் தோலால் கேடயம் தயாராகிக் கொண்டிருக்கிறது ஒன்றல்ல, ஆறு."

பாமா - "என்ன கொழுந்தனாரே! உன்னுடைய அண்ணிக்கு பூஜ்யம்தானா? என்னுடைய ஆயிரக்கணக்கான முத்தங்கள் வீண் ஆன மாதிரிதானா?"

சூரசேனன் - "அப்படியானால் அண்ணி! இந்தத் தடவை எனக்கு ஒரு முத்தமாவது கொடுங்கள்."

உடனே பாமா சூரசேனனுடைய கழுத்தைக் கௌவிக்கொண்டு முத்தம் மீது முத்தமிட்டுக் கூறினாள் - "சரிதானா கொழுந்தனாரே! இப்போது சொல்லு."

சூரசேனன் சட்டென்று தன் மேலங்கிக்குள் ஒளித்து வைத்திருந்த தந்த உறையிலிருந்த கட்டாரியை உருவிப் பாமாவின் கையில் வைத்தான். பிறகு முழங்காலில் மண்டியிட்டு கைகளைக் கூப்பிக் கூறினான் - "தேவி! இந்த அடிமையின் காணிக்கையை ஏற்றுக்கொள். அவனுடைய தோள்களுக்கு வலிமையைக் கொடு."

பாமா கட்டாரியைப் பார்த்தவாறே மலர்ந்த முகத்தோடு சொன்னாள் - "அப்படியே நடப்பதாக! சூரசேனா! உனது தேவி உன்னை அப்படியே நிற்கும்படி கட்டளையிடுகிறாள். ஆசைதீர முத்தங்கள் தரலாம் என்றும் வரம் தருகிறாள்."

சூரசேனன் "ஜிவ்"வென்றெழுந்து முத்தங்கள் பொழிந்து பாமாவின் கன்னங்களைச் செக்கச் சிவப்பாக்கிவிட்டான். பிறகு எல்லோரும் உறைமீது செதுக்கியிருந்த சித்திரங்களைச் சிரத்தையோடு பார்க்க ஆரம்பித்தார்கள். உறையின் ஒரு பக்கத்தில் காட்டானைகளின் கூட்டம் சித்திரிக்கப்பட்டிருந்தது. அதில் பெரிய தந்தங்களுள்ள ராஜயானையின் சித்திரம், சித்திரக்காரனின் அதி அற்புதத் திறமையை எடுத்துக்காட்டுவதாக இருந்தது. மற்றொரு பக்கத்தில் மரங்களுக்குப் பின்னால் ஒரு சிங்க ஜோடி இரண்டு குட்டிகளோடு இருப்பது போல் சித்திரிக்கப்பட்டிருந்தது. பெண் சிங்கம் படுத்துக்கொண்டிருந்தது. ஆண் சிங்கம் தனது அன்பரளசியின் காதுகளை நாக்கால் நக்கிக் கொண்டிருக்கிறது. சிங்கக் குட்டிகள் தாயின் வாலோடு விளையாடிக் கொண்டிருக்கின்றன. பாமா அதனையே சிறிது நேரம் பார்த்துக் கொண்டிருந்துவிட்டுக் கூறினாள் - "கொழுந்தனாரே! சூரசேனா! இவ்வளவு கூர்மையான கட்டாரியையும் அழகான உறையையும் எனக்கு அன்பளிப்பாகக் கொடுத்ததற்கு எனது இதயபூர்வமான நன்றி." பிறகு சூரசேனனின் கண்களுக்குள் உற்றுப்பார்த்து "மற்றவர்களை இதுவரைக்கும் வாய்ப்பேச்சோடு சரிகட்டிவிட்டாய்; ஆனால் கொழுந்தனாரே! இந்த நேர்த்தியான கட்டாரியைக் கரிசனத்தோடு கொடுத்து உனக்குப் பாமாவின் முத்தங்கள் என்றால் எவ்வளவு விருப்பம்

என்பதை நிரூபித்துக் கொண்டுவிட்டாய்" என்றாள் மந்தகாசச் சிரிப்போடு.

"இதெல்லாம் உனது கருநிறக் கூந்தலின், சுந்தரமான கண்களின் மகிமையல்லவா அண்ணி! இதில் நான் என்ன செய்துவிட்டேன்?"

"நீ தாமதித்து விட்டாய் கொழுந்தனாரே! இல்லையென்றால் மனோதரனுக்குப் பதில் இந்தக் கூந்தலில் உன்னையல்லவா கட்டிப்போட்டிருப்பேன்."

"இல்லை, அண்ணி! நான் உனது கூந்தலில் சிக்கிக்கொண்டு தானிருக்கிறேன்."

"அப்படியா! எனக்குத் தெரியாமலா?"

"அந்திப் பூச்சிகள் விளக்கிடம் சொல்லித்தான் போய் விழுகின்றனவா?"

"அந்த விளக்கில் ஒரு பெரிய பூச்சி விழுந்து மடிந்து அதன் செத்த உடம்பிலிருந்து துர்நாற்றம் வீசும்போது கூடவா?"

"புழு பூச்சிகளுக்குக் கண்கள், காதுகள் இருக்காது அண்ணி! அவற்றிற்கிருப்பது உள்ளம் ஒன்றுதான்."

பாமா சூரசேனனை மற்றொரு முறை முத்தமிட்டுக்கொண்டாள். சூரசேனன் தனக்குத் தகுந்த ஜோடி என்று அவளது மனம் எண்ணிக் கொண்டிருந்ததை அவளது சிரிக்கும் கண்களும், சிவந்த கன்னங்களும் சொல்லாமற் சொல்லின.

நாங்கள் அன்று மாலை அஜித்தின் வீட்டிற்குச் சென்று ஞாத வம்ச யுவர் - யுவதிகளின் கூட்டத்தில் கலந்துகொண்டோம். அங்கேயும் ஆடல் - பாடல் - குடி முதலியன இருந்தன. அன்றைய தினம் அங்கே நடைபெற்ற ஒரு விஷயம் மட்டும் நினைவிலிருக்கிறது. நாங்கள் பல விஷயங்களைப்பற்றிப் பேசிக் கொண்டிருந்தபோது யாரோ ஒருவர் ஜைனமத ஸ்தாபகரின் பெருமையை வர்ணித்தார். நான் அதைக் கேட்டு அந்த ஜைன மத ஸ்தாபகர் யார் என்று கேட்டேன்.

அஜித் சொன்னான் - "நமது வம்சத்திலேயே பிறந்து சாது ஆனவர்."

நான் - "நமது வம்சத்தைச் சேர்ந்தவரா? எனக்குத் தெரியவே தெரியாதே!"

அஜித் - "இப்போது அவருடைய தவ வலிமை குறித்து வஜ்ஜி தேசம் முழுவதிலும் மட்டுமின்றி வெளியேயும் புகழ் பரவியிருக்கிறது."

நான் - "நீ அவரைப் பார்த்திருக்கிறாயா அஜித்?"

அஜித் - "பார்க்காமலென்ன? பல தடவை தரிசித்திருக்கிறேன். அவர் சென்ற ஆண்டு மகாவனத்தில் நான்கு மாதம் தங்கியிருந்திருக்கிறார்.

நான் - "ரொம்பவும் தேஜஸ் வாய்ந்தவரோ?"

"அஜித் - "தேஜஸோ கீஜஸோ எனக்குத் தெரியாது; ஆனால் வெயிலிலும், குளிரிலும், மழையிலும் காற்றிலும் எந்தக் கால நிலையிலும் அவர் நிர்வாணமாக இருந்தார் என்பது மட்டும் எனக்குத் தெரியும்."

ரோகிணி - "நிர்வாணமாகவா! பெண்கள் முன்னால் கூடவா!"

அஜித் - "ஆம் அண்ணி! ஆடை அணியாதவரைத்தான் ஜைனர் என்கின்றனர். எனக்குக் கோபம் பொறுக்கமாட்டாமல் அவருடைய கழுத்தைப் பிடித்து நெரிக்க வேண்டுமென்று இரண்டு தடவை போனேன். ஆனால், அந்தப் பிறந்தமேனி உருவத்தைப் பார்த்து வெட்கத்தில் என் தலை கவிழ்ந்துவிட்டது."

ரோகிணி - "உண்மைதானா கொழுந்தனாரே! எந்த ஆண்களாகட்டும், இப்படி வெட்கத்தைவிட்டுப் பிறந்த மேனியாக இருக்க முடியுமா?"

அஜித் - "பின்னே என்ன? இதைத்தான் நம்மவர்களிலே எத்தனையோ முட்டாள்கள் தவம் - தேஜஸ் என்றெல்லாம் கூறுகின்றனர்."

ரோகிணி - "நிர்வாணமாக இருப்பது மட்டும்தானா, அவரிடம் இன்னும் ஏதாவது விசேஷம் இருக்கிறதா?"

அஜித் - "எனக்குத் தெரியாது. தெரிந்துகொள்ள வேண்டுமென்று முயற்சிக்கவும் மாட்டேன். அவருடைய நிர்வாணத் தத்துவத்திலேயே நான் அருவருப்படைந்துவிட்டேன். என்ன சகோதரா சுபத்திரா! நீ அந்த ஜைனரின் பிரியமான சிஷ்யனாயிற்றே, அண்ணிக்கு அந்த விவரங்களையெல்லாம் கூறு."

சுபத்திரன் - "அஜித்! உனக்குத் தார்மீக விஷய வாசனை என்பதே சூன்யம். சாதுக்களையும், மகான்களையும் நிந்திப்பதுதான் உனக்கிஷ்டம்."

அஜித் - "சாதுக்கள் விஷயம் இங்கே வேண்டாம் சுபத்திரா! உங்கள் வர்த்தமான மகாவீரரைப் பற்றி என்ன சொல்கிறாய். அதை அண்ணிக்குச் சொல்லு. அவள் புத்தி தீட்சண்யமில்லாதவளல்ல என்பது உனக்கே தெரியும்."

சுபத்திரன் - "அப்படியானால் மகாவீரரின் சிஷ்யர்கள் சுத்த முட்டாள்கள் என்பது உன் அபிப்பிராயமா?"

அஜித் - "அதுமட்டுமல்ல, மானம் வெட்கமில்லாதவர்களும் கூட."

சுபத்திரன் - "வெயிலிலும், குளிரிலும், மழையிலும் நீ அந்த மாதிரி நிர்வாணமாக இருக்க முடியுமா?"

அஜித் - "அந்த வேலைக்கு நான் எதற்கு? என் பசுக்களும், பன்றிகளும்தான் நிர்வாணமாக இருக்கின்றனவே."

சுபத்திரனுடைய முகம் கோபத்தால் சிவந்து போயிற்று. அஜித் சிரித்துக்கொண்டே அவனுடைய தோள்மீது கையைப் போட்டுக் கூறினான் - "சகோதரா சுபத்திரா! நீ என்னை நாஸ்திகன் என்று நினைக்கிறாய் அல்லவா. மகாவீரர் ஞாத வம்சத்தைச் சேர்ந்தவராயினும், உன்னுடைய உபதேசத்தைக் கேட்டபோதிலும் எனக்கு அவர்மீது பக்தி ஏற்படவில்லை; ஆயினும் அதற்காக உன்னுடைய பக்தியை ஆட்சேபிப்பது உசிதமல்ல என்பதை ஒப்புக்கொள்கிறேன். அதற்காக என்னை மன்னித்து, அண்ணியின் சந்தேகங்களைப் போக்கு."

அஜித்தின் பேச்சைக் கேட்டு பாமா மகிழ்ச்சி அடைந்ததைக் கவனித்தேன். சுபத்திரன் ரோகிணிக்கு வர்த்தமானரின் வரலாற்றைச் சொல்லிக் கொண்டிருக்கையில், பாமா அஜித்தின் கையைப் பிடித்து இழுத்து அவனுடைய செவிகளில் இரகசியமாக "சபாஷ்! நன்றாய்ப் பேசினாய். இந்த ஜைனர்களைப் பற்றி நல்ல போடு போட்டாய்" என்றாள்.

இதுவரை பாமாவைப் பார்த்துப் பயமடைந்த அஜித் அவளுடைய இந்தச் செயலால் சந்தோஷமடைந்து தனது நன்றியைக் கண்கள் மூலம் தெரிவித்துக்கொண்டான்!

சுபத்திரன் - "காந்தார அண்ணி! நிர்வாணமாக இருப்பது ஜைனர்களது தவத்தில் ஒரு பகுதி. தவங்களில் எல்லாவற்றிலும் சரீர தவமே மேலானது. பாவங்களிலிருந்து விடுதலை பெறுவதற்கு அதுதான் மகத்தான வழி, உடலை வாட்டி வருத்துவதன் மூலமாகப் பூர்வ பாவங்களெல்லாம் விலகிப் போகின்றன. ஜன்ம ஜன்மமாகக் குவிந்து வரும் பாவங்களைப் போக்கிக் கொள்ளாமல் நாம் சுகம்பெற முடியாது. அதனாலேயே மகாவீரர் "சிஷ்யர்களே! ஜன்ம ஜன்மாந்திர பாவங்களை விலக்கித் தள்ளுவதற்கு உடலை வருத்துங்கள்; சீதோஷ்ண ஸ்திதிகளை சகியுங்கள்; பட்டினி விரதம் மேற்கொள்ளுங்கள்" என்று கூறினார்.

ரோகிணி - "பட்டினி விரதமா?"

சுபத்திரன் - "ஆம், பட்டினி விரதமேதான். பகவான் மகாவீரரின் சிஷ்யர், சிஷ்யைகளில் அநேக பேர் நாற்பது ஐம்பது தினங்கள் வரை உபவாசம் இருப்பவர்கள் இருக்கிறார்கள். அதுமட்டுமல்ல, சாகும்வரை பட்டினி விரதம் அனுஷ்டித்துத் தங்கள் வாழ்வை முடித்துக் கொள்பவர்களும் இருக்கிறார்கள். இந்த விதமாக அவர்கள் தங்களது பழைய - புதிய பாபங்களிலிருந்து விடுதலை பெறுகிறார்கள். இந்த மார்க்கம் சுலபமாகப் பின்பற்ற முடியாதது மட்டுமல்ல கஷ்டமானதுங்கூட. ஆனால் சுகத்தால் சுகம் கிடைக்காது அண்ணி! சுகத்தை அடைவதற்கு முன்பு துக்கம் என்னும் மலையைக் கடந்தாக வேண்டும். நமது சகல துக்கங்களுக்கும் பாவங்களே காரணம். அவற்றைப் போக்குவதற்குச் சரீரத்தைக் கஷ்டத்திற்குள்ளாக்க வேண்டும். துக்கத்திலிருந்து தப்பித்துக் கொள்வதற்காக, எந்த அற்பமான பிராணியையும் இம்சிப்பதை நிறுத்த வேண்டும்."

ரோகிணி - "அற்பமான பிராணிகளை இம்சிப்பது என்றால் அர்த்தம்?"

சுபத்திரன் - "பகவான் மகாவீரர் எல்லாம் தெரிந்தவர். முக்காலமும் அறிந்தவர். நாளைக்கு நடக்கப்போவது இன்றைக்கு நடப்பது, நேற்று நடந்தது இதில் அவருக்குத் தெரியாதது எதுவும் இல்லை. அவர் நடந்துகொண்டிருந்தாலும், உட்கார்ந்திருந்தாலும், நித்திரை செய்துகொண்டிருந்தாலும், என்ன செய்து கொண்டிருந்தாலும் சர்வத்தையும் அறிவார். நமக்குத் தெரியாத விஷயங்களையெல்லாம் முற்றும் தெரிந்த, முக்காலமும் அறிந்த பகவான் மகாவீரர் அறிவார். ஸ்தூலமாகவும், சூட்சுமமாகவும் காணப்படும் எறும்பு முதல் யானை வரை மட்டுமல்ல; நீர், நெருப்பு, காற்று, நிலத்திலுள்ள எந்த அற்பமான ஜந்துகளானாலும் அவற்றை இம்சிக்கக்கூடாது என்று அவர் தம் சிஷ்யர்களுக்கு உபதேசித்து வருகிறார். உண்மையில் நீரும், நிலமும்கூட ஏகபுலனுள்ள ஜீவன்கள் என்று சொல்லி வருகிறார். நமக்குத் தெரியாமலேயே ஒவ்வொரு விநாடியும் எவ்வளவு ஜீவஹிம்சை நடக்கிறதோ மருமகளே!"

ரோகிணி - "எவ்வளவு என்று நம்மால் சிந்தித்துப் பார்க்கக்கூட முடியாது."

சுபத்திரன் - "ஆகையினால்தான் பகவான் மகாவீரர் நாம் மூச்சுவாங்கும்போது கூட எவ்வளவோ பாபங்கள் செய்கிறோம் என்கிறார்."

ரோகிணி - "அப்படியானால் இதிலிருந்து வாழ்க்கையில் பாபத்தைத் தவிர வேறு எதுவுமே இல்லை என்று சொல்கிறாயா?"

சுபத்திரன் - "சந்தேகமில்லாமல், பகவான் மகாவீரர் இந்தப் பாபம் நிறைந்த வாழ்க்கையைப் பாபங்களைப் போக்கிக்கொள்வதற்கு உபயோகப்படுத்திக் கொள்ளும்படி கூறுகிறார்."

ரோகிணி - "அப்படியானால் ஜைன மத ஸ்தாபகர் எல்லா வகைகளிலும் ஜீவ இம்சையைக் கைவிடும்படி உபதேசித்து வருகிறார் என்று சொல்லு."

சுபத்திரன் - "ஆமாம்; மனோவாக்குக் காயம் ஆகிய எதன் மூலமாகவும் எந்தப் பிராணியையும் கொல்லுவதோ அல்லது எவ்வகையிலும் வேதனைப்படுத்துவதோ கூடாது என்பது அவரது உபதேசம்."

ரோகிணி - "கொலை செய்த விரோதியைக் கூடவா?"

சுபத்திரன் - "அவனது பாபமே அவனைத் தண்டிக்கிறது. ஜைன தர்மத்தைப் பின்பற்றுபவர்கள், யாரையும் தண்டித்து பாபத்தைச் சம்பாதித்துக்கொள்ளும் அவசியம் இருக்காது."

ரோகிணி - "துஷ்டனோ, துன்மார்க்கனோ எவனாவது ஒரு துயரம்பட்ட பெண்ணையோ அனாதை அல்லது பச்சிளம் குழந்தையையோ கொல்லுவதற்கு அல்லது குற்றமிழைப்பதற்கு முனையும்போது மகாவீரர் தமது சிஷ்யர்கள் எப்படி நடந்துகொள்ள வேண்டுமென்று கட்டளையிட்டிருக்கிறார்?"

சுபத்திரன் - "மனோவாக்குக் காயம் மூன்றிலும் புலனடக்கி இருக்க வேண்டுமென்று."

ரோகிணி - "அதாவது எல்லாவற்றையும் பார்த்துக்கொண்டு வாய்மூடிச் செயலற்று இருக்க வேண்டும்; தனது மானம், மரியாதை, கௌரவம் முதலிய சர்வத்தையும் ஒரு குண்டனின் கையில் ஒப்படைத்துவிட வேண்டும். இது நல்லது என்பது உங்கள் அபிப்பிராயமா?"

சுபத்திரன் - "நல்லதுதான்; ஆனால் ஜைன தர்மங்களெல்லா வற்றையும் பூரணமாகக் கடைப்பிடிப்பது எல்லாராலும் முடியக்கூடிய காரியமல்ல."

பாமா - "குறைந்தபட்சம் தன்னை ஒரு மனிதன் என்று சொல்லிக் கொள்பவனுக்காவது இது சாத்தியமில்லை."

பாமா பேச ஆரம்பித்ததுமே சுபத்திரன் தன் நாவை அடக்கிக் கொண்டான்.

இவ்விதமாக அன்பு நண்பர்கள், உறவினர்கள் முதலியோர்களைச் சந்தித்து அளவளாவுதல், கேளிக்கைக் கூத்துகளில் கலந்துகொள்ளுதல்

என்னும் ரீதியில் நாட்கள் கழிந்து, எனது நீராட்டுவிழா தினம் வந்தது. வைசாலியின் பொய்கையில் நீராடுவது பெரிய கௌரவம். குடியரசுச் சபைக்கு உறுப்பினர்களாகத் தேர்ந்தெடுக்கப்படுபவர்களே இதில் குளிப்பதற்கு உரிமை படைத்தவர்கள். இந்த ஸ்நானத்தைச் செய்த மாத்திரத்திலேயே அரசராகிவிடுகிறார்கள் என்று வெளியிலிருப்பவர்கள் தப்பர்த்தம் செய்துகொள்கிறார்கள். வைசாலியில் 999 மன்னர்கள் இருக்கிறார்கள் என்றும் அவர்கள் பேசிக் கொள்கிறார்கள். இந்தப் பொய்கை எங்கள் முன்னோர்கள் முதல் முதலாக வைசாலியை நிர்மாணித்தபோது கட்டிய பழைய குளம். வைசாலி படிப்படியாக விஸ்தரிக்கப்பட்டு "வைசாலி" என்னும் பெயரையும் பெற்றது. ஆனால், இந்தப் பொய்கை பழைய நிலையிலேயே இருக்கிறது. லிச்சவிக் குடும்பங்கள் மிகக் குறைவாக இருந்த காலத்தில், வயது வந்த ஒவ்வொரு லிச்சவியும் கண சபையில் உறுப்பினனாக ஆனான். இதைப் பிரகடனப்படுத்துவதற்கு, முன்னோர்களை நினைவுபடுத்தும் ஒரே ஒரு சிக்கனமாக, அவர்களது சரீரத்தின் ஸ்பரிஸம்பட்டுப் புனிதமான இந்த மங்கள வாவியில் ஒவ்வொரு லிச்சவியும் ஸ்நானம் செய்விக்கப்படுவது வழக்கமாகக் கொள்ளப்பட்டது. லிச்சவிகளின் ஆதிவம்சங்கள் ஒன்பதும் விருத்தியடைந்து, குடும்பத்திற்கு ஒவ்வொருவரையே எடுத்துக்கொள்ள வேண்டும் என்ற நிலை ஏற்பட்டபோது, அப்போதும் எண்ணிக்கை மிதமிஞ்சிப் போன காரணத்தால், மொத்தம் உறுப்பினர்களின் எண்ணிக்கை 999 ஆக நிர்ணயிக்கப்பட்டது. எனவே அப்போதிருந்து இந்தப் பொய்கையில் ஸ்நானம் செய்விக்கப்படும் உறுப்பினர்களின் எண்ணிக்கை 999க்கு அதிகம் போகாமல் இருந்து வருகிறது. அந்தப் பொய்கையைச் சுற்றி லிச்சவிகள் உருவிய கத்திகளோடு காவல்காத்து வருகிறார்கள் என்றும், பறவைகள்கூட அதிலிருந்து ஒரு சொட்டுத் தண்ணீர் குடித்துவிடாதபடி அதன் மீது பித்தளை வலை கட்டப்பட்டிருக்கிறது என்றும் அயல் ராஜ்யங்களில் வதந்திகள் பரவியுள்ளன. ஆனால், உண்மையில் இவையெல்லாம் வெறும் கட்டுக்கதைகள். திருட்டுத்தனமாக அந்தக் குளத்தில் குளித்த மாத்திரத்தில் எவனும் கண சபையின் உறுப்பினனாகிவிடமாட்டான். ஆயின் ஒரு விஷயம் பொய்கையின் பெருமையையும் அதன் மூலம் முன்னோர்களின் கௌரவத்தையும் நிலை நிறுத்துவதற்காகச் சர்வ சாதாரணமானவர்கள் அதில் குளிப்பது தடுக்கப்படுகிறது என்பது உண்மைதான். கணசபையின் உறுப்பினர்கள்கூடத் தங்கள் வாழ்நாளில் அதில் ஒரு தடவைதான் குளிக்கிறார்கள். அந்தக் குளம் உருவத்தில் சின்னதானாலும் தெளிந்த சுத்தமான நீரோடு மிகவும் அழகாக இருந்தது. அதற்கு நான்கு புறங்களிலும் படித்துறைகள் இருந்தன. தண்ணீரில் விதம் விதமான வண்ணத் தாமரை மலர்கள் அலர்ந்திருந்தன. மழைக்காலத்தில் குளத்தில் புதுத்தண்ணீர் நிரப்பப்படும். சாயங்கால வேளைகளில் மீன் பிடிப்பதற்கும் தாமரை மலர்களின் அழகைக் கண்டு

மகிழ்வதற்கும் ஏராளமான ஆண் - பெண்கள் அதன் கரையில் கூடுகிறார்கள். நீராட்டுவிழா நடக்கும்போது படித்துறைகள் சுத்தம் செய்யப்பட்டு, எங்கும் கொடி - தோரணங்களால் அலங்கரிக்கப் படுகின்றது.

எனது நீராட்டுத் தினத்தன்று வைசாலி முழுவதும் அலங்காரம் செய்யப்பட்டிருந்தது. அன்றைய தினம் உற்சவ தினமாக அறிவிக்கப் பட்டிருந்தது. வேஷ்டி உடுத்தி, மேலே உத்ரீயம் தரித்துக்கொண்டு நான் முன்னே நடந்து செல்ல, எனக்கு முன்னால் மங்கள வாத்தியங்கள் முழங்கிக்கொண்டு சென்றன. பின்னால் கணசபை உறுப்பினர்களும் அவர்களையடுத்து, நகரத்தின் ஆண் பெண்களும் உல்லாச நடை போட்டு வந்துகொண்டிருந்தனர். பொய்கையின் பிரதான படித்துறைக்குக் கொஞ்சம் தூரத்திலேயே ஜனக்கூட்டம் தடுத்து நிறுத்தப்பட்டது. அங்கிருந்து முன்னே செல்வதற்கு பஞ்சாயத்து (கணசபை) உறுப்பினர்கள் மாத்திரமே அனுமதிக்கப்பட்டார்கள். குளத்திற்கு நாலாப்புறங்களிலும் ஆயுதந் தரித்த படைவீரர்கள் வரிசையாக நின்றிருந்தார்கள். நான் படிகளில் இறங்கித் தண்ணீருக்கருகில் வந்ததும் கணபதி வந்து என் முன்னால் நின்றார். அவர் எனக்கு லிச்சவி பிரதிக்ஞையைச் செய்து வைத்தார். அதன் சாராம்சம் வருமாறு:

"நான் லிச்சவி குடியரசுக்காகவே வாழ்வேன்; லிச்சவி குடியரசுக்காகவே என் உயிரை அர்ப்பணிப்பேன்."

"கணசபை செய்யும் முடிவை எந்தச் சந்தர்ப்பமாயினும் சரி மதித்து நடப்பேன்."

"பண்டைக்காலம் தொட்டு அமுலிலிருந்து வரும் லிச்சவி கட்டுத் திட்டங்களைத் தவறாமல் பின்பற்றுவேன்."

இந்தப் பிரதிக்ஞை எடுத்து முடிந்ததும் மங்கள வாத்தியங்கள் முழங்கின. நான் தண்ணீரில் இறங்கினேன். இந்தத் தண்ணீர் வஜ்ஜி, காந்தார்ரம் முதலிய குடியரசுகளிலுள்ள தடாகங்களிலுள்ள தண்ணீர் போன்றதுதான்; இங்கேயிருப்பதைவிட அழகான படித்துறைகள் இதர தலைநகரங்களிலுள்ள குளங்களிலிருக்கின்றன; இங்கேயிருப்பதைவிட வனப்பு மிகுந்த தாமரைத் தோட்டங்களிருக்கின்றன; ஆனால் எங்கள் பொய்கையில் என் திரேகத்தை முக்கியபோது இன்னதென்று சொல்ல முடியாதபடி என் உள்ளம் புளகாங்கிதரமடைந்தது. அந்த நீர் சாதாரண நீரல்ல; அந்தப் பொய்கையும் சாமான்யமானதல்ல என்று தோன்றிற்று. ஆதிலிச்சவிகள் முதல் எங்கள் முன்னோர்களெல்லோரும் நாலாப் புறங்களிலும் நின்றுகொண்டு என்னை ஸ்பரிசிப்பது போலவும், அந்த ஸ்பரிசம் எனக்குப் புது பலத்தையும் புது நிறைவையும் அளிப்பது போலவுமிருந்தது. "நாங்களும் இந்த லிச்சவி பிரதிக்ஞையை

எடுத்திருக்கிறோம். இந்தப் பிரக்ஞையை அட்சரம் பிசகாது நிறைவேற்றியதற்காகப் பெருமைப்படுகிறோம். நாங்கள் லிச்சவியின் வாளை முனை மழுங்க விட்டதில்லை. லிச்சவியின் கொடியைக் கீழே தாழவிடாது காப்பாற்றியிருக்கிறோம். என்ன மகனே? நீயும் லிச்சவிப் புத்திரன் என்பதை நிரூபிப்பதற்குத் தயாராக இருக்கிறாயா?" என்னும் வார்த்தைகள் நூற்றாண்டுகளாக அந்தகாரத்தைக் கிழித்துக்கொண்டு வந்து என் செவிகளைத் தாக்குவது போலிருந்தன. "நான் இதில் தவறமாட்டேன் எனது லிச்சவி இரத்தமே இதற்குத் தகுந்த அத்தாட்சி. முன்னோர்களே! இன்று லிச்சவியின் பதாகை அபாயத்திலிருக்கிறது. இந்நிலையில் நான் என் கடமையை நிறைவேற்றியே தீருவேன். ஆனால் எனக்கு உங்களது ஆசியும் ஆதர்சமும் வேண்டும்" என்று என் மனதில் சொல்லிக்கொண்டேன்.

வாழ்நாளில் மீண்டும் பொய்கையில் குளிக்கும் சந்தர்ப்பம் இருக்காது; ஆனால், அப்போது சீக்கிரமே குளித்து வெளியே வரவேண்டுமென்ற கட்டாயமில்லை. அதுபோன்ற சந்தர்ப்பங்களில் மாசி மாதத்துக் குளிர்ந்த நீரானாலும் ஆசை தீரக் குளிக்கும் ஆனந்தத்தை அனுபவிக்காமல் நான் எப்படி எழுந்து வருவேன்? குளத்தின் கரையில் வாத்தியங்கள் இசைத்துக் கொண்டிருந்தன. ரோகிணியும் பாமாவும் ஒரு பக்கமாக நின்றுகொண்டு என்னையே பார்த்துக்கொண்டிருந்தார்கள். அப்போது அவர்களுடைய வதனங்கள் பெரும் மகிழ்ச்சியால் மலர்ந்து விளங்கின.

பொய்கையிலிருந்து வெளியே வந்து புத்தாடைகள் உடுத்திக் கொண்டேன். முன்னால் மலர்க்கற்றைகள் தெரிய தலைப்பாகை சுற்றிக் கொண்டேன். வில், அம்புறாத்தூணி, வாள் ஏந்திக்கொண்டேன். விதம்விதமான மலர்மாலைகளை என் கழுத்தில் அணிவித்தார்கள். பிறகு வெளியே தயாராகயிருந்த என் குதிரை மீது ஏறினேன். மற்ற உறுப்பினர்களும் ரதங்களிலும், குதிரைகளிலும் ஏறினார்கள். எல்லோரும் குடியரசுப் பவனத்தை (பார்லிமெண்ட் கூட்டம்) அடைந்தோம். அன்றைய தினம் அது மிக நன்றாக அலங்கரிக்கப் பட்டிருந்தது. நாலாப்புறங்களிலும் தோரணங்கள் கட்டப்பட்டிருந்தன. உள்ளே நேர்த்தியான கம்பளம் விரிக்கப்பட்டிருந்தது.

அனைவரும் அமர்ந்த பிறகு கணபதி எழுந்து, நான் குடியரசுச் சபையின் உறுப்பினனாகிவிட்டதாக அறிவித்தார். பின்னர் என் தகுதியையும் திறமையையும் மதித்து என்னைத் தட்சிண சேனைத் தலைவனாக நியமித்திருப்பதாகக் குறிப்பிட்டார். இதுவரை அந்தப் பதவியை வகித்து வந்த ரோஹண் ராணுவத் தயாரிப்புகளுக்காக வைசாலியிலேயே தங்கியிருக்கப் போவதாகவும் தெரிவித்தனர்.

இதுவரை நாலைந்து பேர்கள் தான் இருபத்தியெட்டு வயதுக்குள் சேனைத் தலைவர் பொறுப்பை வகித்திருக்கிறார்கள் என்றும், அதிலும் தட்சிண சேனைக்கு இவ்வளவு சின்ன வயதுள்ள ஒருவரை நியமிப்பது இதுவே முதல் தடவை என்றும் அவர் கூறினார்.

நான் கணபதியின் அனுமதியோடு எழுந்து, "கௌரவமிக்க சபையோர்களே! உங்களுடைய குழந்தையைப்போல் எனக்கு அளிக்கப்பட்ட இந்தக் கௌரவத்துக்கு நான் அருகதையல்லனோ என்று அஞ்சுகிறேன். ஆனால் தெற்குப்புறத்தில் நமது புனிதமான வஜ்ஜி மண்ணில் எதிரிகளின் பாதம் பட்டுக் களங்கமடையாதபடி காப்பாற்றுவது எனது தலையாய கடமையாகக் கருதி எனக்களிக்கப்பட்டுள்ள இந்தப் பொறுப்பை நிறைவேற்ற முயற்சிக்கிறேன்" என்றேன்.

குடியரசுப் பவணத்திலேயே கணசபை விருந்துக்கும் ஏற்பாடு செய்திருந்தது. அந்த விருந்தில் வேட்டையாடிக் கொல்லப்பட்ட பன்றிகள், மான்களின் மாமிசமும், யவம் என்னும் தானியத்திலிருந்து தயாரிக்கப்பட்ட கள்ளும் மாத்திரமே பரிமாறப்பட்டது. எங்களுடைய முன்னோர்கள் இத்தகைய விருந்துகளே நடத்தியதால் கணசபை அவற்றில் எந்த மாறுதலும் செய்யாமல் பண்டைய ஆசாரத்தை அப்படியே பின்பற்றி வருகிறது.

நீராட்டுவிழா மகிழ்ச்சி ஏற்கெனவே ஒருபுறம். அதற்கும் மேல் சேனைத்தலைவர் பதவியும் வேறு எனக்குக் கிடைத்ததால் எங்கள் வீட்டில் களிப்பு, கரை புரண்டோடிற்று. ரோஹண் சிற்றப்பாவும்கூட மாலையில் வீட்டிற்கு வந்தார். இந்த விவரங்களெல்லாம் அவருக்கு முன்னமே தெரிந்திருந்ததால் அவர் ஆச்சரியப்படவில்லை. வஜ்ஜி - மகத ராஜ்யங்களின் எல்லையில் தற்போது சச்சரவுகள் ஆரம்பமாகி யிருப்பதாக அவர் கூறினார். நேற்றிரவு கங்கையைக் கடந்து எங்கள் நாட்டு எல்லைக்குள் வந்த மகத அரசனின் ஒற்றர்கள் கைது செய்யப் பட்டார்கள். எங்கள் விரோதத்தை மகத மன்னன் அலட்சியமாகக் கருதுகின்றான் என்பது தெளிவாகிவிட்டது. இனி போர் நிச்சயம் என்றே தோன்றிற்று. இன்றைக்கு மூன்றாவது நாளில் யுத்தசபை கூடப்போவதாலேயேதான் வைசாலிக்கு வந்திருப்பதாக சிற்றப்பா கூறினார்.

15. கழனி

மாற்றாந் தந்தையின் மரணத்திற்குப் பிறகு குடும்ப பாரம் புதிதாகச் சிறிதளவு என்மீது விழுந்தது. அவருடைய சொத்துக்கள் முழுவதும் நியாயமாக சோமாவுக்குதான் சேர வேண்டும். இதனை அம்மாவிடம் கூறிவிட்டேன். எனது சொந்தவீடு (பிதுரார்ஜித வீடு) மராமத்து செய்து முடிந்தது. ரோகிணியின் யோசனையின் பேரில் ஜன்னல்கள் முதலியனவற்றில் சில மாற்றங்களும் செய்யப்பட்டன. நான் ஒரு வாரத்திற்குள்ளாகவே உல்காசேலம் சென்று பதவி ஏற்றுக்கொள்ள வேண்டியிருந்தது. ஆகையினால் இதற்குள்ளாக எங்கள் சொந்த வீட்டில் குடிபுகுந்து ஒருநாள் ஒரு பொழுதாவது இருந்துவிட்டுச் செல்லும்படி கூறினாள் ரோகிணி. அதோடு, எங்கள் வயல் விஷயத்தையும் நாங்களே கவனித்துக்கொள்ள வேண்டியிருந்தது. கோதுமையும் யவம் என்னும் பயிர்களும் விளைந்து பச்சைப் பசேலென்றிருந்தன. வயலில் வேலை செய்யும் பண்ணையாட்கள் நல்லவர்களாகவே இருந்தார்கள். கால்நடைகள் வளர்ந்து கொழு கொழுவென்றிருந்தன. எங்கள் வயலில் பெரிய புலி ஒன்று அட்டகாசம் செய்து வருவதாக எனக்குத் தகவல் எட்டிற்று. ஆனால் நான் உல்காசேலத்துக்குப் பயணமாவதற்குத் தயாராகிக் கொண்டிருக்கும் போது அவ்வளவு சீக்கிரத்தில் அந்தப் புலியை வேட்டையாடுவது நடக்காத காரியம். எனவே நான் மாட்டுக்கொட்டங்களுக்குப் பாதுகாவலாக இருக்கும் வேலி மேலும் உயர்த்தப்பட வேண்டு மென்றும், மாட்டுக் கொட்டங்களை இன்னும் உறுதியோடு கட்ட வேண்டுமென்றும் ஆலோசனை கூறினேன். எங்கள் மாந்தோட்டத்தை - அது காய்ப்புக் காலமில்லாவிட்டாலும் - பார்த்து ரோகிணி பெரிதும் மகிழ்ச்சியடைந்தாள். கொய்யாவும் இலந்தையும் காய் காய்த்திருந்தன. ஆனால் அவை பழுப்பதற்கு இன்னும் கொஞ்ச காலமாகும்.

தோட்டத்திலிருக்கும்போது ரோகிணி "நாம் இதில் ஏன் திராட்சை போடக்கூடாது?" என்று என்னைக் கேட்டாள்.

"இது திராட்சை விளைவிப்பதற்கான பூமியல்ல என்று இங்குள்ளவர்கள் கூறுகிறார்கள்" என்றேன் நான்.

"நாம் போட்டுப் பரீட்சித்துப் பார்த்தால் என்ன நஷ்டமாகி விடுகிறது?"

"அப்படியானால் நமது தோட்டக்காரன் கிருஷ்ணனோடு கலந்து பேசிச் செய்."

அப்போது கிழவன் கிருஷ்ணன் வந்தான். நான் கேட்டேன்.

"என்ன கிருஷ்ண தாத்தா! ரொம்பவும் கிழவனாகிவிட்டாயே?"

"எஜமான்! என் கண்ணெதிரிலேயே மூன்று தலைமுறைகளைப் பார்த்துவிட்டேன். பின் கிழவனாகாமல் குமரனாகவா இருப்பேன்? உங்கள் தாத்தா லட்சுமணர் என்னை ஒரு கொடியவனான மகத செட்டியிடமிருந்து விலைக்கு வாங்கிப் புதிய வாழ்க்கை கொடுத்தார்."

"ஆம் தாத்தா! உனது உடல் நலிந்து மெலிந்துவிட்டது. நம்மிடந்தான் பன்றிகள் ஏராளமாக இருக்கின்றனவே. வாரத்திற்கு இரண்டு தடவை அவசியம் பன்றி மாமிசம் சாப்பிடு. எங்களுக்கும் கொஞ்சம் அனுப்பிக்கொண்டிரு."

"அப்படியே ஆகட்டும் ராஜா! இப்போது நீங்கள் யௌவனத் தோடு இருக்கிறீர்கள். குழந்தையாக இருக்கும்போது நீங்கள் இந்தக் கிருஷ்ண தாத்தாவோடு விளையாடியது எனக்கு நன்றாய் நினைவிருக் கிறது. அப்போது இந்த ஏழையிடம் எவ்வளவு அன்பு வைத்திருந்தீர் களோ அதையே இப்போதும் வைத்திருக்கிறீர்கள்."

"தாத்தா! உனது புதிய எஜமானியைப் பார்க்கவில்லை?" என்றேன்.

"கேள்விப்பட்டிருக்கிறேனே தவிர இன்னும் பார்க்கும் பாக்கியம் கிட்டவில்லை எஜமான்!"

"அதோ! இலந்தை மர நிழலிலிருந்து வருகிறாள்."

ரோகிணி கபிலோடு நாங்களிருக்குமிடத்துக்கு வந்ததும் கூறினேன், - "ரோகிணி! இந்த கிருஷ்ண தாத்தா மூன்று தலைமுறைகளாக எங்களிடம் தோட்டக்காரராக இருந்து வருகிறார்."

"ஆமாம் அம்மா! உங்கள் பெரிய பாட்டனார் மகத செட்டி கோரிய அளவு பணம் கொடுத்து வாங்கி என்னை ஆதரித்தார். பெரியம்மாவும் அப்படித்தான். பின்னர் எஜமானரின் தாயார் மல்லிகாதேவியும் என்னிடம் கருணையோடு நடந்துகொண்டார். நீயும் இந்தக் கிழவனிடம் கருணை காட்டு அம்மா. மூன்று தலைமுறைகளாக நான் உங்கள் குடும்பத்துக்கு அடிமை."

ரோகிணி - "உன் மனைவி மக்கள் தாத்தா?"

கிருஷ்ணன் - "கிழவி செத்து பத்து வருடங்கள் ஆகிவிட்டதம்மா. அவள் போனதிலிருந்து என் மனதில் நிம்மதியில்லை. அவள்

எஜமானியின் கடனைத் தீர்த்துவிட்டுத்தான் போய்ச் சேர்ந்தாள். அவள் யுவதியாக இருக்கும்போது பாட்டனார் 50 பணம் கொடுத்து வாங்கி வந்தார். 'அடே கிருஷ்ணா! இதோ உனக்குப் பெண்டாட்டி வாங்கி வந்திருக்கேண்டா' என்று அவளை என்னிடம் ஒப்படைத்தார். அம்மா! அவள் எவ்வளவு நல்லவள் என்று நினைக்கிறீர்கள்! என்னைப் போலக் கறுப்பானவளல்ல. ரொம்ப அழகாயிருப்பாள். உள்ளமும் உடலும் சுத்தமானவள். இருபத்தைந்து வருடங்கள் மல்லிகா அம்மாவுக்குத் தொண்டு செய்தாள்."

ரோகிணி - "குழந்தை குட்டிகள்?"

கிருஷ்ணன் - "ஒரு ஊர் கொள்ளுமட்டும் இருக்கிறார்கள் தாயே. பேரன், பேத்திகள்கூட இருக்கிறார்கள். எஜமான் இவர்களையெல்லாம் விற்றால் எத்தனையோ குதிரைகள் வாங்கலாம்."

"ரோகிணி - அப்படிச் செய்தால் உன் மனம் என்ன பாடுபடுமோ."

கிருஷ்ணன் - "அடிமைகளாகிய எங்களுக்கு இந்தத் துக்கமெல்லாம் எந்தமட்டுக்கு அம்மா! அந்த ராட்சதன் மகத செட்டி செய்த சித்திரவதை அவ்வளவு இவ்வளவு என்று சொல்லமுடியாது! அவன் செய்த கொடுமைக்கு அடையாளமாக முதுகில் இன்றுகூட ஐந்து வடுக்கள் இருக்கின்றன" என்று முதுகின்மேல் தெளிவாகத் தெரிந்த ஐந்து வடுக்களைக் காண்பித்து "இரும்புக் கம்பிகளைப் பழுக்கக் காய்ச்சி முதுகில் சூடு போட்டுவிட்டான் அம்மா."

ரோகிணி அவனை இரக்கத்தோடு பார்த்துக் கூறினாள். "தாத்தா! அவன் எவ்வளவு கல்மனம் படைத்தவனாக இருக்கவேண்டும். என்னதான் குற்றம் செய்தாலும் இத்தனைக் குரூரமாக இம்சிக்கக் கூடாது."

"அம்மா! அடிமைகள் மீது அங்கே யார் இரக்கம் காட்டுகிறார்கள்? நான் வத்ச தேசத்தில் கௌசாம்பியில் பிறந்தேன். என் அம்மாவோடு சேர்த்து என்னைக் காசியில் விற்றார்கள். பிறகு எனக்கு வயது வந்ததும் மீண்டும் மகத செட்டி என்னை வாங்கிக்கொண்டான். எங்கேயானாலும் அடிகள் தப்பாது; ஆனாலும் அந்த செட்டி ரொம்பவும் கிராதகன் அம்மா!"

"சூடு எதற்காகப் போட்டான் தாத்தா?" ரோகிணி கேட்டாள்.

"ஆறு வருடங்களாகப் புழங்கி வந்த பழைய மண்பானையில் தண்ணீர் இறைத்துவரச் சொன்னான், எவ்வளவு நல்லதானாலும் ஆறு ஆண்டுகள் உபயோகித்தால் கெட்டுவிட்டுப் போகுமல்லவா? அதிலும் அந்தச் செட்டி சுத்தக் கஞ்சன். குறைந்த விலைக்கு வரும்

பானைகளைத்தான் வாங்குவான். இத்தனைக்கும் அவன் சொத்தை அனுபவிப்பதற்கு வீட்டில் எவரும் இல்லை. எல்லாம் மகத மன்னனுக்காகச் சேர்த்து வைத்து வந்தான் போலும். ஒரு நாள் அந்தப் பழைய பானையில் தண்ணீர் சேந்தி வரச்சென்றேன். தண்ணீர் இறைக்கும்போது பானையின் கழுத்துதான் கயிற்றோடு வந்தது. அடிப்பாகம் கிணற்றில் மூழ்கிப் போய்விட்டது. இவ்வளவுதான் நான் செய்த குற்றம்."

"இதற்காகவா பழுத்தக் காய்ச்சிய இரும்பில் சூடுபோட்டு விட்டான்?"

"ஆம் அம்மா! நான் தாங்க முடியாத வலியால் துடித்துக் கொண்டிருந்ததால் அந்தப் பிசாசு என்னை ஒரு தூணோடு சேர்த்துக் கட்டிப்போட்டு விட்டான். சூடு போட்டும் திருப்தியடையாமல் என்னைத் திட்டிக் கொண்டேயிருந்தான். நல்லவேளையாக அந்தச் சமயம் பாட்டனார் ஏதோ சரக்கு வாங்குவதற்காகச் செட்டியிடம் வந்தார். என் நிலைமையைக் கண்டு மனமிளகி இந்த அடிமையை எனக்கு விற்கிறாயா என்று அவனைக் கேட்டார். அவனும் சரி என்று சொன்னதும் பேரம் பேசினார்கள். என்னை அவன் நாற்பது பணத்துக்குத்தான் வாங்கியிருக்க, அறுபது பணத்துக்கு வாங்கியதாகப் பச்சைப் பொய் சொன்னான். நான் உண்மையைச் சொல்லிவிடலா மென்று நினைத்தாலும், எங்கே திரும்பவும் பழுக்கக் காய்ச்சிய இரும்பால் சூடு போட்டுவிடுவானோ என்று பயந்து பேசாமலிருந்து விட்டேன். அம்மா! அங்கே மன்னர்களுடைய ஆட்சியில் அடிமை களைக் கொன்றாலும் கேட்பதற்கு நாதியில்லை. ஆனால் இந்த லிச்சவி பஞ்சாயத்து ராஜ்யத்தின் சங்கதி வேறு. நாங்கள் இங்கே அடிமைகள் என்பதையே மறந்து போய்விட்டோம். உண்மையில் இங்கேயுள்ளவர் களுக்குச் சூடு போடுவது என்றால் என்னவென்றே தெரியாது. அதல்லாமல், ஒரு தடவை வஜ்ஜி தேசத்துக்குள் வந்துவிட்ட அடிமைகளை வெளியார்களுக்கு விற்கவே மாட்டார்கள். தாயே! இங்கே அடிமைகளே இல்லையம்மா. அடிமைகளை மகதத்திலோ, காசியிலோதான் பார்க்க வேண்டும். அங்கே முதுமை அடையும்வரை உயிரோடிருக்கும் அடிமைகளே கிடையாது."

ரோகிணி - "அவர்களை என்ன செய்கிறார்கள் தாத்தா?"

கிருஷ்ணன் - "உங்கள் நாட்டில் அடிமைகள் எப்படி இருக்கிறார்கள் அம்மா?"

ரோகிணி - "எங்கள் நாட்டில் அடிமைகள் என்பவர்களே இல்லை தாத்தா."

கிருஷ்ணன் - "இல்லவே இல்லையா! ரொம்பவும் ஆச்சரியமாக இருக்கிறதே! அப்படியே இருந்தாலும் இங்கேவிட அங்கே கருணையோடு நடத்துவார்கள் என்று நினைக்கிறேன்."

ரோகிணி - "இல்லை தாத்தா! அங்கே மனிதர்களை வாங்கவோ விற்கவோ முடியாது. அப்படியே யாராவது ஒரு அடிமை எங்கள் காந்தார நாட்டில் காலடி எடுத்து வைத்தால் உடனே சுதந்திரனாகி விடுகிறான்."

கிருஷ்ணன் - "உன்னைப்போல ரூபம் படைத்தவர்கள் மனிதர்களுக்குள் இருக்க முடியுமா என்று எனக்கு சந்தேகம் அம்மா! சின்ன எஜமான்கூட அதனால்தான் அங்கே போனார் என்று நினைக்கிறேன். அவர் வீட்டைவிட்டுக் கிளம்பிப் பல வருடங்களாகியும் என்ன வரவில்லையே என்று யோசித்துக் கொண்டிருந்தேன்."

ரோகிணி - "எங்கே போனார் என்று நினைத்துக்கொண்டிருந்தாய் தாத்தா?"

கிருஷ்ணன் - "அங்கேதானம்மா! அடிமைகள் சுதந்திரர்களாகும் லோகத்துக்கு உங்கள் நாட்டுக்கு. அந்த லோகத்துக்குத் தகுந்த ரூபம்தான் உனக்கு. உன்னைப் பார்த்தது முதல் எனக்கு ஒரு சந்தேகம்."

ரோகிணி - "என்ன அந்தச் சந்தேகம்?"

கிருஷ்ணன் - "அடிமைகள் மனிதர்களாகும் லோகத்தைக் குறித்தேதான் அம்மா! பெரிய எஜமானன் இல்லாமல் போய்விட்டார். அவர் இருந்தால் இப்படிப்பட்ட மருமகளை என்று கூறும்போதே கிருஷ்ணனின் கண்கள் பனித்தன. "ஆனால் தாயே! சின்ன எஜமானை விட்டுவிட்டு உங்கள் லோகத்துக்குத் திரும்பிப் போய்விட மாட்டாயோ?"

ரோகிணி - "என்ன சொல்கிறாய் தாத்தா? இவர் எனது பதி; அவர் தேசம் என் தேசமேயல்லவா. இவரை விட்டுவிட்டு நான் எங்கே போவேன்?"

கிருஷ்ணன் - "உங்கள் லோகத்தைப் பற்றி அப்படிப்பட்ட கதைகள் கேட்டிருக்கிறேன் தாயே. அதனால்தான் எனக்குப் பயமாக இருந்தது; அவரை விட்டுவிட்டுப்போக மாட்டேன் என்று நீ இப்போது சொன்னதால் கொஞ்சம் நம்பிக்கை ஏற்பட்டிருக்கிறது. நிச்சயமாக விட்டுவிட்டுப் போக மாட்டாயே அம்மா?"

ரோகிணி - "கணவரை விட்டு எங்கே போவேன் தாத்தா?"

கிருஷ்ணன் - "அப்படிக் கேட்காதே தாயே! நீ எப்போதும் சின்ன எஜமான் பக்கத்திலேயே இருப்பதாக உன் வாயாலேயே சொல்லம்மா. கேட்க வேண்டும் போலிருக்கிறது."

ரோகிணி - "எப்போதும் கூடவே இருக்கிறேன் சரிதானா?"

மகிழ்ச்சிப் பரவசத்தோடு கிருஷ்ணன் கூறினான் "எனக்குப் பயமாகவே இருக்கிறது தாயே."

ரோகிணி - "பயம் எதற்கு?"

கிருஷ்ணன் - "அடிமைகள் சுதந்திரர்களாகும் லோகத்தைச் சேர்ந்தவர்களைப் பற்றி - அதாவது உங்களைப் போன்றவர்களைப் பற்றித்தான் பயம் அம்மா?"

ரோகிணி - "அவர்கள் என்ன செய்கிறார்கள் என்று பயம்?"

கிருஷ்ணன் - "அவர்களது காதல் உறுதியாக இருக்காது என்று."

ரோகிணி - "என்ன அப்படிச் சொல்கிறாய் தாத்தா? என் வார்த்தையில் நம்பிக்கை இல்லை?"

கிருஷ்ணன் - "இனி எனக்குப் பூரணமான நம்பிக்கைதான் தாயே! இந்தக் கிழக்கிருஷ்ணன் மீது கோபப்படாதே. இனி இந்தக் கிழம் எத்தனை நாள் வாழப்போகிறது. எனது சின்ன எஜமானனுக்காகத்தான் உன் வார்த்தையை நம்புகிறேன்."

ரோகிணி - "இல்லையென்றால் நான் கணவனைவிட்டு விட்டுப் போய்விடுவேன் என்பதா உன் எண்ணம்?"

கிருஷ்ணன் - "என்னவோ யார் கண்டார்கள்; அந்த லோகத்தைப் பற்றி அப்படித்தான் நான் கேள்விப்பட்டேன்."

ரோகிணிக்குக் கிழவனின் கருத்துத்தான் என்ன என்பது தெளிவாகத் தெரியவில்லை. எனவே அவள் மீண்டும் கேட்டாள் - "தாத்தா! நான் எங்கிருந்து வந்திருக்கிறேன் என்று எண்ணிக் கொண்டிருக்கிறாய்?"

கிருஷ்ணன் - "எனக்கு நன்றாய்த் தெரியும் அம்மா! அடிமைகள் சுதந்திரர்களாகும் லோகத்திலிருந்துதானே வந்திருக்கிறாய்? அப்படிப் பட்ட லோகங்கள் ஒன்றுக்கு மேற்பட்டிருக்கின்றனவா என்ன?"

ரோகிணி - "சரி அப்படியானால் அது எந்த லோகம்?"

கிருஷ்ணன் - "என்னை ஏமாற்றப் பார்க்கிறாயா தாயே! கிழவன் கிருஷ்ணனுக்கு அதெல்லாம் நன்றாய்த் தெரியும்."

ரோகிணி - "அப்படியானால் சொல்லு..."

கிருஷ்ணன் - "உன்னுடைய ரூபலாவண்யங்களைப் பார்த்த மாத்திரத்திலேயே தெரிந்துகொண்டேன். நீ உண்மையை மறைக்கப் பார்த்தாய். ஆனால் நடக்கவில்லை. சின்ன எஜமானனிடமே நிரந்தரமாக இருப்பதாக வாக்கு கொடுத்திருக்கிறாய் அல்லவா. இனிப் பயமில்லை."

ரோகிணி - "சரி, நான் யார் என்று நினைத்துக் கொண்டிருக்கிறாயோ சொல்லு."

கிருஷ்ணன் - "எனக்கு எஜமானியென்று; இந்தக் கிழவனைத் 'தாத்தா' என்று அன்போடு அழைக்கும் தாய் என்று நினைத்துக் கொண்டிருக்கிறேன். அவ்வளவுகூடத் தெரியாத முட்டாளல்ல தாயே நான்?"

ரோகிணி - "அது இல்லை தாத்தா! எனது பிறந்த வீடு எங்கே இருக்கிறது என்று நினைத்துக்கொண்டிருக்கிறாய்?"

கிருஷ்ணன் - "சொல்வதில் இடைஞ்சல் என்னயிருக்கிறது? ஆனால் நீ மறந்துங்கூடச் சொல்லவே மாட்டாயல்லவா. அடிமைகள் சுதந்திரப் புருஷர்களாக இருக்குமிடம் தேவலோகத்தைத் தவிர வேறு என்ன இருக்க முடியும்."

ரோகிணி - "அப்படியானால் தாத்தா! நான் தேவலோகத்திலிருந்து வந்திருக்கிறேன் என்று நினைத்துக் கொண்டிருக்கிறாயா?"

கிருஷ்ணன் - "நினைப்பதென்னம்மா! நீயே சொன்னதுதானே?"

ரோகிணி - "அவ்விதமானால் நான் தேவலோகத்து அப்சரஸ் தாத்தா."

கிருஷ்ணன் - "சரியாகச் சொன்னாய் அம்மா."

ரோகிணி - "இனி நான் ஓடிப்போய் விடுவேன் என்ற பயமில்லையல்லவா?"

கிருஷ்ணன் - "இல்லையம்மா. தேவ கன்னிகைகள் பொய் பேசமாட்டார்கள். விருப்பமில்லையென்றால் முன்னதாக வாக்கு கொடுக்கமாட்டார்கள்."

ரோகிணி - "சரி, அது இருக்கட்டும். உன் குழந்தை குட்டிகளைப் பற்றிச் சொல்லவே இல்லையே என்ன?"

கிருஷ்ணன் - "ஒரு இருபது பேர் மகன்கள் - பேரன்கள், அதற்கும் அதிகமாக மகள்கள், பேத்திகள், மருமகள்கள் இருக்கிறார்கள் அம்மா!

ஒரு கிராமத்து ஆட்கள் அம்மா. அவ்வளவு பேரும் எஜமானின் வயலிலேயே வேலை செய்து வருகிறார்கள். பெரிய எஜமான் தமது காலத்தில் வயது வந்த எல்லோருக்கும் விடுதலை கொடுத்துவிட்டார். என்னைக்கூட விடுவிக்கப் பார்த்தார்; ஆனால் நான் ஒப்புக் கொண்டால்தானே. 'எஜமான்! எனக்கு இந்த ஜன்மத்தில் விடுதலை வேண்டாம்' என்று காலில் கையில் விழுந்து வேண்டிக்கொள்ளவே, பிறகு எப்படியோ ஒப்புக்கொண்டார்."

ரோகிணி - "இப்போது உனது குழந்தைகளில் எத்தனைபேர் தாசர் தாசிகளாக இருக்கிறார்கள்?"

கிருஷ்ணன் - "பத்துப்பேர், ஐந்து பேர் ஆண்கள், ஐந்து பேர் பெண்கள். ஒரு பேத்தி பெரியம்மாவுக்கு ஊழியம் செய்து கொண்டிருக்கிறாள். அவளை நீங்கள் பார்த்திருப்பீர்கள். இன்னொருத்தியை - ராதாவை - தோட்டத்தில் கண்டிருப்பீர்கள். பதினெட்டு வயது இருக்கும். என்னை மாதிரி கறுப்பாக இருக்கமாட்டாள். அவளுடைய பாட்டி கறுப்பானவளல்லவே, ராதா புத்திசாலியும்கூட. நீங்கள் வந்திருக்கிறீர்கள் என்று கேள்விப்பட்டதுமே "நீ புதிய எஜமானிக்குத் தாசி" என்று அவளிடம் கூறிவிட்டேன்."

ரோகிணி - "எனக்குத் தாசியா?"

கிருஷ்ணன் - "ஆமாம் அம்மா! ராதா ரொம்ப சுறுசுறுப்பானவள். பெரியம்மா இங்கு வந்திருந்தபோது அவளே அவருக்குச் சேவை செய்தாள். 'அந்தம்மாகூட ராதா நீ எங்கள் மருமகளுக்குத் தாசியாக இருந்து வேலை செய்ய வேண்டும்' என்று கூறினார்."

ரோகிணி - "தாசி!"

கிருஷ்ணன் - "எப்படியானாலும் அவள் தாசிதானேயம்மா! பெரிய எஜமான் எத்தனை பேர்களுக்குச் சுதந்திரம் கொடுத்தாலும் நாங்கள் மட்டும் அவருடைய அடிமைகள் (தாசர்கள்) என்றே நினைத்துக் கொண்டிருக்கிறோம்."

ரோகிணி - "ஆனால் பெரிய எஜமான் உங்களைக் கிரயம் விக்கிரயம் செய்யப்படக் கூடியவர்களாக வைக்கவில்லையல்லவா?"

கிருஷ்ணன் - "அது உண்மைதான். அவர் எங்களுக்குச் சுதந்திரம் கொடுத்திருக்கிறார். எல்லோரும் அப்படித்தான் நினைத்துக் கொண்டிருக்கிறார்கள். ஆனால் நான் என் குழந்தைகள் அனைவருக்கும் நீங்கள் எஜமானரின் அடிமை என்றே எண்ணிக்கொள்ளும்படி சொல்லிவருகிறேன். அவர்களும் அப்படியே பாவித்து வருகிறார்கள்."

ரோகிணி - "அப்படியானால் எங்களுக்கு அவசியப்படும்போது உன் குழந்தைகளை விற்றுவிடுவோம் என்று எண்ணிக் கொண்டிருக்கிறாயா?"

கிருஷ்ணன் - "நீங்கள் விற்கமாட்டீர்களம்மா! ஆனால் அவசியப்பட்டால் - அப்படிப்பட்ட காலத்தை நல்லவர்களான உங்களுக்குப் பகவான் ஏன் ஏற்படுத்துகிறார்? - ஆனாலும் அவசியம் ஏற்படும்போது என்னுடைய ஒவ்வொரு குழந்தையும் எஜமானனுக்காக விற்கப்படுவார்கள்."

ரோகிணி - "இல்லை தாத்தா! இனிமேல் அப்படி நடக்காது. சுதந்திரர்களாக்காமல் நான் யாரையும் என்னிடம் வைத்துக்கொள்ள மாட்டேன் என்ன பிரியசிம்மா?" என்று என் பக்கம் பார்த்தாள்.

நான் அதுவரைக்கும் கப்சிப் என்று வாய் பேசாமல் அவர்களுடைய சம்பாஷணைகளைக் கேட்டுக்கொண்டிருந்தேன். கிருஷ்ணன் தன்னுடைய எஜமானியைத் தேவ கன்னியாக்கி ஆழ்கடலில் மூழ்கடித்ததையும் கூடப் பார்த்துக்கொண்டிருந்தேன். "தவறாமல் அப்படியே செய்வோம் அன்பே! நம்மிடம் வேலை செய்ய விரும்புபவர்கள் வேலைக்காரர்களாக நம்மிடம் கூலியும் படியும் பெற்றுக்கொண்டு வேலை செய்யவேண்டும்" என்ற ரோகிணியை ஆமோதித்துப் பேசினேன்.

கிருஷ்ணன் - "வேலை செய்வதற்கு அனுமதிப்பீர்களல்லவா எஜமான்?"

நான் - "வேலை கொடுத்துக்கொள்வோம் தாத்தா! ஆனால் யாரையும் விற்கமாட்டோம். இனிமேல் அப்படி விற்கும் அதிகாரம் எங்கள் வம்சத்திற்கே இல்லாதபடி செய்வோம்."

கிழவன் நீண்ட பெருமூச்சுவிட்டுக் கூறினான் - "தேவ கன்னியம்மா! நீ உங்கள் லோகத்தில் நடப்பது போலவே இங்கேயும் செய்யவேண்டு மென்றிருக்கிறாய் அல்லவா? எங்கள் எஜமானனின் அடிமைகள், அடிமைகள் போலல்லாமல் நம்பிக்கையான வேலைக்காரர்கள் மாதிரி வேலை செய்து வருகிறார்கள்."

ரோகிணி - "அடிமைகள் செய்யும் வேலைக்கும் வேலைக்காரர்கள் செய்யும் வேலைக்கும் வித்தியாசம் இருக்கிறதா தாத்தா?"

கிழவன் - "வித்தியாசம் நிறைய இருக்கிறதம்மா! வேலைக்காரர்கள் நன்றாய் வேலை செய்தால் நல்ல சம்பளம் கிடைக்கும்; மோசமாக வேலை செய்தால் குறைவாகச் சம்பளம் கிடைக்கும். நல்லவிதமாக வேலை செய்தவர்களை எவரும் வேலைக்காரர்களாக வைத்துக்கொள்ள

மாட்டார்கள். ஆனால் அடிமைகளோ வீட்டு எருதுகளுக்குச் சமமானவர்கள். அவர்களை அடிக்கலாம், திட்டலாம், கொல்லலாம்; ஆனால் உடல் வளைந்து வேலை செய்ய இஷ்டப்படாத அடிமைகளை அடித்தோ, திட்டியோ வேலை செய்ய வைப்பது சாத்தியமில்லை. திறமையான வேலை செய்யவில்லை என்று அடிமைகளை எந்நேரமும் அடித்துக்கொண்டிருக்க முடியுமா? மூட்டுகள் நொறுங்கும்படி அடித்தாலும் கொன்றாலும் தங்களுடைய சொத்துதான் நஷ்டம், நுட்பமான வேலைகள் எதனாலும் அடிமைகளைக் கொண்டு செய்யச் சொல்லக்கூடாது. அப்படிப்பட்ட வேலைகள் செய்து அவர்கள் அடையும் நன்மைதான் என்ன இருக்கிறது? ஆகையினால் அடிமைகள் அத்தகைய வேலைகளைக் கெடுத்துவிடவும் செய்வார்கள். ஆனால் உங்களுடைய அடிமைகள் அப்படிப்பட்டவர்களல்ல தாயே?"

ரோகிணி - "எங்களிடம் அடிமைகள் யாரும் இருக்க மாட்டார்கள் தாத்தா! இன்றைக்கே நாங்கள் எல்லோரையும் விடுதலை செய்து சுதந்திரர்களாக்கப் போகிறோம்; உன்னைக் கூடத்தான் பெரியவரே!"

கிருஷ்ணன் - "என்னை மட்டும் விட்டு வை தாயே! பெரிய எஜமான்கூடப் போய்விட்டார். (கண்களில் நீர்மல்க தழுதழுத்த குரலில்) என்னைச் சுதந்திரனாகச் செய்ய வேண்டாம். என்னை உங்கள் வீட்டு அடிமையாகவே சாகவிடுங்கள் அம்மா."

நான் - "தாத்தா! சுதந்திர மனிதனாக்குவதென்றால் உன்னை எங்கள் வீட்டு வேலையிலிருந்து நீக்கிவிடுவது என்று அர்த்தமல்ல. உன்னுடைய எஜமானியின் லோகத்தில் அடிமைகள் இல்லை என்பது உனக்குத் தெரியுமல்லவா."

கிருஷ்ணன் - "ஆம், எஜமான். எனக்குத் தெரியும். அம்மா உங்களோடேயே இருப்பார் என்றுங்கூட எனக்குத் தெரியும்."

நான் - "தாத்தா! நீ கூறியபடி அவள் எப்போதும் என்னுடன் இருக்கப் போகிறவள் அல்லவா; அப்படியானால் அவள் பேச்சை நாம் கேட்க வேண்டாம்? அடிமைகளோடு இருப்பது அவளுக்கு விருப்ப மில்லை. எனவே அவள் சொன்னபடி செய். நீ எப்போதும் போலவே வேலை செய்துகொண்டு எங்களிடமே இருக்கலாம். உன்னுடைய எஜமானி நமது தோட்டத்தைப்பற்றி உன்னிடம் பேச வேண்டு மென்றிருக்கிறாள். அவளுடைய மனதை வேதனைப்படுத்தக் கூடாது. இன்றைக்கே உங்கள் குடும்பத்திலுள்ள சிறியவர்கள் - பெரியவர் களெல்லாம் தலைக்குத் தண்ணீர் ஊற்றிக் குளித்து முழுகி மத்தியானம் இந்த வீட்டிற்கு வாருங்கள். இனி தோட்ட வேலையைப் பற்றி நீங்களிருவரும் பேசிக் கொள்ளுங்கள்."

கிருஷ்ணன் - "அப்படியானால் எஜமான்! நாங்கள் எப்போதும் போலவே உங்கள் வீட்டிலேயே இருப்போமா?"

நானும் ரோகிணியும் - "ஆம் அப்படித்தான் எங்களுக்கு நம்பிக்கையான வேலைக்காரர்களாக இருப்பீர்கள். ஆனால் அடிமைகளாக அல்ல."

"நல்லது!" என்று கூறிக் கிருஷ்ணன் தலையைத் தொங்கப் போட்டுக் கொண்டான்.

"பிரியசிம்மா! தாசர் - தாசிகள் அனைவரும் குளித்து முழுகி மத்தியானம் நம்மிடம் வரவேண்டுமென்று நம்முடைய மேஸ்திரியிடம் சொல்லு" என்றாள் ரோகிணி என்னிடம்.

நான் உடனே எங்கள் கழனியின் மேஸ்திரியைக் கூப்பிட்டனுப்பி அந்தச் சமாச்சாரத்தைக் கூறினேன்.

"தாத்தா! உன் கைபட்டு தோட்டம் மிக நன்றாக இருக்கிறது" என்று ரோகிணி கிழவனை மெச்சிக்கொண்டாள்.

"ஆம் தாயே! மகத செட்டிக்கு முந்திய எஜமான் என்னைக் காசி மன்னனின் தோட்டத்தில் போய் வேலை செய்யும்படி அனுப்பி வைத்தான். அங்குதான் இந்தத் தோட்ட வேலையைக் கொஞ்சம் கற்றுக்கொண்டேன்."

ரோகிணி - "இன்னொருத்தருடைய வேலைக்கா?"

கிருஷ்ணன் - "ஆம் அம்மா! அடிமை செய்யும் வேலைக்குக் கிடைக்கும் கூலி எஜமானுக்குக் கிடைக்கும்."

ரோகிணி - "உனக்குத் தோட்ட வேலை முன்னமேயே தெரியுமா?"

கிருஷ்ணன் - "அவரிடம் இன்னும் சில வருடங்கள் இருந்திருந்தால் தோட்ட வேலையை இன்னும் நன்றாகக் கற்றுக் கொண்டிருப்பேன். நமது தோட்டத்தில் மா, நாவல் கொய்யா, இலந்தை, நெல்லி முதலியவற்றின் கன்றுகளைக் காசியில் போலவே நட்டு வளர்த்தேன். அம்மா! இலந்தைப் பழங்களைப் பார்த்தீர்களல்லவா! அவை காசி வகையைச் சேர்ந்தவை. ஒரு பழம் வாய்க்குக் கொள்ளாது ரொம்பவும் இனிப்பாக இருக்கும். ஆப்பிள் பழம் அதன் முன்னால் திகட்டிப் போய்விடும். கொய்யாப்பழங்கள்கூடக் காசி ஜாதியைப் போலவே பெரியவைகள். இனிப்பாக இருக்கும். விதைகள் கொஞ்சம். மாம்பழங்களைப் பற்றிச் சொல்லவேண்டியதேயில்லை. பழுத்ததும் நீங்களே பாருங்கள்."

ரோகிணி - "தாத்தா! அப்படியானால் உனது தோட்டத்தில் நல்ல ஜாதி பழச்செடிகளையும், மரங்களையுமே வளர்க்கிறாய், என்று சொல்லு."

கிருஷ்ணன் - "ஆம் தாயே! பெரிய எஜமானுக்கு நல்ல ஜாதிகளென்றால் மிகவும் விருப்பம். அவர் ஒரு தடவை என்னைப் படகில் காசிக்கு அழைத்துச்சென்றார். பொய் ஏன் சொல்ல வேண்டும் அம்மா! நான் காசி மன்னனின் தோட்டக்காரனுக்குச் சன்மானம் கொடுத்து, அங்கிருந்து நல்ல ஜாதிக் கன்றுகளைப் பொறுக்கி எடுத்து வந்தேன். அரசர்கள் தங்கள் தோட்டங்களில் இருப்பது போன்ற பழங்கள் மற்றவர்களின் தோட்டங்களில் இருப்பதை விரும்ப மாட்டார்கள். ஆகையினால் அந்தக் கன்றுகளைப் பெற்று வருவதற்கு மிகவும் சிரமப்படவேண்டி வந்தது. ஆனால் பெரிய எஜமான் "கிருஷ்ணா! தங்களது தோட்டத்துக்கு வேண்டும் என்று யார் வந்து கேட்டாலும் உன்னுடைய நல்ல ஜாதிக் கன்றுகளைக் கொடு" என்று கூறிவிட்டார்.

ரோகிணி - "அப்படியானால் நீ கொடுத்தாயா?"

கிருஷ்ணன் - "கொடுத்தேன்; ஆனால் அவற்றை வளர்க்க அவர்களுக்குத் தெரியவில்லை. செடிகள்கூடச் சலிப்பில்லாத சேவையைக் கோருகிறது. தோட்ட வேலையாயினும் அதைத் தெரிந்தவர்களிடம் கற்றுக்கொள்ள வேண்டும்."

ரோகிணி-"பின் நீ கொஞ்சம் பேருக்குக் கற்றுக் கொடுத்தாயல்லவா?"

கிருஷ்ணன் - "கற்றுத்தர வேண்டுமென்றுதானிருந்தேன்; ஆனால், ஐந்தாறு பேர்தான் வந்தார்கள். அதற்குக்கூடச் சுறுசுறுப்பு வேண்டும். அப்படிக் கற்றுக் கொண்டவர்களிலும்கூட மூன்றுபேர் என்னுடைய மகன்களும், பேரன்களும்தான். நான் இறந்து போனாலும் அவர்களால் நமது தோட்டத்தைப் பார்த்துக்கொள்ள முடியும்."

ரோகிணி - "தாத்தா! இங்கேயில்லாத பழங்களைப் பற்றி உன்னிடம் கேட்க வேண்டுமென்றிருந்தேன்."

கிருஷ்ணன் - "என்ன பழங்கள் தாயே?"

ரோகிணி - "திராட்சை, கமலாப்பழம், அத்திப்பழம், அக்ரோட், வாதுமை முதலியவை."

கிருஷ்ணன் - "இவற்றில் சிலவற்றின் பெயர்களைக்கூட நான் கேட்டதில்லை. அதோடு, ஒவ்வொரு செடிக்கும் அதற்குரிய மண், தட்பவெப்பநிலை இருந்தால்தான் வளரும். ஆனாலும்

எங்கேயானாலும் நன்றாக இல்லாவிட்டாலும் அடியோடு வளராமல் போகாது. விதையிருந்தால் முளைக்க வைத்துப் பார்க்கலாம். இதைவிடக் கன்றுகள் இருந்தால் நல்லது. புதிய ரகங்களை முயற்சி செய்து பார்ப்பதென்றால் எனக்கு விருப்பம் அதிகம்."

ரோகிணி - "கன்றுகள் இவ்வளவு தூரத்தில் கிடைப்பது கஷ்டம் தாத்தா! ஆனால் என்னிடம் விதைகள் இருக்கின்றன."

கிருஷ்ணன் - "அவற்றை என்னிடம் கொடு தாயே! போட்டுப் பார்க்கிறேன். நான் முதன் முதலில் இங்கே மாதுளை, பேரிக்காய் கன்றுகளை நட்டபோது எல்லோரும் அவை பிழைக்கமாட்டாது. கிருஷ்ணன் பைத்தியக்காரன் என்றார்கள். ஆனால் தோட்டத்தின் கிழக்குப் பக்கத்தில் பாருங்கள். இப்போது அவை எப்படிக் காய்க்கின்றன! அவைகள் அவ்வளவு இனிப்பாக இல்லை என்று சொல்கிறார்கள்; ஆனால், எனக்கு மாத்திரம் இனிப்பாகவே இருக்கின்றன."

ரோகிணி - "கொஞ்சம் இனிப்புக் குறைவாக இருப்பதால் என்ன நஷ்டமாகிவிடுகிறது. புதிய ரகப் பழங்களை நம் நாட்டில்கூடப் பயிர் செய்யலாமல்லவா."

கிருஷ்ணன் - "ஆம், அவ்வளவுதான் தாயே! விதைகளைக் கொடுங்கள். மண், உப்பு, சுண்ணாம்பை விகிதப்படி போட்டு இவற்றில் எதில் எந்தக் கன்று நன்றாய் வளர்கிறது என்று பார்க்கிறேன். பெரிய எஜமான் காலமானதோடு கிருஷ்ணன் அனாதையாகிவிட்டான்."

ரோகிணி - "ஏன், எதனால் அனாதையாகிவிட்டாய்?"

கிருஷ்ணன் - "புதிய புதிய பழக்கன்றுகள், பூஞ்செடிகள் போடும்படி சொல்லுபவர்கள் இல்லாமல் போய்விட்டார்கள். புதிய வேலை என்றால் மனசுக்கு எவ்வளவு உல்லாசமாக இருக்கிறது. சரி, விதைகளை எப்போது அனுப்புகிறாய் தாயே?"

ரோகிணி - "நாளைக் கழித்து அனுப்புகிறேன். ஆனால் இந்தக் கடுங்குளிர் காலத்தில் முளைக்குமா?"

கிருஷ்ணன் - "கொஞ்சமாகப் போட்டுப் பார்க்கிறேன். ஆனால் வெயில் காலம் போனபிறகு மிக நன்றாய் வளரும்."

ரோகிணி - "திராட்சைப் பதியம் கிடைக்கும் தாத்தா."

கிருஷ்ணன் - "அப்படியானால் அது வளர்ந்த பிறகு பந்தல் போட்டுத் தருகிறாய் அல்லவா."

அவர்களுடைய சம்பாஷனைக்கு ஒரு முடிவு இருக்குமென்று எனக்குத் தோன்றவில்லை. எனவே நான் கூறினேன்.

"ரோகிணி" இனி நாம் மத்தியானச் சாப்பாட்டுக்குப் புறப்படுவோம். பன்றி மாமிசம் சூடாக இருந்தால்தான் நன்றாக இருக்கும். என்ன தாத்தா?"

கிருஷ்ணன் - "ஆம் எஜமான். ஆறிப்போனால் பாதி ருசி போய்விடும். முக்கியமாய்ப் பன்றி மாமிசம் அப்படி."

ரோகிணி - "நாங்கள் இனிச் சாப்பாட்டிற்குச் செல்கிறோம் தாத்தா" உங்களைச் சேர்ந்தவர்களெல்லாம் அப்போதே குளித்து முழுகி வந்து இருப்பார்கள். நீயும் போய்க் குளித்துவிட்டு வா."

கிருஷ்ணன் - "எங்களை விட்டுவைக்க மாட்டீர்களா எஜமான்."

நான் - "நீ மறுபடியும் உனது தேவகன்னி அம்மாவுக்குக் கோபமூட்ட விரும்புகிறாயா?"

கிருஷ்ணன் - "இல்லை ஏஜமான்! நான் அம்மா சொன்னபடியே நடந்துகொள்கிறேன். போய்க் குளித்துவிட்டு வருகிறேன்."

நாங்களிருவரும் கழனி வீட்டிற்குள் சென்றோம். சாப்பாடு தயாராக இருந்தது. தலை நனைய குளித்துவிட்டு, ஈரத்தை உலர்த்து வதற்காகத் தனது கருங்கூந்தலை அலைய விட்டுக்கொண்டு, ஆசனங்களைப் போட்டுக்கொண்டிருந்தாள் கோதுமை நிறம் கொண்ட யுவதி. ரோகிணி அவளை "உன் பெயரென்ன பெண்ணே?" என்று கேட்டாள்.

ராதா - "அம்மா!" என்று கூறிச் சட்டென்று தனது கூந்தலைக் கொண்டை செருகிக் கொண்டாள்.

"ராதா, உனக்கு மாமிசம் சமைக்கத் தெரியுமா?"

"பெரியம்மா இங்கே வரும்போதெல்லாம் நான்தான் அவர்களுக்குச் சமைத்துப் போடுவேன் அம்மா! இப்போது மாமிசம் சமைப்பதில் கொஞ்சம் கைதேர்ந்துவிட்டேன்."

"சரி, சீக்கிரமாகப் பரிமாறு. எங்களிருவருக்கும் ரொம்பப் பசியாக இருக்கிறது."

"எல்லாம் தயாராகவே இருக்கிறது அம்மா!"

சாப்பாடு முடிந்ததும் நாங்கள் வைசாலியிலிருந்து கொண்டு வந்திருந்த துணி மூட்டையை அவிழ்த்தோம். மேஸ்திரியைக் கூப்பிட்டு தாசர் - தாசிகள், அவர்களுடைய குழந்தை குட்டிகள் எத்தனை பேர்

என்பதைக் கணக்கிடச் சொன்னோம். பிறகு தலைக்கு இரண்டிரண்டு துணிகளாக மடித்து வைத்தோம்.

சிறிது நேரத்தில் கிருஷ்ணன் தனது குடும்ப சகிதமாக வந்து சேர்ந்தான். அவர்கள் அனைவரையும் அருகில் அழைத்து ரோகிணி கூறினாள் - "நாங்கள் இப்போது உங்களெல்லோருக்கும் சுதந்திரம் கொடுத்துவிட்டோம். இந்த வினாடி முதல் நீங்கள் தாசர் - தாசிகளல்ல. இனிமேல் நீங்கள் எங்களிடத்திலாகட்டும், அல்லது உங்களுக்குப் பிடித்தமான மற்றவர்களிடத்திலாகட்டும், வேறு எங்கே வேண்டுமானாலும் வேலை செய்து உங்களுடைய உழைப்புக்குத் தகுந்த கூலி - படிகளைப் பெற்றுக்கொள்ளலாம். இப்போது உங்கள் எல்லோருக்கும் தலைக்கு இரண்டு வஸ்திரங்கள் கட்டிக்கொள்வதற்கும் போர்த்திக் கொள்வதற்கும் தருகிறோம். பின்னர் இன்று சாயங்காலம் நமது கழனியிலுள்ள வேலைக்காரர்கள், பண்ணையாட்கள் ஆண் - பெண் குழந்தைகளோடு வந்து எங்களுடன் சம்பந்தி போஜனம் சாப்பிட வேண்டும். கொழுத்த காளை, பன்றி மாமிசமும், சூப்பும் தயார் செய்யுங்கள்."

முதலில் கிருஷ்ணன் தாத்தாவுக்கு இரண்டு துணிகள் கொடுக்கப்பட்டது. அவற்றை வாங்கும்போது அந்தக் கிழவனின் கண்களிலிருந்து கண்ணீர் பொலபொலவென்று கொட்டிற்று. பிறகு வரிசையாக மற்றெல்லோருக்கும் துணிகள் பகிர்ந்து தரப்பட்டன. ராதா வெட்கப்பட்டுக்கொண்டு எல்லோருக்கும் பின்னால் வந்தாள். ரோகிணி அவளிடம் துணியை நீட்டிக்கொண்டே "ராதா! நீ எங்களிடம் வேலை செய்கிறாயா?" என்று கேட்டாள்.

"நீங்கள் ஒப்புக்கொண்டால் தட்டாமல் வேலை செய்கிறேன் அம்மா!" என்றாள் ராதா.

"அப்படியானால் இன்றிலிருந்து எங்களிடம் வேலை செய், எங்களோடு வைசாலிக்கு வந்துவிடு."

ராதா தாங்கமுடியாத மகிழ்ச்சியோடு "அப்படியே செய்கிறேன் அம்மா!" என்றாள்.

16. யுத்த சபை

நான் யுத்த சபைக் கூட்டத்தில் கலந்துகொள்ள வேண்டியிருந்ததால் அன்று ஒருநாள் மட்டும் கழனி வீட்டில் தங்கியிருந்துவிட்டு நாங்கள் வைசாலிக்குத் திரும்பிவிட்டோம். வயலில் வேலை செய்பவர்கள் அனைவரும் தங்களுடைய எஜமானியை - தேவ கன்னியைப் பார்த்துப் பெரிதும் மகிழ்ச்சி அடைந்தனர். அதிலும் கிழவன் கிருஷ்ணனுக்கு மற்றவர்களைவிட அதிக சந்தோஷம் "அம்மா தேவகன்னியல்ல, மனுஷிதான்" என்று யாராவது சொல்லிவிட்டால் போதும், உடனே அவர்களோடு வாதம் செய்யக் கிளம்பிவிடுவான், "அடிமைகள் சுதந்திரர்களாகும் லோகத்திலிருந்து வந்திருக்கிறேன் என்று அவரே என்னிடம் சொன்னாரே" என்று கூறுவான்.

அங்கேயிருந்து திரும்பியதும் நேரே எங்கள் சொந்த வீட்டிற்கே வந்தோம். சிற்றப்பா ரோஹண் மகதத்தின் ராணுவ முஸ்தீபுகளைப் பற்றிப் பல விஷயங்கள் கூறினார். மகத மன்னன் பிம்பிசாரனுக்கு யுத்தம் செய்ய வேண்டும் என்ற விருப்பம் இப்போது இல்லையாம். ஆனால் அவனுடைய மகன் அஜாதசத்ரு அவனைத் தூண்டிக் கொண்டிருக்கிறானாம். அதனாலேயே யுத்தத் தயாரிப்புகளை அரசன் செய்துகொண்டிருக்கிறானாம். இந்த விவரங்களையெல்லாம் சிற்றப்பா கூறினார். அதோடு பிம்பிசாரனுடைய பிரதான மந்திரியான வர்ஷகாரனைப் பற்றியும் கூறினார். அவன் பிராமணன். மகா தந்திரசாலி. எங்கள் ராஜ்யத்திலுள்ள ஒவ்வொரு விஷயத்தையும் தெரிந்து கொள்வதற்குத் தன்னுடைய ஒற்றர்களை நியமித்திருந்தான். மகத மன்னனிடம் நல்ல ராணுவ வீரர்கள் இல்லை; திறமையான சேனாபதிகள் இல்லை; ஆனால் பெரிய சூழ்ச்சிக்காரனான வர்ஷகார னிருந்தான். அதுதான் மற்றெல்லாவற்றையும் விட எங்களுக்குப் பயமாக இருந்தது.

எங்கள் சேனாபதியின் அலுவலகத்தில் யுத்த சபையின் கூட்டம் நடைபெற்றது. சேனாபதி சுமணன், நான் மற்றும் மூன்று சேனைத் தலைவர்கள் கலந்துகொண்டோம். அவர்களில் ஒருவர் வேவுத் ன் தலைவர். சேனாபதி யுத்த சபையின் கூட்டத்தை ஆரம்பித்து வைத்துப் பின்வருமாறு கூறினார் - "லிச்சவி சேனைத் தலைவர்களே! வஜ்ஜி தேசத்துக்கெதிராக மகதமன்னன் செய்துவரும் யுத்த முஸ்தீபுகள் பற்றிய

சில விவரங்களைச் சென்ற மாதம் நடைபெற்ற சபையின் கூட்டத்தில் கேட்டீர்கள். அதற்குப் பிறகு நமது ஒற்றர்கள் மூலம் சேகரித்த புதிய தகவல்களை நமக்கு இப்போது சேனைத் தலைவர் புஷ்பதத்து விவரிப்பார்."

புஷ்பதத்து ஐம்பத்தைந்து வயது நிரம்பியவர். நல்ல உயரம். திடகாத்திரமான ஆகிருதி. வழுக்கைத் தலை. அவர் கம்பீரமான சுபாவம் படைத்தவர் என்பதை அவர் முகமே காட்டிற்று. தனக்குத் தாமே பேசிக்கொள்பவர் போல் மெதுவாகச் சொல்ல ஆரம்பித்தார்.

"பிம்பிசாரன் கடந்த ஐந்து வருடங்களாகவே அங்க, மகத ராஜ்யங்களின் வருவாயில் பெரும் பகுதியை யுத்த நிதியில் சேர்த்து வருகிறான். அவன் கங்கை, சோணை வாக்மதி நதி தீரங்களிலுள்ள பழைய கோட்டைகளையெல்லாம் பலப்படுத்தியிருக்கிறான். இதல்லாமல் புதிதாகப் பதினாறு கோட்டைகளை நிர்மாணித் திருக்கிறான். அவற்றைச் சுற்றிலும் தேக்கு மரங்களை கொண்டு உறுதியான சுவர்கள் எழுப்பியிருக்கிறான். ஒவ்வொரு கோட்டையிலும் மூவாயிரம் முதல் ஏழாயிரம் வரையிலும் ரத, கஜ, துரக, பதாதிகளைக் கொண்ட படைகளை வைத்திருக்கிறான். வெளித்தொடர்பு இல்லாதுபோய் அதனால் உணவுத் தட்டுப்பாடு ஏற்படாமலிருக்க ஒரு வருடத்திற்குத் தேவையான ஆகாரப் பொருள்களை ஒவ்வொரு கோட்டையிலும் சேமித்து வைத்திருக்கிறான். இதல்லாமல் அவன் படகுப் படையைத் தயாரித்திருக்கும் விஷயமும் நமக்கு எட்டியிருக்கிறது. மூன்று நதிகளின் கரைமேட்டில் அமைக்கப் பட்டிருக்கும் கோட்டைகளில் பலமான படகு சைன்யத்தை வைத்திருக்கிறான். ஒவ்வொரு படகிலும் சைன்யத்தை வைத்திருக்கிறான். ஒவ்வொரு படகிலும் 8 முதல் 16 வரை படகோட்டிகளும் 20 முதல் 50 வரை வேல், வாள் முதலிய ஆயுதங்களைத் தரித்த படை வீரர்களும் இருக்கிறார்கள். இந்தத் தடவை பிம்பிசாரன் தனது வெற்றிக்கு அந்தப் படகுப் படையையே நம்பிக் கொண்டிருக்கிறான். படை வீரர்களுக்குப் படி, சம்பளம் கொடுப்பதில் குறைபாடு ஏற்பட்டுவிடாதபடி அவனுடைய கருவூலம் நிறைந்திருக்கிறது. அவனிடம் எல்லா வகையான ஆயுதங்களும் நம்மிடம் இருப்பதைவிட அதிகமாக இருக்கின்றன என்பதிலும் சந்தேகமில்லை. நம்முடைய ராணுவத் தயாரிப்புகளைப் பற்றியும் அவனுக்குப் போதுமான அளவு தெரிந்திருக்கிறது. இந்த விஷயத்தில் மகத பிராமணர்கள் தங்கள் மன்னனுக்குப் பூரணமாக ஆதரவு அளித்து வருகிறார்கள். அங்க நாட்டில் எழுந்த கலகத்தையும் அவன் அடக்கிவிட்டான். இப்போது அங்குள்ள மக்கள் வாளேந்தி மகதத்தை எதிர்க்கும் நிலையிலில்லை.

குடதந்தன் போன்ற பெரிய பெரிய பிராமணப் பண்டிதர்களை, அவர்களுக்கு ஜாகீர்களும், பதவிகளும் பட்டங்களும் கொடுத்துத் தன்பக்கம் இழுத்துக் கொண்டுவிட்டான். அங்கதேசத்து வர்த்தகப் பிரமுகர்களும் மகதத்தின் புகழ் இசைத்துக் கொண்டிருக்கிறார்கள். பிம்பிசாரன் தன்னுடைய கூரிய வாள் முனையில் அங்க, மகத ராஜ்யங்களில் திருடர், கொள்ளையர் பயம் இல்லாது செய்திருக்கிறான். இவையனைத்தின் பிரதிபலிப்பு மக்களிடையே தனது முத்திரையைப் பதிக்காமல் போகவில்லை. இதல்லாமல், பிம்பிசாரன் தான் கௌதம புத்தருடைய பரம சிஷ்யன் என்று வேறு பிரச்சாரம் செய்து கொண்டிருக்கிறான். இப்போது புத்தரின் புகழ் கிழக்கில் மட்டுமின்றி இதர ராஜ்யங்களிலும் கூடப் பரவியிருக்கும் விஷயம் உங்களுக்குத் தெரிந்ததே! படித்தவர்கள் மத்தியில் புத்தரின் பெருமை வேலை செய்த அளவுக்கு வேறு எந்த மதாச்சாரியரின் பெருமையும் வேலை செய்யவில்லை. சாக்ய, கோல, மல்ல, லிச்சவி முதலிய குடியரசுகளில் இருக்கும் க்ஷத்திரியர்கள் அனைவரும் புத்தரிடம் விசேஷ பக்தி, சிரத்தை கொண்டிருக்கிறார்கள். பிரசேன ஜத்து, பிம்பிசாரன் மட்டுமின்றி, வத்ச, அவந்தி, குரு, சூரசேன (மதுரா) முதலான நாடுகளின் மன்னர்களெல்லாம் கூடக் கௌதமரைக் கௌரவித்து வருகிறார்கள். புத்தர் நமது குடியரசின் பெருமைக்குரியவர் என்பதை நீங்கள் நன்கு அறிவீர்கள். நாம் அவருக்கு நந்தவனங்களும், விஹாரங்களும், மண்டபங்களும் கட்டித் தரவில்லையாயினும், அவர் நம்மைத் தேவர்களுக்குச் சமானமானவர்கள் என்று சிலாகித்துப் பேசி வருகிறார். ஆனால், பிம்பிசாரன், தாம் கௌதமரின் சீடனென்றும், தர்மராஜன் என்றும் கீர்த்தி பரப்பி வருகிறான். அவன் தன்னுடைய ராஜ உத்தியானவனத்தை வேறு (மூங்கில் வளத்தை) கௌதமருக்குக் கொடுத்துப் பேரும் புகழும் சம்பாதித்துக் கொண்டிருக்கிறான். புத்தர் கிரிதரகூட மலையில் இருந்தபோது பிம்பிசாரன் பாதயாத்திரையாகவே சென்று அவரைத் தரிசித்தான். அவனது இந்தப் பக்தி ஒரு சாதாரண தார்மீக விஷயமாகத் தோன்றலாம்; ஆனால் இதே பக்தி காரணமாகவே அவன் தன் பிரஜைகளின் விசுவாசத்திற்கும், கௌரவத்திற்கும் பாத்திரமாக முடிந்திருக்கிறது. இந்த விதமாகப் பிம்பிசாரனுடைய ராஜ்யத்தில் மக்கள் மத்தியில் சாந்தியும் சந்தோஷமும் ஏற்பட்டிருக்கிறதை நீங்கள் பார்க்கிறீர்கள். இவற்றையெல்லாம் பார்க்கையில் மகத மன்னன் இப்போது யுத்தத்திற்குத் தயாராக இருப்பதுபோல அவ்வளவு பலத்தோடு வேறு எப்போதும் இருந்ததில்லை என்பதை நாம் ஒப்புக்கொள்ளத்தான் வேண்டும்.

“இருந்தாலும் அவனுடைய பலங்களுக்கு மத்தியில் பலஹீனமும் இல்லாமலில்லை. ஆனால், அது மகதத்துககுள் உட்புகுந்து பார்த்தால்

மாத்திரம் தெரிந்துவிடாது. அதற்குப் பதில் அவனுடைய அரசாட்சி முறையை நம்முடைய பஞ்சாயத்துப் பரிபாலனத்தோடு ஒப்பிட்டுப் பார்க்கும்போதுதான் விகசிதமாகத் தெரியும். இவற்றைப் பற்றியெல்லாம் நமது சேனாபதியும் தட்சணப்படைத் தலைவரும் விவரித்துக் கூறுவார்கள். நான் இப்போது இந்த விஷயம் பற்றிச் சொல்லக்கூடியது ஒன்றே ஒன்றுதான். அதாவது, வஜ்ஜி மண்ணில் பிறந்த ஒவ்வொரு லிச்சவி மகனும், நாட்டைப் பாதுகாப்பதற்காக நடக்கும் யுத்தத்தைத் தன்னுடையதாகப் பாவிக்கிறான். ஆனால் அங்க, மகத ராணுவத்தினர் அப்படியின்றி, தாங்கள் செய்யும் யுத்தத்தைப் பிம்பிசாரனுடைய யுத்தமாகவே கருதுகின்றனர்."

பிறகு சேனாபதி சுமணன் எழுந்து, தனது வெண்மையான தாடியைக் கையால் தடவி விட்டுக்கொண்டே சொல்ல ஆரம்பித்தார்; "சிரஞ்சீவிகளே! நான் நமது குடியரசு செய்துள்ள ஏற்பாடுகளைக் குறித்துச் சொல்கிறேன். நமது கடந்த கூட்டத்தில் கூறப்பட்ட அநேக முக்கிய விஷயங்கள் சிம்மனுக்குத் தெரியாது. எனவே அவற்றில் சிலவற்றை இப்போது மீண்டும் கூறுகிறேன். பிம்பிசாரனுடைய நதிக்கோட்டைகளுக்கு எதிராக நாம் இரண்டு மரக்கோட்டைகளைக் கட்டியிருக்கிறோம். முக்கியமாகக் கண்டகி நதி தீரத்தில் நமது கோட்டைகளை அமைத்திருக்கிறோம். கண்டகி நதிக்கு அந்தப்புறத்தி லுள்ள பிரதேசம் மல்லர்கள் கையிலிருக்கிறது; நம்மால் அவர்களுக்கு எவ்விதப் பயமுமில்லை என்பது அவர்களுக்குத் தெரியும். நமக்கும் அவர்களைப் பற்றிய பயம் இல்லை. எனினும் மகதர்களை உத்தேசித்தே இந்தக் கோட்டைகளை நிர்மாணித்திருக்கிறோம். கண்டகியின் நீரோட்டம் மிகவும் வேகமானது என்பதை நீங்கள் அறிவீர்கள். அதில் கீழிருந்து எதிர்ப்புறமாகச் செல்லும்போது கப்பல்களின் வேகம் வெகுவாகக் குறைந்துவிடும். ஆகையினால் நாம் அந்தக் கோட்டை களில் ஏராளமான படைவீரர்களையும், ஆயுதங்களையும் குவித்து வைத்திருக்கிறோம். அந்நிலையில் அந்தக் கோட்டைகள் மீது படையெடுத்து வெற்றி பெறுவது எதிரிகளுக்குச் சாத்தியமில்லை. மல்லர்களையும் அவர்களை ஆதினம் செய்துகொண்டுள்ள கோசல மன்னனையும் தங்கள் திருஷ்டியில் கொண்டு, மகதர்கள் மல்லபூமியை விரோதமாக உபயோகப்படுத்த முன்வரமாட்டார்கள். இது நமக்கு எவ்வளவோ அனுகூலமான விஷயம். தவிரவும், கண்டகியின் நீர் மார்க்கத்தில் நமது யுத்தப்படகுகள் மின்னல் வேகத்தில் பாய்ந்து சென்று மகத சைன்யத்தை நொறுக்க முடியும். நம்மிடம் இரண்டாயிரம் போர்ப் படகுகள் இருக்கின்றன. ஒவ்வொன்றிலும் ஐம்பது படைவீரர்கள் இருந்து சண்டை செய்ய முடியும். சென்ற இரண்டு வருடங்களில் நமது படகுப் படை பலத்தை ஐந்து மடங்கு

பெருக்கியிருக்கிறோம். மகதர்கள் வஜ்ஜி தேசத்தின் மீது படையெடுத்து வர வேண்டுமென்றால் பெரிய பெரிய நதிகளைக் கடந்து வரவேண்டும். ஆகையினால் படகுகள் நமக்கு எவ்வளவு அவசியமானவை என்பதை நீங்கள் புரிந்து கொள்வீர்கள். இதுபோக மகதத்துக்கில்லாத ஒரு சௌகர்யம் நமக்கிருக்கிறது. அதாவது இங்கே படகோட்டிகள் குடும்பங்கள் நிறைய இருக்கின்றன. சகிக்க முடியாத அடிமைத் தனத்துக்கும், அவமானத்துக்கும் பயந்து ஆயிரக்கணக்கான படகோட்டிக் குடும்பத்தினர் மகதத்தைவிட்டு வஜ்ஜி மண்ணில் வந்து தஞ்சம் புகுந்திருக்கின்றனர். இங்கேயிருக்கும் படகோட்டிகளில் அடிமைகளாக உள்ளவர்கள் மிகவும் குறைவானவர்கள். அவர்கள் இங்கே சுகமாக இருக்கிறார்கள். வஜ்ஜி தேசத்தின் மீது மாறாத விசுவாசமும் அன்பும் கொண்டிருக்கிறார்கள். அவர்களில் முக்கியஸ்தர்கள் தாங்களாகவே முன்வந்து நமது குடியரசிடம் தங்களுக்குள்ள பற்றுதலைத் தெரிவித்திருக்கின்றனர். ஆகையால் நமக்குப் படகோட்டிகள் பஞ்சம் கிடையாது. இந்தத் தடவை நமது படகுகளை உறுதியாகக் கட்டி மூட்டுகளில் இரும்பாணிகள் அறைந்திருக்கிறோம். உள்ளேயிருக்கும் படகோட்டிகளும், படைவீரர்களும் வெளியே தெரியாதபடி ஆசனங்களை மாற்றி அமைத்திருக்கிறோம். குதிரை களையும் ரதங்களையும் ஏற்றிச் செல்வதற்குப் பிரத்யேகமான படகுகளையும் ஆற்றுத் துறைகளையும் நிர்மாணித்திருக்கிறோம்.

“நமது காலாட்படைகள் - முக்கியமாகத் தெற்கு, வடக்கு எல்லைகளில் மகதப் படைகளைவிடக் குறைவாகவே இருக்கின்றன. ஆனால் நமது படைகளின் திறனும் வலிமையும் இந்தக் குறையை நிறை செய்கின்றன. யானைப்படை, குதிரைப்படை, ரதப்படைகளும்கூட - அங்க, மகத மக்களைக் கொள்ளையடித்துச் சேர்த்த பணத்திலிருந்து பெறப்பெற்றவை - பிம்பிசாரனுக்கு நம்மைவிட அதிகம். ஆனால் பரந்த அவனது ராஜ்யத்தின் எல்லைகளைப் பாதுகாப்பதற்கு இவ்வளவு அதிகமான படைகளை அவன் வைத்திருப்பது அவசியமாகிறது. கிழக்கே அவந்தி மன்னன் பிரத்யோதனுக்கு மகத ராஜ்யம் விஸ்தரித்துக் கொண்டுபோவது கொஞ்சமும் பிடிக்கவில்லை. வத்ச மன்னனுக்கும் கூட அப்படித்தான். பிரசேன ஜித்து போன்ற பயங்கொள்ளி கோசல சிங்காசனத்தில் ஏறியிருக்கவில்லையென்றால் பிம்பிசாரனின் மனக்கோட்டைகளனைத்தும் தவிடு பொடியாயிருக்கும் என்ற போதிலும் இப்போது அந்த எல்லைகளின் பாதுகாப்புக்குப் போதுமான படைகளை அங்கே அவன் வைத்திருக்க வேண்டியது அவசியமாகயிருக்கிறது. மேலும் பிம்பிசாரன் அங்க நாட்டிலுள்ள தனது படைகளை நிம்மதியாகக் கொண்டுவர முடியவில்லை. ஏனென்றால் அங்கே புரட்சித் தீ ஆங்காங்கு கொழுந்துவிட்டு எரிந்து

கொண்டு இருக்கிறது. ஆக, வடக்கு, மேற்கு எல்லைகளில் பாதுகாப்பிற்காக நமது படைகளை நிறுத்த வேண்டிய அவசியமில்லை.

"நம்மிடம் தயாராக உள்ள படைகளைத் தவிர, லிச்சவிகளல்லாத மக்களும்கூட இந்த யுத்தத்தைத் தங்களது யுத்தமாகவே பாவித்து வருகிறார்கள். ஏனென்றால் அவர்கள் மகத மன்னனின் சர்வாதிகார ஆட்சிக்கும் லிச்சவிகளின் குடியாட்சிக்குமுள்ள வித்தியாசத்தை நன்கு உணர்ந்திருக்கிறார்கள். அவர்களுக்கு நமது குடியரசுப் பரிபாலனத்தில் கலந்துகொள்ளும் உரிமையில்லை என்றாலும், மன்னர்களாட்சியில் போல லிச்சவிகள் அவர்களிடம் யதேச்சதிகாரமாக நடந்துகொள்ள முடியாது. அவர்களுடைய அழகான பெண்களைப் பலாத்காரமாக அந்தப்புரத்துக்கு அபகரித்துச் செல்லுபவர்கள் இங்கே எவருமில்லை. அவர்களுடைய உயர்ஜாதிக் குதிரைகளையும், நல்ல ரதங்களையும் நிர்ப்பந்தமாகக் கவர்ந்துகொள்பவர்கள் இங்கே எவருமில்லை. அன்று ஒருநாள் பார்த்தீர்களல்லவா. மணிபத்ரசெட்டி குழந்தைகளில்லாமல் இறந்துபோகவும், வஜ்ஜி நாட்டின் சட்டப் பிரகாரம் அவனுடைய சொத்துக்களைக் குடியரசின் கருவூலத்தில் சேர்ப்பது சம்பந்தமான விஷயம் விவாதத்துக்கு வந்தபோது, பஞ்சாயத்து சபை உறுப்பினர்களில் அநேகம்பேர் மணிபத்ர செட்டியின் தூரத்து வாரிசுக்கே அந்தச் சொத்துக்கள் சேர வேண்டுமென்று வாதாடினார்கள். நியாயமாகப் பஞ்சாயத்துக்கு சேரவேண்டிய சொத்துக்களை யாரோ ஒருவருக்குத் தூக்கிக் கொடுப்பது தவறுதான்; ஆயினும் அன்று நடந்த விவாதத்திலிருந்து ஒரு விஷயம் தெளிவாயிற்று. அதாவது, நமது பஞ்சாயத்து சபையிலுள்ள எவரும் தங்கள் சுயநலத்துக்காக யாருக்கும் அநீதி செய்ய மாட்டார்கள் என்பதுதான் அது. இது ஒருபுறமிருக்க, வஜ்ஜி நாட்டின் சுதந்திரத்தைப் பாதுகாப்பதற்காகப் போராடும் சந்தர்ப்பத்தைத் தங்களுக்கு அளிக்கும்படி இங்கேயுள்ள பிராமண, வைசிய பிரமுகர்கள் வற்புறுத்தி வருகிறார்கள்; நம்மோடு சேர்ந்து யுத்தத்தில் தோளோடு தோள் நின்று போர் புரிகிறோம் என்னும் வாக்குறுதி தந்திருக்கிறார்கள். நாமும்கூட அவர்களை, ஆயுத பாணி களாக்கி, ராணுவப் பயிற்சி அளித்தோம்; அளித்துக் கொண்டிருக் கிறோம்.

"நமது வேலைக்காரர்கள் மகதத்திலிருந்து ஓடி வந்துவிட்ட வேலைக்காரர்கள் மூலமாக அங்கே அவர்கள் அனுபவித்த கஷ்டங்களைக் குறித்துக் கேட்டுத் தெரிந்துகொண்டிருக்கிறார்கள். அவர்களைக் காட்டிலும் நமது வேலைக்காரர்கள் ஆயிரம் மடங்கு சுகமாக வாழ்ந்து வருகிறார்கள். நமது தேசம் பராதீனப்பட்டால் தங்களுக்கு எப்படிப்பட்ட கதி நேரும் என்பது அவர்களுக்குத் தெரியும்.

ஆகையால் அவர்களில் ஆயுதமேந்தக்கூடிய எல்லோரையும் நமது படைவீரர்களாகவே பாவிக்கலாம்."

"இனி அடிமைகள் விஷயம் இருக்கிறது. நமது குடியரசுச் சட்டப்படி ஒரு எஜமானன் தனது அடிமையைத் தன்னிஷ்டப்படியெல்லாம் கொடுமை செய்ய முடியாது. மகத மன்னன் நம்மிடம் விரோதம் கொண்டிருப்பதற்கு இதுவும் ஒரு காரணம். சொல்லப்போனால் லிச்சவிகளாகிய நாம் அடிமைகளைச் சுதந்திரர்களாகப் பாவித்து வேலைக்காரர்களோடு சேர்ந்து வேலை வாங்க முடியும்; ஆனால், நாம் இங்கிருக்கும் லிச்சவிகளல்லாத பிரஜைகளைப் பற்றியும் யோசிக்க வேண்டும். வஜ்ஜி நாட்டில் அடிமைகள் குறைவாக இருந்த போதிலும் அவசியம் ஏற்படுகிறபோது அவர்கள் நமக்காக வாளேந்தத் தயங்கமாட்டார்கள்.

"இவ்விதம் ஏற்கெனவே தயாராகவிருக்கும் படையினரும், தேவை ஏற்படுகிறபோது ஆயுதமேந்தச் சித்தமாக இருப்பவர்களின் எண்ணிக்கையும் சேர்ந்து நமது ராணுவ பலம், மகத சைனியத்தின் சக்திக்குக் குறைந்ததல்ல என்பதை நீங்கள் பார்க்க வேண்டும். இங்கேயுள்ள நிலைமைபற்றிச் சொல்ல வேண்டிய விஷயம் மற்றொன்றுமிருக்கிறது. அதாவது நம்முடைய லிச்சவி யுவதிகளுடைய தீவிர உத்வேகம் கரைபுரண்டு வருகிறது. தேசத்தைப் பாதுகாப்பதற்காக ஆயுதமேந்திக் களத்தில் குதித்துப் போரிட வேண்டும் என்னும் வேட்கை அவர்கள் மத்தியில் நாளும் பொங்கிப் பெருகி வருகிறது. ஒரு காலத்தில் நமது லிச்சவி வீராங்கனைகள் தங்களுடைய கணவர்கள், புத்திரர்கள் போலவே கையில் வாளேந்தி ரணகளத்தில் இறங்கி வீரத்தோடு போரிட்டார்கள் என்னும் விஷயத்தை நமது தலைமுறையினர் மறந்துவிட்டனர். நாம் இப்போது நகரத்தைப் பாதுகாக்கும் பணியில் லிச்சவிப் பெண்களையும் தயார் செய்ய வேண்டும்."

சேனாபதியின் பேச்சு முடிந்ததும் இதர படைத்தலைவர்களும் தங்கள் தங்கள் எல்லைகளிலுள்ள ராணுவ நிலைமை பற்றிக் கூறினார்கள். எல்லோரும் சொல்லி முடிந்த பிறகு சேனாபதி என் கருத்தைத் தெரிவிக்கும்படி பணித்தார். அதன் பேரில் நான் பின்கண்டவாறு கூறினேன்:

"சேனாபதி அவர்களே! சேனைத் தலைவர்களே! நான் உங்களெல்லோருடைய பேச்சுக்களையும் மிகவும் கவனத்தோடு கேட்டேன். எல்லாவற்றையும் சீர்தூக்கிப் பார்க்கும்போது நம் நாட்டுக்கு உள்ளேயும் வெளியேயும் உள்ள நிலைமை மகதத்தைவிட நமக்கே அதிக சாதகமாக இருக்கிறதென்று எனக்குத் தோன்றுகிறது. ஆனால் இந்த

விஷயத்தைப்பற்றி இங்கே நான் அதிகம் கூறப் போவதில்லை. ஒன்றை மட்டும் முக்கியமாகக் கூற விரும்புகிறேன். போர்க்களத்தில் காயமுறுவோரை அப்புறப்படுத்தும் பணியையும் அவர்களுக்குச் சேவையும் சிருஷ்ஷையும் செய்யும் பணியையும் லிச்சவிப் பெண் களிடம் ஒப்படைக்கும்படி சிபாரிசு செய்கிறேன். இந்த வேலைக்கும் கூட ஆண்களையே ஈடுபடுத்த வேண்டுமென்ற அவசியமில்லை.

"யுத்தம் எத்தனையோ முனைகளில் நடக்கக்கூடும்; ஆனால் அவற்றில் நமது வெற்றி தோல்விகளை நிர்ணயிக்கக்கூடியது தெற்குப் போர்முனைதான். அதிலும் முக்கியமாகக் கண்டகி கோட்டைகளிலுள்ள படகுப் படையினரே நமது வெற்றிக்குப் பெரிய அளவுக்கு உதவியாக இருப்பார்கள். மகதம் நமது ஏற்பாடுகள் அனைத்துக்கும் பதிலளிக்க முடியும். ஆனால் அந்த ஐந்நூறு படகுகளுக்கு அவர்களால் தக்க சமாதானமளிக்க முடியாது என்பதே என் கருத்து. மகாசிந்துவிலுள்ள போர்ப் படகுகளை நான் பார்த்து இருக்கிறேன். அவற்றின் அமைப்பு முறைகளை அனுசரித்து நமது படகுகளில் சில மாற்றங்கள் செய்ய வேண்டும். இங்கே நான் இன்னொரு விஷயத்தையும் சொல்ல வேண்டும். தட்சசீலத்திலிருந்து வந்திருக்கும் நமது விருந்தினர்களோடு நேற்று நான் பேசினேன். மகதம் நம்மீது படையெடுத்து வரப்போகிறது என்பதை அவர்கள் அறிந்ததும், வஜ்ஜி தேசத்தைப் பாதுகாப்பதற்கான யுத்தத்தில், தாங்களும் பங்கு கொள்வதற்கு வாய்ப்பளிக்குமாறு கோரினார்கள். எனது நண்பன் கபில் காந்தார யுவர்களின் சாமர்த்திய மிக்க சேனைத் தலைவன்; பாரசீகர்களை எதிர்த்து நடைபெற்ற யுத்தத்தில் எனக்கு உதவியாளனாகப் பணியாற்றியவன். மகா சிந்து நதியைத் தாண்டிப் பாரசீகப் படைகளை புஸ்கலாவதி வரையிலும் விரட்டி விரட்டி அடித்துத் துவம்சம் செய்தவன். அவனும் அவனுடைய ஒன்பது தோழர்களும் படகு யுத்தத்தில் கைதேர்ந்தவர்கள். ஆகவே நாள் கண்டகிக் கோட்டைகளிலுள்ள படகுப் படையினரைப் பயன்படுத்திக் கொள்ளும் விஷயத்தில் அவர்களுடைய உதவியைப் பெறுவதற்கு உங்களது அனுமதியைக் கோருகிறேன்.

"கண்டகியிலுள்ள போர்ப்படகுகளின் முக்கியத்துவம் என்ன வென்றால் அந்த நதி திக்வாரா அருகில் கங்கையில் கலப்பதும், சோணை நதி அதற்குக் கீழ்ப்புறத்தில் பாடலிபுத்ரம் (பாட்னா) அருகில் கலப்பதுமேயாகும். அப்படியானால் இதற்கு அர்த்தம் என்ன? அங்கே நமது படகுகளால் மகதர்களுக்குப் பெரியளவுக்கு அபாயம் இருக்கிறது என்பதும், ஆனால் அவர்களால் அங்கே நம்மை ஒன்றும் செய்ய முடியாது என்பதுமே இதன் பொருள்.

"மற்றொரு விஷயமும் இங்குக் கூற விரும்புகிறேன். மகத சேனைகள் தாக்குதல் தொடுக்கட்டும் என்று எதிர்பார்த்து நாம் சும்மா இருக்கக் கூடாது. அதற்குப் பதில் சமயம் வாய்த்ததும் நாமே

முன்னதாகத் தாக்குதலை ஆரம்பித்துவிட வேண்டும். இந்தக் கண்ணோட்டத்தோடு இப்போது முதலே நாம் சகல ஏற்பாடுகளையும் செய்து முடிக்க வேண்டும். இவ்வாறு முன்னதாகத் தாக்குதல் தொடுப்பதற்கும், எதிரிகளோடு பொருதுவதற்கும் முதலில் படகுப் படையையும், பிறகு யானை, காலாட்படைகளையும் அதன் பின்னர் குதிரை, ரதப் படைகளையும், உபயோகித்துக்கொள்ள வேண்டும். கண்டகி தீரத்துப் பாதுகாப்புப் படைகளை எதிரிகள் களைத்து சோர்ந்திருக்கும்போது மட்டுமே பயன்படுத்த வேண்டும்."

இவ்விதம் நாங்கள் யுத்த முஸ்தீபுகள் குறித்து எத்தனையோ விஷயங்களை விவாதித்தோம். தெற்குப் போர்முனை பற்றி நான் சமர்ப்பித்த திட்டத்தை யுத்தசபை ஏற்றுக்கொண்டது. கபிலை எனக்கு உதவி சேனைத் தலைவனாக நியமித்தார்கள். அவனுடைய ஒன்பது தோழர்களையும்கூட யுத்தத்தில் கலந்துகொள்ள அனுமதித்தார்கள். பெண்களும் ஆயுதமேந்த அங்கீகரிக்கப்பட்டது. எனது சிபாரிசுப்படி இதற்கான பொறுப்பு பாமா, ரோகிணியிடம் ஒப்படைக்கப்பட்டது.

அன்றைய தினம் யுத்தசபைக் கூட்டம் முடிந்து இரவு வெகுநேரம் கழித்து வீடு திரும்பினேன். அந்த நேரத்தில்கூட எங்கள் வீட்டில் பாமா, ரோகிணி, க்ஷேமா இன்னும் எத்தனையோ லிச்சவி யுவதிகள் கூடி எதையோ மும்முரமாக விவாதித்துக் கொண்டிருந்தார்கள். அவர்கள் தங்கள் பேச்சுகளில் மூழ்கிப் போயிருந்ததைக் கண்டு "அண்ணி நான் வரலாமா?" என்று பாமாவைக் கேட்டேன்.

பாமா - "ஓ, தாராளமாக வரலாம் கொழுந்தனாரே! உன்னுடைய அழகிய வதனத்தைப் பார்க்க வேண்டும் என்று நாள் முழுதும் காத்துக்காத்து என் கண்கள்கூடப் பூத்துப் போய்விட்டன. அப்படியிருக்க 'நான் வரலாமா' என்று கேட்கிறாயா?"

நான் - "ஏதோ உன் தயைதான் அண்ணி! ஏது இங்கே நமது அழகுராணி க்ஷேமா கூட வந்திருக்கிறாள் போலிருக்கே. க்ஷேமா! உனக்கு என் நல்வரவு!"

க்ஷேமா! - "மிக்க வந்தனம்" சிம்ம அண்ணா!

பாமா - "எனக்கு வரவேற்பில்லையா கொழுந்தனாரே எல்லோரும் அவள் முகத்தைப் பார்த்துத்தானே பேசுவோம் என்றார்கள்."

நான் - "அதென்ன அண்ணி! உன் முகத் தாமரையும் என்னைக் கொஞ்சமா ஆகர்ஷிக்கிறது?"

பாமா - "என் முகம் ஒரு சமயம் ஆகர்ஷித்தது சரிதான். அப்போது நீ அந்த முகத்துக்காகத் தவித்துக்கொண்டிருந்தாய்; என்னை உப்புத் தூக்கவும் செய்தாய். ஆனால் இப்போது அந்தக் கவர்ச்சியில்லையல்லவா?"

நான் - "உன்னை உப்புத் தூக்குவதற்கு இப்போதும் கூடத் தயாராக இருக்கிறேன்; அண்ணி! ஆனால் திரும்பவும் நீ அந்த ஏழு வயது பாமாவாக மாறிவிட வேண்டும்."

பாமா - "என்ன நான் அவ்வளவு கனத்துவிட்டேனா?"

நான் - "பார்வைக்குத்தான் அண்ணி!"

பாமா - "பார்வைக்கு நீயும் கூடத்தான் பெரியவனாகிவிட்டாய்; இந்த நாடகமெல்லாம் வேண்டாம் கொழுந்தனாரே! க்ஷேமாவின் அழகுக்கும், யௌவனத்துக்கும் இன்று மவுசு இருக்கிறது. அதை ஏன் மறைக்கிறாய்!"

நான் - "அப்படியானால் உன் மவுசு குறைந்துவிட்டது என்கிறாயா அண்ணி?"

பாமா - "இல்லையென்றால் இந்தக் கிழவியை யார் கேட்கிறார்கள்? ஆனாலும் சிம்மா! நீ இவ்வளவு கடினசித்தமுள்ளவனாக இருப்பாய் என்று நான் நினைக்கவேயில்லை. நீ நியாயம் சொல்லு ரோகிணி!"

ரோகிணி - "உனது கட்சி என்ன என்பது எனக்குத் தெரியாதா அக்கா! அப்படியிருக்கும்போது நான் என்ன நியாயம் கூறுவேன்."

பாமா - "நீயும் அந்தப் பக்கம் சேர்ந்துவிட்டாயா ரோகிணி! பெண் பெண்பக்கம்தான் இருக்கவேண்டும். நாம் எல்லாம் ஒற்றுமையாக இல்லாவிட்டால் இந்த ஆண்கள் முன்னால் நாம் ஒன்றும் செய்ய முடியாது."

நான் - "உங்கள் ஒற்றுமைக்குக் கைமேல் பலனும் கிடைத்திருக்கிறது அண்ணி!"

பாமா - "என்ன கொழுந்தனாரே! பலன் கிடைத்திருக்கிறதா? என்ன விஷயம்? சரியாகச் சொல்லு."

நான் - "சும்மா சொல்வேனா! ஏதாவது இனாம் கொடுத்தால்தான் சொல்வேன்."

பாமா - "அது வேறயா? சரி, யார் கொடுக்க வேண்டும்?"

நான் - "நீங்களெல்லோரும்."

பாமா - "எல்லாவற்றையும் நீ சொன்ன பிறகா? அல்லது அதற்கு முன்னரேயா?"

நான் - "முதலில் பேரத்தை முடித்துக்கொள்ளுங்கள். அப்புறம் சரக்கு நன்றாகயிருந்தால் விலையைக் கொடுக்கலாம்."

பாமா - "எல்லோரது சார்பிலும் நான் கூறினால் போதுமா? அல்லது ஒவ்வொருவரும் இனாம் கொடுக்கத் தனித்தனியாக ஒப்புக்கொள்ள வேண்டுமா?"

நான் - "நீ சொன்னாலே போதும் அண்ணி!"

பாமா - "சரி, அப்படியே உன் இஷ்டப்பிரகாரம் வெகுமானம் தருகிறோம். இனி சரக்கு என்னவோ, அதைச் சொல்லு."

நான் - "யு… த்… த… ச… பை… யில்…"

பாமா - "ஓஹோ! சொல்லுவதற்கு ஒரு யுகமாகும்படி செய்து, என்னையும் என் சகோதரிகளையும் சாகடிக்க வேண்டுமென்றிருக்கிறாயா கொழுந்தனாரே?"

நான் - "இடையில் குறுக்கிட்டு என்னைச் சொல்லவிடாதபடி தடுத்து நீயே காலம் கடத்துகிறாய் அண்ணி! சரி இனி விஷயத்தைச் சொல்கிறேன் கேளுங்கள். யுத்த… சபை… ஆயுதங்கள்… தந்து… ராணுவப் பயிற்சி… கொடுப்பதற்கு… சம்மதித்துவிட்டது. யாருக்கு என்பதை நீயே சொல்லு."

பாமா - "என்ன கொழுந்தனாரே! இதுதான் எங்களுக்குச் சமாச்சாரம் சொல்லும் அழகா?"

நான் - "இதைக்கூட சொல்லமுடியாத நீ என்ன சாதித்துவிடப் போகிறாய் அண்ணி?"

க்ஷேமா - "நான் சொல்லட்டுமா அண்ணா?"

நான் - "எங்கே சொல்லு பார்ப்போம் க்ஷேமா!"

க்ஷேமா - "நான் ரோகிணி அக்காவின் காதுகளில்தான் கூறுவேன்."

நான் - "என் காதுகளிலேயே ஏன் கூறக்கூடாது? என் செவிகளென்ன பாபம் செய்தவைகளா, க்ஷேமா?"

க்ஷேமா - "அப்புறம் நான் கூறியதை இல்லையென்று சொல்லிவிடுவாயோ என்னவோ!"

நான் - "அப்படியானால் சிம்மன்மீது உனக்கு அபாரமான நம்பிக்கைதான் இருக்கிறாப்போலிருக்கிறது!"

பாமா - "க்ஷேமா! நீ யாரிடம் சிக்கிக் கொண்டிருக்கிறாய் தெரியுமா? இந்த சிம்மனிடம்மா சிம்மனிடம். முன்னொரு தடவை இந்த மோசக்கார சிம்மன் என்ன செய்தான் என்று நினைக்கிறாய்! கால்வாயின் மறுகரையில் கொண்டுபோய்ச் சேர்க்கிறேன் என்று சொல்லி என்னை முதுகின்மீது ஏற்றிக்கொண்டான். தண்ணீரின்

மத்திக்கு வந்ததும் 'டபார்' என்று என்னைக் கீழே போட்டுவிட்டுத் தானும் விழுந்து, 'ஐயோ! கையில் தேள் கொட்டிவிட்டதே' என்று குய்யோ முறையோ என்று அழ ஆரம்பித்துவிட்டான். என் ஆடை முழுவதும் நனைந்து தெப்பமாகிவிட்டது க்ஷேமா!"

நான் - "என் ஆடைகள் மாத்திரம் நனையவில்லையோ?"

பாமா- "ஆனால் நீ தெரிந்தே நனைத்துக்கொண்டாய்."

நான் - "தெரிந்தே நனைந்தவன்தான் கழுத்தளவுக்குத் தண்ணீரில் மூழ்கி திக்குமுக்காடினேனோ?"

பாமா - "நீ சொல்வதெல்லாம் பொய், பித்தலாட்டம், இல்லையென்றால் தண்ணீரில் எங்கேயாவது தேள் இருக்குமா க்ஷேமா?"

க்ஷேமா - "தண்ணீருக்குள் தேள் கொட்டிற்று என்று சொல்வது பச்சையான பொய்தான் பாமா அக்கா!"

பாமா - "அப்படிப்பட்ட பொய் புளுகியவன்தான் இந்த சிம்மன், பெண்ணே! உனக்கு இன்னும் இவனுடைய ஏமாற்றுவித்தை தெரியாது."

நான் - "நான் ஒரு நாழிகை வரை மூச்சைப் பிடித்துக்கொண்டு அழுது கொண்டிருந்தேனே அது பொய்யா? கண்ணீர் தாரை தாரையாக வழிய என் கண்கள் வீங்கிவிட்டனவே, அது பொய்யா? பாமா தன்னுடைய உத்திரியத்தைப் பிழிந்து என்னுடைய முகத்தைத் துடைத்தது பொய்யா? தானும் அழுதுகொண்டு கண்ணீரால் நனைந்த எனது முகத்தில் அவள் மாறி மாறி முத்தமிட்டது பொய்யா? தன்னுடைய சின்ன கைகளால் என்னைத் தண்ணீரிலேயே வெளியே இழுத்துவர முயற்சி செய்ததும் கூடப் பொய்யேதானா?"

பாமா - "நாடகமாடுவதில் நீ பலே கைக்காரன்தான்!"

நான் - "அப்படிச் சொல்லாதே பாமா? எனது கட்டை விரலிலிருந்து இரத்தம் ஒழுகியதைக்கூட நாடகம் என்கிறாயா?"

பாமாவின் கண்கள் கசிந்தன. என்னுடைய சிரசைத் தன்னுடைய புஜங்களுக்கும் கன்னங்களுக்கும் இடையே தாங்கிக்கொண்டு "அதையெல்லாம் ஞாபகப்படுத்தாதே சிம்மா! அந்த இரத்தத்தை நினைத்தால் எனக்கு இப்போதுகூட, அழுகை வருகிறது. நாமிருவரும் உன்னைக் கொட்டியது தேள் என்று நினைத்தோம். ஆனால் மல்லிகை அத்தை, அது தேள் அல்ல; கெளுத்தி மீன் என்று கூறினாள்."

நான் - "அப்படியானால் நான் அழுதது பொய்யில்லைதானே?"

பாமா - "பொய்யில்லை சிம்மா!"

நான் - "ஆனால் இன்று உண்மையைச் சொல்லிவிடுகிறேன் பாமா! நான் அந்த வேதனை காரணமாக உன்னைக் கரை சேர்க்காமவில்லை. உன்னை அழவைக்க வேண்டுமென்பதற்காகத்தான் அப்படியெல்லாம் செய்தேன்."

பாமா - "சரி, அது போகட்டும். இனி வார்த்தையை வளர்க்காமல் யுத்த சபை விஷயத்தைப் பற்றிச் சொல்லு."

நான் - "நல்லது க்ஷேமா! நீ என்ன நினைக்கிறாய் என்பதை என் காதில் வந்து சொல்லு."

க்ஷேமா என் காதருகே வாயை வைத்து மெதுவாக "யுத்த சபை லிச்சவிப் பெண்களுக்கு ஆயுதங்களளித்து ராணுவப் பயிற்சி தருவதற்குச் சம்மதித்திருக்கிறது" என்றாள்.

நான் என் செவியை அவளுடைய சிவந்த அதரங்களோடு சேர்த்து வைத்துக்கொண்டு, "எங்கே மீண்டும்; சொல்லு; எனக்குச் சரியாகக் கேட்கவில்லை" என்றேன்.

"பாமா - போதும் சிம்மா! உன் தந்திரம் எனக்குத் தெரியும்; க்ஷேமாவை முத்தமிடுவதற்காகவே இந்த நாடகம் ஆடுகிறாய்?"

பாமாவின் வார்த்தைகளைக் கேட்டும் கேட்காதது போல க்ஷேமா என் செவியில் முன்னர் கூறியபடியே குசுகுசுத்தாள். அப்போது நான் கூறினேன் - "பாமா! க்ஷேமா சரியாகவே ஊகித்துவிட்டாள். (க்ஷேமாவைப் பார்த்து) க்ஷேமா! அந்த விஷயத்தை நீயே இவர்களெல்லோருக்கும் சொல்லு."

க்ஷேமா விஷயத்தைக் கூறினாள். பாமாவும், ரோகிணியும் மகிழ்ச்சியால் துள்ளினார்கள். எவருக்கும் என் இனாம் விஷயம் நினைவுக்கு வரவில்லை. பிறகு நானே கூறினேன்.

"என்ன அண்ணி! சரக்கு நல்ல சரக்குதானே? பின்னே எனக்குச் சேரவேண்டிய இனாமை, விலையைக் கொடுத்துவிடுங்கள்."

பாமா - "இந்த நல்ல செய்தியைக் கொண்டு வந்ததோடல்லாமல், இந்த முடிவை எடுத்ததிலும் உன் பங்கு இருக்கிறதல்லவா?"

நான் - "அப்படியானால் எனக்கு இனாம் தவறாமல் கொடுக்க வேண்டியதே."

பாமா - "இனாம் மட்டுமல்ல, இன்னும் மற்றதும் இருக்கிறது."

நான் - "மற்றது இப்போது வேண்டாம் அண்ணி! தற்போதைக்கு சன்மானத்தை மட்டும் வசூலித்துக் கொள்ளவிடு. சன்மானம் என்றால் வேறொன்றுமில்லை; ரோகிணியின் அதரங்களிலும் உங்களெல்லோரின் கன்னங்களிலும் இரண்டிரண்டு முத்தங்கள் மட்டும்தான். என்ன சம்மதம்தானா?"

பாமா - "இது என்ன அப்படி நடக்க முடியாத விஷயமா?"

நான் - "நான் அப்படித்தான் நினைத்துக் கொண்டிருக்கிறேன். சரி, யாரிடமிருந்து ஆரம்பிக்கலாம் என்று சொல்கிறாய்?"

பாமா - "உன் இஷ்டம்போல்."

நான் - "அப்படியானால் உன்னிடமிருந்தே ஆரம்பிக்கிறேன்" பாமாவை முத்தமிட்டுக் கொண்டேன்.

இவ்விதம் எல்லோரையும் முத்தமிட்ட பிறகு பாமா கேட்டாள். "ஆனால் கொழுந்தனாரே! இந்தக் காரியத்தை உன்னால் இவ்வளவு சுலபமாக எப்படி முடிக்க முடிந்தது?"

நான் - "நான் தீர்மானம் கொண்டுவர அது எல்லோராலும் ஏகமனதாக ஏற்றுக்கொள்ளப்பட்டது."

பாமா - "அப்படியானால் நீ பெரிய பிரசங்கம் செய்திருப்பாய் என்று சொல்லு."

நான் - "பிரத்தியேகமாக இந்த விஷயத்துக்காக மட்டுமல்ல அண்ணி! மற்ற விஷயங்களோடு இதையும் சேர்த்துக்கொண்டேன். இன்னொரு சங்கதி. நீயும் ரோகிணியும் லிச்சவிப் பெண்களுக்கு ராணுவப் பயிற்சி அளிக்க வேண்டும். அவர்களுடைய கைகள் மிருதுவாகத் தயாரானவை..." என் பார்வையை க்ஷேமாவின் பக்கம் திருப்பினேன்.

க்ஷேமா பெருமூச்சு விட்டு, அந்த வினாடியே தனது கைகளை என் முன்னால் நீட்டிக் கூறினாள் - "இதோ பார் அண்ணா! என் கைகள் மிருதுவாகவா இருக்கின்றன!"

அவளுடைய கைகளில் கொப்புளங்கள் உடைந்து காய் காய்ச்சிப் போயிருந்தது. அவற்றின் ஓரங்களில் தோல் தடித்து இன்னும் சிவப்பாக இருந்தது. அந்த இரண்டு கரங்களையும் பார்த்தவுடனேயே முதலில் என் உள்ளம் நடுநடுங்கிவிட்டது. ஆனால், பின்னர் மகிழ்ச்சிப் பெருக்கோடு அவளுடைய கைகளை எடுத்து என் இரு கண்களிலும் ஒற்றிக்கொண்டு அவற்றை முத்தமிட்டேன். என் கண்களில் ஈரம்

கசிந்தது. பற்றியிருந்த அவளுடைய கைகளை விட்டுவிட்டுக் கூறினேன். - "க்ஷேமா! உன்னுடைய இந்தக் கைகளைப் பார்த்து நான் பெருமைப்படுகிறேன். ஒரு லிச்சவிப் பெண்ணுக்குகந்த காரியத்தைச் செய்திருக்கிறாய். உன் போன்ற சற்புத்திரியை ஈன்றெடுத்த நமது வைசாலி ஒருபோதும் தோல்வி அடையாது."

பாமாவும் ரோகிணியும் இதுநாள் வரைக்கும் க்ஷேமாவின் கைகளைப் பார்க்கவில்லை. இப்போது பார்த்தவுடனேயே பாமா க்ஷேமாவைக் கட்டிப்பிடித்துக்கொண்டு முத்தமாரி பொழிந்தாள். ரோகிணி க்ஷேமாவின் கரங்களை எடுத்து தன் கன்னத்தில் வைத்துக்கொள்வோம், அவற்றை முத்தமிடுவதுமாக இருந்தாள். சிறிது நேரம் கழித்து பாமா கூறினாள்.

"க்ஷேமா! நீ இதுவரைக்கும் சாதாரண அழகு ராணியாக இருந்தாய். இப்போது லிச்சவி சமூகத்துக்கே அழகு ராணியாகி விட்டாய். என்ன செய்து இப்படி உன் கையை ஆக்கிக்கொண்டாய்?"

"அன்றைய தினம் உன் உபதேசத்தைக் கேட்டபிறகு என் கைகள் மீது எனக்கே வெறுப்பு ஏற்பட்டது. பாமா அக்கா உண்மையில் இந்தக் கைகள் என்னுடையதல்ல. அம்பா பாலியினுடையது என்றே தோன்றிற்று. அம்மா வேண்டாமென்று தடுத்த போதிலும் கேட்காமல் அன்று முதலே தாசிகளோடு (அடிமைகளோடு) சேர்ந்து நெல் குத்துவதற்கு ஆரம்பித்தேன். கைகளில் கொப்புளங்கள் ஏற்படும் வரை குத்தினேன். கொப்புளங்களைப் பார்த்து அம்மா கோபித்து என்னை வேலை செய்ய வேண்டாம் என்று தடுத்துவிட்டாள்."

"பாமா - க்ஷேமா! (அவளை முத்தமிட்டுக்கொண்டு) பின் உன் கைகள் எரிச்சல் எடுக்கவில்லை?"

க்ஷேமா - "கொப்புளங்களின் எரிச்சலையே தாங்க முடியவில்லை என்றால் எப்படிக் கையில் கத்தி ஏந்துவேன் என்று நினைத்து வலியைச் சகித்துக்கொண்டேன்."

ரோகிணி - "ஆனால் க்ஷேமா! எங்களிடம் ஒரு நாளும் உன் கைகளைக் காட்டவில்லையே."

க்ஷேமா - "இன்றைக்குக்கூட சிம்மன் அண்ணா அந்தப் பேச்சை எடுத்திருக்கவில்லையென்றால் கைகளைக் காட்டியிருக்க மாட்டேன்."

பாமா - "பலே சாமர்த்தியசாலிதான்! யாருக்கும் தெரியாமல் மறைத்துவிட்டாயே."

க்ஷேமா - "ஆனால் ஒருவருக்கு மட்டும் தெரியும்."

ரோகிணி க்ஷேமாவின் வாயில் கையை வைத்துத் தடுத்து "சொல்லாதே க்ஷேமா" என்ற பாமாவின் பக்கம் திரும்பி "அக்கா அந்த ஒருவர் யாரோ? நீ சொல் பார்ப்போம்" என்றாள்.

பாமா - "ஓஹோ! எனக்குத் தெரியாதென்று நினைக்கிறாயா ரோகிணி?"

ரோகிணி - "தெரிந்தால் சொல்லேன்."

பாமா - "எனக்கு இதெல்லாம் என்ன பிரமாதம் ரோகிணி! பறந்து செல்லும் பறவைகளைக்கூட என்னால் அடையாளம் தெரிந்து கொள்ள முடியும்."

ரோகிணி - "சரி, அப்படியானால் இனி என்ன சொல்லேன்."

பாமா - "வேறு யார்? நீயேதான். இன்னும் தெளிவாகச் சொல்ல வேண்டுமென்றால் க்ஷேமா தனது இரகசியங்களையெல்லாம் உன் ஒருத்தியிடமே சொல்வதென்று தீர்மானித்துக் கொண்டிருக்கிறாள். அதுதான் இதுவரை தன் கைகளை உன் ஒருத்தியிடமே காண்பித்திருக்கிறாள்."

ரோகிணி - "இல்லையக்கா! மேலே பறக்கும் பறவைகளை உன்னால் அடையாளம் தெரிந்துகொள்ள முடிந்தாலும் கீழேயிருக்கும் மனிதர்களை உன்னால் அடையாளம் தெரிந்துகொள்ள முடியவில்லை."

பாமா - "நீங்களிருவரும் சேர்ந்து என் மானத்தை வாங்க வேண்டுமென்று நிச்சயம் செய்துகொண்டீர்கள் போலிருக்கிறது. சரி, போகட்டும். அந்த ஆள் யார் என்றுதான் சொல்லேன்."

ரோகிணி - "வேறு யாருமில்லை. எங்கள் தட்சசீலத்து அண்ணன் க-பி-ல்தான்!"

க்ஷேமாவின் கன்னங்களில் சிவப்பேறின. அவள் தன் தலையைத் தாழ்த்திக் கொள்வதற்கு முன்பாகவே பாமா அந்த மாறுதலைக் கவனித்துவிட்டாள். பிறகு பாமா ரோகிணியிடம் கேட்டாள் "உனக்கு இது எப்படித் தெரியும் ரோகிணி?"

ரோகிணி - "இதைத் தெரிந்துகொள்வதற்கு அந்தர்யாமியாக (பிறர் இருதயத்தில் நடப்பதைத் தெரிந்துகொள்பவர்) இருக்க வேண்டுமா அக்கா? முதல் நாள் இரவில் கபிலோடு நாட்டியமாடிய பிறகு க்ஷேமா மற்றெவரோடும் நடனமாடவில்லை என்பது நமக்குத் தெரியாதா?"

பாமா - "நான் அதைப்பற்றி யோசிக்கவே இல்லை ரோகிணி!"

"நான் கையில் வாளும் கேடயமும் பிடித்து போர் செய்யக்கூடக் கற்றுக்கொண்டேன் பாமா அக்கா!" என்றாள் க்ஷேமா பெருமையோடு.

பாமா - "உனக்குக் கற்றுத் தந்த அந்த குரு யாரோ?"

க்ஷேமா நாணினாள். பாமா அவளைக் கட்டித்தழுவிக்கொண்டு, "இல்லை க்ஷேமா! வாள் கழற்றுவதில் கபில் நிபுணன் என்று சிம்மன் சொன்னான். அதுதான் கேட்டேன். அது சரி, கபில் தனது 'தேவலோக'ப் பயணத்தைப் பற்றி உன்னிடம் கூறவில்லை?" என்றாள்.

க்ஷேமா - "தேவலோகமா!"

பாமா - "ஆமாம், தேவலோகமேதான். கபில் எப்படி தேவலோகத்துக்குச் சென்று அவர்களோடு சேர்ந்து அவர்களது எதிரிகளை எதிர்த்துப் போர் புரிந்தான் என்பதை ஒரு தினம் சிம்மன் என்னிடம் கூறினான். தேவலோகம் என்றால் தேவர்களும் அவர்களுடைய மன்னன் இந்திரனும் வசிக்கும் மேரு பர்வதத்தின் மீதிருக்கும் தேவலோகம் என்று நினைத்துவிடாதே!"

க்ஷேமா - "பின் வேறு எந்தத் தேவலோகம் அக்கா?"

பாமா - "இது பூலோகத்திலேயே வடக்கு குரு தேசத்திலிருக்கும் தேவலோகம் க்ஷேமா!"

க்ஷேமா - "நான் கேள்விப்பட்டதேயில்லை."

பாமா - "அடி பைத்தியக்காரி! அப்படியானால் மோகவெறியில் நீ வெறுமனேதான் கபிலோடு நாட்டியமாடிக் கொண்டிருந்தாயா?"

க்ஷேமாவின் இக்கட்டான நிலையைக் கவனித்து நான் உடனே கூறினேன் - "கபில் எந்த விஷயமானாலும் கேட்காமல் சொல்லமாட்டான் க்ஷேமா! அவன் பிரபஞ்சத்தில் பார்த்திருக்கும் அத்தனைப் பிரதேசங்களையும் கொஞ்சம் பேர்தான் பார்த்திருக்கிறார்கள். (பாமாவைப் பார்த்து) அண்ணி! இன்னொரு விஷயம் சொல்ல மறந்துவிட்டேன். அவனுடைய தோழர்களும் மகதத்துக்கெதிரான யுத்தத்தில் தங்கள் சேவையை நல்க முன் வந்திருக்கிறார்கள்."

ரோகிணி பக்கமாக நெருங்கி உட்கார்ந்து என் கைகளைத் தனது இரு கரங்களிலும் எடுத்துக்கொண்டு "சைன்யத்தில் சேருகிறோம் என்றார்களா ஆரிய புத்திரா?" என்று வினவினாள்.

நான் அவளுடைய கண் புருவங்களை முத்தமிட்டு "அவர்களுடைய விருப்பத்தை யுத்த சபை அங்கீகரித்தும்விட்டது" என்றேன்.

ரோகிணி - "அங்கீகாரமும் ஆகிவிட்டதா?"

நான் - "அதுமட்டுமா, கபில் எனக்கு உதவிசேனைத் தலைவனாகவும் நியமிக்கப்பட்டுவிட்டான்."

ரோகிணி தனது கைகளை என் கழுத்தைச் சுற்றிலும் போட்டு, என் உதடுகளுக்கருகே தனது முகத்தைக் கொண்டுவந்து நிறுத்தி, "அப்படியானால் மகா கங்கை நதிக்கரையிலும் மகா சிந்து நதியின் காட்சியைக் காணலாம்!" என்றாள்.

நான் ரோகிணியைக் கட்டியணைத்துக்கொண்டு கூறினேன். "இப்போதேயல்ல ரோகிணி! நான் தகவல் அனுப்புகிறேன். அதற்கு முன்னால் நீயும், பாமாவும் சேர்ந்து லிச்சவிப் பெண்மணிகளை வாளேந்தச் செய்து குருதேச தேவாங்கனைகளைப் போலத் தயார் செய்யுங்கள். நான் நன்றாய் யோசித்து உங்களுக்கேற்ற பொறுப்பைத் தருகிறேன்.

பாமா எனது கைகளை ரோகிணியின் கைகளிலிருந்து விடுவித்துத் தன் கைகளில் வைத்துக்கொண்டு, "கொழுந்தனாரே! இன்று மிகவும் மகிழ்ச்சியளிக்கும் செய்தியைக் கூறினாய்!" என்றாள்.

அப்போது மனோரதன் வந்து கொண்டிருப்பதை நான் முதலில் பார்த்துவிட்டேன். உடனே நான் பாமாவின் பேச்சில் இடையே குறுக்கிட்டுக் கூறினேன். - "இன்னொரு நல்ல சேதியும் கூட அதோ மனோரதன் வந்து கொண்டிருக்கிறான்."

நான் இந்த வார்த்தையைச் சொல்லி முடிப்பதற்குள் மனோரதன் அங்கு வந்து சேர்ந்துவிட்டான். "லிச்சவிப் புத்திரன் மனோரதனுக்கு நல்வரவு" என்று எல்லோரும் ஏககுரலில் கூறினர்.

பாமா துள்ளிக் குதித்து ஓடிச்சென்று அவனுடைய கழுத்தைக் கட்டிக்கொண்டு "வா, எனது அன்பு மனோ! இவ்வளவு நேரம் எங்கே போயிருந்தாய்?" என்று கேட்டாள்.

மனோரதன் - "இவ்வளவு நேரம் எங்கே போயிருந்தேன்? கபிலுக்கும் அவனுடைய தோழர்களுக்கும் பிராமணர்களின் யாகசாலைகளைக் காண்பிக்கப் போயிருந்தேன்."

பாமா - "நிறைய இடங்களைக் காண்பித்தாயோ?"

மனோரதன் - "அன்பே! அவர்களுடைய நாட்டில் இப்படிப்பட்ட பிராமணர்கள் இல்லை; யாகசாலைகளும் கிடையாது."

பாமா - "சரி, அது போகட்டும். லிச்சவிப் பெண்களுக்கு ராணுவப்பயிற்சி அளிப்பதற்கு நமது யுத்த சபை தீர்மானித்திருக்கும் விஷயம் உனக்குத் தெரியுமா?"

மனோரதன் - "தீர்மானம் செய்திருக்கிறதா! மெத்த சந்தோஷம்!"

பாமா - "உனது சமையற்காரிக்குப் பெண்களை அணிதிரட்டும் பொறுப்பும் ஒப்படைக்கப்பட்டிருக்கிறது."

மனோரதன் (அவளை முத்தமிட்டு) - "உனக்கா?"

பாமா - "ஆம்; ஆனால் எனக்குச் சாதம் சமைத்து வைக்கத்தானே தெரியும். (முகத்தை வருத்தத்தோடு வைத்துக்கொண்டு) இல்லை யென்றால் வீட்டில் யார் மதிப்பார்கள்? மனோரதனுக்கு நான் சமையற்காரிதானே; பாத்திரங்களைக் கழுவி வைக்கும் பாமாதானே! இப்போது மட்டும் கொழுந்தனார் சிம்மன் வந்திருக்கவில்லை யென்றால் உனது பாமா அடுப்படியில் கிடந்து சாக வேண்டியவள்தான்."

மனோரதன் - "நல்ல கொழுந்தனார்தான்!"

பாமா - "இல்லாதுபோனால், நான் ஏதாவது அபத்தம் பேசுகிறேனா, மனோ?"

மனோரதன் - "இல்லையில்லை. விளையாட்டுக்காவது பாமாதேவி பொய் சொல்லியிருக்கிறாள் என்று யாராவது கேள்விப்பட்டதுண்டா?"

பாமா - "சரி போதும். என் ஒவ்வொரு வார்த்தையையும் விளையாட்டாகவே எடுத்துக்கொள்கிறீர்கள். காயத்தின் மீது காரத்தைத் தடவ வேண்டாம் மனோ!"

மனோரதன் - "பாமா! என்னை ஏதாவது ஒரு எல்லைக்குப் போகவிடுகிறாயா? அல்லது உன் அதரங்களோடு பிணைத்துவிட வேண்டும் என்கிறாயா?"

பாமா - "அதரங்களோடு பிணைந்து கிடக்க வேண்டும் என்று நினைப்பவர்களை யார்தான் எல்லைக்குக் கொண்டு சேர்க்க முடியும்?"

மனோரதன் - "இல்லை பாமா! உனது மனோ அதரங்களையே நத்திக்கிடப்பவன் அல்ல. அவனும் ஒரு எல்லைக்குப் போகப் போகிறான்."

சந்தோஷத்தோடு பாமா அவனுடைய கைகளைப் பற்றிக்கொண்டு "உண்மைதானா மனோ? இன்றைக்கு என்ன, நற்செய்திமேல் நற்செய்தி வந்த வண்ணமிருக்கின்றன! என்றாள்.

மனோரதன் - "இன்றையதினம் இங்கே இவ்வளவு பேர் வைசாலி அழகு வனிதையர் கூடியிருக்கும்போது நல்ல செய்திக்கு என்ன பஞ்சம்? சரி, சொல்லுகிறேன் கேள். என்னை வைசாலியின் தெற்கு வாசலில் நகரைப் பாதுகாக்கும் பொறுப்பாளனாக நியமித்திருக்கின்றனர்.

பாமா தலையைக் குனிந்துகொண்டு "இதற்கு அர்த்தம் போர்க்களத்துக்கு நான்கு யோசனை தூரத்தில் ஒரு சொட்டு இரத்தம்கூடச் சிந்தாமல் ஒரு காயம்கூடப் படாமல் இருக்கப் போகிறாய். அப்படித்தானே! என்றாள்.

மனோரதன் - "அப்படியானால் என்னைப் போர்க்களத்திற்கு அனுப்பிவைக்கும்வரை உனக்குத் திருப்தியிருக்காது போலிருக்கிறது. இப்படிப்பட்ட மனைவியை எங்குமே பார்த்ததில்லை!"

நான் - "அண்ணி லிச்சவிகள் இரண்டு கைகளிலும் வாட்கள் ஏந்திப் போர்க்களத்தில் இறங்குவது தவிர அவர்களுக்கு வேறு வேலையில்லை என்று நினைத்துக் கொண்டிருக்கிறாயா? அப்படியானால் யுத்தத்தில் நாம் வெற்றிபெற முடியாது அண்ணி! ஆயுதம் தாங்கிப் போரிடுவது எவ்வளவு முக்கியமோ அவ்வளவு முக்கியம் காயம்பட்டவர்களுக்குக் கட்டுகள் கட்டுவதும், ராணுவத்தினருக்காக மாவு அரைத்து, ரொட்டிகள் சுட்டுத் தருவதும், ஆடைகள் தைத்துத் தருவதும், அதேபோல் வைசாலிக்குள் எதிரிகளின் ஒரு ஈ கூட நுழையாமல் பாதுகாப்பதும் முக்கியமானதே."

பாமா - "நல்லது. ஆனால் உங்களைப் போன்றவர்கள் வாயாடிகளாகவும் இருப்பீர்கள் என்பது எனக்குத் தெரியாதே."

நான் - "நான் வாயாடியாக இருப்பது உனக்குப் பிடிக்காதபோது மனோரதனை உன் பேச்சால் திணறடிக்கிறாயே எதற்கு?"

பாமா - "லிச்சவிப் பெண்மணிகள் தங்கள் கணவன்மார்களிடம் ஏதோ கொஞ்சம் பேசுவது இதுவரை தவறாகக் கருதப்படவில்லை; ஆனால் நீ இப்போது சேனைத் தலைவனாகவும், உன் அண்ணன் நகரத்தின் பாதுகாவலனாகவும் ஆகிவிட்டீர்களல்லவா? இனி என்ன? இரண்டு பேர்களுமாக ஒன்று சேர்ந்து லிச்சவி வனிதைகளின் வாய்க்குப் பூட்டுப் போட்டுவிடுங்கள்."

மனோரதன் பாமாவின் முன்னால் கைகூப்பி ஒற்றைக் காலால் நின்றுகொண்டு கூற ஆரம்பித்தான் - "தேவி! வாயாடிப் பதவியை வேறொருவருக்குக் கொடுக்கும் எண்ணம் உனக்குக் கிடையாது. பிர்மாவுக்கேகூட அந்தப் பதவியை நீ தரமாட்டாய்; அப்படியிருக்க அந்த அப்பாவி சிம்மன் எந்த மட்டு? சரி, நகரைப் பாதுகாக்கும் வேலை உனக்குப் பிடிக்கவில்லையென்றால் உனக்கிஷ்டமான வேறு ஏதாவது உத்தியோகம் கொடு செய்கிறேன். உன் மனதுக்குப் பிடித்தமான வேலைதான் எனக்கும் பிடித்தமான வேலை."

பாமா கொஞ்சம் மென்மையடைந்து "பக்தா! மனோரதா! உன் தவத்துக்கு மெச்சினோம். உனக்கு வேண்டும் வரத்தைக் கேள்" என்றாள்.

மனோரதன் - "சந்தோஷம் தேவி! இந்த பக்தன் உனது கருணா கடாட்சத்துக்கு எப்போதும் பாத்திரமாக இருக்க வேண்டுமென்று விரும்புகிறான்."

பாமா - "அப்படியே ஆகக்கடவது! இன்னும் ஏதாவது இருக்கிறதா?"

மனோரதன் - "உங்கள் லிச்சவிப் பெண்கள் கூட்டம் கொஞ்சம் சாந்த சுபாவத்தோடு இருக்கவேண்டும் தேவி!"

பாமா - "அப்படியே ஆகட்டும்! ஆனால் ஒரு நிபந்தனை. லிச்சவி மாதர்கள் ராணுவப் பயிற்சி பெறுவதற்கு உற்சாகமளித்து, சிம்மனையும், கபிலையும் போல இதில் நீயும் ஒத்தாசை செய்ய வேண்டும்."

மனோரதன் - "இந்த பக்தன் தங்கள் பாத சேவைக்கு என்றென்றைக்கும் சித்தமாக இருக்கிறான்; ஆனால் கபில் என்ன கைங்கர்யம் செய்து தேவியின் கிருபா கடாட்சத்துக்குப் பாத்திரமானான் என்பதைத் தெரிந்து கொள்ளலாமா?"

பாமா - "கபில் எங்கள் க்ஷேமாவுக்கு வாளும் கேடயமும் ஏந்திச் சண்டை செய்யக் கற்றுத்தந்து வருகிறான். (க்ஷேமாவின் முகம் நாணத்தால் சிவப்பதைக் கவனித்து உடனே பேச்சை மாற்றி) நீ க்ஷேமாவின் கைகளைப் பார்க்கவில்லை? குட்டி! உன் கைகளை இப்படிக் காண்பி."

மனோரதன் கொப்புளங்கள் பொரிந்த அந்தக் கைகளைப் பார்த்து, "அப்படியானால் பாமா? நீ அம்பாபாலியின் படகை நட்டாற்றில் கவிழ்த்துவிட்டாய் என்று சொல்லு."

பாமா - "இது உனக்குப் பிடிக்கவில்லையா மனோ?"

மனோரதன் - "சந்தேகமில்லாமல் பிடித்திருக்கிறது. என் அன்பே?"

17. வைசாலியின் வணிகர்கள் கைவினைஞர்கள்

இன்றைய தினம் மத்தியானம் ஓய்வாக இருந்ததால் கபில் இருக்குமிடத்துக்குச் செல்லலாமே என்று எண்ணினேன். நான் இந்தச் சங்கதியை ரோகிணியிடம் கூறினேன். அவள் பாமாவிடம் கூறினாள். பாமா க்ஷேமாவிடம் கூறினாள். இவ்விதம் இந்த மூன்று அழகிகளையும் ரதத்தில் உட்கார வைத்து வைசாலியின் தெருக்கள் வழியாக இந்தச் சிம்மன் அழைத்துச் செல்லும்படி நேர்ந்தது. அப்போது என்னைப் பார்த்தவர்களெல்லோரும் "சிம்மனுக்கென்ன அவன் அதிர்ஷ்டசாலி" என்று பேசிக்கொண்டனர். வழியில் எதிர்ப்பட்ட ஒவ்வொரு இளைஞனும் என்னைக் கண்டதும் வாய்பேசாமல் அர்த்த புஷ்டியோடு சிரிப்பதைக் கவனித்தேன். அஜித்தோ "அதிர்ஷ்ட தேவதையை எங்கள் பக்கமும் கொஞ்சம் கடைக்கண் பார்க்க விடு தம்பி!" என்று நேருக்கு நேரே ஒளிவு மறைவு இல்லாமலேயே கூறிவிட்டான்.

பாமா வாய் திறக்கப் போனாள்; ஆனால் நான் குதிரையை அதட்டவும் ரதம் முன்னால் பாய்ந்து செல்லவே அவள் பேசாமலிருந்து விட்டாள். நான் அப்போது பாமாவுக்கு இரண்டு கொக்குகள் ஒரு குச்சியைத் தங்கள் கால் நகங்களில் பிடித்துக்கொள்ள அதனை ஒரு ஆமை தன் வாயால் கௌவியபடி ஆகாய மார்க்கத்தில் பயணம் செய்த கதையைக் கூறிக்கொண்டு வந்தேன். கதை முழுவதும் கேட்டு முடிந்ததும் பாமா சொன்னாள் - "அப்படியானால் கொழுந்தனாரே! நீ மூன்று கொக்குகளுக்கு மத்தியிலுள்ள ஆமை என்கிறாயா? ஊராருடைய பேச்சுகளுக்குப் பதில் சொல்லாமல் ஓடி வந்துவிட்டாயே என்ன?"

குதிரையின் சவுக்கை அதன் இருப்பிடத்தில் வைத்துக்கொண்டே நான் கூறினேன் - "இதோ பார் அண்ணி! நாம் செட்டி மாளிகைக்கு வந்துவிட்டோம். உன் மீதிப் பேச்சைக் கபிலிடம் அவிழ்த்துவிடலாம். அப்படியே கட்டிவை."

பாமா - "என்ன இப்படி வந்தீர்களே என்று கேட்டால் என்ன சொல்வது?"

நான் - "என்னைப் பொறுத்தவரையில் இந்தப் பிரச்சினை இல்லை; நான் இங்கே அடிக்கடி வந்து போகிறவன்."

பாமா - "நீ பெரிய சுயநலக்காரன்தான் கொழுந்தனாரே! முன்னர் தேள்கொட்டிய சமயத்தில் செய்ததுபோல மீண்டும் பாமாவை நட்டாற்றில் தள்ளப் பார்க்கிறாயா?"

நான் - "பாமா தன்னை மட்டுமின்றித் தன்னுடைய தங்கைகளையும் காப்பாற்றிக் கொள்ளமுடியும் என்ற நம்பிக்கை எனக்குப் பூரணமாக உண்டு."

பாமா - "அதெப்படியும் நடக்கப் போவதுதான்."

ரதத்தை விட்டிறங்கி நான் குதிரையை ரத ஓட்டியிடம் ஒப்படைத்தேன். பிறகு அந்த மூன்று அழகிகளையும் அழைத்துக் கொண்டு மாடிப்படிகளில் ஏறி மேலே செல்வதற்கு ஒரு அறையிலிருந்து இன்னொரு அறைக்குச் சென்று கொண்டிருந்தேன். அப்போது பாமா என் கையைப் பிடித்து நிறுத்தி "எனக்கு ஒரு உபாயம் தோன்றுகிறது கொழுந்தனாரே! (க்ஷேமாவை இடது கையால் அரவணைத்துக் கொண்டே) வாட்போர் கற்றுத்தருவதில் அதிலும் முக்கியமாக வைசாலி வனிதையர்களுக்குக் கற்றுத் தருவதில் கபில் பெரிய நிபுணன் என்று கேள்விப்பட்டோமென்றும், ஆகையினால் உன்னுடைய சிஷ்யைகளாக ஆவதற்கு வந்தோமென்றும் கூறுகிறேன்" என்றாள்.

க்ஷேமா கோபத்தோடு, "அப்படியானால் நான் திரும்பிப் போகிறேன் அக்கா!" என்றாள்.

பாமா அவளுடைய கைகளை இன்னும் கெட்டியாகப் பிடித்துக்கொண்டு "ஏண்டி குட்டி! நான் உன்னுடைய பெயரையாவது எடுத்தேனா?" என்று கூறினாள்.

க்ஷேமா - "ஊம், பெயரை எடுக்கவில்லையாமே? இது யாருக்குத் தெரியாது."

பாமா - "கபிலிடம் நீ ஆயுதப் பயிற்சி கற்றுக்கொண்டாலும் அது என்ன தப்பு? யாராவது ஒரு குருவிடம் கற்றுக்கொள்ள வேண்டியதுதானே?"

க்ஷேமா - "நீ இந்த மாதிரிப் பேசிக் கொண்டிருந்தால் நான் திரும்பிப் போய்விடுவேன்."

பாமா - "அப்படியானால் மூன்று கொக்குகளில் ஒன்று மாயமாய்விடும் என்கிறாய்! போக இனி இரண்டு கொக்குகளும் ஒரு ஆமையும்தான் மிஞ்சும். என்ன கொழுந்தனாரே உன் கதையில் கூடக் கொக்குகள் இரண்டுதானே?"

ரோகிணி க்ஷேமாவைத் தன்னருகில் இழுத்து அணைத்துக்கொண்டு "சகோதரி! ஏடாகூடமாகப் பேசிக் கோபமூட்டுவது பாமாவுக்கு வழக்கமானதுதானே" என்றாள்.

பாமா தவறு செய்தவள் போல முகத்தை வைத்துக்கொண்டு கூறினாள் - "சரி க்ஷேமா! தப்பாக நினைத்துக்கொள்ளாதே. இனி உன் பெயரைக்கூட எடுக்கமாட்டேன்."

நான் - "பெயரை எத்தனை தடவை கூறினாலும் ஆயுதப் பயிற்சி விஷயத்தை மட்டும் எடுக்கக்கூடாது அண்ணி!"

பாமா - "சரிதான், நான் காதைப் பிடித்துக்கொள்கிறேன்."

கபிலும் அவனது தோழர்களும் மதிய உணவை முடித்துக் கொண்டு மூன்றாவது மாடியில் பெரிய வராந்தாவில் உட்கார்ந்து சாவதானமாகப் பேசிக்கொண்டிருந்தார்கள். அந்த வராந்தாவுக்குள் மூன்று ஆரணங்குகளும் முன்னே செல்ல நான் பின்னே சென்றேன். எங்களைப் பார்த்ததும் அவர்கள் எழுந்து நின்றார்கள். கபில் முன்னே வந்து "தேவிகளுக்கு நல்வரவு!" என்று வரவேற்றான்.

"அப்சரசுகள் என்று சொல்லு கபில்! இப்போது தேவிகளுக்குக் கடைவீதியில் கிராக்கியில்லை" என்றேன் நான் சிரித்துக்கொண்டே....

கபிலும் சிரித்துக்கொண்டே கூறினான் "அப்சரசுகளை இந்த மானிடனிடம் அழைத்து வந்துள்ள தேவ தூதராகிய தாங்களும் எழுந்தருள வேண்டும்! தேவிகளே! இல்லையில்லை. அப்சரசுகளே! இன்று தங்களது பாதத் தூளியால் இந்த ஏழையின் குடிசையைப் புனிதமாக்க வந்ததற்கான காரணத்தை அடியேன் அறியலாமோ?"

எல்லோரையும் முந்திக்கொண்டு பாமா சொன்னாள் - "எங்களுடைய பாதத் தூளி அவ்வளவு சுலபமாகக் கிடைக்கக்கூடியது அல்ல கபில்! நாங்கள் கால் செருப்புகளை விட்டு வந்தது இங்குள்ள கம்பளத்தின் மீதுதான்."

கபில் - "நான் உனக்குப் பதில் கூறத் தகுதி படைத்தவனல்ல பாமா!"

பாமா - "அப்படியானால் உனக்கு நான் அந்த வித்தையைக் கற்றுத் தரட்டுமா?"

கபில் - "மிக்க வந்தனம்; ஆனால் பாமா! ஒரே சமயத்தில் இரண்டு ராணிகள் ஒருவனுடைய வீட்டு வாசற்படியை மிதித்தால் அவன் எவ்வளவு பாக்கியசாலியாக இருப்பான்?"

பாமா - "அப்படியில்லை சேனைத் தலைவனே! ஒரு தேசத்தில் ஏக காலத்தில் இரண்டு அழகு ராணிகள் இருக்கமாட்டார்கள்."

கபில் - "நான் கூறிய இருவரில் ஒருத்தி முன்னாள் அழகுராணி என்று வைத்துக்கொள்."

பாமா - "முன்னாள் அழகுராணிகளுக்குக் கணக்கு வழக்கேது. பொக்கை வாயோடு தடியூன்றி நடந்து செல்லும் சுந்தரிகளுக்குக் குறைச்சலே இல்லை."

கபில் - "ஆனால் சென்ற ஆண்டுவரை நாட்டின் அழகு ராணியாக இருந்த இந்த அம்மையாரின் விஷயம் அப்படியல்லவே?"

பாமா - "அந்த அம்மையாரின் கிராக்கி விழுந்துவிட்டது கபில்! இப்போது தேசத்தின் அழகு ராணி ஒருத்திதான். ஒரே உறையில் இரண்டு கத்திகளும் ஒரே வனத்தில் இரண்டு சிங்கங்களும் இருக்க முடியாது. ஆகையால் தேசத்தின் அழகுராணி க்ஷேமா ஒருத்திதான்! சரி, அது இருக்கட்டும், நாங்கள் வந்து உங்கள் பகல் தூக்கத்தைக் கெடுத்துவிட்டோமில்லையா?"

கபில் - "தினமும் நீ வந்து எங்கள் பகல் தூக்கத்தைக் கெடுப்பதையே நாங்கள் விரும்புகிறோம் பாமா!"

பாமா - "அந்தத் தொந்தரவில் மகிழ்ச்சி என்ன இருக்கிறது? என்ன கொழுந்தனாரே சிம்மா! நீ ஊமை மாதிரி உட்கார்ந்திருக்கிறாயே? வாய் திறந்து பேசேன். நான் உளறிக்கொண்டேயிருக்க வேண்டுமா?"

நான் - "உன் உளறல்தான் இனிமையாக இருக்கிறது அண்ணி!"

பாமா - "இதோ பார் கொழுந்தனாரே! என்னைத் தூக்கிவைத்துப் பேசி மூன்று மருமகள்களுக்கிடையேயும் சண்டை மூட்டப் பார்க்கிறாயா?"

ரோகிணி - "நமக்கிடையே எவராலும் சண்டைமூட்ட முடியாது அக்கா!"

பாமா - "ஆண்களுக்கு வேறு போக்கில்லை ரோகிணி! முதலில் தாங்களே சண்டையைத் தூண்டிவிட்டு, பிறகு மூன்று மருமகள்களுக்கிடையேயும் மன ஒற்றுமையில்லை. மாமியாரும் மருமகள்களும் சண்டைபோட்டுக் கொள்கிறார்கள் என்பார்கள்."

ரோகிணி - "ஆண்களின் தூண்டுதலால் சண்டையிட்டுக் கொள்ளும் மருமகள்கள் ஒருவகையைச் சேர்ந்தவர்கள் அக்கா!"

பாமா - "ஆம் சகோதரி! நாம் வெளியே யுத்தகளத்தில் நம்முடைய பராக்கிரமத்தை வெளிக்காட்டிக் கொள்ளும் வாய்ப்பு இருக்குமானால் நாம் ஏன் வீட்டிற்குள்ளே துவந்த யுத்தம் செய்கிறோம்? சரி, இது போகட்டும் கபில்! நாங்களும் போருக்குத் தயாராகி வருகிறோம்."

கபில் பயந்தவனைப்போல - "என்ன சொன்னாய் தேவி! அப்படியானால் மூன்று லோகங்களும் எரிந்து சாம்பலாகித்தான் போய்விடும். பெண்களுக்கு அமைதிதான் சோபிக்கும்."

பாமா - "அவ்விதமானால் எங்கள் கரங்களிலே வாட்கள் சோபிக்காது என்பது உன் கருத்தா?"

கபில் - "அப்படி யார் சொன்னார்கள்? ரோகிணியை அன்றைய தினம் மகா சிந்துநதிக் கரையில் பார்த்தவர்களுக்குத்தான் அந்த அழகு தெரியும் பாமா!"

பாமா - "மகா சிந்துநதிக் கரையில் நான் பார்க்கவில்லை. ஆனால் இப்போது கங்கைநதிக் கரையில் பார்க்கப் போகிறோம்."

கபில் - "பேஷ்! நீ கூறியது யுத்தத் தயாரிப்புகளைப் பற்றியா? நான் இதுவரைக்கும் உங்களுடைய முஸ்தீபுகளால் என்னுடைய தலைவிதியும் சிம்மனுடைய தலைவிதியும் முடிந்துவிடுமோ என்னவோ என்றல்லவா நினைத்தேன்."

பாமா - "இல்லை முடியப்போவது உங்களுடைய தலைவிதியல்ல; மகதமன்னன் பிம்பிசாரனுடைய தலைவிதிதான் முடியப்போகிறது."

கபில் - "அப்படியானால் இந்தத் தயாரிப்புகள் மகிழ்ச்சியளிக்கக் கூடியவைகளே. உனக்குத் தெரியுமா பாமா! நாங்களும் இந்த யுத்தத்தில் கலந்து கொள்வதற்கு உங்களது பஞ்சாயத்து சபை எங்களுக்கு வாய்ப்பளித்திருக்கிறது. இந்தத் தகவல் எங்களுக்கு நேற்றுதான் கிடைத்தது."

நான் - "நண்பா கபில்! இன்னொரு சங்கதியும்கூட கேள். பஞ்சாயத்து சபை லிச்சவிப் பெண்களும் யுத்தத்தில் கலந்துகொள்வதற்குச் சம்மதித்திருக்கிறது. அதோடு அந்த லிச்சவிப் பெண்கள் படைக்குப் பாமா தலைவியாக நியமிக்கப்பட்டிருப்பது இன்னும் மகிழ்ச்சி யளிக்கக்கூடிய விஷயமல்லவா!"

கபில் - "நல்வாழ்த்துக்கள் பாமா!"

நான் - "உனது சகோதரி ரோகிணி உதவி படைத்தலைவி!"

கபில் - "சகோதரி ரோகிணி! இப்படி வா!" நாணத்தால் சிவந்துபோன முகத்தோடு முன்னால் வந்த ரோகிணியின் நெற்றியில் முத்தமிட்டு "உனக்கு மிகமிக நல்வாழ்த்துக்கள்!"

நான் - "அண்ணி! உங்கள் பெண் படையில் சேரும் முதல் சிப்பாய் க்ஷேமாதானே?"

பாமா - "என்ன கொழுந்தனாரே! இரண்டு சேனைத் தலைவிகளுக்கு ஒரு சிப்பாய் என்று கூறி எங்களைப் பரிகாசம் செய்கிறாயா?"

நான் - "இல்லை அண்ணி! பெண்படையை அமைக்க முடிவு எடுத்தது நேற்றுதான் என்று கபிலுக்குத் தெரியும். படை திரட்டுவது எப்போதானாலும் முதலில் ஒரு ஆளோடுதானே ஆரம்பிக்க வேண்டும்.

கபில் - "பாமா! இல்லையில்லை சேனைத் தலைவி உன் முதல் சிப்பாய்தான் என்றைக்காவது ஒருநாள் உன்படை முழுவதுக்குமே புகழைத் தேடித்தரப் போகிறாள்."

நான் - "இந்த விஷயத்தில் உன்னைவிட பாமாவுக்கு அதிகம் தெரியும் கபில்!"

கபில் - "ஒருவேளை அப்படியிருக்கலாம்."

நான் - "அது என்ன ஒருவேளை!"

கபில் - "பாமா இதுவரைக்கும் க்ஷேமா வாட்போர் புரிவதைப் பார்த்திருக்கமாட்டாள்."

நான் - "அப்படியானால் நீ பார்த்திருக்கிறாயா?"

கபில் - "இப்போது என்னிடம்தானே அவள் வாட்போர் கற்றுக்கொள்ள ஆரம்பித்திருக்கிறாள். ஆனால் சிம்மா! அவளுடைய கை வாளேந்துவதற்கு மிகவும் ஏற்றதாகத் தோன்றுகிறது."

நான் - "அப்படியானால் சீக்கிரமேயே க்ஷேமா சேனைத் தலைவிப் வாட்போரில் கைதேர்ந்து விடுவாள். இதுவரை குதிரை சவாரி செய்ய க்ஷேமாவுக்குக் கற்றுத் தந்திருக்கிறேன். வில்லையும் வேலையும் உபயோகிக்க இனிமேல் பயிற்சி தரவேண்டும்."

க்ஷேமா - "அம்பை நன்றாய்க் குறிவைத்து எய்ய என்னால் முடியும்."

கபில் - "குறிவைத்து அடிப்பது மட்டும் போதும் என்று நீ நினைக்கிறாயா? அம்பு இன்னும் வேகமாகவும் செல்ல வேண்டும். குறி வைத்து எய்யக் கற்றுக்கொண்ட பிறகு மற்ற விஷயங்களைச் சுலபமாகவே தெரிந்துகொள்ளலாம். ஒட்டுமொத்தத்தில் க்ஷேமா இன்னும் ஒன்றரை மாதத்தில் ஓரளவுக்கு வித்தையைக் கற்று முடித்துவிடுவாள் என்று நினைக்கிறேன் சிம்மா!"

நான் - "ஆனால், நீ அத்தனை நாள்வரை க்ஷேமாவுக்குப் பயிற்சி அளிப்பதற்கு அவகாசமிருக்காது என்று எண்ணுகிறேன்."

கபில் - "உண்மைதான் நேற்று நீ கூறிய விஷயங்களிலிருந்து அப்படித்தான் தோன்றுகிறது. அதுசரி, நீ உல்காசேலத்துக்கு எப்போது பயணம்?"

நான் - "இந்த வாரத்திற்குள்ளேயே."

இந்தச் சமயம் பாமா "நாங்கள் மூவரும் செட்டி மாளிகையைப் பார்த்துவிட்டு வருகிறோம்" என்று கூறிக் காந்தார இளைஞன் சந்தனுவை அழைத்துக்கொண்டு புறப்பட்டுவிட்டாள்.

கபில் பேச்சைவிட்ட இடத்திலிருந்து ஆரம்பித்தான் - "அப்படியானால் நானும் உன்னோடு வரவேண்டியிருக்கும் என்று நினைக்கிறேன்."

நான் - "ஆமாம். நீ கட்டாயம் வரவேண்டியிருக்கும். நாம் அங்கே ஒரு வாரம் ராணுவக் கண்ணோட்டத்தோடு கண்டகி நதி தீரத்தைப் பரிசீலனை செய்ய வேண்டும்; கண்டகிக் கோட்டைகளை மேற்பார்வையிட வேண்டும். நமது போர்ப் படகுகளை இன்னும் உறுதிப்படுத்துவதற்குச் சில மாற்றங்கள் செய்யவேண்டு மென்றிருக்கிறேன். முதலில் நாம் பதினோருபேர்களும் சென்று அவற்றைப் பார்ப்போம்; பிறகு என்ன மாற்றங்கள் செய்ய வேண்டும் என்பதைப் பற்றி யோசிப்போம். நாம் தீர்மானிக்கும் மாற்றங்களைச் செயல்படுத்துவதற்குக் கொல்லர்களின் ஆலோசனைகளையும், உதவியையும் பெற்றுக்கொள்ளலாம். வைசாலிக்குக் கிழக்கேயுள்ள குளத்தைப் படகுகளைப் பரீட்சிக்கும் தளமாக்கிக் கொண்டால் நன்றாய் இராது கபில்."

கபில் சற்று யோசித்துவிட்டுக் கூறினான் - "அப்படிச் செய்வது அவசியமானது என்பதுதான் என் எண்ணமும் கூட, ஏனென்றால் கண்டகி நதியின் கரைகளில் ஒன்றுமட்டும்தான் நம் வசமிருக்கிறது. மற்றொன்று எதிரிகள் வசம் இருக்கிறது. எனவே நமது படகுகளில் மாற்றங்கள் செய்யப்படுவதை அவர்கள் பார்த்துவிடக்கூடும்."

நான் - "இங்கே என்றால் எதிரிகளின் கண்களில் படாமல் நாம் காரியத்தைச் சாதிக்க முடியும்."

கபில் - "அதுதான் நல்லது சிம்மா! படகுகளைப் பார்த்த பிறகு நாம் மாற்றங்களைக் குறித்து ஆலோசிப்போம். படகோட்டிகளையும் படைவீரர்களையும் கூடப் பரீட்சித்துப் பயிற்சி தரவேண்டும். படகுகளனைத்தையும் ஒன்று திரட்டியதற்கப்புறம் நாம் நமது தோழர்களோடு கண்டகி தீரத்திலுள்ள படகுப்படை தளத்திலேயே தங்கி விடுவோம். பின்னர் கொல்லர்களின் உதவியோடு இங்கேயே படகுகளைப் பரீட்சித்துப் பார்ப்போம். எந்த மாற்றங்கள் அவசியம் என்று தெரிகிறதோ அவற்றை ஏராளமான படகுகளில் செய்வதற்குத் தகுந்த அளவு கொல்லர்களைக் கண்டகி கரைக்கே கொண்டுவந்து, வேலையைத் துரிதமாக முடிப்பதற்கான ஏற்பாடுகளைச் செய்ய வேண்டும்."

நான் - "இதுமட்டுமல்ல. நாம் மற்றெல்லா வேலைகளையும்கூட வெகு சீக்கிரமே முடிக்க வேண்டும். இன்னும் ஒன்றரை மாதங்களில் குளிர்காலம் போய்விடும். இந்தக் குளிர் காலத்திலேயே யுத்தம் ஆரம்பமாவது நல்லது. ஆனால் பிம்பிசாரன் தாமதம் செய்து வருகிறான். அவனது ராணுவ ஏற்பாடுகள் இன்னும் பூர்த்தியாகி இருக்காது. நம்முடைய ஏற்பாடுகள் பூர்த்தியாவதற்கும் கூடக் குறைந்தபட்சம் ஒரு மாதமாவது ஆகும்.

கபில் - "அப்படியானால் இன்னும் ஒரு மாதத்திற்குப் பிறகு நாம் யுத்தத்தில் குதிப்போம் என்று சொல்லு. காயம்பட்டவர்களுக்குக் கோடைக்காலம் மிகவும் பாதகமானதாயிற்றே."

நான் - "இதைப் பற்றியெல்லாம் பிம்பிசாரனுக்கோ அல்லது இந்த யுத்தத்தைத் தூண்டிவிட்ட அஜாத சத்துருவுக்கோ - என்ன கவலை? ஒருவருக்குப் பதில் பத்துப்பேர் பலியானாலும்கூட அவர்களுக்கு என்ன? எது எப்படியானாலும் முன்னதாகத் தாக்குதல் தொடுக்கும் சந்தர்ப்பத்தை நாம் ஒருக்காலும் பிம்பிசாரனுக்குக் கொடுக்கக்கூடாது. நிலைமைகளையெல்லாம் நன்கு சீர்தூக்கிப் பார்த்து, முன்னதாக நாமே எப்போது யுத்தத்தை ஆரம்பிப்பது என்பதைப் பற்றி யோசிக்க வேண்டும்."

கபில் - "இந்த யுத்தத்திற்கு மூலகர்த்தா அஜாத சத்துருதான் என்பது உன் கருத்தா?"

நான் - "ஆம். சந்தேகமில்லாமல், கிழவன் பிம்பிசாரன் ஏற்கெனவே லிச்சவிகளின் வாளை ருசி பார்த்தவன். அவன் விருப்பப்படி நடக்குமானால் மீண்டும் லிச்சவிகளோடு போரில் இறங்கமாட்டான்."

கபில் - "இந்தப் போருக்கெல்லாம் காரணம்?"

நான் - "வெற்றியும், ராஜ்யத்தை விஸ்தரித்தலும்."

கபில் - "அதாவது, இன்னொரு மக்களை அடிமைப்படுத்துதல்."

நான் - "நண்பா கபில்! இந்த அரசர்களுக்குத் தாங்கள் சக்கரவர்த்தியாக வேண்டுமென்ற அளவுக்கு மீறிய பேராசை இருக்கிறது. அதாவது உலகம் முழுவதிலும் தங்களது ஏகச் சக்கராதிபத்தியத்தை நிலைநாட்ட வேண்டுமென்று அவர்கள் விரும்புகிறார்கள்."

கபில் - "பாரசீக சக்கரவர்த்தி டாரியஸ் போல!"

நான் - "எத்தனை மக்களையும் நாடுகளையும் அடிமைப்படுத்தி யிருந்தால் அவன் சக்ரவர்த்தியாகியிருக்க முடியும்."

கபில் - "ஆனால் நமது குடியரசின் லட்சியம் இதிலிருந்து முற்றிலும் மாறுபட்டது. நாம் பிறருக்கு அடிமையாக மாட்டோம்; பிறரையும் அடிமைப்படுத்த விரும்பமாட்டோம்."

நான் - "நாம் அப்படிச் செய்ய நினைத்தாலும் முடியாது. ஏனென்றால் நம்முடைய நாடுகளின் எல்லைகளனைத்தும் நமது இரத்தத்தை ஆதாரமாகக் கொண்டிருக்கிறது. லிச்சவிகளில்லாத இடங்களில் லிச்சவி குடியரசு ஆட்சியை ஏற்படுத்துவது நடக்காத காரியம்."

கபில் - "அப்படியானால் நமது குடியாட்சியை விரிந்த பரந்த பிரதேசத்தில் ஏற்படுத்துவது என்றைக்கும் சாத்தியமில்லை என்று நீ சொல்கிறாய்."

நான் - "அப்படி ஏற்படுத்துவது சாத்தியமானால் நமது குடியாட்சியே ஒழிந்து போகும். அதிகாரம் கணசபையிடமிருந்து (பஞ்சாயத்து சபை) பறிபோய் சுய ஜாதி, பிறஜாதி படைகள் மீது ஆதிக்கம் செலுத்தும் சேனாபதி சர்வாதிகாரியாகிவிடுவான்."

கபில் - "பிற ஜாதி என்றாயே என்ன அது?"

நான் - "ஒரே ஆட்சியின் கீழுள்ள விஸ்தாரமான பிரதேசத்தில் வெவ்வேறான ஜாதிகளை ஆயுத பலம் கொண்டு மட்டுமே அடக்கி வைத்திருக்க முடியும். இதற்குப் பஞ்சாயத்து ஆட்சியிலுள்ள ஒரே ஜாதி ஏற்றதாக இல்லை."

கபில் - "பிறகு அந்த சேனாபதி அரசனாகி விடுகிறான்."

நான் - "ஆமாம் அரசர்கள் இந்த விதமாக அரியணை ஏறியவர்களே."

கபில் - "குடியரசுகளின் நம்பிக்கை?"

நான் - "குடியரசுகளிலுள்ள மக்களின் இதயங்களில் கொழுந்து விட்டெரிந்து கொண்டிருக்கும் சுதந்திரத் தீபம் வேறு ஜாதிகள் மீது அரசர்கள் செலுத்தும் ஏகாதிபத்தியத்தைச் சுட்டெரித்துவிடுகிறது."

கபில் - "அங்கமும், மகதமும், காசியும், கோசலமும் அஜாத சத்துருவின் கைக்கு வந்துவிட்டாலோ?"

நான் - "அதை நினைக்கும்போதே என் உள்ளம் தகிக்கிறது."

கபில் - "சரி, அப்படியானால், முடியரசு தனது எல்லைகளை விஸ்தரித்துக்கொள்ளாமல் வாழ முடியாது என்பது இதிலிருந்து தெளிவாகிறது."

நான் - "பெரிய மீன்கள் சின்ன மீன்களை விழுங்கி மேலும் பெரிதாகின்றன."

கபில் - "பஞ்சாயத்து ராஜ்யம் தனது எல்லைகளை மாத்திரம் உடையாமல் பார்த்துக்கொள்கிறது."

நான் - "பிறப்பு அதிகரித்து ஜனத்தொகை பெருகும்போது மற்றவர்களுடைய பிரதேசம் வரை விஸ்தரிக்கவும் செய்கிறது."

கபில் - "ஆனால் அந்தப் பணியைத் தங்களுடைய சந்ததிகள் மூலமாகவே செய்கிறது."

நான் - "ஆமாம், அப்போது அந்த எல்லை இரத்தத்தோடு சம்பந்தப்பட்டிருக்கிறது."

கபில் - "சரி, அது இருக்கட்டும். குடியரசுகளின் எதிர்காலம் பற்றி உன் கருத்து என்ன?"

நான் - "அது வருங்காலத்தவர் விஷயம் நண்பா! இப்போது குடியாட்சி வாழ்க்கை மிகவும் சுந்தரமானது. சுதந்திரமானது. மனிதத்துவம் வாய்ந்தது என்பதை நாம் அனுபவ ரீதியாகப் பார்க்கிறோம். அதே சமயம் முடியாட்சி வாழ்க்கை கலப்பில்லாத அடிமை வாழ்க்கை என்பதையும் காண்கிறோம். நாமாகட்டும் அல்லது நம்மைப் போன்ற இதர குடியரசுகளைச் சேர்ந்தவர்களாகட்டும். இந்த வாழ்க்கையிலிருந்து அந்த வாழ்க்கைக்கு மாறுவதற்கு ஒருப்படமாட்டோம்."

இந்தச் சமயம் அழகிகள் மூவரும் சந்தனுவோடு வந்து சேர்ந்தார்கள். ரோகிணி கூறினாள் - "மன்னனது அரண்மனை எப்படியிருக்குமென்று எனக்குத் தெரியாது; ஆனால் இந்தச் செட்டி மாளிகை போன்றதை நான் இதற்கு முன் பார்த்ததேயில்லை."

நான் - "இந்த மாளிகைக்குச் சொந்தக்காரனான செட்டி லிச்சவியல்ல."

கபில் - "உங்களுடைய லிச்சவிக் குடும்பங்களிலேயே இவனைவிட அதிகமான செல்வம் படைத்தவர்கள் எவரும் இல்லை என்று சொல்லலாமல்லவா?"

நான் - "அதுமட்டுமல்ல. லிச்சவி குடும்பங்களிலுள்ள அத்தனை அடிமைகளையும் அவனால் விலை கொடுத்து வாங்கிவிட முடியும்."

கபில் - "இவ்வளவு செல்வமும் இவனுக்கு எப்படி வந்தது?"

நான் - "வியாபாரத்தில் இவன் கிழக்கு நாடுகளிலுள்ள மிகப்பெரிய வணிகர்களில் ஒருவன். இவனுடைய முன்னோர்களில் ஒருவன் கோசல மன்னனுடைய கடும் கோபத்துக்குள்ளாகி, உயிர் தப்புவதற்காக வைசாலியில் வந்து அடைக்கலம் புகுந்தான்."

கபில் - "சரி இப்போது இந்த மாளிகை காலியாக இருக்கிறதே, காரணம்?"

நான் - "அவன் பிள்ளையில்லாமல் இறந்துவிட்டான். சந்ததிகளில்லாதவர்களுடைய சொத்துக்கள் அனைத்தும் குடியரசு சபைக்குச் சேரவேண்டும் என்பது இங்குள்ள சட்டம்."

கபில் - "ஆனால் நண்பா! வஜ்ஜி தேசத்தின் ஆட்சி நிர்வாகம் முழுவதும் லிச்சவிகளின் கையிலேயே இருக்கிறது என்று சொன்னாயல்லவா; அந்நிலையில், இந்தச் செட்டி போன்ற

லிச்சவிகளல்லாதவர்கள் எவரேனும் எப்போதாவது எந்தத் தவறின் காரணமாகவோ அநீதிக்கு ஆளாக நேர்ந்தால் அதிலிருந்து அவர்களைப் பாதுகாக்க மார்க்கம் ஏதாவது உண்டா?"

நான் - "வணிகர்கள் தங்களுக்கென்று பிரத்தியேகமான ஸ்தாபனங்களை, பலம் வாய்ந்த வணிகர் சங்கங்களை அமைத்துக் கொண்டிருக்கிறார்கள். தங்களுக்கு ஏதாவது அநீதி இழைக்கப்பட்டால் அவர்கள் பஞ்சாயத்து முன்பு முறையிட்டுக்கொள்ளலாம். தனி நபர்கள் மீதுதான் பஞ்சாயத்தின் நலம் ஆதாரப்பட்டிருக்கிறது. ஆகையினால் வணிகர் சங்கங்களின் முறையீடுகளுக்குச் சிரத்தையோடு செவிசாய்த்து அவற்றை விசாரிக்காமல் இருக்க முடியாது. இப்படிப்பட்ட சங்கங்கள் மன்னர்கள் ஆட்சியிலும் கூட இருக்கின்றன. ஆனால் அங்கே மன்னன் எதையும் தன் இஷ்டப்படி சாதித்துக் கொள்வதில் வெற்றி பெறுகிறான். ஆதலால் மன்னன் மீது அவர்கள் நிர்ப்பந்தம் கொண்டுவர முடியாது. ஆயின் இந்தச் சங்கங்கள் தங்கள் உறுப்பினர்களிடையே மிகுந்த செல்வாக்கு வகித்து வருகின்றன. நமது ராஜ்யத்தில் இருக்கும் வணிகர் சங்கம் கண சபைக்குள்ளேயே குட்டி கண சபையாக விளங்குகின்றது. அது வணிகர்கள், வர்த்தகர்களின் அந்தரங்க விஷயங்கள், தனிப்பட்ட விஷயங்கள் வியாபார விஷயங்கள் முதலியவற்றைத் தீர்த்து வைப்பதோடல்லாமல்; ஏனைய குடியரசுகளில் வஜ்ஜிதேச வர்த்தகர்களின் கௌரவத்துக்குப் பங்கம் ஏற்படாமல் பார்த்துக் கொள்கிறது. இந்தச் சங்கத்தால் நமது குடியரசுக்கு இன்னொரு முக்கிய பயனுமிருக்கிறது. வணிகர்கள் தனிப்பட்ட முறையில் பல நாட்டுக் காரர்களாகிறார்கள். அவர்களுடைய கடைகள் வஜ்ஜிக்கு வெளியே தொலைதூர தேசங்களில்கூட இருக்கின்றன. அப்படிப்பட்டவர் களோடு எவனாவது ஒரு வேற்று நாட்டான் சுயநல நோக்கத்தோடு தொடர்பு வைத்துக்கொள்வது சாத்தியமே ஆனால், வர்த்தகர் சங்கம் அப்படி வேற்று நாட்டின் மீது விசுவாசம் கொண்டிருக்காது. அது புனிதமான சுய தேசாபிமானம் கொண்டிருக்கும். லிச்சவி கணசபை போலவே அது வஜ்ஜி தேசத்திடம் அவிசுவாசமாக இருப்பதை ஒருக்காலும் அனுமதிக்காது."

கபில் - "சுயநலக்காரர்களான இப்படிப்பட்ட ஒருசிலர் சங்கத்தின் மீது ஆதிக்கம் வகித்தாலோ?"

நான் - "அப்படி ஒருபோதும் நடக்காது; அதற்கு வழியில்லை. ஏனென்றால் சங்க உறுப்பினர்களில் பெரும்பாலோருடைய வர்த்தகம் வஜ்ஜி தேசத்துக்குள்ளேயே நடக்கிறது. அதோடு, பெரிய தனவந்தர் களான வணிகர்கள் தங்கள் செல்வத்தால் சங்கத்தை ஆட்டிப் படைக்காதபடி சங்கத்திடமே ஏராளமான நிதி இருக்கிறது. இந்த நிதி தலைமுறை தலைமுறையாகச் சேர்க்கப்பட்டு வருகிறது."

கபில் - "சங்க நிதியா?"

நான் - "ஆம், சங்கத்திற்காக ஒவ்வொரு வர்த்தகரும் தங்களுடைய லாபத்தில் ஒரு பகுதியைக் கொடுத்து வருகிறார்கள். அப்படி வரும் நிதியில் கொஞ்சம் செலவாகிறது. மீதிப்பணத்தை சங்கம் வட்டிக்குக் கடன் கொடுக்கிறது. இந்த நிதி சங்க உறுப்பினர்களிடையே பாகம் பிரித்துக் கொடுக்கப்படமாட்டாது. எனவே இது தலைமுறை தலைமுறையாகப் பெருகி வருகிறது."

கபில் - "நண்பா! எங்கள் தேசத்தில் வர்த்தகர் சங்கங்கள் இல்லையாதலால், இந்த விஷயங்களெல்லாம் எனக்குக் கொஞ்சம் விசித்திரமாகவே தோன்றுகின்றன."

நான் - "விசித்திரமாகத்தானிருக்கும். இந்த மாளிகையைச் செட்டி தனது மரணத்திற்கு முன்பே வர்த்தகர் சங்கத்திற்குக் கொடுத்திருந்தால் இன்று அது பஞ்சாயத்தின் சொத்தாகியிருக்காது. இந்த வீட்டின் வாடகையிலிருந்து கிடைக்கும் வருமானம்கூட சங்கத்தின் நிதியிலேயே சேர்ந்திருக்கும். அனந்தசந்தான - புத்தர் கோவில் முதலிய ஏராளமான தேவஸ்தானங்களின் நிதியும் வருமானமும் கூட வர்த்தகர் சங்கங்களிடமே கொடுத்து வைக்கப்படுகின்றன. இதிலிருந்து கிடைக்கும் வட்டி மாத்திரம் அந்தக் கோவில்களுக்கு ஆண்டுதோறும் உற்சவங்கள் முதலியன நடத்த செலவழிக்கப்படுகிறது."

கபில் - "உங்கள் வஜ்ஜி தேசத்தில் இதல்லாமல் இன்னும் ஏராளமான சங்கங்கள் இருக்கின்றனவோ?"

நான் - "வணிகர் சங்கம்போலவே ஒவ்வொரு ரக கைவினைஞருக்கும் ஒவ்வொரு சங்கம் இருக்கிறது. தந்த வேலைக்காரர்கள், கொல்லர்கள், கல் தச்சர்கள் முதலிய ஒவ்வொரு வகை கைவினைஞர்களுக்கும் தனித்தனியாக அநேக சங்கங்கள் இருக்கின்றன."

கபில் - "இவற்றைத்தானே நீ கணசபைக்குள் குட்டி கணசபைகள் என்று கூறினாய்?"

நான் - "ராஜ்யத்துக்குள் ராஜ்யம் என்றும்கூடச் சொல்லலாம். இதுபோன்ற சங்கங்கள் மகதம், கோசலம், வத்சம் முதலிய நாடுகளிலும் இருக்கின்றன. ஆனால் அவற்றைவிடப் பஞ்சாயத்து ராஜ்யங்களில் உள்ள சங்கங்களே அமைப்பிலும் பலத்திலும் சிறந்தவைகளாக விளங்குகின்றன."

நீண்டநேரம் வரைக்கும் நாங்களிரண்டு பேர்கள் மட்டுமே பேசிக்கொண்டிருந்ததால், அழகிகள் மூவரும் சலிப்படைந்து போனதைக் கவனித்து நான் பாமாவைப் பார்த்துக் கூறினேன். "அண்ணி! நீ மௌனமாக இருக்கிறாயே என்ன?

பாமா - "நீதான் எங்களை மௌனம் வகிக்கும்படி செய்து விட்டாயே! இந்தச் சங்கச் சமாச்சாரங்கள் பேசுவதற்கு ஒரு முடிவே இல்லையா? நாங்கள் வந்த மாதிரியே திரும்பிவிட வேண்டியதுதானா?"

நான் - "வந்த மாதிரியே என்றால்?"

பாமா - "பின்னே, நீ எங்கள் மூவரையும் இந்த மாளிகையைக் காண்பிக்கத்தான் கூட்டிவந்ததாக நினைத்துக் கொண்டிருக்கிறாயா? நாங்கள் இங்கே ஒரு காரியமாகத்தான் வந்தோம்"

நான் - "அப்படியா! என்ன காரியம்?"

பாமா - "லிச்சவிப் பெண்மணிகளுக்கு ராணுவப் பயிற்சி அளிப்பது சம்பந்தமாகக் கபிலின் ஆலோசனையைக் கேட்டுப் போகவே வந்தோம்."

நான் - "அடேயப்பா! ராணுவப் பயிற்சி சம்பந்தமாகவோ!"

பாமா - "ஆம்; சைன்யத்தோடு சம்பந்தப்பட்ட பெண்களுக்கு ராணுவப் பயிற்சி அளிப்பது குறித்துத்தான்."

நான் - "பின்னே என்னப்பா நண்பா! ஆலோசனை சொல்லு. லிச்சவி மாதர் திலகங்கள் இவ்விஷயத்தில் உன்னைத்தான் நம்பிக் கொண்டிருக்கிறார்கள்."

பாமா - "கொழுந்தனாரே! இதில் நீ பொறாமைப்படுவதற்கு என்ன இருக்கிறது?"

நான் - "நான் ஏன் பொறாமைப்பட வேண்டும்."

பாமா - "லிச்சவிப் பெண்கள் இந்த விஷயத்தில் உன்னிடமும் கொஞ்சம் பொறுப்பை ஒப்படைத்திருக்கிறோம். யுத்த சபையில் எங்களுக்காகத் தீவிரமாக வாதாடிப் பெண்கள் படை அமைப்பதற்கு அனுமதி கிடைக்கச் செய்த உன்னை நாங்கள் மறக்க முடியுமா! (கபில் பக்கம் திரும்பி) சரி, சகோதரா! நாங்கள் என்னென்ன கற்றுக்கொள்ள வேண்டும்? உங்கள் படையில் எத்தனை வயதுள்ளவர்களைச் சேர்த்துக் கொள்ள வேண்டும்; கொஞ்சம் சொல்லு."

கபில் - "பெண்கள் படை இரண்டு பகுதிகளாகப் பிரிந்து வேலை செய்ய வேண்டும். ஒன்று ஆயுதம் தாங்கிப் போராடும் படை; மற்றொன்று ஆகார - வைத்தியப்படை, அதாவது, எதிரிகள் மீது தாக்குதல் தொடுப்பது ஒரு பகுதி; நமது படைவீரர்களுக்கு வேண்டிய உணவு வகைகளை ஏற்பாடு செய்து கொடுப்பதும், காயம் பட்டவர்களுக்குச் சிகிச்சை அளிப்பதும் இன்னொரு பகுதி. காயம் பட்டவர்களைச் சிகிச்சை செய்யுமிடங்களுக்கு அப்புறப்படுத்துவது முதலிய வேலைகளை இப்போது ஆண்களே செய்து வருகிறார்கள்; இதனால் யுத்த களத்தில் போராடும் ஆள்பலம் குறைகிறது. இனி

அப்படி இல்லாமல் அந்தப் பணியை நீங்களே செய்தீர்களானால் மிகவும் உதவிகரமாக இருக்கும் என்பது என் கருத்து."

பாமா - "அப்படியானால் நாங்கள் ரண சிகிச்சை வைத்தியர்களுக்கு ஏற்பாடு செய்ய வேண்டும்; காயம் பட்டவர்களுக்குச் சிகிச்சை அளிக்கும் கூடாரங்களை அமைக்க வேண்டும்; மருந்து வகையறாக்களையும் சேகரித்து வைக்க வேண்டும்."

கபில் - "அதுமட்டுமல்லாமல், உணவுப் பொருள்களைத் தயாரித்து விநியோகிக்கும் பொறுப்பையும் நீங்கள் ஏற்றுக்கொள்ளலாம்."

பாமா - "ஆனால் இது ராணுவ சேவையாக முடியுமா?"

கபில் - "வாள், வேல், வில் முதலிய ஆயுதங்களோடு யுத்த களத்தில் குதித்துச் சேவை செய்வதற்கு உங்களுக்கு அதிகாரம் வழங்கப் பட்டிருக்கும்போது, அதில் இதுவும் ஒரு பகுதியே."

பாமா - "அப்படியானால் நாங்கள் அந்தப் பணியை மகிழ்ச்சியோடு ஏற்றுக்கொள்கிறோம்."

கபில் - "இரண்டாவது பகுதியில் வேலை செய்பவர்களுக்குக் கூட ஓரளவு ஆயுதப் பயிற்சி அளித்து, வைத்திய சிகிச்சை சம்பந்தமான பயிற்சியுமளிக்க வேண்டும். வயது வித்தியாசமின்றி இதில் வயதான பெண்களையும் சேர்த்துக்கொள்ளலாம். முதல் பகுதியில் முழுக்க முழுக்க ராணுவ வீராங்கனைகள் இருக்க வேண்டும். அவர்களுக்குச் சகஜமாக ஆண்களுக்குத் தரும் எல்லாவிதப் பயிற்சிகளையும் அளிப்பது அவசியம்."

பாமா - "அதாவது இந்த விஷயத்தில் ஆண், பெண்களுக்கிடையே பாகுபாடு இருக்கக்கூடாது என்று சொல்கிறாயா?"

கபில் - "ஆமாம்; உங்களது முந்திய தலைமுறைப் பெண்களைப் போலவே, உங்களது வாள் வலிமை ஆண்களின் வாள் வலிமைக்குக் கொஞ்சமும் குறைந்ததல்ல என்பதை நிரூபிக்க வேண்டும்."

பாமா - "அண்ணா கபில்! லிச்சவிப் பெண்களுக்குக் குல தெய்வமாக விளங்கும் சிம்மா! இன்னொரு விஷயத்திலும் உங்களிருவரது மேலான ஆலோசனையைக் கேட்க விரும்புகிறோம். நாங்கள் எங்களுடைய ஆயுதந்தாங்கிய படையில் லிச்சவிகளல்லாத பெண்களையும் சேர்த்துக் கொள்ளலாமா? கூடாதா? அப்படிச் சேர்ப்பதானால் ஆயிரக்கணக்கான பிராமண வைசியப் பெண்கள் இதற்குத் தயாராக இருப்பார்கள் என்று நம்புகிறேன்."

நான் - "இவ்விஷயத்தில் அனுமதி கொடுக்கவோ அல்லது மறுக்கவோ அதிகாரம் படைத்த கணபதியும், சேனாபதியும் இதற்குத் தடை எதுவும் சொல்லமாட்டார்கள் என்றே நினைக்கிறேன்."

கபில் - "என்னுடைய கருத்தும்கூட அதுதான்."

பாமா - (கபிலைப் பார்த்து) "லிச்சவிப் பெண்களுக்கு நீதான் யுத்த குரு! நீ வைசாலியில் இருக்கும் காலம் வரை எங்களுக்கு ராணுவப் பயிற்சி அளிக்கும் விஷயத்தில் உதவிகரமாக இருப்பாய் என்று நம்புகிறேன்."

கபில் - "தவறாமல்"

பாமா - "இனி கொழுந்தனாரே! சேனாபதி, கணபதி ஆகியோர்களின் அனுமதியைச் சீக்கிரமே பெற்றுத் தருவது உன் பொறுப்பு. அப்புறம் ஒரு மாதத்திற்குள்ளாக, லிச்சவிப் பெண்கள் பாமாவைப் பின்பற்றுகிறார்களா அல்லது அம்பாபாலியைப் பின்பற்றுகிறார்களா என்பதை நீயே பார்க்கப் போகிறாய். கொழுந்தனாரே! உண்மையில் எனக்கு அந்த முண்டை அம்பாபாலிமீது பொல்லாத கோபம் வருகிறது. அவள் எத்தனை எத்தனையோ லிச்சவி யுவர்களைக் கெடுத்துக் குட்டிச்சுவராக்கி, எத்தனை எத்தனையோ குடும்பங்களை நாசம் செய்தது போதாது என்று லிச்சவி யுவதிகளை லிச்சவி மாதர் திலகங்களாக இருக்கவிடாமல் செய்து வருகிறாள்."

நான் - "சரி, இன்று சாயங்காலம் நீயும் ரோகிணியும் அந்தக் கிழவர்களிடம் வர முடியாதா? அந்த வேளையில் கோப்பையைக் கையில் வைத்துக்கொண்டு பேசும் வியாதி கிழவர்களுக்கு இருக்கிறதல்லவா?"

பாமா - "அப்படியே வருகிறோம் கொழுந்தனாரே! நான் அதற்குப் பிறகே எங்கள் யுவதிகள் சங்கத்திற்குச் செல்கிறேன்."

நான் - "சங்கமா?"

பாமா - "ஆம், நாங்களெல்லோரும் சேர்ந்து சங்கம் அமைத்திருக் கிறோம். சோமா தன்னுடைய பிதுரார்ஜித வீட்டை எங்கள் அலுவலகத்திற்குக் கொடுத்துவிட்டாள். அங்கேயே எங்கள் யுவதிகள் சங்கக்கூட்டம் இன்று நடக்கிறது."

நான் - "ஆம்! விஷயம் அவ்வளவு தூரத்திற்கு வந்துவிட்டதா? எங்கள் அண்ணி இறக்கையில்லாமலேயே ஆகாயத்தில் பறந்து கொண்டிருக்கிறாள் என்றல்லவா நினைத்தேன்."

பாமா - "உங்கள் அண்ணி தரை மீதே கூட எப்படிப் பாய்ந்து செல்லப் போகிறாள் என்பதை நீ பார்க்கப் போகிறாய். அது சரி, மற்றொரு விஷயம். எங்கள் படையிலிருப்பவர்கள் பெண்கள் உடையிலேயே இருக்க வேண்டுமா?"

நான் - "ராணுவ உடையில்தான் இருக்கவேண்டும்."

பாமா - "அது பெண்கள் உடையில்லையே?"

நான் - "உங்களுக்கும் எங்களுக்கும் என்ன வித்தியாசமிருக்கிறது? எல்லோருக்கும் தலைமுடி நீளமாகவே இருக்கிறது. தலைப்பாகையை மட்டும் கொஞ்சம் மாற்றிவிட்டால் நீங்கள் ஆண்கள் மாதிரியே காணப்படுவீர்கள்; ஆனால்! மார்பங்கள்?"

பாமா - "வெட்கப்படுகிறாயே எதற்கு? கொழுந்தனாரே! அவற்றையும் கூட நாங்கள் வெளியே தெரியாமல் இழுத்துக் கட்டிக்கொள்கிறோம்."

கபில் - "அப்படி வெளியே தெரியாமல் கட்டிக்கொள்ள முடியாதவர்களை வைத்தியப்படையில் சேர்த்துவிடுங்கள் பாமா!"

பாமா - "ரொம்பச் சரியாகச் சொன்னாய். இப்படிச் செய்வது மிக அவசியம். எதிரிக்குத் தன்னை எதிர்த்துப் போராடுவது ஆணா, பெண்ணா என்பது தெரியக்கூடாது."

கபில் - "நீ கூறுவதை நான் ஏற்றுக்கொள்கிறேன்."

நான் - "நானும்தான்."

பாமா - "அப்படியானால் எங்கள் உடைப் பிரச்சினையும் தீர்ந்து போய்விட்டது." பேச்சை அத்துடன் முடித்து நாங்கள் திரும்பவும் தேர் ஏறி வீட்டுக்கு வந்து சேர்ந்தோம். மாலையில் பாமா, ரோகிணி ஆகிய இருவரையும் சேனாபதி, கணபதியிடம் அழைத்துச் சென்றேன். அந்த அழகு வனிதையர்களின் சிவந்த அதரங்களிலிருந்து வார்த்தைகள் வெளிவந்த மாத்திரத்திலேயே கிழவர்கள் இருவரும் அவர்களது கோரிக்கையை ஏற்றுக்கொண்டனர்.

18. வன போஜனம்

நான் உல்காசேலத்திற்குப் புறப்படுவதற்கு இரண்டு தினங்கள் இருக்கும்போது லிச்சவிகள் வனபோஜன விழா வந்தது. இந்த விழா ஆண்டுதோறும் குளிர் காலத்தில் நடக்கும். வனபோஜனத்திற்கு கள், உப்பு தவிர வேறெதுவும் கொண்டு போகக்கூடாது. மற்ற ஆகாரங்களைக் காட்டிலேயே கத்தி பலத்தைக் கொண்டு சம்பாதித்துக் கொள்ள வேண்டும். இது நீண்ட நெடுங்காலமாக நடைபெற்று வரும் வழக்கம். யுத்த அபாயம் தலைக்கு மீதிருந்ததால் படை வீரர்களில் ஏராளமான பேர்களுக்கு இந்தத் தடவை வனபோஜனத்தில் கலந்து கொள்ள அனுமதி தருவது சாத்தியமில்லாதிருந்தது. அனுமதி கிடைத்த லிச்சவிகள் தங்களுக்கு அருகாமையிலுள்ள வனங்களுக்குச் சென்றார்கள். வனங்களுக்கு என்ன பஞ்சமா? இமயமலையிலிருந்து கிழக்கு சமுத்திரம் வரை (வங்காள குடாக்கடல்) ஒரே வனாந்திரம்தான். ஒன்றன் பின் ஒன்றாக ஊர்கள் ஏற்பட்டுக்கொண்டேயிருந்த போதிலும் கூட அந்த மகா ஆரண்யத்தில் இவையெல்லாம் எம்மட்டுக்கு?

கிழக்கு வெளுத்து அருணோதயமாகிக் கொண்டிருக்கும் போதே வைசாலியிலுள்ள லிச்சவிகள் நகரத்திலிருந்து கிழக்காகப் புறப்பட்டோம். ஒரு யோசனை தூரம் (எட்டு மைல்) நடந்து ஒரு பெரிய காட்டை அடைந்தோம். அங்கே ஜனக்கூட்டம் பல கோஷ்டிகளாகப் பிரிந்துவிட்டது. எங்கள் கோஷ்டியில் கபில், சந்துனு முதலிய தட்சசீலத்து நண்பர்கள், மனோரதன், அஜித், ஞாத்ரு வம்சத்தைச் சேர்ந்த மற்றும் சிலர். ரோகிணி, பாமா, க்ஷேமா முதலானோர் இருந்தார்கள்.

அந்தப் பெரிய காட்டில் காட்டுப் பசுக்கள், மான், பன்றி, காண்டாமிருகம், எருமைக்கடா, காட்டுப்பன்றி, உடும்பு போன்ற வேட்டை மிருகங்களுக்குக் குறைச்சலில்லை. ஆனால், லிச்சவி ஜனக்கூட்டம் முழுவதும் ஒரேயடியாக அவற்றின் பின் தொடர்ந்ததால் எல்லோருக்கும் வேட்டை கிடைப்பது என்பது சந்தேகமாக இருந்தது. காட்டு ஜாதியினரான வேடர்களை எங்களிடமிருந்த கள்ளைக் கொடுத்துக் குடிக்கச் செய்தும், அம்புகளைச் சன்மானமாகக் கொடுத்தும் எங்கள் வசமாக்கிக்கொண்டோம். அஜித் இரண்டு இளம் வேடர்களோடு நெருங்கிப் பழகிச் சிநேகிதம் செய்து கொண்டான்.

அவ்விருவரும் எங்களுக்கு வேட்டை பற்றிய தகவல்களைக் கொடுக்க ஒப்புக்கொண்டார்கள். மற்றெல்லா மிருகங்களைவிடக் காண்டாமிருகம்தான் நம் முன் சுலபமாகத் தென்படும் என்னும் விஷயம் அவர்கள் மூலம் தெரியவந்தது. ஆனால் காண்டாமிருகத்தின் தோல் மீது அம்புகளோ, ஈட்டிகளோ பாயாது. வாளும் கோடரிகளும்கூடப் பயன்படாது. காண்டாமிருகத்தின் கண்களில் பட்ட மனிதன் அதனுடைய கொம்பிலிருந்து தப்புவதும் கஷ்டமே. அதனைக் கொல்ல வேண்டுமானால் ஒன்று, ஏதாவதொரு உபாயத்தால் அதனைக் குழியில் வீழ்த்த வேண்டும்; அல்லது கைதேர்ந்த வேட்டைக்காரன் ஒருவன் ஏக காலத்தில் அதன் இரண்டு கண்களையும் குறிவைத்து அம்பு எய்து சாகடிக்க வேண்டும். காட்டு ஜாதி வேடர்களில் ஒருவன் எங்களைக் காண்டாமிருகம் இருக்குமிடத்திற்கு அழைத்துச் செல்லச் சம்மதித்தான். அபாயகரமான அந்த வேட்டையில் கலந்துகொள்ள எங்கள் கோஷ்டியிலிருந்து பலர் தயாராயிருந்தார்கள். ஆனால் காண்டாமிருகத்தை வேட்டையாட நான்கு பேர்களுக்கு மேல் செல்லக்கூடாது. எனவே முடிவில் அஜித், மனோரதன், ரோகிணி, நான் ஆகிய நால்வரும் செல்வதென்று தீர்மானிக்கப்பட்டது. கபிலின் கோஷ்டியில் பாமாவும், க்ஷேமாவும் போனார்கள். அவர்கள் காட்டுப் பன்றிகளை வேட்டையாடப் புறப்பட்டார்கள். சிலர் காட்டெருமைகளுக்காகவும் சிலர் மயில்களுக்காகவும், இன்னும் சிலர் மான்களுக்காகவும், வேறு சிலர் காட்டுப் பசுக்களுக்காகவும் - இப்படி எல்லோரும் வெவ்வேறான வேட்டைகளுக்குக் கிளம்பிச் சென்றார்கள்.

எவ்வளவு துரிதப்படுத்திய போதிலும் நாங்கள் புறப்படுவதற்கு உச்சிப் பொழுதாகிவிட்டது. கால்களில் மிருதுவான செருப்புகள் அணிந்திருந்ததால், நடக்கும் போது ஓசை கேட்கவில்லை. இரண்டரை மைல் தூரமாயினும் நாங்கள் வேகமாகவே நடந்து சென்றோம். காட்டு ஜாதி ஆள் எங்களை ஒரு குட்டையின் கரைக்கு அழைத்துச் சென்று சில அடிச் சுவடுகளைக் காட்டினான். அவன் காட்டிய இடத்தில் யானையின் பாதங்களைப் போன்ற காண்டாமிருகத்தின் காலடிச் சின்னங்களும், அது சேற்றில் புரண்டெழுந்ததற்கான அடையாளங்களும் தனது கொம்பு மூக்கால் மண்ணைக் குத்திக் கிளறிய அறிகுறிகளும் தென்பட்டன. வேடன் தனது காதுகளைக் கூர்மையாக்கிக்கொண்டு நாலாத் திசைகளிலும் எங்கேயாவது சப்தம் கேட்கிறதா என்று அறிய முயற்சித்தான். தனது மூக்கால் மோப்பம் பிடித்துப் பார்த்தான். பிறகு ஒரு விநாடி யோசித்துவிட்டுக் கூறினான்.

"காண்டாமிருகம் இங்கிருந்து வெகு தூரத்திலில்லை. அதாவது இப்போது நீங்கள் மிகவும் அபாயகரமான இடத்தில் இருக்கிறீர்கள்

அதோ! அந்தப் பறவைகள் கீச்சிடும் சப்தம் கேட்கிறதே அதற்கு அருகில்தான் இருக்கிறது. காண்டாமிருகம் இருக்குமிடத்தில் கண்டிப்பாக இந்தப் பறவைகளும் இருக்கும். காற்றும் அங்கிருந்து நம் பக்கம் வீசிக்கொண்டிருப்பது நமக்கு அனுகூலமானது. காண்டாமிருகம் வெகுதூரம் வரை பார்க்கக்கூடிய கூரிய பார்வை படைத்தது. மூக்கால் நுகரும் சக்தியும் அதற்கு அதிகம். இப்போது போலல்லாமல் காற்று எதிர்த்திசையில் வீசினால் அதனிடமிருந்து உயிர் தப்பித் திரும்பிப் போவோம் என்பது சந்தேகமே. ஆனால் காற்றின் போக்கு இப்போதைக்கு மாறும் என்னும் அறிகுறிகள் இல்லாததால் நாம் பயப்படவேண்டிய அவசியமில்லை. நான் இப்போது இன்னும் முன்னால் செல்கிறேன். நான் சமிக்ஞை செய்ததும் இரண்டுபேர் மரத்தில் ஏறிக்கொள்ளுங்கள். அங்கிருந்துகொண்டே வில்லைப் பூட்டித் தயாராக இருக்க வேண்டும். மீதமுள்ள இரண்டுபேர் என் பின்னால் காண்டாமிருகத்துக்கு அருகில் வாருங்கள். ஜாக்கிரதை! காலடி ஓசை கேட்கக் கூடாது. அதன் செவிகள் மிகவும் கூர்மையானவை. நான் மெள்ள மெள்ள ஒரு மரத்தின் மறைவிலிருந்து இன்னொரு மரத்தின் மறைவிற்குச் செல்கிறேன். நீங்களும் அப்படியே செய்யுங்கள். காண்டாமிருகம் தன் தலையைத் தூக்கி மோப்பம்பிடித்து, கண்களைத் திறந்து பார்த்ததும், நாம் மூவரும் அதன் கண்களைக் குறிவைத்து அம்பு எய்வதும் ஒரே சமயத்தில் நிகழவேண்டும். சரி, இனி எதுவும் பேசாதீர்கள். காலடி ஓசை கேட்காமல் என் பின்னால் வாருங்கள்."

நாங்கள் வேடனைப் பின்பற்றி நடந்தோம். மினுமினுக்கும் கறுத்த மேனியனாய், மேலே ஆடையின்றி நிர்பயமாக அவன் முன்னே நடந்து சென்று கொண்டிருப்பதைப் பார்த்தபோது, என் மனதில் என்னென்னவோ எண்ணங்கள் எழுந்தன. ஆனால் எந்த விஷயத்தைப் பற்றியும் நீண்ட நேரம் யோசித்துக் கொண்டிருக்கும் சமயமல்ல அது. நாங்கள் முன்னே செல்லச் செல்ல பறவைகளின் ஒலி அருகாமையில் கேட்டது. சற்றுத் தூரத்தில் நீர் வற்றிய ஒரு பள்ளம் இருந்தது. அதன் சேற்றில் அதே நிறமுள்ள ஏதோ ஒன்று அசைந்து கொண்டிருப்பது தெரிந்தது. வேடன் சமிக்ஞை செய்யவே ரோகிணியும், மனோரதனும் ஒரு மரத்தில் ஏறிக்கொண்டனர். எஞ்சிய நாங்கள் மூவரும் இன்னும் முன்னே சென்றோம். வாலை ஆட்டிக்கொண்டிருந்த அந்தப் பயங்கர உருவத்தை நாங்கள் நெருங்க நெருங்க என் இருதயம் மிக வேகமாக அடித்துக்கொண்டது. ஆனால் அது பயமல்ல. உத்வேகம். காண்டாமிருகம் 30 கஜ தூரத்திலிருக்கையில் வேடன் எங்களுக்கு இரண்டிரண்டு புதிய அம்புகளைக் கொடுத்து, இரண்டு மரங்களைக் காட்டினான். அவன் ஒரு மரத்தின் மீது ஏறுவதைப் பார்த்த நானும்

அஜித்தும் மரங்களில் ஏறிக்கொண்டோம். வேடன் வில்லில் அம்பைப் பூட்டித் தயாரானான். நாங்களும் அவ்விதமே செய்தோம்.

காண்டாமிருகம் தனது கொம்பால் மண்ணைக் குத்திக் கிளறி வேர்களைப் பிடுங்கித் தின்றுகொண்டிருந்தது. இடையிடையே காதுகளை நிலைகுத்தி நிறுத்தி, ஏதோ ஒரு திசையில் கவனம் செலுத்தி, நாசித் துவாரங்கள் புடைக்க எதனையோ மோப்பம்பிடிக்க முயன்று கொண்டிருந்தது. பிறகு திரும்பவும் கொம்பால் மண்ணைக் கிளற ஆரம்பித்தது. நாங்களிருவரும் வில்லில் அம்பை ஏற்றித் தயாராக இருக்கையில் வேடன் ஒரு மரக்கொம்பை ஒடித்து கீழே கிடந்த காய்ந்த சருகுகள் மீது போட்டான். காய்ந்த இலைகளின் சலசலப்பு சப்தத்தைக் கேட்ட மாத்திரத்திலே காண்டாமிருகம் தன் தலையை நிமிர்த்தி, தனது சிறிய கண்ணை நன்றாகத் திறந்து, எங்கள் பக்கமாகத் தீட்சண்யத்தோடு பார்க்க ஆரம்பித்தது. இந்தச் சமயம் வேடன் வில்நாணைத் தன் காதுவரையிலும் இழுத்ததை நான் கவனித்தேன். உடனே நாங்களிருவரும் எங்கள் புதிய அம்புகளைக் காண்டாமிருகத்தின் கண்களைக் குறிவைத்து எய்தோம். நான் வலது கண்ணையும் அஜித் இடது கண்ணையும் நோக்கி அம்புகளை விட்டோம். அதன் இரண்டு கண்களிலும் இரண்டு அம்புகள் தைத்துக்கொண்டன. மூன்றாவது அம்பு - என்னுடையதோ என்னவோ - அதனுடைய கொம்பில் பட்டுக் கீழே விழுந்துவிட்டது. காண்டாமிருகத்தால் அம்புகளின் வலியைத் தாங்கமுடியவில்லை. அந்த அம்புகளை உடலிலிருந்து அகற்றுவதற்காகப் போலும், அது தன் தலையைப் படார் படார் என்று தரையில் அடித்துக் கொண்டது. இதனால் பாணங்கள் மேலும் ஆழமாகக் கண்களுக்குள் பாய்ந்துகொண்டன. அது குருடாகிவிட்டதையும், வேதனையால் இதர அவயங்களும் செயலற்றுவிட்டன என்பதையும் நாங்கள் உடனே தெரிந்துகொண்டோம். இதன் பேரில் பயம் அகன்று நாங்கள் மரங்களிலிருந்து கீழே இறங்கினோம். அங்கேயிருந்து ஈட்டிகளைக் கையிலெடுத்துக்கொண்டு பலமாகக் கூச்சலிட்டோம். பிறகு சற்று அருகாமையில் சென்று குருடாகிவிட்ட காண்டாமிருகத்தின் இருதயத்தைக் குறிவைத்து நான் ஓங்கி ஈட்டியால் குத்தினேன். அந்த ஈட்டி ஆழமாகவே பதிந்துகொண்டது. அதனை என்னால் திரும்பிப் பிடுங்க முடியவில்லை. காண்டாமிருகம் பலமாகச் சப்தமிட்டுக் கொண்டு கீழே விழுந்தது. எனது நண்பர்களிருவரும்கூட அதனை ஈட்டியால் குத்தினர். இவற்றையெல்லாம் தூரத்தில் பார்த்துக் கொண்டிருந்த ரோகிணியும், மனோரதனும் எங்களோடு வந்து சேர்ந்து கொண்டனர். அப்போது அந்தப் பயங்கரமான, குரூர மிருகம் தனது இறுதி விநாடிகளை எண்ணிக்கொண்டிருந்தது. நான் ரோகிணியைப்

பார்த்து "அன்பே! நீ உனது ஈட்டியால் குத்தி அதன் வாழ்வுக்கு முடிவுகட்டு" என்று கூறினேன்.

ரோகிணி பலம் கொண்டமட்டும் ஈட்டியால் அதன் வயிற்றில் குத்தினாள். அந்த ஈட்டியை அவள் வெளியே இழுத்தபோது, அதனுடன் குடலும் வெளியே வந்தது. ஆயினும் காண்டாமிருகத்தின் இருதயம் இன்னும் அடித்துக்கொண்டேயிருந்தது. ரோகிணி அதன் அருகாமையில் செல்ல முயற்சித்தபோது வேடன் அவளது கையைப் பிடித்து இழுத்து நிறுத்தி "போகாதே நில்லம்மா! இப்போது கூட ஒரு எருமைக்கடாவின் உயிரைப் போக்குவதற்கு அந்தக் கொம்பில் ஒரு முட்டு முட்டினால் போதும்" என்றான்.

மேற்கொண்டு சில குத்துகளோடு காண்டாமிருகம் ஒரு பக்கமாகச் சாய்ந்துவிட்டது. அதனுடைய கால்கள் துவண்டுவிட்டன. வேடன் ஒரு கல்லை எடுத்து அதன் மீது விட்டெறிந்தான்; ஆனால் அது ஆடாமல், அசையாமல் கிடந்தது.

அவ்வளவு பெரிய உடலை எங்களிடம் கயிறும் மூங்கிலும் இருந்த போதிலும் நாங்கள் ஐந்து பேர் மாத்திரம் தூக்கிச் செல்வது என்பது முடியாத காரியம். எங்களிடம் ஒரு வாளும் சூரியக்கத்தியும் மட்டுமிருந்தன. வேடனிடம் கிளைகளை வெட்டும் அரிவாள் இருந்தது. நாங்கள் காண்டாமிருகத்தின் வயிற்றைக் கிழித்து அதன் கல்லீரலை வெளியே எடுத்தோம். வேடன் அதில் கொஞ்சம் அறுத்து அப்போதே சாப்பிட்டுவிட்டான். நாங்களும் அவ்வாறே செய்தோம். ஆனால் முன்னால் யாராவது எங்கள் கூடாரத்துக்குச் சென்று கயிறு, மூங்கில் முதலியவற்றோடு மேற்கொண்டு சில ஆட்களையும் அழைத்து வரவேண்டியிருந்தது. நானும் வேடனும் அங்கேயே இருப்பதென்றும், மற்ற மூன்றுபேர்களும் கல்லீரலை எடுத்துக்கொண்டு செல்வதென்றும், இல்லையில்லை, ஓடுவதென்றும் முடிவாயிற்று. அவர்கள் போனபிறகு நான் காண்டாமிருகத்தின் உடலை விரிவாகப் பரிசீலித்துப் பார்த்தேன். அதனுடைய கொம்பு ஒரு பாக நீளத்துக்கும் அதிகமாக இருந்தது. அதனுடைய புட்டத்திலும் பக்கவாட்டிலும் தோல் மடிப்பு மடிப்பாக இருந்தது. சும்மா உட்கார்ந்திருப்பதைவிட ஏதாவது செய்து கொண்டி ருப்பது நல்லது என்று நான் அதனுடைய குடலை அறுத்தெடுத்தேன். அறுத்த குடலைத் தண்ணீருக்கு அருகில் எடுத்துச் சென்று கழுவியபோது, சற்று முன்னர் அது சாப்பிட்ட வேரும், கிழங்குகளும் அதிலிருந்து வெளிப்பட்டன.

இரண்டு நாழிகை கழிந்த பிறகு மனோரதன் சில லிச்சவி யுவர்களையும், வேடர்களையும் அழைத்துக்கொண்டு வந்து சேர்ந்தான். காண்டாமிருகத்தை அப்படியே தூக்கிச் செல்வது என்பது முடியாத

காரியம். அங்கே ஏதாவது ஆறும் படகும் இருந்தால்தான், அது சாத்தியம். தோலை உரிப்பதற்குள்ளாக இருட்டாகிவிடுமோ என்று நான் பயந்தேன்; ஆனால் வேட இளைஞர்கள் ஐந்துபேர் நாங்கள் பார்த்துக்கொண்டிருக்கும் போதே மிகச் சுலபமாகத் தோலை உரித்துவிட்டார்கள். பிறகு மாமிசத்தைப் பெரிய பெரிய துண்டங்களாக வெட்டுவதில் நாங்களும் உதவி செய்தோம். நாங்கள் மாமிசத்தையும், தோலையும், தலையையும் எடுத்துக்கொண்டு புறப்பட்டபோது இன்னும் ஒரு ஜாமப்பொழுது மாத்திரமே இருந்தது. வெற்றிகரமாக வேட்டை முடிந்ததுபற்றி நாங்களடைந்த ஆனந்தத்தை வர்ணிக்கவே முடியாது. அதிலும் மிகவும் அபாயகரமான, குரூரமான மிருகத்தை வேட்டையாடியது குறித்து நாங்களடைந்த மகிழ்ச்சிக்கு அளவேயில்லை.

எங்களுடைய கோஷ்டிகளில் இரண்டு மட்டுமே வேட்டையாடுவதில் வெற்றி பெற்றன. ஒரு கோஷ்டி ஒரு எருமையை இழுத்து வந்தது. கபில், பாமா, க்ஷேமா ஆகியோர் அடங்கிய கோஷ்டிக்கு மூன்று பன்றிகள் கிடைத்தன. அவற்றில் கோரைப்பல் பன்றி ஒன்று இருந்தது. அந்தப் பன்றியின் தாக்குதலிலிருந்து க்ஷேமா மயிரிழையில் உயிர் தப்பினாள் என்று சொன்னார்கள்.

வெய்யோன் மலைவாயிலில் விழுந்து கொண்டிருந்தான். அதிகாலையில் வைசாலியில் நாங்கள் கொஞ்சம் சாப்பிட்டதுதான். அதற்குப் பிறகு இதுவரை எதுவும் சாப்பிடவில்லை. அப்படியிருக்க எங்களுக்கு "கபகப" என்று பசி எடுத்ததில் ஆச்சரியமென்ன இருக்கிறது? கபிலுடைய கோஷ்டியினர் போதுமான பொழுதிருக்கும் போதே முகாமுக்குத் திரும்பி வந்துவிட்டனர். அவர்கள் நெருப்பை மூட்டி மாமிசத்தைச் சுடுவதில் ஈடுபட்டிருந்தனர். கொழுப்போடு கூடிய மாமிசத்தை நெருப்பில் வாட்டும்போது நான்கு திக்குகளிலும் எழுந்த கம்மென்ற வாசனை, மனிதர்களை மட்டுமின்றி, தேவர்களையே கூட வாயூறச் செய்வதாக இருந்தது. எங்களது கூட்டத்தில் ஆண்களும் பெண்களுமாக மொத்தம் சுமார் முந்நூறுபேர் இருந்தனர். அவ்வளவு பேர்களும் மூன்று தினங்கள் உட்கார்ந்து சாப்பிட்டாலும்கூட தீராத அளவுக்கு எங்களிடம் மாமிசம் இருந்தது. ஆகையினால் காண்டாமிருக, எருமை மாமிசத்தில் வேண்டிய மட்டும், எங்களுக்கு ஒத்தாசையாக இருந்த காட்டு ஜாதியினருக்குக் கொடுத்துவிட்டோம்.

மாமிசத்தில் சிறிய துண்டங்களை இரும்புக் கம்பிகளில் குத்தியும் பெரியனவற்றைக் கையில் பிடித்துக்கொண்டும் நெருப்பில் வாட்டிக் கொண்டிருந்தார்கள். பாமா சில கம்பிகளில் மாமிசத்தைக் குத்திச் சுட்டிக் கொண்டிருந்தாள். நான் அவளிடம் சென்று "அண்ணி!

உள்ளே ஏதாவது போடவில்லையென்றால் குடல் வெளியே வந்துவிடும் போலிருக்கிறது" என்றேன்.

பாமா - "வா, கொழுந்தனாரே! எத்தனை எத்தனையோ பேர்களுடைய குடல்கள் வெளியே வந்து விடாதபடி காப்பாற்றியவை எனது இந்தக் கைகள். சரி, இப்படி வந்து உட்கார். இதோ இந்தக் கம்பிகளில் புட்டத்தின் துண்டங்கள் இருக்கின்றன. அநேகமாக வெந்து போயிருக்கும்."

நான் அங்கேயிருப்பதைப் பார்த்து அஜித் கூறினான் - "என்னை எங்கே போகச் சொல்கிறாய் அண்ணி?"

பாமா - "நீயும் இப்படி வா"

ரோகிணி - "பின்னர் நான்?"

பாமா - "நீயெல்லாம் கேட்டுத்தான் வரவேண்டுமா என்ன?"

மனோரதன் - "கேட்டு வராதவன் நானிருக்கிறேனல்லவா, இதோ வந்துவிட்டேன்" என்று கூறிப் பாமாவின் அருகில் வந்து உட்கார்ந்து கொண்டான்.

க்ஷேமா பச்சை இலைகளைக் கொண்டு தைத்த ஒரு தையல் இலையை முன்னால் விரித்தாள். பாமா அதில் வாட்டிய மாமிசத் துண்டத்தைக் கொண்டுவந்து போட்டாள். நாங்கள் அதைக் கத்தியால் சிறுசிறு துண்டுகளாக நறுக்கி உப்பில் தொட்டுக்கொண்டு சாப்பிட ஆரம்பித்தோம். அஜித் அதை மென்றுகொண்டே சொன்னான். "அண்ணி! க்ஷேமா அந்த ஆபத்திலிருந்து எப்படித் தப்பினாள் என்பதை இனி சொல்லு கேட்கிறோம்."

பாமா - "அது எப்படி ஆனால் என்ன? இப்போது க்ஷேமா சுகமாக இருக்கிறாள் அல்லவா. என்னை மாமிசம் தரும்படி சொல்கிறீர்களா, அல்லது கதை சொல்லும்படி கூறுகிறீர்களா?"

அஜித் - "இரண்டையுமே செய்தால் நல்லது."

கபில் - "பாமாவைப்போல வேறு யாரும் அவ்வளவு நன்றாய்க் கதை சொல்ல முடியாது என்பது என் அபிப்பிராயம் அஜித்!"

பாமா - "ஆனால் அண்ணா? இந்தக் கம்பிகளைச் சரியாகத் திருப்பிக் கொண்டிருக்கவில்லையென்றால் மாமிசம் ஒருபுறம் தீய்ந்துவிடும். இன்னொருபுறம் வேகாது போய்விடும். அப்புறம் என்னை என்ன செய்யச் சொல்கிறீர்கள்?"

க்ஷேமா - "நானும் வந்து உனக்கு உதவி செய்கிறேன் அக்கா!"

பாமா - "நல்லது, வாடி பெண்ணே! கரி கொஞ்சம் குறைந்து விட்டது போல் தெரிகிறது. நீ அந்தப் பக்கம் கட்டைகளைப் போட்டு கரி உண்டாக்கிக் கொண்டிரு. சரி, கொழுந்தனாரே சிம்மா! நாங்கள் வேட்டையாடிய கதையைக் கேட்க வேண்டுமென்றிருக்கிறது?"

நான் - "ஆமாம் அண்ணி! நீ பேசிக் கொண்டிருந்தால் பூக்கள் உதிர்வது போலிருக்கிறது."

பாமா - "அப்படியானால் நீ அவற்றைப் பொறுக்கிக்கொள் கொழுந்தனாரே! அந்த உதிரும் பூக்கள் பாரிஜாதமா? அல்லது மகிழம் பூவா?"

நான் - "தேவலோகத்து மலர்கள்."

பாமா - "ஆம், பாரிஜாதமா! நான் பார்த்ததில்லை கொழுந்தனாரே! ஆனால், எங்களை நீங்கள் அப்சரஸ் (தேவலோகத்துப் பெண்கள்) என்று சொல்வதால் எங்கள் வாயிலிருந்து உதிரும் பூக்கள் நிச்சயமாகப் பாரிஜாதமாகத்தானிருக்கும். சரி, இனி கதை சொல்ல ஆரம்பிக்கிறேன். மனோ! அந்தக் கெட்டித் துண்டத்தை மெல்லும் அளவுக்கு உனது பற்கள் உறுதியாகத்தானே இருக்கின்றன! நீ என்னையே பார்த்துக் கொண்டிருக்க வேண்டும். அப்போதுதான் நீ கதையைக் கேட்டுக் கொண்டிருக்கிறாயா அல்லது நான்கு பேர் முன்னிலையில் உனது மனைவியை அலட்சியம் செய்கிறாயா என்பது எனக்குத் தெரியும்."

மனோரதன் - "இந்த மாமிசம்கூட உன் கையால் சுட்டதேயல்லவா?"

பாமா - "அப்படியானால் இதில் ஒரு துண்டம் எடுத்துக்கொண்டு போய் அதோ அந்தத் தேக்கு மரத்துக்கடியில் உட்கார்ந்து சாப்பிடு."

மனோரதன் - "காட்டின் நடுமத்தியிலா!"

பாமா - "அப்புறம்."

மனோரதன் - "இருள் கூடக்கவிந்து வருகிறதே"

பாமா - "ம். அப்புறம்."

மனோரதன் - "ஆரணியம் முழுவதும் யானைகள், புலிகள், சிங்கங்கள் நிரம்பியிருக்கின்றன."

பாமா - "அப்புறம்."

மனோரதன் - "உனது போக்கு ஒன்றும் நன்றாய் இல்லை. பாமா! இந்த ஏழை மனோ மீது உனக்குக் கொஞ்சம்கூடக் கருணையில்லை;

உனது தாசானுதாசனான மனோ அப்படி என்ன கெட்டவனா? நீ என்னை அந்தத் தேக்கு மரத்துக்கருகில் ஏன் போகும்படி சொல்கிறாய்?"

பாமா - "இன்று இங்கே சிங்கங்கள், புலிகள், யானைகள் முதலியவை வராது மனோ! இந்தப் பயங்கரமான வனாந்தரத்தின் மத்தியில் - இங்கே காட்டு மிருகங்கள் ஓய்வு எடுத்துக் கொள்வதாலேயே செடி கொடிகள் முளைக்காது. பொட்டலாக இருக்கிறது. ஆகையால் இதனைக் கொடிய மிருகங்கள் வாழும் இடமென்று சந்தேகமில்லாமல் சொல்லலாம். ஆனால் இப்போது அவற்றினுடைய இடத்தை நாம் ஆக்ரமித்துக் கொண்டிருக்கிறோம். அங்கங்கே கட்டைகளைக் குவித்து வைத்திருக்கிறோம். அந்த வெளிச்சத்தைப் பார்த்து கொடிய மிருகங்கள் எதுவுமே இந்தப் பக்கம் வராது."

மனோரதன் - "பின் தேக்கு மரங்கள் மீதிருப்பவர்கள் இறங்கி வந்தாலோ?"

பாமா - "வானரங்களைச் சொல்கிறாயா? அய்யே மனோ! வானரங்களைக் கண்டு பயப்படும் வீரன்தானா நீ? இதுவரைக்கும் எனக்கு இந்தச் சங்கதி தெரியாதே."

மனோரதன் - "வானரங்களில்லை பாமா! இருட்ட ஆரம்பித்ததும் மரங்கள் மீதேறிக் கிளைகளில் தொங்கிக் கொண்டு விடியும்வரை அவை கீழே இறங்கி வராது என்பது யாருக்குத்தான் தெரியாது."

பாமா - "அப்படியானால் மரங்களின் மீதிருப்பவர்கள் என்று யாரைச் சொல்கிறாய்?"

மனோரதன் - "நீளமாக, கறுப்பாக மயிர் இருக்குமே."

பாமா - "ஓ! கரடியா? மனிதர்களின் சந்தடியும், நெருப்பின் வாசனையும் எட்டும் இடம் வரைக்கும் எந்தக் காட்டு மிருகமும் வராது மனோ."

மனோரதன் - "கரடியில்லை பாமா! நான் சொல்லுபவற்றிற்குப் பெரிய பெரிய கைகள் கூட இருக்கும்."

பாமா - "அப்படியானால் காட்டு மனிதர்களைச் சொல்கிறாய் போலும் அவர்கள்கூட இல்லையா?"

மனோரதன் - "இல்லை, பாமா, அவற்றின் கண்கள் சிவப்பாக மஞ்சளாக இருக்கும்."

பாமா - "ஓநாய்களா? அவைகளும் இருக்க முடியாது. நீ இல்லாத பொல்லாத பயங்காளியாக இருக்கிறாய்?"

மனோரதன் - ஓநாய்களில்லை பாமா! அவற்றால் மரமேற முடியுமா? நான் சொல்வது மனிதர்கள் போலவே இருக்கும்."

பாமா - "சரி, வேடர்களைச் சொல்கிறாயா? அவர்கள்தான் நமது நண்பர்களாகிவிட்டார்களே. அவர்களால் நமக்கு எந்தவிதமான பயமுமில்லை. நாம் அவர்களுக்கு எவ்வளவு மாமிசமும், கள்ளும் கொடுத்தோம் என்பதை நீ பார்க்கவில்லை? அவர்கள் உண்டு குடித்துவிட்டு இப்போது நாட்டியமாடுவதற்கும் தயாராகி வருகிறார்கள். நீ ஒன்றுக்கும் உபயோகமற்றவன். காலத்தை வீணடித்துக் கொண்டிருக்கிறாய்."

மனோரதன் - "பாமா! நான் தெளிவாகச் சொல்லிவிடுகிறேன் கேள். ஒவ்வொரு மரத்திலும் ஏழேழு பூதங்கள் இருக்கின்றன. இந்த விஷயம் உனக்குத் தெரிந்த பிறகும் கூட நீ இஷ்டப்பட்டுப் போகச் சொன்னால் நான் இப்போதே அந்தத் தேக்கு மரத்தண்டை போகிறேன். என்ன சொல்லுகிறாய்?"

பாமாவுக்குப் பேய் - பூதமென்றால் மிகவும் பயம். எனவே பூதம் என்ற பெயரைக் கேட்ட மாத்திரத்திலேயே கலவரமடைந்து இனிய குரலில், "அப்படியானால் நீ அங்கே போக வேண்டாம் மனோ! உண்மையில் இந்தக் காட்டில் நிறைய பூதங்களிருக்கின்றனவா?"

மனோரதன் பெரிய மாமிசத் துண்டம் ஒன்றை வாயில் திணித்துக்கொண்டு கூறினான் - "உன்மீது ஆணை பாமா! வேட இளைஞன் ஒருவன் இதையெல்லாம் கூறி ஒன்றிரண்டு பூதங்களின் பெயர்களையும் கூடச் சொன்னான். ஆனால் என் ஞாபக சக்தியைப் பற்றி உனக்குத்தான் தெரியுமே -"

பாமா சற்று கரகரப்பான குரலில் சொன்னாள் - "உனக்குத்தான் எல்லாவற்றையும் மறந்து போவது வழக்கமாயிற்றே. இவ்வளவு பெரிய காட்டில் ஒவ்வொரு மரத்திலும் ஏழேழு பூதங்களா!"

மனோரதன் - "மனிதத் தலைமுறைகள் எத்தனை கடந்து போய்விட்டனவோ, ஒவ்வொரு தலைமுறையிலும், எத்தனை பேர் இறந்து போய்விட்டார்களோ, அவர்களை விட அதிகமான மரங்களா இருக்கின்றன."

நான் - "அண்ணா மனோரதா! நீ சொன்னதெல்லாம் உண்மைதான். வேடன் சொல்லிக் கொண்டிருந்தபோது நான் கேட்டுக் கொண்டிருந்தேன்."

பாமா - "அப்படியானால் இன்று நாம் பெரிய அபாயத்தில்லி ருக்கிறோம் என்று சொல்லு."

மனோரதன் - "அபாயமென்றால் இவ்வளவு அவ்வளவு அல்ல. நீ சொன்னபடி நெருப்பைப் பார்த்துச் சிங்கங்கள், புலிகள் முதலியவை வேண்டுமானால் வராமலிருக்கலாம். ஆனால், பூதங்களுக்கெல்லாம் பெரிய பூதம் சில சமயங்களில் யானை மீதும், சில சமயங்களில் புலி மீதும், சில சமயங்களில் சிங்கத்தின் மீதும் ஏறிச் சவாரி செய்து வருகிறதாம்; அப்படி வரும்போது புலி, சிங்கம் முதலியவையெல்லாம் நெருப்பின் பக்கத்தில் வருவது மட்டுமின்றி, அதன் மீதே நடந்தும் செல்கிறதாம். வேட இளைஞன் சொன்னான்."

பாமா மனோரதனிடம் நெருங்கிப்போய் உட்கார்ந்து கொண்டு சொன்னாள் - "நாம் முந்நூறு பேர்களுக்கு மேல் இருக்கிறோமல்லவா மனோ?"

மனோரதன் - "இத்தனை பேர்களுக்கும் நாற்பது அல்லது ஐம்பது மரங்களின் மீதுள்ள பூதங்கள் போதும். அவ்வளவுக்கு மரங்கள் இருக்காது என்பதா உன் எண்ணம்?"

பாமா - "நீ ஒன்றும் பரிகாசம் செய்யவில்லையே?"

மனோரதன் - "நான் பரிகாசம் செய்வதற்கு என் பாமா ஒருத்திதானா கிடைத்தாள்? அதுவும் மனைவியிடமா பரிகாசம்? முன்னாலேயே உனக்கு இந்த அபாயம் பற்றிய செய்தியைத் தெரிவித்து, எனக்கு உயிர்ப்பிச்சை கேட்பதற்காகவே இவ்வளவு நேரம் கூறினேன். இத்தனையும் கேட்ட பிறகும்கூட அந்தத் தேக்கு மரத்துக்குப் பக்கத்தில் நான் போகவேண்டுமென்று சொல்கிறாயா பாமா?"

பாமா - "அய்யோ! வேண்டாம் என் அன்பு மனோ! உன்னை என் பக்கத்திலிருந்து கஜதூரம்கூடப் போகவிடமாட்டேன். இன்று என் அருகிலேயே படுத்துத் தூங்கு என் உயிரே."

மனோரதன் - "இத்தனை நாள் உன்னோடில்லாமல் தனியாகவா படுத்துத் தூங்கினேன்? என்ன பேச்சு பாமா? உலகத்தார் என்ன நினைத்துக்கொள்வார்கள்? மேலுக்கு நண்பர்களாகக் காணப்படும் இவர்களில் விரோதிகள் எத்தனை பேர்கள் இருக்கிறார்களோ?"

அஜித் - "அண்ணா! உண்மையில் நான் அப்படிப்பட்டவனே. பாமா உன்னை அந்தத் தேக்கு மரத்துக்குப் பக்கத்தில் அனுப்ப வேண்டும்; எந்த ஒரு பெரிய பூதமோ உன்னை எலும்பும் தோலுமோடு விழுங்கிவிட வேண்டும் என்பதே என் இதயபூர்வமான விருப்பம். அப்புறம் பாமாவும் அவளுடைய கொழுந்தன் அஜித்தும் இருக்கவே இருக்கிறார்களல்லவா?"

பாமா கோபத்தோடு கூறினாள் - "என்ன வாய்க்கு வந்தபடியெல்லாம் பேசுகிறாய் அஜித்? என் மனோாவை என் கண்ணிமைக்கு அப்பாற்கூட அனுப்பமாட்டேன். அதுசரி, சிம்மா! இங்கே பூதங்கள் நிறைய இருக்கின்றன என்று நீ கூடச் சொல்கிறாயா?"

நான் - "ஆமாம், அண்ணி! ஆனால் நம்மிடம் வாள்கள், கேடயங்களெல்லாம் இருக்கின்றன அல்லவா? இரும்பு இருக்குமிடத்தில் பூதங்கள் வராது."

பாமா - "உண்மையாகவா?"

நான் - "சந்தேகமென்ன, பெரியவர்கள் சொல்லிக் கொண்டிருந்ததை நீ எப்போதும் கேட்டதில்லையா?"

பாமா - "கேட்டிருக்கிறேன்; ஆனால், பரீட்சித்துப் பார்ப்பதற்கு மனம் விரும்பியதில்லை."

நான் - "சரி, நீ ஒன்றும் பயப்பட வேண்டாம் அண்ணி! மனோாவையும் உன்னையும் சுற்றி நாங்களெல்லோரும் படுத்து உறங்குகிறோம்."

பாமா - "நல்லது. இனி நீ சாப்பிடு கொழுந்தனாரே! இதோ இந்தத் துண்டம் எவ்வளவு நன்றாக வெந்திருக்கிறது! எங்கேயும் தீய்ந்து போகவில்லை. சாப்பிடுவதற்கு மிருதுவாக இருக்கிறது பன்றி ரொம்பப் பெரிய பன்றி. அதனுடைய கோரைப் பற்களை நான் ஜாக்கிரதையாக எடுத்துவிட்டேன். அவற்றின் நீளம் ஒரு சாணுக்குச் சற்று குறைவாக இருக்கிறது."

நான் - "சரி அண்ணி! நீ கோரைப்பன்றிகளை வேட்டையாடிய விஷயத்தைச் சொல்லவில்லையே?"

பாமா - "எனக்குத்தான் பூதங்களின் ஞாபகமாகவே இருக்கிறதே கொழுந்தனாரே."

நான் - "இனி அதை மறந்துவிடு. க்ஷேமாவால் எப்படித் தப்பித்துக் கொள்ள முடிந்ததோ அதைச் சொல்லு."

பாமா - "வேடன் எங்களை மத்தியான வேளையில் பன்றிகள் கூட்டம் வருமிடத்துக்கு அழைத்துச் சென்றான். மரங்களின் மீது ஏறச்சொல்லித் தூரத்திலிருந்தே காட்டினான். நானும் ஒரு மரத்தின் மீது ஏறிக்கொண்டேன்.

நான் - "இந்த ஆடையோடேயா?"

பாமா - "இல்லை, நாங்களும் ஆண்களைப் போலவே பஞ்சகச்சம் கட்டிக்கொண்டு முன்னும் பின்னும் கொசுவம் வைத்துக் கொண்டோம்."

அஜித் - "பலே! பேஷ்!"

பாமா - "பேஷ் என்ன? நான் பாவாடை கட்டிக்கொண்டு ஏறவேண்டும், எந்த ஒரு கொப்பிலோ மாட்டிக்கொண்டு மேலேயும் போகாமல் கீழேயும் இறங்க முடியாமல் தொங்க வேண்டும் என்பது உன் விருப்பமா?"

நான் - "அது கிடக்கட்டும். வேட்டை சங்கதி சொல் அண்ணி."

பாமா - "அங்கே பன்றிகள் ஏராளமாகவே இருந்தன. சிறியவை பெரியவை மொத்தம் ஐம்பதுக்குக் குறையாமலிருந்தன. பள்ளத்தில் தண்ணீர் இருந்தது. பள்ளத்தைச் சுற்றிலும் மூன்று பக்கங்களிலும் அடர்த்தியான காடு இருந்தது. ஒரு பக்கத்தில் மட்டும் கொஞ்சம் காலியான இடம் இருந்தது. நாங்கள் ஆண்களும் பெண்களும் சேர்ந்து மொத்தம் ஐம்பது பேர் இருந்தோம். எல்லோரிடத்திலும் ஈட்டிகள் இருந்தன. சிலரிடத்தில் கத்திகளும், வில்லம்புகளும் இருந்தன. பள்ளத்தை நாலாப்புறங்களிலும் சுற்றி வளைத்துக்கொள்வது என்று முடிவு செய்தோம். காலியாக இருக்கும் பக்கத்திலிருந்து அவைகள் ஓடுவதற்கு நிறைய சந்தர்ப்பமிருந்ததால் அங்கே அதிகம் பேர்களைக் காவல் வைப்பது என்று தீர்மானித்துக்கொண்டோம்."

அஜித் - "அண்ணி! உன்னை எந்தப் பக்கத்தில் இருக்க வேண்டுமென்று சொன்னார்கள்?"

பாமா - "என்னை அந்த மூன்று பக்கங்களில் ஒரு பக்கத்தில் இருக்கும்படி கூறினார்கள்; ஆனால் நானும் க்ஷேமாவும் அந்தக் காலியான பக்கத்தில்தான் காத்துக்கொண்டிருந்தோம்."

நான் - "அபாயகரமான பக்கத்தில்தான் இருந்திருக்கிறீர்கள்! பன்றிகள் தண்ணீரில் நீந்திக்கொண்டிருக்கும்; பிறகு ஆபத்து வந்துவிட்டதைத் தெரிந்ததும் நீந்திக்கொண்டே இன்னொரு பக்கமாகத் தப்பியோட முயற்சிக்கும்; அப்போது அவற்றின் வேகம் மந்தமாகவே இருக்கும்; அம்பு எய்வதற்கு அதுதான் நல்ல தருணம்."

பாமா - "எது எப்படியாயினும் நானும் க்ஷேமாவும் அந்தப் பக்கத்துக்கேதான் சென்றோம். பன்றிகள் கூட்டம் அங்கேதானிருந்தது. நாங்கள் முற்றிலும் சுற்றி வளைத்துக்கொண்டு வரும்போது அவைகள் தங்கள் முகத்தைத் தூக்கி மோப்பம் பிடிக்க ஆரம்பித்தன; அவற்றின் தலைமையான கோரைப் பன்றியின் சுவையான மாமிசத்தைத்தான் இப்போது நீங்கள் சாப்பிட்டுக் கொண்டிருக்கிறீர்கள். அது

மற்றெல்லாவற்றையும்விட மிகுந்த எச்சரிக்கையாகி இப்படியும் அப்படியும் பார்க்க ஆரம்பித்தது. பன்றிகள் தப்பியோடுவதற்கு முயற்சிக்கும் முன்னமேயே நாங்கள் அவற்றை எல்லாப் பக்கங்களிலும் சுற்றி வளைத்துக்கொண்டோம். என் கையில் ஈட்டியிருந்தது. கபில், க்ஷேமா ஆகியோரிடமும் ஈட்டிகள் இருந்தன. வார்த்தைகளில் கூறுவதற்காகவாவது இவ்வளவு நேரம் பிடிக்கிறது கொழுந்தனாரே! ஆனால் அப்போது நடந்ததோ கண்மூடிக் கண்திறப்பதற்குள் நிகழ்ந்துவிட்டது. கோரைப்பன்றி நான்கு திசைகளிலும் நெருங்கிக் கொண்டு வந்த ஜனக்கூட்டத்தைப் பார்த்தது. பிறகு ஒரு விநாடி அப்படியே நின்று கவனித்துவிட்டு, காலியான பக்கத்தில் - அதாவது எங்கள் பக்கத்தில் பாய்ந்து வந்தது. மற்றப் பன்றிகளும் அதனைப் பின்பற்றி ஓடிவந்தன. நாங்கள் அனைவரும் சேர்ந்து பெரிதாக ஒலி எழுப்பினோம். சில பன்றிகள் மாத்திரமே வெருண்டு பின்வாங்கின. ஆனால் கோரைப்பன்றி தனக்கெதிரே ஈட்டியோடு நிற்கும் க்ஷேமாவின் பக்கமாக ஓடிவந்தது. அதன் முகத்தில் பால்போன்ற வெண்மையான கூரிய கோரைப்பற்கள் நீண்டு மினுமினுத்துக் கொண்டிருந்தன. அது எங்களை நோக்கிப் பாய்ந்து வந்துகொண்டிருக்கையில், நாங்கள் என்ன செய்வது என்பதைப் பற்றி யோசிக்கவே எனக்கோ க்ஷேமாவுக்கோ நேரமில்லை. அந்த நிலையில் எனக்கு மூர்ச்சையே போட்டுவிடும் போலிருந்தது. இனி நமது அழகு ராணி க்ஷேமாவைக் காப்பாற்றுவது முடியாத காரியம் என்றே நினைத்துவிட்டேன்."

க்ஷேமா பாமாவைக் கட்டிப் பிடித்துக்கொண்டு கூறினாள் - "வேண்டாம் அக்கா! இனி அந்தக் காட்சியை வர்ணிக்காதே."

பாமா - "போடி பைத்தியக்காரி! இனி என்ன பயம்? உனக்குக் காலனாக வரவிருந்த அந்தக் கோரைப் பன்றியின் மாமிசத்தைத் தானே இப்போது நாம் ருசியோடு சாப்பிட்டுக் கொண்டிருக்கிறோம்? இனி பயம் எதற்கு? இந்தத் தொன்னைகளில் கள்ளை ஊற்று, சிம்மன், கபில் முதலியோர்களின் நாக்குகள் வறண்டு போவதைப் பார்க்கவில்லை? ஆம், சிம்மா! நான் மூர்ச்சையாகவில்லையே தவிர, ஏதோ கனவு காண்பது போலிருந்தது. எல்லாம் யந்திரம் மாதிரி நடந்துவிட்டன. கோரைப்பன்றி சமீபிப்பதற்கு முன்பே கபில் பயந்துபோய் க்ஷேமாவை கட்டிப்பிடித்துக் கொண்டான். பிறகு ஒரு விநாடியில் அவளை விட்டுவிட்டு, ஈட்டியால் பன்றியின் வயிற்றில் ஓங்கிக் குத்தினான். பன்றி ஓடி வரும் வேகத்தில் அதைச் சரியாகக் குறிவைத்து அடிப்பது கஷ்டமே. அதுபோன்ற சந்தர்ப்பங்களில் குத்திய ஈட்டியைப் பிடுங்குவதற்கு அவகாசம் ஏது? எனவே பன்றி ஈட்டியோடேயே முன்னால் பாய்ந்து சென்றது. ஈட்டியைப் பிடித்திருந்த கபில் ஏழு பாக தூரம் போய் விழுந்தான். நான் அப்போது, சரி, இனி கபில் தீர்ந்து போய்விட்டான்

என்றே நினைத்துவிட்டேன். ஆனால் அதற்குள்ளாகவே கபில் சட்டென்று சமாளித்துக்கொண்டு எழுந்து க்ஷேமாவின் கையிலிருந்த ஈட்டியை வாங்கிக்கொண்டான். முன்னால் ஓடிச்சென்று ஏற்கெனவே காயம்பட்ட இடத்துக்குப் பக்கத்திலேயே மீண்டும் ஈட்டியால் ஓங்கிக் குத்திப் பன்றியை எழுந்திருக்க முடியாதபடி செய்துவிட்டான். அப்போது நாங்கள் எல்லோருமே அங்கே போய்ச் சேர்ந்தோம். பன்றி இன்னும் உறுமிக்கொண்டே இருந்தது. ஆனால் அதற்கு எழுந்திருக்கும் சக்தியில்லாமல் போய்விட்டது. கபிலுக்கு வியர்த்துக்கொட்டி ரோமக் கால்களெல்லாம் சிலிர்த்துக்கொண்டிருந்தன. எனக்கு அந்தச் சரீரத்தை எவ்வளவு நேரம் வேண்டுமானாலும் பார்த்துக்கொண்டே இருக்கலாம் போலிருந்தது. என்ன அச்சமின்மை! எவ்வளவு பலம்!! எத்தகைய சுறுசுறுப்பு!! இதே சமயம் இரண்டு வெண்மையான கரங்கள் கபிலைச் சுற்றிக்கொண்டன. மார்போடு மார்பு இணைந்தன. சிவந்த அதரங்கள் கபிலுடைய உதடுகளில் பதிந்தன. சிறிது நேரம் வரை இரண்டு பேரும் அசைவற்று அப்படியே நின்று கொண்டிருந்தனர். பிறகு கண்ணீர் ததும்பும் நான்கு நயனங்கள் ஒன்றையொன்று கௌவுவது போல் நோக்கிக் கொண்டிருப்பதை நாங்கள் பார்த்தோம். கபில் இயற்கையான பாவத்தோடு, வீரமே உருவெடுத்தது போல் காட்சியளித்தான். அப்போது அவன் வாய்திறந்து 'க்ஷேமா! உனது இந்தக் கருணா கடாட்சத்திற்குக் கோடி கோடி வந்தனங்கள்' என்றான். சரி, இனி எங்கள் வேட்டை எப்படியிருக்கிறது கொழுந்தனாரே?"

நான் எழுந்து கபிலை ஆலிங்கனம் செய்து கொண்டேன். ரோகிணி க்ஷேமாவைக் கட்டிப்பிடித்துக் கொண்டு முத்தங்கள் பொழிந்தாள். பிறகு நாங்கள் மீண்டும் தையல் இலை முன் உட்கார்ந்தோம். பாமா மற்றுமொரு மாமிசத் துண்டத்தை இலையில் போட்டாள். அதில் நான் கொஞ்சம் பிட்டு வாயில் போட்டுக்கொண்டு "இது மிக நன்றாய் இருக்கிறது அண்ணி!" என்றேன்.

பாமா - "அது இருக்கட்டும், எங்கள் வேட்டை எப்படி கொழுந்தனாரே!"

நான் - "அதாவது நண்பன் கபிலுடைய வேட்டையைக் கேட்கிறாயா? மிகப்பிரமாதம். இத்தகைய வேட்டை தினமும் சிக்கி, எங்கள் அண்ணியின் கையால் பக்குவம் செய்யப்பட்ட மதுரமான மாமிசம் தினமும் வாய்க்குக் கிடைக்குமானால் பிதுர்லோகம். தேவலோகமெல்லாம் எதற்கு அண்ணி?"

பாமா - "நீ உன்னுடைய அண்ணியை ஆகாசத்துக்குத் தூக்கிவைத்துப் பேசுவாய் என்று எனக்குத் தெரியும். சரி, ரோகிணி! இனி உன் வேட்டைச் சங்கதியைச் சொல்லு."

ரோகிணி தலையைத் தொங்கப் போட்டுக் கொண்டு கூறினாள் - "என்னை அந்த வேட்டை மிருகத்துக்கு அருகிலேயாவது போகவிட்டால்தானே அக்கா!"

பாமா - "அப்படியானால், வேட்டையாடிய இடத்திற்கே உன்னை அழைத்துப் போகவில்லையா ரோகிணி?"

ரோகிணி - "என்னையும் மைத்துனர் மனோவையும் தூரத்தில் ஒரு மரத்தில் ஏற்றிவிட்டுப் போய்விட்டார்கள்."

பாமா - "ஓஹோ! அப்படியா? எனது மனோ இரத்தம் சிந்தாமலேயே காண்டாமிருகத்தை வேட்டையாடி வந்துவிட்டான் என்று சொல்லு."

ரோகிணி - "எங்களிருவரையும், அக்கா பக்கத்திலேயே போகவிடவில்லை. எனக்குக் கோபம் வந்து கண்டபடி பேசியும் விட்டேன். ஆனால் செக்கச் செவேரென்ற கண்களுடையவன் - அதுதான் எங்களோடு வந்த அந்த வேடனிருக்கிறானே அவன் - மூச்சுவிடும் சப்தம்கூடக் கேட்கக் கூடாது என்று கூறிவிட்டான்."

நான் - "ஆனால், ரோகிணி காண்டாமிருகத்தை ஈட்டியால் குத்தி கடைசியில் அதன் உயிரைப் போக்கியவள் நீதானே!"

பாமா - "(மகிழ்ச்சியடைந்து) "உண்மையாகவா ரோகிணி? எனக்கு அந்த மாதிரிச் சந்தர்ப்பமே கிட்டவில்லை. பள்ளத்துக்கு மற்றொரு கரையில் இருந்தவர்கள்கூட இரண்டு பன்றிக் குட்டிகளைச் சாகடித்து விட்டனர்.

ரோகிணி - "இதெல்லாம் இவர்கள் கண் துடைப்புக்காகச் சொல்கிறார்கள்அக்கா! காண்டாமிருகம் எழுந்திருக்க முடியாத நிலையில் அதனைக் குத்தச் சொன்னார்கள்."

நான் - "ஆனாலும் அண்ணி! ரோகிணிக்குப் பயம் என்பதே கிடையாது அடிபட்ட குரூர மிருகத்துக்கு அருகாமையில் செல்வது எவ்வளவு ஆபத்தானது! அப்படியிருந்தும் அந்தக் காண்டா மிருகத்துக்குப் பக்கத்தில் இவள் "தடதட" வென்று போகிறாள்."

ரோகிணி - "அந்தக் கறுத்த தடியன்தான் என் கையைப் பிடித்துப் பின்னுக்கு இழுத்துவிட்டானே."

நான் - "அவளுடைய கூந்தலைக் கையால் வருடிக்கொண்டே "காண்டாமிருகத்துக்கும் காட்டுப் பன்றிக்கும் அதிக வித்தியாசமிருக்கிறது ரோகிணி! காண்டாமிருகத்தைப் பலத்தினால் அல்ல, தந்திரத்தால் தான் கொல்ல முடியும். ஆகையினால் நீ துக்கப்படுவதற்குக் காரணம் இல்லை."

பாமா - "ஆமாம். கொழுந்தனாரே! நீ சொல்வது உண்மைதான் கபில் எப்போது யோசித்தானோ. எப்போது க்ஷேமாவை ஒரு புறமாக விட்டுவிட்டு ஈட்டியால் பன்றியை, குத்தினானோ இப்போதுகூட எனக்கு ஆச்சரியமாகவே இருக்கிறது. அப்போது யோசிப்பதற்கு நேரமேயில்லையே, அப்படியிருக்க எப்படிக் கைகால்கள் இயங்கிற்றோ எனக்கு விளங்கவே இல்லை."

கபில் - "இல்லை பாமா! பழக்கத்தின் காரணமாக, யோசிப்பதும் ஆயுதப் பிரயோகம் செய்வதும் ஒரே சமயத்தில் நடக்க முடியும்."

பாமா - "எனக்கென்னவோ அது சாத்தியமற்றது என்றே தோன்றுகிறது."

கபில் - "ஆமாம், பயிற்சியில்லாதபோது அப்படித்தான் தோன்றும். வாளையும் கேடயத்தையும் உபயோகப்படுத்த உனக்குத் தெரியுமல்லவா? அவற்றைக் கற்றுக்கொள்ளும்போது கேடயத்தைச் சட்டென்று உயர்த்திப் பிடிக்க முடியாமற் போவதற்குக் காரணம் என்ன? ஒன்று; அதைப்பற்றி யோசிப்பதற்கு மனிதனுக்கு நேரமாகிறது, அல்லது தன்னைத்தானே மறந்துவிடுகிறான்; ஆகையால் சமயத்துக்குத் தனது இடது கையை இயக்கக் கட்டளையிட முடியாதவனாகிறான். ஆனால் பயிற்சி முடிந்தபிறகு அப்படியல்ல. அப்போது இடது கை யோசனை செய்ய வேண்டிய அவசியமில்லாமலேயே, கட்டளைக்குக் காத்திருக்கவேண்டிய நிர்ப்பந்தமில்லாமலேயே கேடயத்தை உரிய இடத்தில் தூக்கிப் பிடிக்கிறது. ஒவ்வொரு செயலுக்கும் மனம் அவயவங்களுக்குக் கட்டளையிட்டே தீரவேண்டும். ஆனால் பயிற்சியின் காரணமாக அதற்கு நேரம் பிடிக்காது."

பாமா - "ஆம், இப்போது எனக்குப் புரிந்துவிட்டது. நீ வேட்டையில் அதிவேகமாகச் செயல்பட்டாயே தவிர இந்திரஜாலம் எதுவும் செய்யவில்லை என்பதை இப்போது தெரிந்து கொண்டுவிட்டேன்."

கபில் - "நாம் விளையாடுவதும், ஆயுதப் பயிற்சி பெறுவதும் எல்லாம் இந்த வேகத்துக்காகத்தான். வேட்டையும் யுத்தமும் இந்தப் பயிற்சிக்கு உரைகல் போன்றவை."

பாமா - "அப்படியானால் க்ஷேமா ஒரு பரீட்சையில் தேர்ந்துவிட்டாள். நடுங்கிக்கொண்டிருந்த உன் சரீரத்தை எப்படி அமைதிப்படுத்துவது என்று நாங்கள் யோசித்துக் கொண்டிருக்கும் போது க்ஷேமா சட்டென்று ஒரு முடிவுக்கு வந்து, உன் தாபம் முழுவதையும் தணிக்கும்படியான மருந்து கொடுத்துவிட்டாள்."

கபில் - "இதற்காக நான் க்ஷேமாவுக்கு மிக மிகக் கடமைப்பட்டிருக்கிறேன்."

க்ஷேமா - "நான் மட்டும்?"

பாமா - "நான் அறிவேன் பெண்ணே! நீ உன் உயிரை காப்பாற்றியவனிடம் நன்றியோடிருக்கிறாய் என்பது எனக்குத் தெரியும். கபிலுடைய நன்றியைவிட உன் மௌனமான நன்றியே பெரிது."

க்ஷேமா - "நீ அநியாயம் செய்கிறாய் அக்கா! அவருடையது வெறும் வாய்ச்சொல் நன்றியல்லவே."

பாமா - (க்ஷேமாவின் பனித்த கண்களில் முத்தமிட்டு) "நீ கூறுவது ரொம்ப சரி க்ஷேமா! கபில் உன்னைக் காப்பாற்றுவதற்காக மரணத்தின் கெபிக்குள்ளேயல்லவா போய்வந்திருக்கிறான்."

க்ஷேமா - "நான் அப்படிப்பட்ட மகத்தான காரியம் எதுவும் செய்யவில்லையல்லவா?"

பாமா - "நன்றியை மௌனமாக வெளியிடுவதுபோல வார்த்தை களால் வெளியிடுவது அமையாது க்ஷேமா! சரி, இனி இருட்டாகப் போகிறது. நம்மவர்கள் மாமிசம் உண்டு, மதுபானம் அருந்திவிட்டு, கான ஆலாபனம் செய்யவும் ஆரம்பித்துவிட்டார்கள். நாம் கூடச் சீக்கிரமே தயாராக வேண்டும். சிறிது நேரத்தில் நாட்டியமும் ஆரம்பமாகிவிடும்."

கட்டைக் குவியல்கள் ஒவ்வொன்றாக எரிய ஆரம்பித்தன. நாங்கள் அவற்றில் காண்டாமிருகம், பன்றி மாமிசத்தை வாட்ட ஆரம்பித்தோம். ஆகார - குடிவகைகளை முடிப்பதில் நாங்கள் பின்தங்கிவிட்டோம். மாமிசத்தை நெருப்பில் வாட்டி எடுப்பதில் அஜித் எனக்கு உதவி செய்தான். மாமிசத்தைச் சுடுவதில் அவனுக்கு ஒரு சித்தாந்தம் உண்டு. அதாவது சுடப்பட்ட மாமிசத்திற்குள்ளேயுள்ள சிவப்பெல்லாம் குறைந்து போகக்கூடாது. சில மாமிசத் துண்டங்களை அவ்வாறே சுட்டோம். ஆனால் எங்களில் பலருக்கு மாமிசத்தை முறுமுறப்பாகச் சுட்டாலொழிய ருசியாக இராது.

மாமிசம் சுடும் வேலை முடிந்ததும் சம்பிரதாய பூர்வமான வனபோஜனம் ஆரம்பமாயிற்று. ஆண்களும் பெண்களுமாக நாங்கள் 300 பேரும் வரிசை வரிசையாக உட்கார்ந்தோம். எல்லோர் முன்னாலும் மாமிசத்துக்காக இலைகளும், கள் ஊற்றுவதற்காகத் தேக்குமர இலைகளால் ஆன தொன்னைகளும் வைக்கப்பட்டிருந்தன. பந்திகளுக்கு மத்தியில் நெருப்பின் வெளிச்சம் நன்றாய்த் தெரிந்து கொண்டிருந்தது. பரிமாறும் பெண்களும் ஆண்களும் பந்திக்குள்ளே இங்குமங்கும் போய்க்கொண்டிருந்தார்கள். பரிமாறுபவர்கள், வாயில் நீர் ஊறப் பார்த்துக்கொண்டிருக்க வேண்டியதில்லை. பரிமாறுவது முடிந்ததும், எல்லோருடைய இலைகளிலுள்ள மீத மிச்சங்களும் அவர்களுடையதே. அஜித் பரிமாறிக்கொண்டே பாமாவிடம் வந்து, "அண்ணி!

காண்டாமிருக மாமிசம் எப்படியிருக்கிறது?" என்று கேட்டான். பாமா கத்தியில் ஒரு துண்டத்தை அறுத்துக்கொண்டே "மிகவும் நன்றாக இருக்கிறது எங்கே, வாயைத் திற" என்று அந்தத் துண்டத்தை அஜித்தின் வாய்க்குள் வைத்து கன்னத்தைச் செல்லமாக ஒரு அடி அடித்தாள். பிறகு அஜித் மதுபானத்துக்காக ரோகிணியிடம் வந்தான். "காந்தார அண்ணி! நீ எச்சிற் செய்த தொன்னையை இப்படிக் கொஞ்சம் கொடு" என்று வாங்கிக் குடித்துவிட்டு "எங்கள் காந்தார அண்ணியின் அதரங்கள் மிகவும் இனிமையாக இருக்கின்றன" என்றான்.

மதுபானம் தனது மகிமையைக் காட்ட ஆரம்பித்தது கள்ளூண்ட போதையில் ஆடலும் பாடலும் கேலியும் சிரிப்பும் அமர்க்களப்பட்டன. மனோவுக்கு நன்றாய் போதை ஏற்றிவிட வேண்டுமென்று நானும் கபிலும் கூடிப் பேசிக்கொண்டோம். இதற்குப் பாமாவும் உடந்தையானாள். அவனுக்குத் தொன்னை மேல் தொன்னையாகக் கள்ளை ஊற்றிக்கொடுத்துக் கொண்டிருந்தோம். மனோவுக்குப் போதை தலைக்கேற ஆரம்பித்தது. அந்த மயக்கத்தில் தொன்னையைப் பாமாவிடம் நீட்டி "அ - ண் - ணி- நீ-யும் - கூட - கு-டி" என்றான்.

"நான் உனக்கு அண்ணியா வேண்டும்?" என்றாள் பாமா.

"பி-ன்-னே - எ-ன்-ன? எ-ல்-லோ-ரு-க்-கு-ம்- அ-ண்-ணி. எ-ன-க்-கு-ம் - அ-ண்-ணி."

"அப்படியா என் மனோ கொழுந்தனாரே! இதோ, எவ்வளவு இனிமையாக இருக்கிறது. இந்தத் தொன்னை கூட வாங்கிக்கொள்."

"கொ-ழு-ந்-த-னா-ரி-ல்-லை - அ-ண்-ணி- உ-ன்- ம-னோ."

"நல்லது என் மனோ! எங்கே உன் அண்ணிக்கு ஒரு பாட்டுப்பாடு."

மனோரதனுடைய கண்கள் சிவந்துவிட்டன. கண்ணிமைகளும் கனக்க ஆரம்பித்தன. எனினும் பாமாவின் குரல் கேட்கும்போதெல்லாம் தூக்கத்திலிருந்து விழித்துக்கொண்டவன் போல உலுக்கி எழுந்தான். தொன்னையை அவனிடம் கொடுக்க நேரமாகும் போது "இ-னி-ப்-பு- தொ-ன்-னை- அ-ண்-ணி- -இ-னி-ப்-பு" என்று கூறுவான்.

இவ்விதமாக வெகுநேரம்வரை மனோரதனை ஆட்டி வைத்தோம்.

சாப்பிடுவது முடிந்ததும் வாத்தியங்கள் சரி செய்யப்பட்டன. பிறகு ஆழ்ந்த போதையில் இருந்தவர்களை விட்டுவிட்டு மற்றவர்கள் கோஷ்டி நடனம் ஆட ஆரம்பித்தார்கள்.

19. எங்கள் எல்லையில்

ரோகிணி பாமாவோடு சேர்ந்து லிச்சவிப் பெண்களைப் படைதிரட்டும் பணியில் ஈடுபட்டிருந்தாள். நான் உல்காசேலத்துக்குப் புறப்படுவதற்கு முன்னர் சுமார் ஆயிரம் யுவதிகள் அவர்களுடைய சைன்யத்தில் சேர்ந்துவிட்டார்கள். அந்த யுவதிகளுக்கு ராணுவப் பயிற்சி அளிப்பதில் அஜித், மனோரதன் முதலானவர்கள் உதவி செய்தார்கள். இவ்விதமாக ரோகிணி பெண்கள் சைன்யத்தை அமைக்கும் வேலையில் பங்கெடுத்துக்கொண்டிருந்ததால் என்னோடு உல்காசேலத்துக்கு வரமுடியாமல் போய்விட்டது.

அன்றைய தினம் விடியற்காலையிலேயே நாங்கள் குதிரைகளில் ஏறி வைசாலியை விட்டுக் கிளம்பினோம். என்னோடு கபிலும் அவனுடைய தோழர்களும் சில லிச்சவிப் படைவீரர்களும் வந்தார்கள். வழியில் ராணுவ ஸ்தலங்களைப் பார்த்துவிட்டு நாங்கள் மத்தியானம் உல்காசேலத்தை அடைந்தோம். சிற்றப்பா ரோஹன் என் வருகையை எதிர்பார்த்துக் கொண்டிருந்தார். என்னைப் பார்த்துமே கட்டிப் பிடித்துக்கொண்டு "வா மகனே! தன்னுடைய பதவி தன்னுடைய அண்ணன் மகனுக்கே கிடைத்திருப்பது பற்றி உன்னுடைய சிற்றப்பாவுக்கு எவ்வளவு மகிழ்ச்சி தெரியுமா! சரி அது போகட்டும் நமது படை நிலைகளின் விவரங்களை இப்போது இங்கே உபசேனைத் தலைவனாகவும், உனக்கு இரண்டாவது உபசேனைத் தலைவனாகவும் வரப்போகும் அம்ருதன் கூறுவான். ஆனாலும் முக்கிய படை நிலைகள் நானே உனக்குத் காட்டவேண்டுமென்றிருக்கிறேன்" என்றார்.

இதற்காகச் சிற்றப்பாவுக்கு நான் நன்றி தெரிவித்துக்கொண்டேன்.

சாப்பாடு ஆனதும் சிற்றப்பா எங்களை உட்கார வைத்து எங்களுடைய கோட்டைகளும் எதிரிகளுடைய கோட்டைகளும் இருக்குமிடங்களைத் தரையில் வரைந்து காட்டி, ஒவ்வொன்றைப் பற்றியும் விவரமாக எடுத்துக் கூறினார். எங்களுடைய படைகள் எங்கெங்கே இருக்கின்றன என்பதையும் தெரிவித்தார். இருட்டாவதற்கு இன்னும் ஒரு ஜாமப்பொழுது இருக்கும்போது தெற்கு எல்லையிலுள்ள சேனைத் தலைவர்களும், அவர்களது உதவியாளர்களும் ஒவ்வொருவராக எங்களைச் சந்திக்க வந்தார்கள். சிற்றப்பா அவர்களெல்லோரையும் எனக்கும் கபிலுக்கும் அறிமுகம் செய்து வைத்தார். பிறகு நாங்களிருவரும்

ஒவ்வொரு பகுதியிலுமிருக்கும் சேனைத் தலைவர்களையும், உதவி சேனைத் தலைவர்களையும் அழைத்து, அவர்களுடைய படை வீரர்களின் எண்ணிக்கை முதலிய விவரங்களை விஸ்தாரமாகக் கேட்டுத் தெரிந்துகொண்டோம். அவர்கள் தெரிவித்த விவரங்களில் முக்கியமான வற்றை அவ்வப்போது பனை ஓலையில் எழுதிக் கொண்டேன். இருள் கவியும்வரை எங்கள் சம்பாஷணை தொடர்ந்து நடந்து கொண்டிருந்தது.

இரவு நிலவு காய்ந்துகொண்டிருந்தது. கங்கை நதி தீரம் முழுவதிலுமுள்ள எங்கள் கோட்டைகளைப் போய்ப் பார்ப்பதற்கு இதுவே தக்கசமயம் என்று சிற்றப்பா கூறினார். கபிலைக் கூட்டிக் கொண்டு சிற்றப்பாவோடு படகேறிப் புறப்பட்டேன். எங்களுக்கு எதிர்க்கரையில் பாடலிபுத்ரம் இருந்தது. அங்கே ஒரு பெரிய மகதப்படை முகாமிட்டிருந்தது. நாங்கள் கங்கையில் எதிர்த்திசையில் பிரயாணம் செய்து, திக்வாராவுக்கு அருகில் கங்கை நதியும் கண்டகி நதியும் கலக்குமிடத்திற்குச் சென்றோம். மறுகரையில் ஆங்காங்கே நெருப்பு வெளிச்சம் தெரிந்து கொண்டிருந்தது. சிற்சில இடங்களில் வர்த்தகப் படகுகளிலுள்ள விளக்குகளின் ஒளி திரைச் சீலைகளில் ஊடே பிரகாசித்துக் கொண்டிருந்தது. இந்தக் கரையில் எவ்வித வெளிச்சமும் சந்தடியுமின்றி எங்கள் கோட்டைகள் இருந்தது போலவே அந்தக் கரையில் மகதக் கோட்டைகள் இருந்தன. எங்கள் படகைப் பார்த்ததும் பாராக்காரன் எச்சரிக்கையாகக் குரல் எழுப்பினான். சிற்றப்பா இதற்குச் சங்கேதமாகப் பதில் குரல் கொடுத்ததும் அதை அவன் தன் சேனைத் தலைவனுக்கு ஒலி மூலமாகவே தெரிவித்தான். பிறகு நாங்கள் படகை விட்டிறங்கிக் கோட்டையைப் பார்க்கச் சென்றோம். நிலா வெளிச்சமாக இருந்ததால் பாதை சுலபமாகவே இருந்தது. இல்லையென்றால் பரிச்சய மில்லாதவர்கள் கோணல் மாணலான அந்தப் பாதையில் பத்து பாக தூரம் போவதுகூடச் சிரமமே. நதியின் அந்தக் கரையிலிருந்து மட்டுமின்றி இந்தக் கரையிலிருந்து பார்த்தால் கூடத் தெரியாதபடி எங்கள் யுத்தப் படகுகள் மறைவான இடத்தில் நிறுத்தி வைக்கப்பட்டிருந்தன. நதிக்கரையில் வெகுதூரம் உட்தள்ளி ஒரு குளம் வெட்டி அங்கிருந்து ஒரு கோண லான கால்வாயைக் கங்கை நதியில் கலக்கும்படி செய்திருந்தார்கள். அதனால் குளத்திலுள்ள படகுகள் அந்நியர்களின் பார்வைக்குப் படாமலேயே அந்தக் கோணலான வாய்க்கால் மூலமாக வெகு சீக்கிரத்தில் கங்கை நதிக்குள் வந்து சேருவது சாத்தியமாக இருந்தது. ஆனால் ஒவ்வொரு மழைக்காலத்திற்குப் பிறகும் கால்வாய் மேடிட்டு விடும். அப்போது திரும்பவும் ஆழமாகத் தோண்டவேண்டியிருக்கும். இது ரொம்பவும் சிரமமான வேலைதான். ஆயின் அவசியத்தை

முன்னிட்டு கஷ்டத்தைப் பாராமல் இந்தப் பணி அவ்வப்போது மேற்கொள்ளப்பட்டது. நாங்கள் முன்னறிவிப்பு இல்லாமலேயே கோட்டையை மேற்பார்வை இடுவதற்கு இரவு வேளையில் சென்றோம்; ஒவ்வொரு இடத்திலும் காவல்காரர்கள் விழிப்போடேயே இருந்தார்கள். எவரும் ஏமாந்து அஜாக்கிரதையாக இருந்ததாகத் தெரியவில்லை.

நாங்கள் திக்வாரா கோட்டையைப் பார்த்து முடிக்கும்போது விடிவதற்கு இன்னும் ஒரு ஜாமப் பொழுதிருந்தது. இந்தக் கோட்டை மற்றெல்லாவற்றையும்விடப் பெரிது. ஒவ்வொரு கோட்டையிலும் விழித்துக்கொண்டிருந்த படைவீரர்களுக்கு என்னை அறிமுகப்படுத்தி, ‘இனி சிம்மன்தான் உங்கள் சேனைத் தலைவன்” என்று கூறினார் சிற்றப்பா. நான் ஒரு படைவீரனின் முதுகில் தட்டிக்கொடுத்து, ஒருவனோடு வேடிக்கையாகப் பேசி, ஒருவனுடைய விரிப்பில் சற்று நேரம் உட்கார்ந்து, இன்னொருவனுடைய சாதத்தில் ஒரு கவளம் எடுத்துச் சாப்பிட்டு, நான் அவர்களுடைய படைத்தலைவன் மட்டுமல்ல. ஆப்த நண்பனும்கூட என்பதைச் சொல்லாலன்றிச் செயலால் நிரூபித்துக் காட்ட முயற்சித்தேன்.

நாங்கள் உல்காசேலத்துக்குத் திரும்பி வந்தபோது விடிவதற்கு அதிக நேரமில்லை. கபில் எங்கள் சிற்றப்பாவை வெகுவாகப் புகழ்ந்து “சேனைத் தலைவரே! நாங்கள் இளைஞர்கள்; இந்த இளம் வயதில் எந்தக் கஷ்டங்களும் எங்களுக்குப் பொருட்டல்ல. ஆனால், இவ்வளவு வயதாகியும் நீங்கள் சோர்வின்றிப் பணியாற்றுவதுதான் ஆச்சரியமாக இருக்கிறது” என்றான்.

“இல்லை உதவி சேனைத் தலைவா! ஆரோக்கியத்தோடு பழக்கமும் இருந்தால் வயோதிகம் வரும்வரை எவ்வளவு சிரமங்களையும் சகிக்க முடியும்” என்று கூறினார் சிற்றப்பா.

நாங்கள் தாழ்வாரத்துக்குள் காலடி எடுத்து வைத்ததும் சின்னம்மா எதிரே வந்து “வா மகனே! சிம்மா! முதலில் வயிற்றுக்கு ஏதாவது கொஞ்சம் பார்த்துக் கொள்ளுங்கள்” என்றாள்.

“என்ன சின்னம்மா! நீ விடிய விடிய எங்களுக்காகக் காத்துக் கொண்டு உட்கார்ந்திருக்கிறாயா?” என்று கேட்டேன்.

“இல்லைப்பா! காளி மகனை ஆற்றுத் துறையில் படுக்கச் சொல்லி, நீங்கள் வந்தால் முதலில் எனக்குத் தகவல் கொடுக்கும்படி கூறியிருந்தேன்.”

“நாங்கள் அங்கங்கே நன்றாய்ச் சாப்பிட்டுவிட்டோம் அம்மா! ஒரு இடத்தில் தீயில் சுட்ட மீன்களைக்கூடச் சாப்பிட்டோம்.”

“கங்கை நதியின் கரையிலிருப்பவர்களுக்கு இது சகஜம்தான் குழந்தாய்! இங்கே மீன்களுக்குப் பஞ்சமேயில்லை. சரி, கொஞ்சம் பாலாவது சாப்பிடுங்கள். நெருப்பில் வைத்திருக்கிறேன். சூடாக இருக்கிறது.”

சின்னம்மா அந்த ராத்திரி வேளையில் எழுந்து உட்கார்ந்து கொண்டு எவ்வளவோ அன்போடு சொல்லும்போது அதை நாங்கள் மறுக்கவே முடியவில்லை. எனவே ஆளுக்கொரு கோப்பைப் பால் குடிக்க ஒப்புக்கொண்டோம். வஜ்ஜி நாட்டில் தண்ணீர்ப்பட்ட பாடாகப் பால் ஏராளமாகக் கிடைத்தது.

மறுநாள் பகல் முழுவதும் நாங்கள் சிற்றப்பாவோடும் அவரின் கீழ்ப் பணியாற்றும் நான்கு உதவி சேனைத் தலைவர்களோடும் சம்பாஷணை நடத்தி எதிரிகளின் ஏற்பாடுகளைக் குறித்துத் தெரிந்துகொண்டோம். மகத மன்னனுக்கு உடனடியாக யுத்தத்தை ஆரம்பிக்கும் உத்தேசம் இல்லை என்று அவர்கள் கூறினார்கள்.

அன்றைய தினம் இரவு கங்கை நதியின் கீழ்ப்புறத்திலுள்ள கோட்டைகளைப் பார்வையிடுவதற்குச் சென்றோம். கங்கையும் வாக்மதியும் சங்கமமாகுமிடம் தூரத்திலிருந்ததால் அத்தனைக் கோட்டைகளையும் ஒரு இரவுக்குள்ளேயே பூரணமாகப் பார்க்க முடியவில்லை. ராத்திரி வேளையில் படகுப் பிரயாணம் செய்து, பகல் வேளையில் ஏதாவதொரு கோட்டையில் முகாமிட்டு, முந்தின இரவு பார்த்த கோட்டைகளைப் பற்றிய விசேஷங்களை நினைவுப்படுத்தி எழுதிக்கொண்டோம். மூன்றாவது நாள் யமுனை சங்கமமாகும் இடத்திற்கு வந்து சேர்ந்தோம் எல்லாவற்றையும் பார்த்த பிறகு லிச்சவிப் படைவீரர்கள், அவர்களுடைய தலைவர்கள் ஆகியோர்களின் முன் ஜாக்கிரதை பற்றியும், சுறுசுறுப்புப் பற்றியும் எனக்கும் கபிலுக்கும் பெரும் திருப்தி ஏற்பட்டது தட்சசீலத்தின் புதுப்புதுப் போர் முறைகளை முக்கியமாகப் படகுப்படை யுத்த முறைகளை எங்கள் வீரர்களுக்குக் கற்றுத் தர வேண்டியிருந்தது. அதற்காகச் சேனைத் தலைவர்களை உல்கா சேலத்திற்கு அழைப்பதே நல்லது என்று நினைத்தோம். ஆனால், அதற்கு முன்னதாக நாங்கள் கண்டகி நதிதீரக் கோட்டைகளைப் பார்ப்பது அவசியமாக இருந்தது.

சேனைத்தலைவர் ரோஹண் வைசாலிக்குப் பயணப்பட்டுக் கொண்டிருந்தார். அப்போது நான் அவரை அணுகி, பாமாவையும் ரோகிணியையும் அவ்வப்போது சந்தித்து, உற்சாகப்படுத்தும்படி வேண்டிக்கொண்டேன். அதற்கு அவர் “மகனே! எக்காரியத்தையும் அரைகுறை மனதோடு செய்வதைக் காட்டிலும் அதனைச் செய்யாம விருப்பதே மேல். நான் நம்முடைய லிச்சவி யுவதிகளின் படையை

உற்சாகப்படுத்துவது மட்டுமின்றி, என்னால் முடிந்த சகல உதவிகளையும் அவர்களுக்குச் செய்கிறேன். வைசாலியிலேயே நான் இருக்கப் போவதால் பாமா, ரோகிணி முதலியவர்களுக்கு வேண்டிய சகாயம் செய்வதற்கு எனக்கு நல்ல வாய்ப்பிருக்கிறது. வைத்தியர் அக்னிவேசனை காயம் பட்டவர்களுக்குச் சிகிச்சை செய்யும் துறையில் பணியாற்றுவதற்கு அனுப்ப முயற்சிக்கிறேன். நமக்குக் கிட்டப்போகும் வெற்றியில் லிச்சவி வீராங்கனைகளின் சேவை ஒரு முக்கியமான பாத்திரம் வகிக்கப்போகிறது என்பதில் சந்தேகமில்லை" என்று கூறினார். இதைக் கேட்டு எனக்கு மகிழ்ச்சி கரைபுரண்டோடிற்று. சின்னம்மா எங்களை விட்டுவிட்டுப் புறப்பட்டுச் செல்லும்போது கூறினாள் - "மகனே சிம்மா! ரோகிணியில்லாமல் உனக்கு அசௌகர்ய மாக இருக்காது? போய் பாமாவை அனுப்பி வைக்கட்டுமா?"

"சின்னம்மா! படை வீரன் அசௌகர்யத்தைப் பார்க்க முடியுமா? எப்படிப்பட்ட கஷ்டத்துக்கும் அவன் தயாராக இருக்க வேண்டும். இத்தனை பேர் சேனைத் தலைவர்களும் ராணுவ வீரர்களும் இருக்கும்போது எனக்கு மாத்திரம் சிரமம் என்ன இருக்கிறது? வேண்டுமானால் காளியின் மகன் சுகனை இங்கே விட்டுவிட்டுப் போங்கள். அவன் என் குதிரையை மேய்த்துக் கொள்வான். அதோடு, பையன் கெட்டிக்காரனாதலால் இதர வேலைகளையும்கூடச் செம்மையாகச் செய்வான்."

சின்னம்மா நான் தெரிவித்தபடி சுகனை விட்டுவிட்டுச் சென்றாள்.

இனி அந்தப் பெரிய வீட்டில் நான், கபில், சுகன் ஆகிய மூன்றுபேர் மட்டுமே இருந்தோம்.

அடுத்த நாளே நாங்கள் படகில் ஏறிக் கண்டகி தீரம் நோக்கிப் புறப்பட்டோம். திக்வாராவிலிருந்து மேல்திசையில் நீரோட்டம் மிகவும் வேகமாக இருந்தது. அதனால் படகைக் கயிற்றைக் கட்டி இழுத்துச் செல்லவேண்டி வந்தது. கண்டகி நதியின் கீழ்க்கரையில் எங்கும் பசுமையான புல் முளைத்துப் பெருகியிருந்தது. இடையர்கள் அங்கே ஆயிரக்கணக்கான பசுக்களை மேய்த்துக்கொண்டிருந்தார்கள். ஒரு தினம் நாங்கள் ஒரு பசுக்கொட்டத்தைப் பார்க்கலாமென்று சென்றோம். அங்கே இடையர்கள் தங்குவதற்கென்று சிறுசிறு குடிசைகள் இருந்தன. அந்தக் குடிசைகளுக்குள் பாலைச் சேகரித்து மோராக்கி வெண்ணெய் கடைந்தெடுப்பதற்கான ஏற்பாடுகளும் செய்யப்பட்டிருந்தன. இடையர்களுள் லிச்சவிகளும், லிச்சவிகளல்லாதவர்களும் இருந்தார்கள். அவர்கள் அனைவரும் வஜ்ஜி தேசத்தின் மீது அக்கிரமமாகப் படையெடுக்க இருந்த மகத மன்னனைச் சபித்துக் கொண்டிருந்தார்கள்.

கண்டகி நதி தீரத்திலுள்ள கோட்டைகளைப் பார்வையிடுவதற்கு எங்களுக்கு நான்கு தினங்கள் பிடித்தன. சந்தனு முதலிய எட்டு தட்சசீல நண்பர்களை நாங்கள் அந்தக் கோட்டைகளில் நியமித்தோம். படகுப்படை வீரர்களுக்கு நவீன படகு யுத்தப் பயிற்சிகள் அளிக்கும் பொறுப்பு அவர்களிடம் ஒப்படைக்கப்பட்டது. அங்கேயிருந்த வேலைகளை முடித்துக்கொண்டு நானும் கபிலும் உல்காசேலத்திற்குத் திரும்பி வந்தோம். எங்களுடைய படகுகளில் புதிய மாற்றங்கள் செய்வது சம்பந்தமான ஏற்பாடுகளுக்காகக் கபில் வைசாலிக்குச் சென்றான். நான் படகுப்படை யுத்தத்தில் மேற்கொள்ளப்பட வேண்டிய புதிய முறைகளைப் போதிப்பதற்காகச் சேனைத் தலைவர்களை அழைத்திருந்தேன்! இதில் எட்டு தினங்கள் கழிந்துவிட்டன.

இந்தப் போதனையின் கடைசி நாளன்று எங்கள் சேனாபதி சுமணனும் வந்திருந்தார். நான் எங்கள் கோட்டைகளையும் ராணுவத் தளங்களையும் போய்ப்பார்த்து வந்த விவரங்களைக் கூறி, யுத்தத்தில் எத்தகைய முறைகளைக் கையாள வேண்டும் என்பது பற்றி அவரிடம் விவாதித்தேன். நான் வெளியிட்ட நவீன முறைகளை வடக்கு எல்லையிலுள்ள படைகளுக்குக்கூடப் போதிக்க வேண்டுமென்று அவர் அபிப்பிராயம் தெரிவித்தார். நான் அந்தப் பொறுப்பைச் சந்தனுவிடம் ஒப்படைக்கத் தீர்மானித்துக்கொண்டேன். லிச்சவிப் பெண்களின் ராணுவப் பயிற்சி கனஜோராக நடைபெற்று வருகிறதென்றும், இந்த விஷயத்தில் சிற்றப்பா மிகுந்த சிரத்தை காட்டி வருகிறார் என்றும், வைத்தியர் அக்னிவேசனும் அவரது எண்பதுக்குமதிகமான சீடர்களும் ராணுவ வைத்தியப் பிரிவில் பணியாற்றி வருகிறார்கள் என்றும் சேனாபதி தெரிவித்தார். வைத்தியர் காயம்பட்டவர்களுக்குக் கட்டு கட்டுதல் முதலிய சிகிச்சை முறைகளைப் பெண்களுக்குக் கற்றுத் தருவதாகவும் அவர் கூறினார். சேனாபதியின் பேச்சுவார்த்தைகளிலிருந்து அவர் எங்கள் குடியரசு சைன்யத்தின் விஷயத்தில் பூரண திருப்தி கொண்டிருக்கிறார் என்பது தெரிந்தது.

நான் பொறுப்பேற்ற பிறகு வேவுக்காரர்களின் எண்ணிக்கையை அதிகப்படுத்தினேன். கங்கை - சோணை நதி தீரத்தில் எதிரிகள் என்னென்ன புது ஏற்பாடுகளைச் செய்திருக்கிறார்கள் என்பதைத் தெரிந்துகொள்ள விரும்பினேன். அதோடு, ஐந்து மலைகளுக்கிடையேயுள்ள மகதத் தலைநகரான ராஜகிருகத்தின் பாதுகாப்புக்கும், அதற்குச் செல்லும் பாதைகளின் பாதுகாப்புக்கும் என்ன ஏற்பாடுகள் செய்யப்பட்டிருக்கின்றன என்பதைத் தெரிந்துகொள்வதும் எங்களுக்கு அவசியமாக இருந்தது. இதற்காக நான் சேனைத் தலைவர்களிலிருந்தும்,

படைவீரர்களிலிருந்தும், சாமார்த்தியமுள்ளவர் களைப் பொறுக்கி எடுத்து, அவர்களைச் சன்னியாசிகளாகவும், ஜைனத் துறவிகளாகவும், ஜோதிடர்களாகவும், வியாபாரிகளாகவும், வேடங்கள் பூணச் செய்து மகதத்துக்கு அனுப்பி வைத்தேன். இவர்கள் மூலமாக, பிம்பிசாரன் தலைநகரத்திலுள்ள கோட்டையை மராமத்து செய்து வருவதாகவும், கங்கை நதிக்கரையிலிருந்து ராஜகிருகம் வரை அநேக படைகளை நிறுத்தி வைத்திருப்பதாகவும், முக்கியமாக நாளந்தாவுக்கும் அம்பலிஸ்டிகாவுக்குமிடையே (சிலார்) உள்ள இரண்டு யோசனைத் தூரப் பூமியில் பலத்த பந்தோபஸ்து செய்திருப்பதாகவும் தெரியவந்தது. இதிலிருந்து, இந்தத் தடவை லிச்சவிகள் தன்னை ராஜகிருகம் வரைக்கும் துரத்திக்கொண்டு வரலாம் என்று பிம்பிசாரன் பயப்படுகிறான் என்பதை யூகித்துக்கொண்டேன். மகத சேனையின் அந்தரங்க விஷயங்களைக் குறித்துக்கூட எங்கள் வேவுக்காரர்கள் சில தகவல்கள் கொடுத்தார்கள். அவர்கள் அந்தத் தகவல்களின்படி விரோதிகளின் சேனாபதியும், சேனைத் தலைவர்களும் பழைய காலத்து யுத்த முறைகளைப் பின்பற்றவே விரும்புகிறார்களாம். அவர்கள் பரஸ்பரம் ஒருவரையொருவர் அயோக்கியர்கள் என்று கருதுகிறார்களாம். அவர்கள் தங்களுக்குள் சண்டை போட்டுக் கொள்ளாதபடி தடுக்க பிரதம மந்திரி வர்ஷகாரன் மிகவும் சிரமப்பட வேண்டியிருக்கிறது. பிம்பிசாரனைத் தன் மகன் ஆட்டிவைத்தபடி ஆடுபவன் என்று சொல்ல முடியாது. ஆனால் வஜ்ஜி தேசத்தின் மீது படையெடுக்கும் விஷயத்தில் மாத்திரம் அவன் பூரணமாகத் தன் மகனின் ஆலோசனையை அனுசரித்தே நடந்துகொண்டு வருகிறான். இது ஏன் என்று கேட்டால் “நான் இன்னும் எத்தனை நாளைக்கு உயிரோடிருக்கப் போகிறேன் எப்போதானாலும் என் ராஜ்யத்தை ஆளப்போகிறவன் அஜாதசத்ருதானே” என்கிறான். இவ்வளவெல்லாம் கூறினாலும் யுத்தத்தில் வெற்றி பெறுவோம் என்ற நம்பிக்கை அவனுக்கு அவ்வளவாகக் கிடையாது. அவனுடைய மகன் அஜாத சத்ரு, இளைஞனானாலும் சாமர்த்தியமிக்கவன் என்பதில் சந்தேகமில்லை. ஆனால் அவன் மிகவும் அகம்பாவமுள்ளவன், பிடிவாதக்காரன், போர்க்கலையிலும், அரசியலிலும் எல்லாம் தெரிந்தவன் - இது உண்மையல்லவென்றாலும் என்று தன்னை எண்ணிக்கொண்டிருப்பவன். அரசியலில் அவன் வர்ஷகாரனுக்கும் தன்னுடைய சிஷ்யனின் சாமர்த்தியத்தில் பெரும் நம்பிக்கை. மகத ராஜ்யத்தை விஸ்தரிப்பதற்கு ஆயுத பலத்தைக் காட்டிலும் குயுக்திகளிலேயே அதிக நம்பிக்கை வைக்க வேண்டுமென்று தனது சீடனுக்குப் போதித்து வருகிறான். ஆயுத பலத்தால் மகதம் வெற்றிபெறும் காலமும் வரும் என்று அவன் கூறி வருகிறான். வர்ஷகாரன் லிச்சவிகளின் தீரத்தையும் திறனையும்

நன்கு அறிந்தவன். அதனாலேயே மகதம் முதலில் கோசல ராஜ்யத்தைக் கபளீகரம் செய்துகொள்ள வேண்டுமென்ற கருத்து கொண்டுள்ளான். அதுவும் காசி நாட்டு மக்கள் தங்கள் சுதந்திரத்தை அபகரித்த கோசலத்தின் மீது இன்னும் தீவிர துவேஷம் கொண்டிருக்கும் நிலையில் கோசலத்தைக் கைப்பற்றுவது சுலபமென்றே வர்ஷகாரன் அபிப்பிராயம் கொண்டுள்ளான். இந்தக் துவேஷத்தைத் துடைப்பதற்காகவே பிரசேனஜித்து தன் உடன் பிறந்த சகோதரனைக் காசி மன்னனாக்கி வாரணாசியில் உட்கார வைத்திருக்கிறான். ஆனால் காசி மக்கள் இதனை ஒரு ஏமாற்றுவித்தையாகவே கருதுகின்றனர். இந்நிலையில் மகதம் கோசல ராஜ்யத்தின் ஆதீனத்திலுள்ள காசிமீது படையெடுக்க வேண்டும். அப்படிப் படையெடுத்தால் காசி சுலபமாக மகதத்தின் கைக்குச் சிக்குமே தவிர அந்த மக்கள் பிரசேனஜித்துக்கு உதவி செய்ய மாட்டார்கள்; அதற்குப் பதில் காசியின் ஜன பலமும், தன பலமும் மகதத்துக்கே கிட்டும்; அதன் பிறகு அங்கம், மகதம், காசி ஆகியவற்றின் ஏராளமான படை பலத்தையும் செல்வாதாரத்தையும் கொண்டு விஸ்தாரமான கோசலத்தை வசம் செய்துகொள்வது மிகவும் எளிது. இது வர்ஷகாரனின் எண்ணம். ஆனால் பிம்பிசாரன் இதை ஏற்றுக் கொள்ளவில்லை. அவன் தன்னுடைய மைத்துனனான பிரசேனஜித்து விடம் மிகவும் சிநேகிதம் கொண்டிருந்ததே இதற்குக் காரணம். அது மட்டுமில்லாமல், லிச்சவிகளுடன் போருக்குப் போகும்போது பிரசேனஜித்துவைப் பகைத்துக்கொள்வது நல்லதல்ல என்பதும் இதற்கு மற்றொரு காரணம்.

எங்களுடைய புதிய வேவுக்காரர்கள் தங்கள் கடமையை மிக ஜாக்கிரதையாகவே நிறைவேற்றி வந்தார்கள். அவர்களில் நந்தன் என்பவன் ஒருவன். அவன் உண்மையாகவே ஜைன மதத்தில் நம்பிக்கை கொண்டவன். ஒருநாள் அவன் பேசிக்கொண்டிருக்கும் போது மகாவீரரைப் பற்றி ரொம்பவும் பெருமையாகக் கூறினான். நான் இதற்கு முன்னரும் ஒன்றிரண்டு தடவைகளில் மகாவீரரைப் பற்றிக் கேள்விப்பட்டிருக்கிறேன்; ஆனால் அப்போது அந்த விஷயம் என்னை ஆகர்ஷிக்கவில்லை. நந்தன் ஜைன குரு தேவரைப்பற்றி வெகுவாகப் புகழ்ந்து பேசியது மட்டுமின்றி, இப்போது அவர் உல்கா சேலத்துக்குப் பக்கத்தில் ஒரு தோட்டத்தில் வந்து தங்கியிருப்பதாகவும் கூறினான். இதைக் கேட்ட பிறகு அவரை ஒரு தடவையாவது பார்த்து வரவேண்டுமென்ற ஆசை எனக்கு ஏற்பட்டது.

நான் ஒரு தினம் மாலை நந்தனைக் கூட்டிக்கொண்டு மகாவீரர் தமது ஏராளமான சிஷ்யர்களோடு எழுந்தருளியிருக்கும் தோட்டத்திற்குச் சென்றேன். அவருடைய சீடர்களில் பெரும்பாலோருடைய

முகங்களில் சாந்தமே காணப்படவில்லை. அவர்கள் ஆடையின்றி நிர்வாணமாக ஜைனமத ஸ்தாபகரைத் தரிசிப்பதற்காக வந்திருக்கிறேன் என்பதைத் தெரிந்து, சீடனொருவன் மகாவீரர் தலையைக் கவிழ்த்துப் பெரும் சிந்தனையிலாழ்ந்து உட்கார்ந்திருந்த இடத்துக்கு எங்களை அழைத்துச் சென்றான். அவருடைய கேசமும், மீசையும் நரைத்துப் போயிருந்தன. திரேகத்தில் முதுமையின் சின்னங்கள் காணப்பட்டன. ஆயினும் அவருடைய பொன்னிறமேனி கவர்ச்சிகரமாகவே இருந்தது. எங்கள் காலடிச் சப்தம் கேட்டுத் தலை நிமிர்ந்து பார்த்து "ஞாத்ரு வம்சத்து மகனே சிம்மா! வா, வந்து உட்கார்" என்றார் அவர். எனக்கு அப்போது அவர் உண்மையாகவே எல்லாமறிந்தவர், முக்காலமும் உணர்ந்தவர் என்றே பட்டது; இல்லையென்றால் எனது பெயரும் வம்சமும் நான் சொல்லாமலேயே, அவருக்கு எப்படித் தெரியும்? நான் வணக்கம் செலுத்தி ஒரு பக்கமாக உட்கார்ந்து அவரிடம் கேட்டேன் - "சுவாமி! தாங்கள் என்னை அறிவீர்களா?"

"அறியாமலென்ன. நீ நம்முடைய ஞாத்ரு வம்சத்தைச் சேர்ந்த வீரன்தானே சிம்மா! உன்னுடைய தந்தை என்னைவிட வயதில் சிறியவனானாலும் அவனுடன் எனக்கு நல்ல பரிச்சயம் உண்டு" என்றார் அவர்.

அவர் பேசும் தோரணை கபடமில்லாமலும் இனிமையாகவு மிருந்தது. இதுவரை அவரைப் பற்றிக் கேள்விப்பட்டிருந்த பொய்யான செய்திகள் காரணமாக அவர்மீது எனக்கு ஏற்பட்டிருந்த வெறுப்பு படிப்படியாக விலகிப் போயிற்று. என்னோடு அவர் மிகக் குறைவாகவே பேசினார். அதுவும் இடையிடையே வெகுநேரம் மௌனம் சாதித்து ஒவ்வொரு வார்த்தையாகவே பேசினார். அவர் மௌனமாக இருக்கும்போது அவருடைய பரந்த கண்களில் கருணைப் பிரவாகம் பெருக்கெடுத்தோடுவது போலிருந்தது. அப்போது, மகாவீரர் அன்பு மார்க்கத்தைப் பெரிதும் போதிப்பவர் என்று கேள்விப்பட்டிருந்த விஷயம் என் நினைவுக்கு வந்தது. உண்மையில் அவரது ஒவ்வொரு அங்கத்திலும் அன்பின் பிரகாசம் மிளிர்ந்தது. சொல்வதையெல்லாம் தானே நடத்திக்காட்டி வருகிறார் என்றே நான் கருதினேன். திடீரென்று "சிம்மா! அதோ அந்த மரத்தடிக்குப் போவோம் வா" என்று கூறி அவர் எழுந்து அருகில் கிடந்த மயில் இறகு விசிறியை எடுத்து ஒரு கையில் பிடித்துக்கொண்டு, இன்னொரு கையால் சிறு துணியை மூக்கின்மீது இழுத்துவிட்டுக்கொண்டு புறப்பட்டார். மரத்தடிக்குச் சென்றதும் மென்மையான மயில் இறகு விசிறியால் கிருமிகளில்லாமல் தரையைச் சுத்தம் செய்துவிட்டு, என்னை உட்கார வைத்துத் தானும் உட்கார்ந்து கொண்டார்.

நான் வாழ்க்கையை ஒருதலைப்பட்சமாகப் பார்ப்பவன். எனது கண்ணோட்டத்தில் வாழ்க்கை கற்பாறை மலைகளினூடே அதிவேகத் தோடு பிரவகித்துச் செல்லும் மகாசிந்து நதியின் நீர்ப்பெருக்கு போல அலைகளோடு, சலசலக்கும் சப்தத்தோடு முன்னோக்கிப் பாய்ந்து செல்கிறது. அது நிரந்தரமாக சந்தோஷ - விசாரங்களால், சுகதுக்கங் களால் நிரம்பியிருக்கிறது. ஆனால், இங்கேயே வாழ்க்கை சூன்ய கதியில் அமைதியோடு இருக்கிறது. இந்த இரண்டு வாழ்க்கையில் எது சிறந்தது என்பதை நிர்ணயிப்பது அப்போது எனது சக்திக்கு மீறியதாக இருந்தது. எனினும் என்னுள் சில சந்தேகங்கள் எழுந்தவண்ணமிருந்தன. கொஞ்சநேரம் அந்த மௌன மூர்த்தியைப் பார்த்துக் கொண்டிருந்துவிட்டுப் பிறகு, "தாங்கள் மன சுத்தத்தைப் போதித்துக் கொண்டு சரீர சுத்தத்தை அலட்சியம் செய்கிறீர்களே என்ன சுவாமி?" என்று கேட்டேன்.

"நீ என் சரீர அழுக்கைப் பார்த்துக் கேட்கிறாயா?"

"ஆம், உங்களுடைய இந்தப் பொன்னிற மேனியில் திரள் திரளாக அழுக்கு படிந்திருக்கிறதே?"

"திரேகமே அழுக்கு மயமானதுதான் சிம்மா! இதனை எவ்வளவு சுத்தப்படுத்தினாலும் மீண்டும் உள்ளேயும் வெளியேயும் அழுக்கு உண்டாகிய வண்ணமேதானிருக்கும். நான் சொல்வதெல்லாம் குளிப்பது ஒரு மனிதனுக்கு விருப்பமான விஷயமாக இருக்கும்போது, அதே விருப்பம் ஆயிரக்கணக்கான உயிர்களைக் கொல்வதற்கு ஏதுவாகவும் இருக்கக்கூடும். ஆகையினால் நம் சுகத்துக்காகப் பிற உயிர்களின் மரணத்துக்குக் காரணமாக இருக்கக் கூடாது என்பதுதான்."

"அப்படியானால் அஹிம்சையேயில்லாமல் வாழ்க்கை நடத்துவது சாத்தியமா?"

"முழு முயற்சியோடு நம் சக்திக்குட்பட்ட மட்டும் பிற உயிர்களைக் காப்பாற்றுவதே பூரண அஹிம்சை" என்றார் அவர்.

அப்போது என்னுடைய மனதில் என் ராணுவ வாழ்க்கையைப் பற்றிய எண்ணம் எழுந்தது. "நம் சக்திக்குட்பட்ட மட்டும் ஹிம்சை செய்யாமல் விலகியிருக்க வேண்டும் என்றுதானே தாங்கள் சொன்னது?" என்று மீண்டும் வினவினேன்.

"ஆமாம், இப்போது நீ உன்னுடைய ராணுவக் கடமை பற்றிய சந்தேகத்தில் மூழ்கியிருக்கிறாய் அல்லவா?"

"சரியாகச் சொன்னீர்கள் சுவாமி! இப்போது நான் அதைப் பற்றித்தான் யோசித்துக் கொண்டிருக்கிறேன்."

"எந்த ஒரு விஷயத்தையும் குறிப்பாக நம்பும்படி ஜைனத் துறவிகள் சொல்லமாட்டார்கள். ஏனென்றால் எந்த விஷயமும் தனியாக இல்லை. எல்லாம் ஒன்றோடொன்று கலந்தேயிருக்கின்றன. அஹிம்சைகூடத் தனி ரூபத்தில் இல்லை. அதைத் தனியாகப் பின்பற்றுவதும் கூட முடியாது. ஆகையால் ஜைன மதத் துறவிகள் சுத்த சுயம்பிரகாசமாக அஹிம்சையைப் பின்பற்றி வருகிறார்கள் என்பது என் எண்ணமல்ல: ஆனால் மனிதன் எல்லா ஜீவராசிகளிடத்திலும் வெகுவாகக் கருணைகாட்ட முயற்சிக்க வேண்டும். நீ கூட சிம்மா! உன் கடமையை நிறைவேற்றிக்கொண்டே அதற்கு முயற்சிக்கலாம். மாமிசம் தின்றுதான் தீரவேண்டும் என்பது உன் ராணுவக் கடமையில்லையல்லவா? நீ நினைத்தால் அதனை ஒதுக்கி வைக்க முடியாதா? உனது ராணுவக் கடமை நீ வேட்டையாடித்தான் தீரவேண்டும் என்று சொல்ல வில்லையே? அதனை உன்னால் விட்டுவிட முடியாதா? ஜைனத் துறவிகளின் வாழ்க்கை நியமங்களை விட்டுத்தள்ளு: அவர்களைப் போல இல்லறவாசிகள் அனைவரும் நடந்துகொள்ள வேண்டுமென்ப தில்லை; ஆனால் அவர்களும் கூட முடிந்தவரையிலும் தங்கள் அக்கம் பக்கங்களில் ஜீவராசிகள் மீது அன்பு என்னும் கருநீல மேகங்களைச் சிருஷ்டிக்க முடியும். இந்த ஞாத்ரு புத்திரன் இந்தப் பதினைந்து ஆண்டுகளாகச் செய்து வருவது போலச் செய்யலாம் சிம்மா!"

இதனைக் கூறிவிட்டு மகாவீரர் மௌனமாகிவிட்டார். எனது பார்வை சாந்தம் தவழும் அவரது முகாரவிந்தத்தில் பதிந்திருந்தது. ஆனால் எனது உள்ளத்தில் மகாசமுத்திரம் போல எண்ணங்கள் அலைமோதிக் கொண்டிருந்தன. யாரோ அம்பால் என் இதயத்தைக் குத்துவதுபோல் இருந்தது. ஜீவராசிகளிடம் இரக்கம் காட்டுவதற்கு என் வாழ்நாளில் என்றைக்காவது பிரயத்தனம்கூடச் செய்யவில்லை என்பதைத் தெரிந்துகொள்வதற்கு எனக்கு அதிக நேரம் பிடிக்கவில்லை. உண்மையில் ஜீவகாருண்யத்தைக் குறித்து நான் யோசித்ததே இல்லை. இத்தனைக்கும் ஜைன மத ஸ்தாபகர் என் ராணுவக் கடமைக்கு விரோதமாக ஒரு இடத்தில்கூடச் சொல்லவில்லை. வர்த்தமான மகாவீரருக்கு எங்களது உணர்ச்சிபாவங்கள் எல்லாம் நன்கு தெரியும். ஒருசில வார்த்தைகளிலேயே வாழ்க்கை மார்க்கம் முழுவதற்கும் அவர் ஒளிகாட்டிவிட்டார். எனது பார்வை அவ்வப்போது கருணை ததும்பும் அவரது நேத்திரங்கள் மீது நிலைகொண்டு நின்றது. சுவர் இடிந்துவிழுந்ததுபோல எனது சந்தேகங்கள் ஒவ்வொன்றாக நொறுங்கி வீழ்ந்தன.

நான் வெகுநேரம் வரை யோசனைகளில் மூழ்கிப்போய் அவர் எதிரே உட்கார்ந்திருந்தேன். மனித ஜன்மம் எடுத்தற்காக செய்யவேண்டிய கடமையையே மகாவீரர் நிறைவேற்றிக் கொண்டிருக்கிறார் என்று எனக்குப்பட்டது. என் சந்தேகங்கள் முழுவதும் நிர்மூலமாகிவிட்டன என்று சொல்ல முடியாவிட்டாலும், கூடிய மட்டுக்கும் என் உள்ளம் தெளிவு பெற்றது போலிருந்தது. ஜீவராசிகளிடம் கருணை காட்டுவதுபற்றித் தீர்க்கமாக யோசித்தேன். கடைசியில் ஒரு முடிவுக்கு வந்து அதன்படியே எஞ்சிய வாழ்நாளில் நடந்துகொள்வது என்று தீர்மானித்துக்கொண்டேன். எனது இந்தப் புதிய கடமை மார்க்கத்தில் எதிர்ப்படக்கூடிய கஷ்ட நஷ்டங்களைப் பற்றியும்கூட நான் யோசிக்காமலில்லை. இந்த ரீதியாக யோசனை செய்த பிறகு எனது கடமையை இடையூறின்றி நிறைவேற்றுவதற்கு என்னை அடிக்கொரு தரம் எச்சரிக்கை செய்யும் ஒன்று இருக்கவேண்டும் என்று கருதினேன். என்னை அவ்விதம் எச்சரிக்கக்கூடியது மகாவீரரின் சிஷ்யனாவதே. இவ்விதம் சிஷ்யனாவது என்னை மாமிசம் சாப்பிடுவதை நிறுத்தும்படி செய்ய முடியாவிட்டாலும் வேட்டையாடப் போவதையாவது நிறுத்தும். இவ்வாறாக நான் யோசித்து என் மௌனத்தைக் கலைத்து "சுவாமி! உங்களது உபதேசத்தில் நான் திருப்தி அடைந்தேன். தாங்கள்தான் எனக்குச் சரியான வழிகாட்ட வேண்டும். இன்றிலிருந்து நான் தங்களுடைய சீடனாக விரும்புகிறேன்" என்றேன்.

மகாவீரர் என்னைச் சீடனாக ஏற்றுக்கொண்டார். நந்தன் பெரிதும் மகிழ்ச்சியடைந்தான். பிறகு நாங்களிருவரும் வீட்டிற்குத் திரும்பினோம்.

கபில் வைசாலிக்குப் போனபிறகு அந்த வீட்டில் நானும் சுகனும் மட்டும் தானிருந்தோம். சேனைத் தலைவர்கள், படைவீரர்கள், வேவுக்காரர்கள், இன்னும் இதரர்கள் வந்து போய்க் கொண்டிருந்தார்கள். ஆனால் அவர்களெல்லாம் எங்கள் வீட்டு மனிதர்கள் எப்படி ஆவார்கள்? இனி மாமிசம், மீன் முதலியவை இல்லாமல் என் உணவுப் பதார்த்தங்களைச் சமைக்கும்படி அன்றையதினமே சுகனிடம் தெரிவித்துவிட்டேன். இதுநாள்வரைக்கும் பாதையில் நடந்து செல்லும்போது மேடு பள்ளங்களைப் பார்ப்பதல்லாமல், மற்றபடி தரையைப் பார்த்து நடப்பவனல்ல. ஆனால் இப்போது அப்படி யில்லாமல் என் பார்வை, காலடி வைக்கப் போகுமிடங்களில் மிக ஜாக்கிரதையாகப் பார்க்க ஆரம்பித்தது. எந்த ஒரு எறும்போ, புழுவோ என் காலின் கீழ்ச் சிக்கி மடிந்துவிடாமல் நடக்க முயற்சித்துக் கொண்டிருந்தேன். குளிப்பது - துவைப்பது போன்றவற்றை நிறுத்தா விட்டாலும் தண்ணீரை மிகக் குறைவாகவே உபயோகிக்க

ஆரம்பித்தேன். அப்போது ரோகிணி என்னோடு இல்லாததே நல்லதென்று கருதினேன். அவள் இருந்திருந்தால் நான் ஜைன விரதத்தை ஆரம்பத்தில் கடைப்பிடிப்பது கஷ்டமாக இருந்திருக்கும். எனது இந்தப் புதிய அனுஷ்டானங்களைக் குறித்து எவரிடமும் ஒன்றும் சொல்லக்கூடாது என்று சுகனைக் கட்டுத் திட்டம் செய்துவிட்டேன். அந்தச் சமயம் நான் தூரப்பிரதேசங்களுக்குப் போக வேண்டிய அவசியம் ஏற்படாததும் நல்லதாகிவிட்டது. பந்துமித்திரர்கள் அனைவரும் தங்கள் தங்கள் வேலைகளில் ஈடுபட்டிருந்ததால் வைசாலியிலிருந்து யாராவது வந்துவிடுவார்களோ என்ற பயம்கூட இல்லாமல் போய்விட்டது.

நான் மீண்டும் மகாவீரரைப் போய்த் தரிசித்தேன். ஆனால் மறுதினமே அவர் உல்காசேலத்தை விட்டுப் புறப்பட்டுப் போய்விட்டார். ஜைனர்கள் அநேகர் என்னிடம் வந்து போய்க் கொண்டிருந்தார்கள். ஆனால் அவர்கள் தங்களிடம் எனக்குப் பக்தி சிரத்தை ஏற்படுத்தக்கூடிய சாமர்த்தியமுள்ளவர்களல்ல. நான் சுகனுக்கு ஏற்கெனவே தெரிவித்திருந்ததால் எங்கள் வீட்டிற்கு எந்த ஜைன சாதுக்கள் வந்தாலும் அவர்களுக்குத் தகுந்த மரியாதையும் கௌரவமும் அளித்து, உணவு முதலிய சௌகர்யங்களைச் செய்து கொடுப்பதில் எவ்விதக் குறைவும் இருக்காது.

20. போரும் வெற்றியும்

குளிர்காலம் கடந்து சென்றுவிட்டது. வசந்தம்கூட வந்து போய்விட்டது. கோடைக்காலம் இப்போது நடந்துகொண்டிருந்தது. எங்களுக்கு இந்த மூன்று மாத கால அவகாசம் கொடுத்துப் பிம்பிசாரன் தனக்குத் தீமையே தேடிக்கொண்டான். கபில் பாதிப் படகுகளுக்கு இரும்புக் கவசம் பூட்டிவிட்டான். இன்னும் பலவற்றில் எதிரிகளின் படகுகளைத் தாக்குவதற்கு ஏற்ற முறையில் கொம்பு போன்ற கூரிய ஆயுதங்களைப் பொருத்தினான். இதுபோன்ற மற்றும் பல மாறுதல் களையும் செய்தான். அவனும் அவனுடைய தோழர்களும் எங்கள் படகோட்டிகளுக்கும், படகுப்படை வீரர்களுக்கும் வேண்டிய பயிற்சியளிப்பதில் விசேஷ சிரத்தை காட்டினர்.

மகத மன்னனின் யுத்தத் தயாரிப்புகள் இன்னும் சில தினங்களில் பூர்த்தியாகிவிடுமென்றும், அதற்குப் பிறகு எங்கள் மீது படையெடுத்து வர விரும்புவதாகவும் எங்கள் ஒற்றர்கள் மூலம் செய்தி வந்தது. எங்கள் ஏற்பாடுகளனைத்தும் ஏற்கெனவே முடிவடைந்து விட்டன. முன்னதாக நாங்களே தாக்குதலை ஆரம்பிப்பது என்று தீர்மானித்துக்கொண்டோம். இப்போது வெயில் கடுமையாக இருந்தது; ஆனால் வெயில் காலமே என்று யுத்தத்தை ஒத்திப்போடுவது எங்கள் கையிலில்லை.

எங்கள் ஒற்றர்கள் மூலமாக வந்துகொண்டிருந்த செய்திகளை அப்போதைக்கப்போது சேனாபதிக்கும், கணபதிக்கும் அனுப்பிக் கொண்டிருந்தேன். ஒரு தினம் என்னை உடனே வைசாலிக்குப் புறப்பட்டு வரும்படி சேனாபதியிடமிருந்து அவசர அழைப்பு வந்தது எனது உதவி சேனைத் தலைவன் அமர் மூன்று மாதங்களுக்கு முந்திய அமர் அல்ல. அவனுக்குத் தட்சசீலத்தின் புதிய யுத்தக்கலை நன்றாய்ப் பழக்கப்பட்டுவிட்டது. அப்போது ஒவ்வொரு க்ஷணமும் எதிரிகளின் நடமாட்டங்களைக் கூர்ந்து கவனித்துக்கொண்டிருப்பது அவசியமாக இருந்தது. நான் திரும்பி வரும்வரை இவ்விஷயத்தில் அமர் தனது கடமையை நன்கு நிறைவேற்றுவான் என்ற நம்பிக்கை எனக்கு உண்டு.

நான் வைசாலியில் தங்கியிருந்தது ஒரு பகலும் இரண்டு இரவுகள் மட்டுமே. அதில் அதிகநேரம் யுத்தசபையோடும், மந்திரி சபையோடும் ஆலோசனை நடத்துவதிலேயே கழிந்துவிட்டது. யுத்த சபை என் கருத்தைப் பூரணமாக ஏற்றுக்கொண்டது. மந்திரிசபையிலுள்ள சில

மந்திரிகள் நாமாக யுத்தத்தை ஆரம்பிக்கக்கூடாது என்றும் கோடைக்காலம் கழியும்வரை எப்படியாவது போரை ஒத்திபோட வேண்டும் என்றும் அபிப்பிராயம் தெரிவித்தார்கள். நான் சேனாபதியோடு சேர்ந்து நிலைமை பூராவையும் விவரமாக எடுத்துக் கூறினேன். பிம்பிசாரன் தனது யானைப் படையின் பலத்தின் மீதே முழு நம்பிக்கை வைத்திருக்கிறான் என்றும், அந்தப் படை கங்கை நதியைக் கடந்து இக்கரைக்கு வருவதில் வெற்றிபெற்றால் நம்மிடமுள்ள குறைந்த எண்ணிக்கையுள்ள யானைகளைக் கொண்டு அவற்றை எதிர்த்து நிற்பது சிரமமாகி,சிக்கல் அதிகரிக்கும் என்று கூறினேன். இதன் பேரில் கடைசியில் எங்கள் குடியரசுசபை உடனடியாகப் போரை ஆரம்பிப்பது என்று முடிவு செய்து, அதற்குத் தேதி நிர்ணயிக்கும் அதிகாரத்தை எங்கள் சேனாபதிக்கும் எனக்கும் அளித்தது.

ரோகிணி எங்கள் வீட்டைப் படைவீடாக மாற்றிவிட்டாள். பாமாவும் ரோகிணியும் வஜ்ஜி தேசம் முழுவதும் 30 ஆயிரம் பேர்களையும், சைவாலியில் மட்டும் 20 ஆயிரம் பேர்களையும் பெண்கள் படையில் திரட்டிவிட்டனர். இவர்களில் மூன்றில் ஒரு பகுதியினருக்கு இன்னும் ராணுவப் பயிற்சி பூர்த்தியாக வேண்டியிருந்தது. எனினும் மொத்தத்தில் தாங்களும்கூட லிச்சவி சைன்யத்தில் ஒரு அங்கம் என்னும் உணர்வை ஒவ்வொரு யுவதியிடத்திலும் ஏற்படுத்தியிருந்தனர். கிழவரான அக்னிவேசன் தமது வயதில் இருபதாண்டுகள் குறைந்துவிட்டவர்போல் காணப்பட்டார். மற்றவர்களுக்குக் காயகல்ப சிகிச்சை செய்யும் விருத்தாப்பியர் போலவேயில்லை. நான் அவரது வைத்தியப் பிரிவைப் பார்க்கப் போனபோது மருந்துகளையும், சிகிச்சை உபகரணங்களையும் காண்பித்துக்கொண்டே அக்னிவேசன் பின்வருமாறு கூறினார்.

“சேனைத் தலைவா! கோமளமான வனிதையர் இந்தப் பிரிவிலே சேர்ந்து கடினமான பணியில் ஈடுபட்டிருப்பதைப் பார்த்து நான் வெட்கமடைந்தேன். எனக்குக்கூட உற்சாகம் கரை புரண்டோடிற்று. மருந்து மூலிகைகளைச் சேகரிப்பதற்குக் குதிரை மீதேறி எட்டுப்பத்து யோசனை தூரம் வரைக்கும் பிரயாணம் செய்ய ஆரம்பித்தேன். விதம்விதமான ஆயுதங்களால் ஏற்படும் விஷக்காயங்கள் இன்னவை என்று தெரிந்துகொள்வது, அவற்றிற்குச் சிகிச்சை செய்வது இரத்தப் பிரவாகத்தை நிறுத்துவது முதலியவை சம்பந்தமாகவும், காயம் பட்டவர்களுக்குக் கொடுக்க வேண்டிய மருந்துகள், அனுஷ்டிக்கச் சொல்ல வேண்டிய பத்தியங்கள் முதலியன பற்றியும் எனது சிஷ்யைகளுக்கு, பெண்மணிகளுக்குப் போதிப்பதில் இரவு பகலென்று பாராமல் நான் உழைத்தேன். இந்த விதமாக ஒரு மாதம் கழிந்ததும்

என் உற்சாகம் இரட்டிப்பாயிற்று. திரேகத்திலிருந்த தளர்ச்சியெல்லாம் மாயமாய் மறைந்துவிட்டது. இப்போது என்னுடைய இந்த நரைத்த கேசம் என்ன கூறினும், என்னுள் முதுமையின் லட்சணங்கள் இருப்பதாகவே எனக்குத் தோன்றவில்லை; என்னுடைய வீட்டுக்காரியின் கருத்துகூட இதுதான்."

காயம் பட்டவர்களுக்கு எவ்வளவு சீக்கிரம் சிகிச்சை செய்யப்படுகிறதோ அவ்வளவு நல்லது என்று கூறி, ஆகையினால் யுத்தம் தொடங்கும் நாளன்றே தான் வேண்டிய உதவியாளர்களோடு உல்காசேலம் வந்து சேருவதாகவும் அவர் தெரிவித்தார். இப்போது உடனடியாக வைத்திய சாமான்களையும், சில ஆட்களையும் அனுப்பும் படியும், மற்றவர்களை அனுப்புவது சம்பந்தமாக ஒரு இராத்திரி முன்னதாகவே தகவல் கொடுப்பதாகவும் கூறினேன்.

பாமாவும் ரோகிணியும் தாங்கள் மேற்கொண்ட காரியத்தில் வெற்றியடைந்ததற்காக நான் அவர்களைப் பாராட்டியபோது, "ஆனால் கொழுந்தனாரே! நான் மாத்திரம் பாராட்டுகள் தெரிவிக்கப் போவதில்லை" என்றாள் பாமா.

"என்ன அண்ணி! இதற்குச் சிம்மன் செய்த குற்றம் என்ன?" என்று நான் கேட்டேன்.

"அற்ப சொற்பமானதல்ல: மிகப்பெரிய குற்றம் செய்திருக்கிறாய்."

"மிகப் பெரிய குற்றமா?"

"ஆமாம், பிறகு நீ ஜைனரின் சிஷ்யனாக ஏன் ஆனாய்?"

"ஓகோ! பகவான் மகாவீரரின் ஜைன தத்துவத்தின் மீது நான் சிரத்தை காட்டி வருகிறேன் என்பதா உன் கோபம்?"

"பின்னே"

"நான் அவரை நேரில் தரிசனம் செய்தேன். அவரது உபதேசத்தைக் கேட்டேன். எனக்கு அது சரியென்று பட்டது."

"அப்படியானால் உனது ராணுவக் கடமையை எப்படி நிறைவேற்றுவாய்?"

"என் கடமையை விட்டுவிடும்படி அவர் சொல்லவில்லையே?"

"நல்லது மகிழ்ச்சி!"

"இல்லையென்றால் எனக்கு அவர்மீது பக்தி ஏற்பட்டிருக்கவே செய்யாது. நமது குடியரசைப் பாதுகாப்பதற்கு யுத்தத்தில் கலந்து கொள்வதை எனது முக்கிய கடமையாகப் பாவித்து வருகிறேன்."

"அது இருக்கட்டும் ஆரிய புத்திரா! நீங்கள் மாமிசம், மீன் சாப்பிடுவதைக்கூட விட்டுவிட்டீர்களாமே?" ரோகிணி கேட்டாள்.

"உண்மைதான் ரோகிணி! என் இதயத்தில் கருணையைப் பரப்புவதற்கு விரும்புகிறேன். பால், வெண்ணெய், வெல்லம் முதலிய ருசியுள்ள பதார்த்தங்களைச் சாப்பிட்டுத் திடகாத்திரத்தோடு நான் வாழ முடியும்."

பாமா குறுக்கிட்டு "அப்படியானால் நீ ரோகிணியைக் கூட ஜைனரின் சிஷ்யையாக ஆக்கவேண்டுமென்றிருக்கிறாயா கொழுந்தனாரே? நீ அதற்கு முயற்சிக்கு முன்னர் என்னோடு சண்டை செய்யச் சித்தமாக இரு" என்றாள்.

"இப்போதைக்குப் பிம்பிசாரன் ஒருவனைத் தவிர வேறு யாரோடும் சண்டை போடுவதற்கு நான் தயாராக இல்லை, அண்ணி" என்றேன்.

"அப்படியானால் நாம் இப்போது இத்துடன் சமாதானம் செய்துகொள்வோம். நீ ஜைனர்களின் வலையில் எத்தனை நாள் இருக்கப் போகிறாய் என்பதை யுத்தம் முடிந்த பிறகு பார்த்துக் கொள்கிறேன்" என்றாள் பாமா.

"அன்பே! நான்தான் தினமும் மாமிசம் சாப்பிடுகிறவளாயிற்றே. என் அதரங்களில் முத்தமிடுவதற்கு அருவருப்பாக இருக்காது?" என்று கேட்டாள் ரோகிணி.

"ரோகிணி! மற்றெல்லா விஷயங்களும் எப்போதும் போலவே நடக்கும்" என்று கூறி அத்துடன் பேச்சுக்கு முற்றுப்புள்ளி வைத்தேன்.

நான் அம்மாவையும், சின்னம்மாவையும் சோமாவையும் சந்தித்துப் பேசினேன். அம்மாவும், சின்னம்மாவும்கூட அக்னிவேசனின் வைத்தியப்படைப் பிரிவில் பயிற்சி பெற்றுக் கொண்டிருந்தார்கள். அக்னிவேசனோடு தாங்களும் உல்காசேலத்திற்கு வர உத்தேசித்திருப்பதாக அவர்கள் கூறினார்கள்.

நான் உல்காசேலத்திற்குத் திரும்பி வந்தபோது மகதத்திலிருந்து வந்திருந்த செய்திகள் பயங்கரமானதாக இருந்தன. ராஜகிருகத்திலிருந்து கங்கை நதிவரையுமுள்ள பாதை நெடுகிலும் எதிரிகள் தங்கள் படைகளைக்கொண்டு வந்து நிறுத்தியிருப்பதாகத் தெரியவந்தது. அவர்களின் யானைப் படைகள் கங்கை நதி தீரத்தை நெருங்கிக் கொண்டிருந்தன. இனி கொஞ்சமும் தாமதம் செய்வதற்கில்லை.

மறுதினம் சாயங்காலமே பாடலிபுத்திரத்தின் படகுத்துறை அருகில் ஒரு மகத சிப்பாய் எங்கள் பிரஜையுடன் வம்புச் சண்டைக்கு

வந்தான். எங்கள் பிரஜையைப் பலமாகப் பிடித்துத் தள்ளினான். இதனால் எங்கள் ஆள் கால் சறுக்கி ஆற்றில் விழுந்து இறந்துபோய் விட்டான். இந்தத் தகவல் எட்டிய உடனேயே, அப்போது உல்காசேலத்திலிருந்த சேனாபதியுடன் கலந்தாலோசித்தேன். உடனே நாங்கள் வைசாலிக்குக் குதிரை மூலமாக ஒரு ஆளை அனுப்பிக் காலையில் யுத்தத்தைத் தொடங்கப் போவதாகத் தகவல் கொடுத்தோம். அன்று இரவோடிரவே படைவீரர்களையும் வாகனங்களையும் எங்கள் படகுகள் கங்கை நதியின் மறுகரையில் பல இடங்களில் சந்தடியின்றிக் கொண்டுபோய் இறக்கிவிட்டன. எதிர்க்கரைக்குப் போய்ச் சேர்ந்ததுமே எங்கள் படைகள் தரையிலிருந்தும் நதியிலிருந்தும் எதிரிகளின் படகுப்படைகள் மீது தாக்குதலைத் தொடுத்தன. நாலாப்புறங்களி லிருந்தும் திடீரெனத் தாக்கியதால் மகதப் படையினர் பயந்து போய் விட்டனர். ஒரு தடவை அவர்கள் தங்கள் பலத்தைக் காட்டினர்; ஆனால் மறைந்து வந்து திடுதிப்பென்று தாக்கும் பகைவர்களை எதிர்ப்பது என்பது சாமான்யமல்லவே. விடிந்தும் விடியாததற் குள்ளேயே மகதப் படையினரின் ஏராளமான ஆட்களும் படகுகளும் நாசமாயின. படகுகளில் அநேகம் எங்கள் கையில் சிக்கின. அவற்றிலிருந்த படைவீரர்களும் கைதாயினர்.

ஒரு படகில் இருந்த வண்ணம் நானே நேரில் யுத்தத்தை நடத்திக் கொண்டிருந்தேன். நாங்கள் பாடலிப்புத்திரத்தின் படகுத் துறைக் கருகில் எதிரிகளைத் துவம்சம் செய்து கொண்டிருக்கும்போது போசை நதிக்கோட்டையிலிருந்து யுத்தப் படகுகள் எங்களை எதிர்ப்பதற்காக வந்தன. ஆனால் கபில் தலைமையிலிருந்த படகுப் படையில் ஒரு பகுதி அவற்றின் பின்னாலேயே வந்தது. இந்த விதமாக எதிரிகளின் படகுப்படைகள் அவற்றைவிட அதிகமான எண்ணிக்கைகொண்ட படகுகளால் சூழப்பட்டன. அதே சமயத்தில் கபிலின் தலைமையி லிருந்த படகுப் படையின் இன்னொரு பகுதி சோணை நதிக் கோட்டையை முற்றுகையிட்டது. அப்போது அங்கே விரோதிப் படையினர் குறைவாகவே இருந்ததால் கபில் அவர்களைச் சுலபமாகக் கைது செய்து அவர்கள் ஸ்தானத்தில் எங்கள் லிச்சவிப் படைவீரர்களை நியமித்தான்.

சூரியோதயமாகிக் கொண்டிருக்கையில் கங்கை நதியின் கீழ்ப்பகுதியில் இருந்த படைகள், சோணை நதியிலிருந்து வந்த படகுப் படைகள், பாடலிப்புத்திரம் அருகிலிருந்த யானை - குதிரை - காலாட்படைகள் ஆகிய இவையனைத்தும் ஒன்று சேர்ந்து பலமாக எங்களை எதிர்த்தன. ஆனால் அதற்குள்ளாகவே கங்கை நதியின் இக்கரையில் எங்கள் படைகள் நன்றாகக் காலூன்றிக்கொண்டன.

ஒருபுறத்தில் சண்டை நடந்து கொண்டிருக்கும்போதே, எங்களுக்கு மேலும் மேலும் புதிய படைபலம் வந்து கொண்டேயிருந்தது. அதல்லாமல் கபிலின் யோசனையின்படி எங்கள் படகுகளில் செய்யப் பட்ட மாற்றங்கள் அற்புதமான பலனை அளித்தன. முன்பக்கத்தில் கொம்பு போன்ற கூரிய ஆயுதம் பொருந்திய எங்கள் படகுகள் மிக வேகமாகச் சென்று எதிரிகளின் படகுகளைத் தாக்கும்போது, அவை படீரென்று உடைந்து கங்கை நதியில் மூழ்கிப்போயின. மகதர்கள் யானைகளின் மீதேறிக் கங்கை நதியைக் கடந்து உல்காசேலத்தின்மீது படையெடுக்கத் திட்டமிட்டிருந்தார்கள். ஆனால் எங்கள் படகுகளில் பொருத்தப்பட்டிருந்த நூதனமான கூரிய ஆயுதங்களைக் கண்டு அவர்களின் யானைகள் கதிகலங்கிவிட்டன. அவர்களுடைய படை வீரர்கள் கிலியடைந்துவிட்டனர்.

எங்களுக்கு அப்போதைக்கப்போது புதிய படைபலம் வந்துகொண்டேயிருந்த போதிலும், மேற்புறத்திலிருந்து எதிரிகளின் நிர்ப்பந்தம் அதிகரித்துக்கொண்டே வந்தது. அதோடு, சோணை, கங்கை நதிகளின் கீழ்ப்புறத்தில் நாங்கள் மிகத் துரிதமாகப் படைகளை இறக்கிக் கொண்டிருந்தாலும் எதிர்ப்புறத்திலிருக்கும் துறைகளை விரோதிகளின் படகுகளிடமிருந்து விடுவித்தாலொழிய நாங்கள் பெரிய அபாயத்தில் சிக்கிக் கொண்டிருப்பதாகவே தோன்றிற்று. எதிர்ப்புறத் துறைகளிலிருந்து பகைவர்களை அப்புறப்படுத்துவதற்கு இரண்டு நாழிகைப் பொழுதாயிற்று. அப்போதும் கூட என் உள்ளத்திலிருந்து ஒரு பெரிய பாரம் இறங்கிய உணர்ச்சி ஏற்படவில்லை.

கங்கை நதியின் கீழ்ப்புறத்திலிருந்த எங்கள் சேனையை அமர் நிர்வகித்து வந்தான். மேற்புறத்திலுள்ள - அதாவது சோணை நதிக்கு அப்பால் உள்ள படைகளைக் கபிலும், இவ்விரண்டுக்கும் இடைப்பட்ட பகுதியிலுள்ள சேனையை நானும் நடத்தி வந்தோம். கபிலும், அமரும் முதலில் இடது பாரிசத்திலிருந்தும் வலது பாரிசத்திலிருந்தும் பகைவர்களைத் தாக்க ஆரம்பித்தனர். படகுத்துறைகளை விரோதி களிடமிருந்து விடுவித்தும், பாடலிப்புத்திரம் அருகில் போராடிக் கொண்டிருந்த எங்கள் படைகளுக்கு உதவுவதற்காக நான் என் சைன்யத்தோடு புறப்பட்டுச் சென்றேன். இதற்கிடையே சந்தனு எதிரிகளிடமிருந்து கைப்பற்றிய ஏராளமான படகுகளை வரிசையாக நிறுத்தி அவற்றின் மீது மூங்கிலையும் வைக்கோல் கூளங்களையும் பரப்பி பாலங்கட்ட ஆரம்பித்துவிட்டான்.

பாடலிபுத்திரத்துக்கருகில் சமவெளியான பூமியில் நிலைபெற்று நின்று பகைவர்கள் எதிர்த்த போதிலும் கபில், அமர் ஆகியோரின் படைகள் பின்புறத்தில் வந்து சேர்ந்ததால் அவர்கள் பின்னடைய

பலத்தையும் கொண்டு ஒரு பலமான தாக்குதல் தொடுப்பதென்று நிச்சயித்துக் கொண்டோம். எங்களுக்குள் ஆலோசனைகளை முடித்துக்கொண்டு அன்றிரவே நாங்கள் எங்கள் ராணுவ முகாமுக்குத் திரும்பினோம்.

சூரியோதயத்துக்கு முன்னதாகவே எங்கள் படைகள் தாக்குதலை ஆரம்பித்துவிட்டன. மகத சேனை இன்னும் முழுவதும் போர்க் களத்தில் இறங்கவில்லை. அவர்களின் யானைகள், தேர்கள் கூட்டம் பலமாகவே இருந்தது. அவற்றின் முன்னால் எங்கள் யானைகளும், ரதங்களும் மிகவும் சொற்பமே. நெல் வயல்கள் ஏராளமாக உள்ள மகத பூமியில் ரதங்கள் அவ்வளவாக உபயோகப்படாது என்பதை அறிவு பூர்வமாகத் தெரிந்தே நாங்கள் அவற்றைக் குறைத்துக்கொண்டோம். ஆனால் குதிரைப்படையிலும் காலாட்படையிலும் எங்கள் கையே ஓங்கியிருந்தது. முதலில் கபிலின் படைகளும், அமரின் படைகளும் இரண்டு பக்கவாட்டிலிருந்தும் எதிரிகளின் மீது பாய்ந்தன. இதனால் எதிரிகள் முன்வரிசையில் நிறுத்தியிருந்த யானைகளைப் பாரிசங்களில் ஓட்டிச் செல்லவேண்டிய அவசியம் ஏற்பட்டது. அதே சமயம் என்னுடைய சைன்யம் முன்புறத்திலிருந்து தாக்குதலைத் தொடுத்தது. எங்கள் படைகள் ஒரு திட்டப்பிரகாரம் முன்கூட்டி நிர்ணயிக்கப்பட்ட இடங்களில் நின்று கட்டுப்பாடாகப் போராடிக்கொண்டிருக்கையில் எதிரிப்படைகள் ஒரு திட்டமுமில்லாமல் சண்டை போட்டுக் கொண்டிருப்பதைக் கவனித்தேன். அதற்கு நாங்கள் தாக்குதல் தொடுப்பவர்களாகவும், அவர்கள் அந்தத் தாக்குதலிலிருந்து தங்களைத் தற்காத்துக் கொள்ள முயல்பவர்களாக மட்டுமே இருப்பது ஒரு காரணம்.

கபிலும் அமரும் கவசம் தரித்து, ஆயுதபாணிகளாகி தட்சசீலத்தின் உயர்ஜாதிக் குதிரைகள்மீது அமர்ந்து எங்கு நோக்கினும் தாங்களே படைகளை நடத்திக்கொண்டிருந்தனர். பிம்பிசாரனுடைய ரதங்கள் அந்த நெல்வயல்களில் உண்மையாகவே பயனற்றுப்போயின. அவைகள் எங்களைத் தோற்கடிக்க முடியாமற்போனது மட்டுமின்றி, அவர்களுடைய இதரப் படைகளுக்கு இடைஞ்சலாகவுமிருந்தன என்பதை எங்கள் குதிரை வீரர்கள் மத்தியானத்திற்குள்ளேயே நிரூபித்துவிட்டார்கள். இனி பகைவர்களின் யானை பலத்தைப் பொறுத்தமட்டில் அது முதலில் எங்களுக்குக் கொஞ்சம் கஷ்டமான பிரச்சினையாகவே இருந்தது. அவைகள் கருங்குன்றங்கள் போல எங்களை நோக்கி அலை அலையாக வந்தன. நேருக்கு நேரே அவற்றை நாங்கள் எதிர்த்துப் போராடினோம். ஆனால் இப்படி நேருக்குநேர் எதிர்த்தால் அவற்றைச் சிதறடிக்க முடியாது என்று தெரிந்து பக்கவாட்டிலிருந்து தாக்க ஆரம்பித்தோம். இப்படித் தாக்கியதால்

பக்க வரிசைகளிலிருந்த யானைகளுக்கிடையே குழப்பம் ஏற்பட்டு அவை பிளிற ஆரம்பித்தன. இவற்றின் பிளிறலால் ஏனைய யானைகளும் பீதியுற்று சிதறியோட முற்பட்டன. மொத்தத்தில் இம்மாதிரியாக யுத்தத்தை நடத்துவது சுலபமான விஷயமல்ல; எனினும் மாலைக்குள்ளாக எங்கள் நிலையை நன்றாகப் பலப்படுத்திக் கொண்டோம். எதிரிகளோ மத்தியானம் வரை பெற்றிருந்த வெற்றிகளைச் சாயங்காலத்துக்குள் இழந்துவிட்டார்கள்.

இந்த யுத்தத்தில் மகதர்கள் நம்பியிருந்த விற்படை பயனற்றுப் போனது அவர்களுக்குப் பெரிய பலஹீனம். அவர்கள் ரதங்களில் இருந்துகொண்டு அம்பு எய்யும் வித்தையில் பெரிதும் நம்பிக்கை வைத்திருந்தார்கள். ஆனால் ரதங்கள் உபயோகமற்றுப் போகவே அவர்களது இந்த நம்பிக்கை வீணாயிற்று. ஆனால் எங்கள் குதிரைப்படையினரும் காலாட் படையினருமோ விற்போரில் கைதேர்ந்தவர்கள். கண்ணுக்குத் தென்பட்ட மரம் மட்டைகளிலெல்லாம் ஏறிக்கொண்டு எங்கள் ஆட்கள் பகைவர்கள் மீது அம்பு மழைபொழிய ஆரம்பித்தார்கள். மகதர்களுக்குச் சரியான கவசங்கள் இல்லாமற் போனதும் ஒரு குறையே. இதன் காரணமாக அவர்கள் எங்களுடைய வில், வாள், வேலின் தாக்குதலிலிருந்து தப்பித்துக்கொள்வது அசாத்தியமாயிற்று.

மத்தியான வேளைக்குப் பிறகு எதிரிகள் ஒவ்வொரு அடியாகப் பின்வாங்க ஆரம்பித்தார்கள். காயம்பட்டவர்களும் பிணங்களும் நிறைந்த போர்க்களத்தில் பாமாவின் பெண்கள் படையினர் தங்களது கடமையை முறையாக நிறைவேற்றிக் கொண்டிருந்தார்கள். பலத்த காயமடைந்தவர்களை முதலில் தூக்கிக்கொண்டு போனார்கள். முகத்தில் குளிர்ந்த நீர் தெளித்து ஆயாசத்தைப் போக்கியும், தாகம் கொண்டவர்களின் வாயில் தண்ணீர் ஊற்றியும் படிப்படியாக யுத்தகளத்திலிருந்து காயம்பட்டவர்கள் எல்லோரையுமே அப்புறப் படுத்திக் கொண்டிருந்தார்கள்.

அன்றைய தின யுத்தத்தில் இரு தரப்புகளுக்கும் நேர்ந்த லாபநஷ்டங்களைப் பற்றிச் சிந்தித்தேன். எதிரிகளுக்கு ரதங்களினால் எந்தப் பயனுமில்லாமற் போயிற்று. அவர்களுடைய யானைகள் எதிர்த்து நிற்பது இன்னும் எங்களுக்குக் கஷ்டமாகவே இருந்தது. ஆயினும் அவற்றோடு பொருதுவதற்கு எங்கள் குதிரைகள் பழக்கப் பட்டுப் போய்விட்டன. எங்கள் குதிரை வீரர்கள்கூட ஈட்டிகளோடு அவற்றின் மீது பாய்ந்து தாக்குவதற்கு அனுபவப்பட்டுவிட்டார்கள். யானைகளைப் பக்கவாட்டில் தாக்குவது எங்களுக்குச் சுலபமாகத் தோன்றிற்று. மகத குதிரைப்படையினரும் கூடத் தைரியத்தோடும்

வேண்டிவந்தது. மூன்று ஜாமப்பொழுதுக்குள்ளாக பாடலிப்புத்திரத் துக்கு அப்பாலும் ஒரு யோசனை தூரப் பூமி எங்கள் வசமாயிற்று. நான் உடனேயே பாடலிப்புத்திரத்தில் எங்கள் ராணுவ ஸ்தலத்தை அமைத்துக்கொண்டேன். கபில் தலைமையின் கீழிருந்த படைகள் சோணை நதியின் தெற்குக் கரையோரம் முழுவதிலுமிருந்தும் எதிரி சைன்யங்களை விரட்டியடித்துவிட்டன. சாயங்காலம் வரைக்கும் எனக்கும் அமருக்கும் படகுப் பாலத்தின் மூலமாகப் புதிய படைபலம் வந்துகொண்டேயிருந்தது. நாழிகைதோறும் யுத்த நிலைமையைப் பற்றிச் சேனாபதி சுமணனுக்குச் செய்திகள் அனுப்பிக்கொண்டே இருந்தேன். அதேபோல என் கீழ்ப் பணியாற்றிய உதவி சேனைத் தலைவர்களும் அவ்வப்போது எனக்குத் தகவல்கள் அனுப்பிய வண்ணமிருந்தார்கள். எங்கள் சைன்யங்கள் முழுவதும் நல்ல பாதுகாப்போடு அவையவற்றிற்கு நிர்ணயிக்கப்பட்ட இடங்களில் நின்று அவற்றின் கடமையைச் செவ்வனே நிறைவேற்றிக் கொண்டிருந்தன. யுத்த ஆரம்பத்திலேயே தோல்வி முகம் கண்ட விரோதிகள் கலக்கமடைந்து என்ன செய்வதென்று தெரியாமல் திணறிக்கொண்டிருந்த நிலையில் அதை நன்கு பயன்படுத்திக்கொண்டு எங்கள் படைகள் சிறு சிறு தாக்குதல்களைத் தொடுத்து அவர்களிடையே மேலும் குழப்பத்தையும் பீதியையும் உண்டுபண்ணின.

பாடலிப்புத்திரத்தை வெற்றி கொண்டதற்காக எனக்குப் பாராட்டுகள் தெரிவித்து கணபதியும், சேனாபதியும் அன்றிரவே எனக்குச் செய்திகள் அனுப்பினார்கள். எனது இந்த வெற்றிக்காக எங்கள் குடியரசு சபை பாராட்டியதோடு மட்டுமின்றி மறுதினம் என்னை உதவி சேனாபதியாகவும் நியமித்தது.

எங்கள் படைகள் பாடலிப்புத்திரத்திற்குள் பிரவேசித்த போது, அங்கே பெரும்பாலான வீடுகள் ஜனசூன்யமாக இருந்தன. உல்காசேலத்தில் நாங்கள் அளித்த போதனையின் காரணமாக எங்கள் படைவீரர்கள் எவரும் மக்களின் சொத்துக்களை அபகரிக்கவில்லை. எவருக்கும் எந்தவிதக் கஷ்டமும் தரவில்லை. ஆசார்ய அக்னிவேசனுடைய வைத்தியப் படைப்பிரிவு உல்காசேலத்தில் முகாமிட்டிருந்தது. போர்க்களத்தில் காயம்பட்டவர்களைப் படகுகளிலும், டோலிகளிலும் வைத்திய முகாமுக்குக் கொண்டு வருவதில் பாமாவின் சைன்யம் ஈடுபட்டிருந்தது. காயமடைந்தவர்களைக் காணுவதற்காக நான் ரணகளத்தைச் சுற்றிவந்தபோது எத்தனை எத்தனையோ எதிரிப் படைவீரர்கள் பலத்த காயமுற்று எழுந்திருக்க முடியாத நிலைமையில் கவனிப்பாரற்று விழுந்து கிடப்பதைப் பார்த்தேன். பாடலிப்புத்திரத்திலிருந்து அநேக வீடுகளை அவற்றின் சொந்தக்காரர்களிடம் நயமாகப்

பேசியும், தகுந்த சன்மானம் தருவதாகச் சொல்லியும் காலி பண்ணச் செய்து, காயமடைந்த விரோதிப் படை வீரர்களை அங்கே கொண்டுவந்து சேர்த்தேன். அவர்களுக்குத் தகுந்த சிகிச்சை செய்வதற்கு உடனடியாக வேண்டிய ஏற்பாடுகளைச் செய்யும்படியும் அக்னிவேசனுக்குத் தகவல் அனுப்பினேன். இத்தனையையும் நான் ஜைன தர்மத்தை அனுசரித்து, கருணையின்பால் கொண்டிருந்த அபிமானத்தில்தான் செய்தேன். ஆனால் இது பாடலிப்புத்திரவாசிகளிடையே ஒரு அற்புதமான பணியைச் செய்தது. பயம் காரணமாக ஊரைவிட்டு ஓடிப்போய் அருகிலிருந்த காடுகளில் ஒளிந்துகொண்டிருந்த கிராமவாசிகள், லிச்சவிப் படைகளின் இளம் சேனைத் தலைவன் கருணைக்கடல் என்றும், காயமடைந்த எதிரிப்படை வீரர்களுக்குக்கூடத் தானே மருந்து போட்டுக் கட்டுக்கட்டி வருவதாகவும் கேள்விப்பட்டுத் திரும்பி வந்தனர். நான் கிராம முக்கியஸ்தர்களை அழைத்து ஆறுதல் கூறினேன். நாங்கள் காயமடைந்தவர்களுக்குச் சிகிச்சை அளிப்பதற்காகவே சில வீடுகளை வசப்படுத்திக் கொண்டிருக்கிறோம் என்றும், அவர்களில் ஏராளமானவர்கள் மகதப்படை வீரர்கள் என்றும் தெரிவித்தேன். எங்கள் படைவீரர்களில் யாராவது ஏதாவது முறை தவறி நடந்து கொண்டால் உடனே என்னிடமாவது அல்லது எங்கள் சேனைத் தலைவர்களிடமாவது தெரிவியுங்கள் என்றும் கூறினேன்.

முதல் அடியிலேயே எதிரிகள் சோர்ந்து போனார்கள். ஆனால் இதை வைத்து மட்டும் நாங்கள் வெற்றி பெற்றுவிட்டதாகக் கருதிவிட முடியாது.

இரவு முழுவதும் எங்களுடைய நால்வகைச் சேனைகளும் - ரத, கஜ, துரக, பதாதிகள் - கங்கை நதியைக் கடந்து இக்கரையில் இறங்கியவாறே இருந்தன. இதே நேரம் எதிரிகளும் பாடலிப்புத்திரத்துக்கு மூன்று யோசனைத் தூரத்தில், தங்களுடைய சிதறிப்போன சேனைகளை ஒன்று சேர்த்தும், புதிய படை பலத்தைக் கொண்டு வந்தும் தாக்குதல் தொடுப்பதற்குத் தயாராகிக் கொண்டிருந்தார்கள். அன்றிரவு நானும் என்னுடைய உதவி சேனைத் தலைவர்கள் இருவரும் - இவர்கள் என் சிபார்சால் மறுதினம் சேனைத் தலைவர்களாகப் பதவி உயர்வு பெற்றார்கள் - உல்காசேலத்திலிருந்த சேனாபதி சுமணனிடம் சென்றோம். போர் நிலவரத்தைப் பற்றிப் பூரணமாகக் கலந்தாலோசித்து, அடுத்த நாள் காலையிலேயே மீண்டும் எதிரிகள் மீது தாக்குதல் தொடுப்பது என்று முடிவு செய்து கொண்டோம். பிம்பிசாரன் தன் படை பலத்தை ஒன்றுதிரட்ட எப்படிப் போனாலும் இரண்டு நாட்களாவது ஆகும் என்பது எங்களுக்கு நன்றாய்த் தெரியும். ஆகையினால் அதற்குள்ளாக விரோதிகள்மீது எங்கள் முழுப்

வீரத்தோடும் போராடிக் கொண்டிருந்தார்கள். ஆனால் அவர்களுக்குப் போதுமான கவசப் பாதுகாப்பு இல்லாததினால் பலத்த நஷ்டமடைந்து வந்தார்கள். காலாட்படை பலத்தைப் பொறுத்தவரையில் காலை முதல் எங்கள் கையே ஓங்கியிருந்தது. முந்தின தினம் போலவே இன்னும் அநேக ஆயிரம் மகதப்படை வீரர்களைக் கைதிகளாகப் பிடித்தோம். ஒரு நாள் பூராவும் பகைவர்களை ஒரு கோசு தூரம் மட்டுமே பின்னுக்குத்தள்ள முடிந்ததின் மூலம், அவர்களுடைய பலம் முழுவதும் இந்த அரங்கத்தில்தான் குவிக்கப்பட்டிருக்கிறது என்பது தெளிவாயிற்று. அவர்கள் தங்கள் சகல சக்திகளையும் உபயோகித்தபோதிலும் லிச்சவிகளின் கத்தி முனைகளை ருசி பார்க்காமல் போகவில்லை.

யுத்த களத்தில் சண்டை செய்து கொண்டிருக்கும் படைவீரர்களுக்கும் குதிரைகளுக்கும் அவ்வப்போது ஆகாரமும் தீவனமும் கிட்டும்படிச் செய்வது எங்கள் முன்னால் ஒரு பெரும் பிரச்சினையாக இருந்தது. தோல் ஜாடிகளில் தண்ணீரும், பைகளில் வறுத்த மாமிசமும் தொங்கிக்கொண்டிருந்த போதிலும் போர் செய்து கொண்டிருக்கும் அவர்களுக்கு அவற்றை உண்ண, குடிக்க அவகாசம் இல்லாமற் போயிற்று.

வஜ்ஜியின் கிழக்கு எல்லையில் வடக்கு அங்க நாட்டிலிருந்து கொண்டுவந்து இறக்கப்பட்ட மகத சேனைகள் மிகவும் பலஹீனமாக இருக்கின்றன என்பது தெரிந்து போயிற்று. இது சம்பந்தமான தகவல் இரண்டாவது நாள் இரவு எங்களுக்குக் கிடைத்தது. ஆகையினால் இனி நாங்கள் கடுமையாகப் போராட வேண்டியது ஒரு அரங்கத்தில்தான். இதை உத்தேசித்து ஒன்றுக்கு மேற்பட்ட படகுப்பாலங்கள் மூலம் கங்கையைக் கடந்து ஏராளமான எண்ணிக்கையில் லிச்சவிப் படைகள் எங்களோடு வந்து சேர்ந்துகொண்டன. இனி எல்லாப் படைகளும் ஒன்று சேர்ந்து ஒரேயடியாகத் தாக்குவதற்குப் பதிலாக ஒன்றன் பின் ஒன்றாக சமுத்திர அலைகள்போல் தாக்கவேண்டுமென்றும், அப்படிப் பின்னால் தாக்கிய படை எதிரிகளோடு சண்டை செய்து கொண்டிருக்கும் போது, முன்னால் தாக்கிய படை அந்த நேரத்தைக் கொஞ்சம் ஓய்வு எடுத்துக்கொள்வதற்கு உபயோகித்துக் கொள்ளவேண்டும் என்றும் அன்று இரவு முடிவு செய்து கொண்டோம். இதனால் எங்கள் படைகளுக்கு அன்ன ஆகாரம் அருந்துவதற்கும் அவகாசம் கிட்டும். இவ்வாறு ஓய்வு எடுத்து புதுப்பலம் பெற்று எதிரிகளை உக்கிரமாகத் தாக்கமுடியும். தாக்குதல் தொடுப்பவர்கள் நாங்களாக இருப்பதால்தான் இதெல்லாம். தாக்குதலை எதிர்த்துச் சமாளிக்க வேண்டியவர்களுக்கு இந்தச் சந்தர்ப்பங்களெல்லாம் கிட்டா.

எங்களுக்குப் புதுப் படைபலம் வந்துகொண்டிருந்தது போலவே எதிரிகளுக்கும் வந்து கொண்டிருந்தது. மூன்றாவது நாள் யுத்தத்தில் பகைவர்களின் படைபலம் எங்களுடையதற்கு ஒன்றும் குறைந்ததாக யில்லை. ஆனால் அவர்களுடைய போர்த்தந்திரம் என்ன என்பது அப்போது எங்களுக்கு நன்றாய்த் தெரிந்துவிட்டது. எதிரிகளைக் கலவரப்படுத்துவதற்காக எங்கள் படையினர் இரவு வேளையில்கூடச் சிறு சிறு தாக்குதல்களை நடத்தினர். பிறகு விடிந்தும் விடியாத தற்குள்ளாகவே புதிதாக வந்த சேனைகளைப் போர்முனைக்கு அனுப்பி வைத்தோம். எதிரிகளின் சேனைகள் கொஞ்சம் கால் அயர ஆரம்பித்ததும், முதல் நாள் சண்டை செய்து, உண்டு குடித்து ஓய்வு எடுத்துக்கொண்ட படைகள் களத்தில் இறங்கின. இந்தவிதமாக அடுக்கு அடுக்காகத் தாக்குதல் தொடுத்ததால் எங்கள் படை வீரர்களுக்குப் போதுமான ஓய்வு கிடைத்தது மட்டுமின்றி, பகலெல்லாம் இடைவிடாமல் போர் செய்து எதிரிகளை மூச்சுவிட முடியாமல் திணறும்படி செய்யவும் முடிந்தது.

மூன்று நாள் யுத்தத்துக்குப் பிறகு பாடலிப்புத்திரத்துக்கு அப்பால் நான்கு யோசனை தூரப் பிரதேசத்தைப் பிடித்துக்கொண்டோம். அதாவது இரண்டு தினங்களில் ஒரு யோசனை தூரப் பிரதேசத்தைத்தான் வெற்றிகொள்ள முடிந்திருக்கிறது. ஆனால் இங்கு எவ்வளவு பிரதேசத்தைப் பிடித்துக்கொண்டுள்ளோம் என்பதல்ல பிரச்சினை; அதற்குப் பதில் பகைவர்களைப் பூரணமாக முறியடிப்பதே பிரச்சினை.

லிச்சவிப் பெண் படையினர் ராணுவத்திற்கு வேண்டிய ஆகாராதிகளைக் கொண்டுவந்து சேர்ப்பித்தல், காயம்பட்டவர்களை வைத்திய முகாமுக்குக் கொண்டு செல்லுதல், பிணங்களை அப்புறப் படுத்துவதல்லாமல் போர்க்களத்தில் சிதறிக் கிடக்கும் ஆயுதங்களைச் சேகரித்தல் ஆகிய பணிகளில் மிகுந்த சிரத்தையோடு ஈடுபட்டிருந்தனர். போர் முனையில் முன்னணியில் நின்று போர் செய்யும் சந்தர்ப்பத்தைத் தங்களுக்கும் தரவேண்டுமென்று ஒரு தடவை பாமா என்னிடம் கோரினாள். ஆனால் இதுவரை அவர்கள் செய்து வந்துள்ள சேவையின் முக்கியத்துவத்தையும், பெருமையையும் விவரமாக நான் எடுத்துக் கூறியதன் பேரில் அவள் தன் கோரிக்கையைக் கைவிட்டாள். "அண்ணி! இப்போது நாங்கள் முன்னேறிக் கொண்டிருக்கிறோம். ஒருவேளை நாங்கள் பின்வாங்க நேர்ந்தால் அப்போது வேண்டுமானால் உங்கள் படையினர் கையில் வாளேந்தி உங்களது பராக்கிரமத்தைக் காட்டலாம்" என்று நான் கூறிய சமாதானம் அவளுக்குத் திருப்தியாக இருந்தது.

மூன்றாவது நாள் போரில் பெருத்த நஷ்டமடைந்த போதிலும் பகைவர்கள் பின்வாங்கவில்லை. அன்றைய தினம் அவர்கள் தங்கள்

மூலப்பலப்படை முழுவதையும் களத்தில் இறக்கிவிட்டார்கள் என்று தெரிந்தது. இளவரசன் அஜாத சத்ருவே யானை மீதமர்ந்து படைகளை நடத்தினான். கையில் வாளேந்தி நேரடியாகச் சண்டையில் ஈடுபட முடியவில்லையே என்று எனக்கு வருத்தமாக இருந்தது. யோசனை தூரம்வரை வியாபித்திருந்த லட்சக்கணக்கான படைகளை நடத்துபவனுக்கு நேரடியாகத் தனது வாள் வலிமையைக் காட்டும் வாய்ப்பு கிடைப்பது கஷ்டம்தான். ஆனால், அன்றைய தினம் நான் போராடிக் கொண்டிருக்கும் எங்கள் படை வீரர்களை மேற்பார்த்து விட்டுத் திரும்பிவந்து கொண்டிருக்கையில் சாதாரணமான உயரமுள்ள ஒரு யானையின் மீது வீற்றிருந்த ஒரு வீரன் சண்டை செய்து கொண்டிருப்பதைக் கண்ணுற்றேன். ஒருவேளை இவன் அஜாதசத்ருவாக இருக்கலாமோ என்ற எண்ணம் எனக்கு ஏற்பட்டது. உடனே ஈட்டியைக் கையில் ஏந்திக்கொண்டு அந்த யானையின் பக்கம் என் குதிரையைத் தட்டிவிட்டேன். எனது குதிரை முன்னே பாய்ந்து செல்வதைப் பார்த்ததும் எங்கள் ஏனைய குதிரைப்படை வீரர்களும் உற்சாகமடைந்து மகத சேனைகள் மீது பொருதினர், வாள், வில், கதாயுதத்தோடு வீரச்சமர் புரிந்தனர். நான் யானையைச் சமீபிக்காததற்கு முன்னேயே எதிரிப்படையினர் சிதறியோடிவிட்டனர். யானை மீதிருந்த படைவீரன் இரண்டு தடவை என் தாக்குதலுக்குத் தப்பித்துக்கொண்டான். இதற்குள் யானைப்பாகன் யானையை என்மீது ஏவிவிட்டான். ஆனால் என் குதிரை அதைவிட வேகமானது. நான் அடுத்த விநாடி யானைக்கு அட்டமாகத் தப்பித்துக்கொண்டு ஈட்டியால் குத்தினேன். அது யானை மீதிருந்த வீரனின் கவசத்தைத் துளைத்துக்கொண்டு அவனுடைய தொண்டையில் பாய்ந்தது. நான் குத்திய ஈட்டியைப் பிடுங்கியதும் அவனுடைய தலை தொங்கிப்போய் அம்பாரிக்குள் உருண்டு விழுந்தான். சரியாக இதே சமயம் லிச்சவி யுவன் ஒருவன் தன் குதிரை மீது நின்றவாறே யானையின் முதுகின் மீது பல்லியைப் போல் ஏறுவதைக் கண்டேன். பார்த்துக்கொண்டிருக்கும் போதே அவன் யானைப்பாகனுக்குப் பின்பக்கமாகச் சென்று இடது கையால் அவனிடமிருந்த அங்குசத்தை வெடுக்கென்று பிடுங்கினான். அப்போது இளைஞனின் கையில் காயம்பட்டு இரத்தம் ஒழுக ஆரம்பித்தது. ஆயினும் இதை அவன் லட்சியம் செய்யாமல் வலது கையிலிருந்த உருவிய வாளைக் காண்பித்து, "யானையை முன்னால் நடத்திச் செல்" என்று யானைப் பாகனுக்குக் கட்டளையிட்டான். நான் அவனுடைய தைர்யத்தையும் துணிச்சலையும் கண்டு வியந்து போனேன். மறுக்ஷணம் உண்மையாகவே யானை எங்கள் ராணுவ முகாம் நோக்கிச் செல்வதைப் பார்த்தபோது என் ஆச்சரியத்துக்கு எல்லையில்லாமல் போய்விட்டது. எங்களைச் சுற்றிலும் வெகுதூரம் வரை எதிரிகளே தென்படவில்லை.

எங்கள் குதிரை வீரர்கள் ஐந்து பேர்களை உடன் வரும்படி கூறி நான் யானையைப் பின்தொடர்ந்தேன். என்னைத் திகைப்பிலாழ்த்திய அந்த வீர இளைஞனின் குதிரை காலியாகவே எங்கள் பின்னால் வந்து கொண்டிருந்ததை அப்போது நான் கவனிக்கவில்லை. எங்கள் கூடாரத்தை நெருங்கியதுமே அந்த இளைஞன் யானைப்பாகனின் செவியில் என்னவோ கூறினான். அவன் உடனே யானையின் காலில் கட்டப்பட்டிருந்த சங்கிலியைக் கீழே போட்டான். இளைஞன் சமிக்ஞை காட்டியதன் பேரில் எங்கள் குதிரைப்படை வீரர்களில் ஒருவன் சங்கிலியை அருகிலிருந்த மரமொன்றில் கட்டினான். அப்போது இளைஞன் யானையின் மீதிருந்து முதுகின் புறமாகக் கீழே இறங்கினான். அந்தச் சமயம் அவனுடைய குதிரை தலைப்பாகைக் கட்டிக்கொண்டிருந்த தன் எஜமானனின் சிரசை முகர்ந்து பார்த்தது. இளைஞன் தன் முகத்தை வேறு பக்கமாகத் திருப்பிக்கொண்டிருந்தான். அவன் யானைப்பாகன், இன்னும் ஏனைய படைவீரர்கள் உதவியோடு அம்பாரியில் விழுந்துகிடந்த படைவீரனைக் கீழே இறக்கினான். யானைப்பாகன் கீழே இறங்கிவந்து இளைஞன் சொன்னபடியெல்லாம் செய்துகொண்டிருந்தான். யானையின் பின்னங்கால்களிலும்கூடச் சங்கிலிகள் மாட்டியபிறகு இளைஞன் யானைப் பாகனைப் பார்த்து, "ஏய்! உனக்கு உயிர்ப்பிச்சை கிடைத்தது. இப்படி வந்து எங்கள் சேனாபதி கேட்கும் கேள்விகளுக்குப் பதில் சொல்" என்று கூறினான்.

அப்போது கூட அந்த யுவனுடைய முகத்தை என்னால் தெளிவாகப் பார்க்க முடியவில்லை. அவனிடம் கேட்கலாம் என்றிருக்கும் போதே யானைப்பாகன் என் முன்னே வந்து "இது எங்கள் மகாராஜா பிம்பிசாரனின் பட்டத்து யானை நாளகிரி அய்யா!" என்றான்.

"என்னது? நாளகிரியா! அப்படியானால் இதன் மீது ஏறியிருந்தவர் யார்?" என்று கேட்டேன்.

"மகத சேனாபதி பத்ரிகர் ஐயா! சண்டகர் என்றும் அழைப்பார்கள்."

சண்டகர் பத்ரிகரின் பெயரைக் கேட்டதுமே எனக்கு எல்லையில்லா மகிழ்ச்சி ஏற்பட்டது. பத்ரிகர் மகதத்திலேயே சிறந்த யுத்த நிபுணர். இவரைப்பற்றி ஆசார்யர் பஹுளாஸ்வரர் சொல்லக் கேட்டிருக்கிறேன். அவரோடு கூடப் படித்தவராம். பத்ரிகரின் தூண்டுதல் பேரிலேயே யுத்த வித்தை கற்றுக் கொள்வதற்கு மகத இளைஞர்கள் இருபது இருபது பேராகத் தட்சசீலத்துக்குச் சென்ற வண்ணமிருந்தார்கள். மன்னனை முகஸ்துதி செய்யும் இதர சேனைத் தலைவர்களின் கோள்களுக்கும், வஞ்சனைகளுக்கும் ஆளாகாதிருந்தால் இவர் மகத சேனையை வெற்றிகொள்ள முடியாததாகச் செய்திருப்பார்.

நான் குதிரையை விட்டிறங்கி உடனே ஒரு கட்டில் கொண்டு வரும்படி வீரர்களுக்குக் கட்டளையிட்டேன். கட்டில் வந்ததுமே இன்னொருவனுடைய உதவியோடு பத்ரிகரின் சவத்தை அதன்மீது படுக்க வைத்தேன். அதற்குள் மேலும் அநேக படைவீரர்கள் கூட அங்கே வந்துவிட்டார்கள். அவர்களிடம் "இவர் மகதத்தின் வீராதிவீர சேனாபதி பத்ரிகர்" என்று கூறினேன்.

இந்தத் தகவலை எங்கள் சேனாபதியிடம் போய்த் தெரிவித்துவிட்டு வரும்படி நான் அப்போதே ஒரு குதிரை வீரனை அனுப்பி வைத்தேன்.

யானைப்பாகனை எங்கள் படை வீரர்களிடம் ஒப்படைத்து, யானைக்குத் தீனி வைக்கும்படி கூறினேன். நான் பத்ரிகரின் சவத்தைத் தூக்கிக்கொண்டு என் கூடாரத்துக்குச் சென்றேன். அப்போது எங்கள் படைவீரர்களில் சிலர் அங்கு வந்து எதிரிகள் போர்க்களத்திலிருந்து ஓட்டம் பிடித்துக் கொண்டிருக்கிறார்கள் என்று சொன்னார்கள். உடனே அவர்களைத் துரத்திச் செல்லும்படி கூடாரங்களில் ஓய்வு எடுத்துக்கொண்டிருந்த எங்கள் படைவீரர்களுக்குக் கட்டளையிட்டேன்.

சற்று நேரம் மனதுக்கு நிம்மதி கிடைத்ததுமே போர்க்களத்தில் எனக்கு உதவியாக அற்புத சாகசம் புரிந்த லிச்சவி இளைஞன் என் ஞாபகத்துக்கு வந்தான். அவனுடைய வாள் வலிமையை நான் நேரில் பார்க்கவில்லைதான். ஆயின், அரசனின் பட்டத்து யானையைப் பிடித்துக்கொண்டு வருவதில் அவன் காட்டிய திறமை சாதாரண மானதல்ல. நான் என் பாராக்காரனிடம் அந்த இளைஞனை அழைத்து வரும்படி கூறினேன். ஆனால் எவ்வளவு தேடியும் அவன் இருக்குமிடம் தெரியவில்லை. அவனிடம் ஒரு வார்த்தையாவது கூறிப் பாராட்ட முடியாமல் போய்விட்டதே என்று நான் மிகவும் வருத்தப்பட்டேன். ஒருவேளை அவன் எதிரிகளைத் துரத்திக்கொண்டு போயிருக்கலாம். அப்படிப் போயிருந்தால் அவன் உயிரோடு திரும்பி வருவான் என்பது என்ன நிச்சயம்? என்மீது எனக்கே பெரும் கோபம் ஏற்பட்டது. அபாரமான துணிச்சல் காட்டிய ஒரு வீரனுக்கு உரிய கௌரவ மளிக்காமல் தவறு இழைத்துவிட்டதாகவே நான் கருதினேன். உள்ளத்தில் பச்சாதாபம் கொந்தளிக்க யானையிடம் சென்றேன். உண்மையிலேயே அது யானைகளுக்கு ராஜாவான ஐராவதம் போலவே இருந்தது. மூன்று முழ நீள தந்தம், மலைபோன்ற உடல், பருமனான, உறுதியான முழ நீள தந்தம், மலைபோன்ற உடல், பருமனான, உறுதியான துதிக்கை - இவைகளெல்லாம் அசாதாரணமாக இருந்தன. பிறகு போர்க்களத்திலுள்ள படைகளுக்கு உத்தரவுகள் பிறப்பிப்பதில் ஈடுபட்டேன். சாயங்காலமாவதற்குச் சற்று பொழுதிருக்கும்போது

எனக்கு ஒரு யோசனை தோன்றிற்று. "பிம்பிசாரனுடைய பட்டத்து யானையில் சேனாதிபதி ஏன் ஏறி வந்தார்" என்று யானைப்பாகனைக் கேட்டேன்.

"சேனாபதியின் குணப்பண்புகள் மகாராஜாவுக்கு மட்டுமே தெரியும். இளவரசருக்குச் சேனாபதி புத்திமதி கூறுவார். இதனால் இளவரசருக்கு அவர் என்றால் பிடிக்காது. ஆனால் மகாராஜாவுக்குச் சேனாபதிமீது மிகுந்த மரியாதை உண்டு. அவருக்காகத் தனது பட்டத்து யானையை மட்டுமல்ல. உயிரையும் கூடக் கொடுப்பார். இருவரும் சம வயதினர். பால்ய சிநேகிதர்களும்கூட" என்று யானைப்பாகன் கூறினான்.

அப்போது நான் சற்று நேரம் யோசித்துவிட்டு "உன்னை யானையோடு விட்டுவிட்டால் ராஜகிருகத்துக்குப் போய்விடுவாயா?" என்று கேட்டேன்.

"விட்டுவிடுகிறீர்களா?" என்று அவன் ஆச்சரியத்தோடு கேட்டான்.

"உங்களுடைய மகாராஜாவுக்கு ஒரே சமயத்தில் தமது பால்ய நண்பரையும், பட்டத்து யானையையும் இழந்தால் ரொம்பவும் துக்கமாக இருக்கும். இந்த யானையாவது அவர் கண்களில் பட்டால் கொஞ்சம் நிம்மதியாக இருக்கும்" என்று கூறிய நான் யானைப்பாகன் பேசாமலிருப்பதைப் பார்த்து "திரும்பிப் போவதற்கு எங்கள் படைகள் ஏதாவது இடையூறாக இருக்கும் என்று பயப்படுகிறாயா?" என்றேன்.

"ஆமாம் ஐயா!"

"உனக்கு அந்தப் பயம் ஒன்றும் வேண்டியதில்லை. உன்னைப் பத்திரமாக எங்கள் படைவரிசைகளைத் தாண்டிச் செல்லும்படிச் செய்கிறேன். உனக்குக் காயம் எதுவும் ஏற்படாததற்கு மகிழ்ச்சி, உனக்கும் உன் யானைக்கும் எங்கள் படைவீரர்கள் உணவு தருவார்கள். போய்ச்சாப்பிட்டு விட்டு வா. அதற்குள்ளாக நான் உங்கள் அரசனுக்கு அவருடைய பிராண சிநேகிதர் மரணமடைந்துவிட்டார் என்பதைத் தெரிவித்துக் கடிதம் எழுதி வைத்திருக்கிறேன். சாப்பிட்டு வந்ததும் நீ ராஜகிருகத்துக்கு விரைவாகப் புறப்பட வேண்டும்."

என்னுடைய இந்த வார்த்தைகளைக் கேட்டு அவன் ஆச்சரியத்தில் மூழ்கிப்போனான் என்பதை அவனுடைய செயல்கள் காட்டின. நான் பனையோலையின் மீது இரண்டு மூன்று வரிகள் எழுதி, முத்திரை வைத்துக்கொண்டிருக்கும் சமயத்தில் லிச்சவி சேனாபதி சுமன் வந்து சேர்ந்தார். வந்ததும் வராததுமாகவே அவர் என்னை இறுகக் கட்டித் தழுவிக்கொண்டு என் நெற்றி மீது முத்தமிட்டார்.

“மகனே சிம்மா - இல்லை. லிச்சவியின் வெற்றிவீர சேனாபதி” என்று அவர் கூறவும் நான் இடையே குறுக்கிட்டு “இல்லை, என்னை நீங்கள் மகனே என்று கூப்பிடுவதுதான் எனக்கு மிகவும் விருப்பமாக இருக்கிறது” என்றேன்.

சேனாபதி - “நல்லது மகனே! வைசாலி முழுவதும் வஜ்ஜி தேசம் முழுவதும் உன்னைப்பற்றிப் பெருமைப்படுகிறது. இதுவரைக்கும் நாம் மகதத்தில் பயப்பட்டுக்கொண்டிருந்தது குயுக்திக்காரனான வர்ஷகனையும் போர்வித்தையில் வல்லவரான பத்ரிகரையும் பற்றித்தான். பத்ரிகரைக் கொன்றதன் மூலம் நீ மகதத்தின் மீது பூரண வெற்றியைச் சம்பாதித்துக் கொடுத்துவிட்டாய்.”

நான் - “சேனாபதி! மகதப்படையினர் போர்க்களத்திலிருந்து ஓடிக்கொண்டிருக்க நமது படைவீரர்கள் அவர்களைத் துரத்திச் சென்று கொண்டிருக்கிறார்கள்.”

சேனாபதி - “ஓடிக்கொண்டிருக்கிறார்களா! சேனாபதியின் மரணத்திற்குப் பிறகு அது நடக்கக்கூடிய காரியம்தான்.”

நான் - “நான் ஒரு தவறு செய்துவிட்டேன். மன்னிக்கும்படி வேண்டுகிறேன்.”

சேனாபதி - “மகதத்தின் மீது வெற்றி கொண்டதற்கு ஒரு தவறுக்கல்ல. நூறு தவறுகளுக்கு மன்னிப்புண்டு.”

நான் - “விரோதிகளின் சேனாபதி பத்ரிகர் ஏறிவந்த பிம்பிசாரனின் பட்டத்து யானையைத் திருப்பி அனுப்பிக் கொண்டிருக்கிறேன்.”

சேனாபதி - “அப்படியானால் பட்டத்து யானையையும் கூடப் பிடித்துவிட்டாயா?”

நான் - “ஆமாம், ஆனால் அதனைத் தன்னுடைய அபூர்வமான துணிச்சலால் மிகவும் சாமர்த்தியத்தோடு ஓட்டிக் கொண்டு வந்த லிச்சவி வீர இளைஞனை வெறும் வாய்ச்சொல்லால்கூடப் பாராட்ட முடியாமல் போய்விட்டதே என்று விசனப்பட்டுக் கொண்டிருக்கிறேன். ஒருவேளை அந்த இளைஞன் இப்போது எதிரிகளைத் துரத்திச் சென்று கொண்டிருக்கலாம்.”

சேனாபதி - “ஏராளமான காரியங்களை ஏககாலத்தில் செய்ய வேண்டியிருக்கும்போது இதுபோன்று மறதி ஏற்படுவது இயல்புதான். அந்த இளைஞன் திரும்பவும் அகப்படுவான் என்றே நான் நம்புகிறேன். நீ அந்தப் பட்டத்து யானையைத் திரும்ப அனுப்ப வேண்டுமென்று விரும்பினால் அப்படியே செய்.”

நான் - "இன்னொரு விஷயம். நான் மகத மன்னனுக்கு ஒரு கடிதம் வரைந்திருக்கிறேன். அதில், மகத மன்னன் பிம்பிசாரனுக்கு லிச்சவி உதவி சேனாபதி சிம்மன் தெரிவிப்பதென்னவெனில், உங்களுடைய பட்டத்து யானையைப் போலவே உங்களுடைய சேனாபதி பத்ரிகரையும் உயிரோடு பிடிக்க முடியாமற் போனதற்கு வருந்துகிறோம். லிச்சவிகள் வீரர்களைக் கௌரவிக்கத் தெரிந்தவர்கள். நாங்கள் மகத சேனாபதியின் இறுதிச் சடங்குகளை எல்லா மரியாதைகளோடும் செய்ய ஏற்பாடு செய்து கொண்டிருக்கிறோம். லிச்சவி சேனாபதியே சிதைக்கு எரி மூட்டுவார். பால்ய சிநேகிதரை இழந்து நிற்கும் உங்கள் மனம் உங்கள் பட்டத்து யானையைக் கண்டால் சற்று நிம்மதியடையும் என்று அதனைத் திருப்பி அனுப்பி வைத்திருக்கிறோம் என்று எழுதியிருக்கிறேன்."

சேனாபதி - "நான் இதை ஏற்றுக்கொள்கிறேன்."

யானைப்பாகனிடம் கடிதத்தைக் கொடுத்து அவனை எங்கள் படைவரிசைக்கு அப்பால் கொண்டுபோய் விட்டு விட்டு வரும்படி இரண்டு குதிரை வீரர்களைத் துணைக்கு அனுப்பி வைத்தேன். எங்கள் கூடாரமிருந்த தோட்டத்திலேயே ஒரு பக்கத்தில் சிதை அடுக்கும்படி சிலரை நியமித்தேன்.

எங்கள் கூடாரம் பாடலிப்புரத்துக்கு மூன்று யோசனை தூரத்தில் ஒரு மாந்தோப்பில் இருந்தது. அந்த வருடம் மாமரங்களில் நல்ல காய்ப்பு. ஆனால் காய்கள் இன்னும் பழுக்கவில்லை. நானும் சேனாபதியும் ஒரு மாமரத்தின் நிழலின் கீழ் அமர்ந்து பேசிக் கொண்டிருக்கையில் கபில் சில குதிரைப்படை வீரர்களோடு வந்தான். கைகள் கட்டப்பட்டிருந்த ஒரு மனிதனைக் குதிரை மீதிருந்து இறக்கி எங்கள் முன்னால் கொண்டு வந்து நிறுத்தினான். என்னோடு இருந்த சேனாபதிக்கு வணக்கம் தெரிவித்துவிட்டுப் பிறகு என் பக்கமாகப் பார்த்துக் கபில் கூறினான்... "இவர் மகத தேசத்தின் உப சேனாபதி உதயன். இன்று நாங்கள் இதுவரையும்விட அதிகமான பேர்களைக் கைதிகளாகப் பிடித்திருக்கிறோம். எவ்வளவு பேர்கள் என்று இன்னும் எண்ணவில்லை; ஆனால் லட்சத்துக்கு மேலாகவே இருக்கலாம்."

எங்கள் சேனாபதி கபிலைப் பெரிதும் பாராட்டினார். நான் கபிலைக் கட்டித் தழுவிக்கொண்டு கூறினேன்.

"நீ என்னைவிட அதிர்ஷ்டசாலி கபில்! நான் மகத சேனாபதியை உயிரோடு கைது செய்ய முடியாமற் போய்விட்டது."

கபில் - "என்ன! நீங்கள் மகத சேனாபதியைக் கொன்றுவிட்டீர்களா?"

நான் - "நான் அவரை உயிரோடு பிடித்திருந்தால் எவ்வளவோ மகிழ்ச்சியடைந்திருப்பேன்; அது இருக்கட்டும். போர் நிலவரம் எப்படியிருக்கிறது?"

கபில் - "விரோதிகளின் படை அழிந்த மாதிரிதான் இத்தனை யுத்தக் கைதிகளையும் எப்படிப் பிடித்து வைப்பது என்பதுதான் பெரும் பிரச்சினையாக இருக்கிறது."

சேனாபதி சுமணன் கைதியிடம் வந்து கூறினார் - "உப சேனாபதி உதயா! உங்கள் சேனாபதியின் தகனக் கிரியையிலும் அவருக்குச் செய்யும் இறுதி மரியாதையிலும் நீயும்கூடக் கலந்து கொள்வாய் என்று நம்புகிறேன்."

உதயன் - "அவசியம் கலந்துகொள்கிறேன். இது என் பாக்கியம்."

நான் - உதயனின் இரு கைகளையும் என் கரங்களில் எடுத்துக்கொண்டு கூறினேன் - "சேனாபதி! இவ்வளவு நேரம் உனக்கு மரியாதை செலுத்தாமலிருந்ததற்கு என்னை மன்னி."

உதயன் - "என்னயிருந்தாலும் நான் கைதிதானே..."

நான் - "ஆனாலும் நீ வீரன். வெற்றி என்பது இருதரப்பினரில் ஒருவருக்குத்தான் கிடைக்கும்; ஆனால் வீரத்தை இருதரப்பாருமே உரிமை கொண்டாட முடியும். தங்களுக்கு எங்கள் படைவீரர்களால் ஒன்றும் கஷ்டம் நேரவில்லையே?"

உதயன் - "உங்களுடைய சேனைத் தலைவன் (கபில்) காட்டிய பெருந்தன்மைக்கு நன்றி."

கபில் - "ஆனால் நான் உங்கள் கைகளைக் கட்டி அவமரியாதை செய்துவிட்டேன்."

உதயன் - "அப்படியில்லையென்றால் நான் இவ்வளவு சுலபமாக இங்கு வந்திருக்கமாட்டேன்."

நான் - "நீங்கள் ஏதாவது கொஞ்சம் சாப்பிடுங்கள்"

உதயன் - "தண்ணீர் மட்டும் போதும்."

உதயன் தண்ணீர் அருந்திய பிறகு சவத்தைத் தூக்கினோம். நாங்கள் எல்லோரும் மாறி மாறித் தோள்கொடுத்துச் சுமந்துகொண்டு வந்தோம். பிணத்தைச் சிதையின்மீது வைத்த பிறகு சுமணன் எரிமூட்டினார். சிறிது நேரத்தில் செந்நிறத் தீ ஜுவாலைகள் சண்டகர் பத்ரிகரின் சடலத்தை மறைத்துவிட்டன. அந்தத் தீ நாக்குகள் அந்த வீரரின் சடலத்தை அக்னிலோகத்தில் கொண்டு சேர்க்க விரும்பியதைப் போலிருந்தன.

தகனக்கிரியை முடிந்து எங்கள் இருப்பிடத்திற்கு வந்ததும் உதயன் உணவு கொள்வதற்கு வேண்டிய ஏற்பாடுகளைச் செய்தேன். பிறகு அவரைச் சில படைவீரர்களோடு உல்காசேலத்துக்கு அனுப்பும்படிக் கட்டளையிட்டேன். அது முடிந்ததும் சாவதானமாக உட்கார்ந்து நானும், கபிலும் சேனாபதிக்குப் போர் நிலவரங்களை சவிஸ்தாரமாக விவரித்துக் கூறினோம். நடந்த விஷயங்களையெல்லாம் விவரமாக எழுதி வைசாலிக்கு அனுப்புகிறேன் என்று நான் கூறியபோது, தாமே இந்த நல்ல செய்தியை எடுத்துச் செல்வதாக சேனாபதி கூறினார். அவர் மூன்று யோசனை தூரம் குதிரைச் சவாரி செய்து வந்திருப்பதால் சற்று ஓய்வு எடுத்துக்கொள்ளும்படி நான் கூறினேன். ஆனால் அதற்கு அவர் சம்மதிக்கவில்லை. நான் அவருக்கு ஒரு புதிய குதிரையை வரவழைத்துக் கொடுத்தேன். நாங்கள் பார்த்துக் கொண்டிருக்கும் போதே அவர் சிறிது நேரத்தில் எங்கள் பார்வையிலிருந்து மறைந்து போனார்.

நான் கபிலைப் பார்த்துக் கூறினேன் - "நண்பா கபில்! எடுத்த காரியத்தின் வெற்றிதான் அதற்குரிய வெகுமதி இல்லையா?"

கபில் - "மிகச் சரியாகச் சொன்னாய். நீ உன்னுடைய திறமையால் இந்த மகத்தான வெற்றியைச் சாதித்திருக்கிறாய். லிச்சவி சேனாபதி உன்னைப் போற்றிப் புகழ்கிறார். கணசபையும் (குடியரசு சபை) உன்னைத் தகுந்த முறையில் கௌரவிக்கப் போகிறது. ஆனால், இந்தக் கௌரவத்தால் கிட்டக்கூடிய மகிழ்ச்சி இந்த வெற்றியைச் சாதித்தபோது உன் மனதில் பொங்கிய ஆனந்தத்திற்கு இணையாக முடியுமா?"

நான் - "என்னைக் குறித்து இப்போது நான் என்ன சொன்னேனோ அதுபோலவே உன்னைக் குறித்தும்கூட யோசித்துக்கொண்டிருக்கிறேன். சரி, இனி என் சங்கதியை விடுத்து, சாப்பாடு விஷயத்தைக் கவனிப்போம். நான் பாமா சொன்னது போல - ஜைனரின் சீடனாகிவிட்டேன். ஆகையால் இப்போது எனக்கு மாமிசமோ மீனோ தேவையில்லை."

கபில் - "எனக்கு அவை வேண்டுமே"

நான் - "உனது படைவீரர்கள் இருக்கிறார்கள் அல்லவா. அவர்களிடம் சொல்லு."

சுகன் அன்றிரவு பாயசமும் பூரியும் தயார் செய்தான். அவை ருசியாகவே இருந்தன. ஆனால் என்னவோ தெரியவில்லை. அன்று எனக்கு அவை சுவையாகவே இல்லை. எனது சகாக்கள் மாமிசத்தையும் மதுபானத்தையும் சக்கைபோடு போட்டுக் கொண்டிருந்தார்கள். எனக்குத் துணையாக என்னோடு அமர்ந்திருக்க எவருமேயில்லை.

இதற்காக நான் யாரையும் நிந்திக்கவில்லை. இது நானே மனப்பூர்வமாக விரும்பி ஏற்றுக்கொண்ட பாதையல்லவா?"

போர்க்களத்திலிருந்து வரும் செய்திகளைக் கவனிப்பதற்கு என் உபசேனாபதிகளும், சேனைத் தலைவர்களும் இருந்தார்கள். வாரக்கணக்காகச் சரியாகத் தூக்கமறியாத என் கண் இமைகள் கனத்துக் கிறங்கிக்கொண்டிருந்தன. எனவே, இரவில் நான் சீக்கிரத்திலேயே தூங்கப் போய்விட்டேன். அர்த்த இராத்திரியில் தூக்கத்திலேயே யாரோ கூப்பிடுவது போல் எனக்குக் கேட்டது. கனவு கண்டு கொண்டிருக்கிறேனோ என்று முதலில் நினைத்துவிட்டேன்; ஆனால் மீண்டும் இரண்டு மூன்று தடவைகள் அதே குரல் என் செவிகளில் விழவும் கபில்தான் அழைத்துக் கொண்டிருக்கிறான் என்பதைத் தெரிந்து கொண்டேன். உடனே எழுந்து "என்ன கபில்?" என்று கேட்டேன்.

கபில் - "ஆழ்ந்த தூக்கத்திலிருக்கும் உன்னை எழுப்பக்கூடாது என்றுதான் நினைத்தேன். ஆனால் எழுப்ப வேண்டிய அவசியம் ஏற்பட்டுவிட்டது. நமது சேனாபதி சுமணன் மரணமடைந்து விட்டார்."

நான் - "சேனாபதி காலமாகிவிட்டாரா! இப்போதுதானே இங்கிருந்து போனார்; அதற்குள் இது எப்படி நிகழ்ந்தது?"

கபில் - "உல்காசேலம் போய்ச் சேர்ந்ததுமே சேனாபதி வைசாலிக்கு ஒரு தூதுவன் மூலம் வெற்றிச் செய்தியைச் சொல்லி அனுப்பினார். ஆயினும் இதில் அவருக்குத் திருப்தி ஏற்படவில்லை. குடியரசு சபைக் கூட்டத்தில் வெற்றிச் செய்தியைத் தாமே நேரில் சென்று அறிவிக்க வேண்டுமென்று துடித்தார். அந்தத் துடிப்பில் உடனே அங்கிருந்து வைசாலிக்குப் புறப்பட்டார். உல்காசேலத்தின் எல்லையைத் தாண்டுவதற்குள்ளாகவே எதிர்பாராத விதமாகக் குதிரையிலிருந்து கீழே விழுந்துவிட்டார். கூடவந்த குதிரைப்படை வீரர்கள் அவரது நெஞ்சில் கை வைத்துப் பார்த்தபோது பிராணன் பிரிந்துபோய்விட்டது தெரிந்தது. இந்தத் துக்க செய்தியை இங்குத் தெரிவிக்கும்படி ஒருவனை அனுப்பிவிட்டு மற்றவர்கள் சவத்தை எடுத்துக்கொண்டு வைசாலிக்குப் போய்விட்டார்கள்."

இதைக் கேட்டதும் நான் அப்படியே ஸ்தம்பித்துப் போய் விட்டேன். கொஞ்ச நேரம் வரை எதுவும் பேசாமல் நான் வாயடைத்துப் போயிருந்ததைப் பார்த்து கபில் சொன்னான் - "உல்காசேலத்தில் நமது படைகளுக்குக் கட்டளைகள் பிறப்பிக்க யாரும் இல்லை. கிழக்குப் போர் முனையில் கிட்டத்தட்ட யுத்தம் முடிந்த மாதிரிதான். எனினும் அங்குக் காரியங்களைக் கவனிக்க யாராவது இருக்க வேண்டுமல்லவா?"

சேனாபதிக்குப் பிறகு அவரது கடமைகளைக் கவனிக்க வேண்டியவன் உபசேனாபதியான நான்தான் என்பதை உணர்ந்து கொண்டு கபிலிடம் கூறினேன் - "கணசபை புதிய சேனாபதியை நியமிக்கும் வரை போரை நடத்தும் பொறுப்பு என்னைச் சேர்ந்ததே. நண்பா கபில்! தெற்கு அரங்கத்தின் பொறுப்பை நீதான் கவனித்துக் கொள்ள வேண்டும். யுத்த நிறுத்தம் வேண்டி எதிரிகளின் தூதுவர்கள் வரும்வரை அவர்களைப் பின்னால் துரத்திச் செல்வதை நிறுத்த வேண்டாம். போர்க் கைதிகளை வழக்கம்போல உல்காசேலத்துக்கே அனுப்பிக்கொண்டிரு. அமரனுக்கும் கூடக் கடிதம் எழுதுகிறேன். அதற்குள் என் குதிரையை வரவழை."

விளக்கொளியில் கடிதத்தை எழுதினேன். கபில் எனது குதிரை வந்துவிட்டதாகக் கூறினான். கடிதத்தை அவனிடம் கொடுத்து அவனை இறுகத் தழுவிக்கொண்டு சொன்னேன். "நண்பா! இப்போதுள்ள நிலைமையில் எது யாருடைய கடைசி ஆலிங்கனம் என்று சொல்ல முடியாது. இனி நான் போய் வருகிறேன். நீ இங்குள்ள நிலைமை களைப் பற்றி உனக்கு எப்படி உசிதமென்றுபடுகிறதோ அப்படியே செய். மற்ற விஷயங்களுக்கு நான் இங்கிருந்து மூன்று யோசனைத் தூரத்தில் இருக்கவே இருக்கிறேனல்லவா?"

இரவு நேரம் எங்கும் நிசப்தம் நிலவி நின்றது. அந்த மோனத்தை எங்கள் ஐந்து குதிரைகளின் குளம்பொலிதான் அவ்வப்போது கலைத்துக் கொண்டிருந்தது. முதல் நாள் இரத்தம் பெருக்கோடிக் கறை படிந்திருந்த பூமி மீதுதான் நாங்கள் பிரயாணம் செய்து கொண்டிருந்தோம். நாங்கள் மிக வேகமாகப் பிரயாணம் செய்து கொண்டிருந்ததால் ஒருவரோடொருவர் பேசிக்கொள்ள முடியவில்லை. வழியில் இடையிடையே எங்கள் ரோந்துப்படையினர் எங்களை நிற்கும்படிக் கூக்குரல் எழுப்பி, தீவட்டி வெளிச்சத்தில் நாங்கள் யார் என்பதைத் தெரிந்துகொண்டதும் வணக்கம் தெரிவித்துப் போக விட்டார்கள். பாடலிப்புத்திரத்திலிருந்த சேனைத் தலைவனை அழைத்து நான் உல்காசேலத்திற்குப் போய்க்கொண்டிருக்கிறேன் என்றும், இனி கபிலின் ஆலோசனைப்படி நடந்துகொள்ளும்படியும் கூறினேன். மூன்று யோசனைத் தூரப்பிரயாணத்துக்குப் பிறகு எங்களது குதிரைகள் களைத்துவிட்டன. ஆகையினால், பாடலிப்புத்திரத்தில் சிறிது நேரம் நாங்கள் ஓய்வு எடுத்துக்கொண்டோம். பிறகு படகு பாலத்தை மெள்ள மெள்ளக் கடந்து உல்காசேலம் போயடைந்தோம். என்னுடன் கூட வந்த குதிரை வீரர்களுக்குத் திரும்பிப்போக அனுமதி அளித்தேன். பிறகு சேனைத் தலைவர்களோடு புதிய விவரங்களைப் பற்றி விவாதித்து விட்டுப் படுக்கைக்குச் சென்றேன்.

21. சமாதான உடன்படிக்கை

நான் காலையில் எழுந்தபோது, கணபதியிடமிருந்து ஒரு தூதுவன் கடிதம் கொண்டுவந்து எனக்காகக் காத்திருப்பதாகச் சொன்னார்கள். நான் கடிதத்தை வாங்கிப் படித்தேன். அதில், யுத்தத்தில் நான் வெற்றி பெற்றுத் தந்ததற்காகக் கணபதி என்னைப் பாராட்டியிருந்தார். திரும்பவும் சேனாபதி நியமிக்கப்படும்வரை அந்தப் பொறுப்புகளை நானே பார்க்கவேண்டிமென்று கணபதி கட்டளை யிட்டிருந்தார். அவர் கட்டளையிட்டபடி அந்தப் பொறுப்புகளை உடனடியாக ஏற்றுக்கொள்வதாக நான் பதில் கடிதம் எழுதித் தூதுவன் மூலம் அனுப்பிவைத்தேன்.

உல்காசேலத்துக்கு யுத்தக் கைதிகள் கூட்டம் கூட்டமாகக் கொண்டுவரப்பட்ட வண்ணமிருந்தார்கள். நான் அவர்களை நாட்டின் உட்புறப் பகுதிகளுக்கு அனுப்பிக் கொண்டிருந்தேன். காயமடைந்தவர் களுக்குச் சிகிச்சை அளிக்கச் செய்திருந்த ஏற்பாடுகளைக் கண்டு எனக்கு மிகவும் மகிழ்ச்சியாக இருந்தது. எனது சந்தோஷத்தை வெளியிட்ட போது ஆசார்ய அக்னிவேசன் பின்வருமாறு கூறினார்.

“எங்களது ஏற்பாடுகள் நாளுக்கு நாள் சிறப்புற்று வருகின்றன. வேலை செய்ய வேலை செய்ய அனுபவம் கிட்டுகிறது. ஒரே சமயத்தில் இவ்வளவு பேர்களுக்குச் சிகிச்சை செய்யும் சந்தர்ப்பம் இதுவரை எனக்கு ஏற்பட்டதேயில்லை. வேலை செய்யும்போது பல சிக்கல்கள் அவ்வப்போது எதிர்ப்படுவது போலவே அவற்றிற்கான பரிகாரங்களும் தோன்றிக் கொண்டேயிருக்கின்றன. பல்வேறு விதமான காயங்கள் பட்டவர்களை வெவ்வேறான இடங்களில் வைத்திருக்கிறோம். அபாயகரமான நிலையிலிருப்பவர்களைத் தனியான இடத்தில் வைத்திருக்கிறோம்.”

நான் இடையே குறுக்கிட்டுக் கேட்டேன். “நமது லிச்சவிப் பெண்கள் படையினர் எப்படிப் பணியாற்றுகிறார்கள்?”

அக்னிவேசன் - “லிச்சவிப் பெண்களாகட்டும் லிச்சவிகளல்லாத பெண்களாகட்டும்; ஒரே ஆவேசத்தோடு சேவை செய்கிறார்கள். அவர்கள் ஆண்களுக்குக் கொஞ்சமும் சளைக்காமல் வேலை செய்து வருகிறார்கள். அவர்களுடைய தலைவியான பாமாவைப் பற்றியோ

சொல்ல வேண்டியதில்லை. லிச்சவிகளுக்கு அவர்களுடைய சேனாபதியின் கட்டளை எப்படியோ அப்படிப் பெண்களெல்லோருக்கும் பாமாவின் கட்டளை."

நான் - "அவளுடைய கட்டளைக்கு எதிர்ப்பே இல்லையா?"

அக்னிவேசன் - "சந்தேகமில்லாமல்."

நான் - "பாமா எங்கே இருக்கிறாள்?"

அக்னிவேசன் - "முதலில் இங்கேதானிருந்தாள். இப்போது நதிக்கு மறுகரையில் முகாமிட்டிருக்கிறாள். ஆனால் இடையிடையே இங்கு வந்து போகிறாள். இன்றைக்கு அதிகாலையிலேயே வந்து நோயாளிகளைப் பார்த்துவிட்டுச் சென்றாள்."

நான் - "இந்தத் தடவை அவள் வரும்போது நான் இங்கேதான் இருக்கிறேன் என்று சொல்லுகிறேன்."

அக்னிவேசன் - "அப்படியே சொல்கிறேன் சேனாபதி! இந்த யுத்தம் நம்முடைய வஜ்ஜி நாட்டுப் பிரஜைகளிடையே ஒரு புதிய ஜீவனை அளித்து வாழ்க்கை முறையையே மாற்றி அமைத்துவிட்டது. வயோதிகர்கள்கூட ஆண்களானாலும் பெண்களானாலும் நாட்டின் பாதுகாப்புக்கு ஏதாவது ஒருவகையில் தாங்கள் உதவிகரமாக இருக்க வேண்டுமென்று துடித்துக்கொண்டிருக்கிறார்கள். என் வீட்டுக்காரி மாணவிகாகூட இப்படி மாறிப்போய்விடுவாள் என்று நான் ஒரு நாளும் நம்பியதில்லை. அவள், காலம் முழுவதும் தனது அதிகாரத்தால் என்னைக் கஷ்டப்படுத்தியவள்."

நான் - "கஷ்டப்படுத்தினாரா?"

அக்னிவேசன் - "பின்னே என்ன? ரொம்பக் கஷ்டப்படுத்தி விட்டாள். அவள் முதல் தடவையாகக் கர்ப்பமுற்றிருந்தபோது என் பிராணனையே வாங்கிவிட்டாள். 'என் குழந்தை விளையாடுவதற்கு ஒரு குரங்கு கொண்டுவா' என்றாள்."

நான் - "உயிருள்ளதையா?"

அக்னிவேசன் - "இல்லை. பொம்மையைத்தான். சரியென்று குரங்குப் பொம்மை வாங்கிவந்து கொடுத்தேன். மீண்டும் அதற்கு 'அரக்கு வண்ணம் பூசி வா' என்று சொல்லிவிட்டாள்; அப்புறம் தனது மகனுக்கு ஊதுகுழல் வேண்டுமென்றாள்."

நான் - "நீங்கள் இந்தப் பொம்மைகளையெல்லாம் வாங்கி வந்தீர்களா?"

அக்னிவேசன் - "பின்னே என்ன செய்வது சேனாபதி! மாணவிகா இளம் நங்கையாக இருந்தாள். அவளுக்குக் கோபம் வந்துவிடக்கூடாதே என்று எனக்குப் பயம். ஒரு அறை முழுவதும் பொம்மைகளால் நிறைந்துவிட்டது. பிறக்கப்போகும் பையனுக்காகவென்று."

நான் - "ஒரு அறை நிரம்பவா?"

அக்னிவேசன் - "ஆமாம். ஆனால் பிறந்தது என்னவென்று நினைக்கிறீர்கள்? பெண் குழந்தை."

நான் - "அப்புறம் பையன் விளையாடுவதற்கு என்று வாங்கிய பொம்மைகள் என்னவாயின?"

அக்னிவேசன் - "அடுத்தபடியாகப் பிறப்பதாவது ஆண் குழந்தையாக இருக்குமென்று அவற்றை அப்படியே வைத்திருந்தாள். ஆனால் அதற்குப் பிறகு பிறந்த ஐந்தும் பெண் குழந்தைகள்தான். மாணவிகா எப்படிப்பட்டவள் என்பதைத் தெரிவிப்பதற்குத்தான் இந்த ஒரு உதாரணத்தைக் கூறினேன். உடல் வளைந்து வேலை செய்வதென்றால் அவளுக்குப் பிடிக்காது. என்னிடம் தாசர் - தாசிகளும், வேலைக்காரர்களும் ஏராளமாக இருந்துவிட்டார்கள். ஆகையினால் எனக்கு உபத்திரவமில்லை. இல்லையென்றால் மாணவிகா என் உயிரை வாங்கியிருப்பாள். அப்படிப்பட்டவள், உங்களுடைய தாயார் மல்லிகாதேவி உற்சாகத்தோடு காயம்பட்டவர்களுக்குக் கட்டுகள் கட்டுவதையும் படுக்கை விரித்துக் கொடுப்பதையும், பாலூட்டுவதையும் பார்த்துப் பூரணமாக மாறிவிட்டாள்."

நான் - "என் அம்மாகூட உற்சாகத்தோடு சேலை செய்கிறார்களா?"

அக்னிவேசன் - "உம், மாணவிகாவும் கூட, வஜ்ஜி பெண்மணிகளிடையே ஒரு புதிய மாற்றம் ஏற்பட்டிருக்கிறது என்று சொன்னேனல்லவா? காயடைந்தோர் ஏராளமான பேர் இங்கே சிகிச்சை பெறுவதற்குப் படுத்துக் கொண்டிருக்கும்போது, மெதுவாக அடிமேல் அடிவைத்து நடந்து வேலை செய்தால் போதாது. விறுவிறுக்க நடந்து சுறுசுறுப்பாகப் பணியாற்ற வேண்டும். அப்படிப் பணியாற்றும்போது பாவாடை கால்களைத் தடுக்கிவிடும் என்பதற்காகப் பெண்கள் வேஷ்டிகளைத் தார்பாய்ச்சிக் கட்டிக்கொள்கிறார்கள்."

நான் - "அம்மா எங்கே இருக்கிறாள் ஆசார்யரே?"

அக்னிவேசன் - "வரும்வேளை ஆகிவிட்டது. மாணவிகாவும் மல்லிகாதேவியும் சின்ன வயதிலிருந்தே தோழிகள் சேனாபதி! அவருடைய இருப்பிடம் மாணவிகாவுக்கு நன்றாகத் தெரியும்."

நான் - "சரி, ஆசார்யரே? நான் மறுபடியும் மத்தியானம் இங்கு வருவதாக அம்மாவிடமும் பாமாவிடமும் சொல்லுங்கள்."

அக்னிவேசன் - "காந்தார மருமகளிடமுமா?"

நான் - "ஆமாம்?"

அக்னிவேசன் - "என் வீட்டுக்காரிக்கு அவள் என்றால் மிகவும் பிடிக்கும். தோழியின் மருமகள் தனக்கும் மருமகள்தான் என்று சொல்லிக்கொண்டிருக்கிறாள் - பாமாவும் ரோகிணியும் இங்கே மிக அரிதாகத்தான் வருகிறார்கள்."

நான் - "வேலை நிறைய இருக்கும்போலும்."

அக்னிவேசன் - "அவர்களுக்குள்ள கஷ்டங்களைச் சொல்லவே வேண்டியதில்லை. காயம் பட்டவர்கள் கணக்கில்லாமல் இருக்கிறார்கள். அவர்களில் கொஞ்சம் பேரை மறு கரையிலுள்ள வைத்தியக் கூடாரத்துக்கு அனுப்பினேனே தவிர அவர்களைப் போய்ப் பார்த்து வருவதற்கே ஓய்வு ஒழிச்சலில்லை. போர்முனை எவ்வளவு தூரம் வியாபித்திருக்கிறது என்பதுகூட எனக்குத் தெரியாது."

நான் - "இரண்டாவது நாளன்றே போர்முனை மூன்று யோசனை தூரத்திற்கு அப்பால் போய்விட்டது."

அக்னிவேசன் - "அப்படியானால் காயம் பட்டவர்களை நமது பெண்கள் படையினர் அவ்வளவு தூரத்திலிருந்து ஓட்டமும் நடையுமாகத் தூக்கிக்கொண்டு வந்திருக்க வேண்டும்."

நான் - "போர்க்களத்தில் மாத்திரம் தான் நமது யுவதிகள் காயம்பட்டவர்களைச் சுமக்க வேண்டியிருக்கிறது; அதற்கப்புறம் அவர்களைக் கொண்டுவர ரதங்களும், படகுகளும் ஏற்பாடு செய்திருக்கிறோம் என்ற போதிலும் லிச்சவிப் பெண் படையினர் இரவு பகலென்று பாராமல் வேலை செய்து வருகிறார்கள். தகிக்கும் நடுப்பகல் வெயிலையும் அவர்கள் பொருட்படுத்துவதில்லை. அம்பு மழைகளையும் அவர்கள் சட்டை செய்வதில்லை. சண்டை எவ்வளவு கோரமாக நடந்தாலும் காயம்பட்டவர்களைப் போர்க்களத்தில் வெகுநேரம் விழுந்து கிடக்க விடக்கூடாது என்று அவர்களை அப்புறப்படுத்தி வருகிறார்கள்."

அக்னிவேசன் - "அதைத்தான் நானும் சொல்கிறேன் சேனாபதி காயமடைந்தவர்களை அவர்கள் அப்போதைக்கப்போதே என்னிடம் கொண்டு வருகிறார்கள். உடனே சிகிச்சை செய்வதால் காயங்கள் சீக்கிரமே ஆறிவிடுகின்றன."

நான் - "சரி, நான் மத்தியானம் வருகிறேனென்று அம்மாவிடம் சொல்கிறீர்களல்லவா?"

அக்னிவேசன் - "மாணவிகாவிடமும் சொல்கிறேன். அவள் உன்னைப் பார்க்க வேண்டுமென்று மிகவும் விரும்புகிறாள்."

"சரி நல்லது" என்று கூறி அவரிடமிருந்து விடை பெற்றுக் கொண்டு புறப்பட்டேன். அப்போது பிம்பிசாரனுடைய பட்டத்து யானை மீது மேடை மீது ஏறுவதுபோலச் சாமர்த்தியமாக ஏறி அதனை ஓட்டிவந்த யுவனின் நினைவு மீண்டும் ஞாபகத்துகது வந்தது. அவனது சமயோசித புத்திக்காக அவனைப் பாராட்டாமல் போய்விட்மோமே என்ற குறை என் நெஞ்சை அறுத்துக் கொண்டேயிருந்தது.

மத்தியானம் சாப்பாட்டு வேளைக்கு முன்னதாகவே நான் அக்னிவேசனின் வைத்திய முகாமுக்குச் சென்றேன்; ஆசார்யர் என்னை உடனே காயம் பட்டவர்களுக்கு அம்மா பணிவிடை புரிந்துகொண்டிருந்த இடத்திற்கு அழைத்துச் சென்றார்.

அம்மா வேறு பக்கம் திரும்பிக்கொண்டிருந்ததால் அவளை என்னால் அடையாளம் கண்டுகொள்ள முடியவில்லை. அவள் லிச்சவிகளின் தலைப்பாகை, சொக்காய், வேஷ்டி கட்டியிருந்தாள். ஆசார்யரின் குரல் கேட்டுப் பின்னால் திரும்பிய அவளுடைய பார்வை என் மீது விழுந்தது. உடனே அவள் ஓடோடி வந்து என்னைத் தன் மடியில் உட்கார வைத்துக்கொண்டாள். நான் இன்னும் பால் குடிக்கும் பச்சைக் குழந்தை என்பது அவள் நினைப்பு. பிறகு அவள் என் நெற்றியிலும், கண்களிலும், உச்சியிலும் மாறி மாறி முத்தங்கள் பொழிந்தாள். நான் கேட்டேன்.

"அம்மா: நீயும்கூடப் பாமாவின் சேனையில் சேர்ந்துவிட்டாயா?"

அம்மா - "ரோகிணியின் சேனையில் கூடமகனே; முதலில் பெண்கள் லிச்சவி மாதர் படையைப் பற்றிப் பேசிக்கொண்டிருந்த போது எனக்கு ஒன்றும் புரியவில்லை. ஆனால் அவர்கள் மிகவும் கஷ்டப்பட்டு சிரத்தையோடு எல்லா விஷயங்களையும் கற்றுக் கொள்வதைப் பார்த்ததும் இது வெறும் வேடிக்கையல்ல என்பதைத் தெரிந்துகொண்டேன். நமது வீடு முழுவதுமே வாட்கள் மயமாகி யிருக்கும்போது நான் மட்டும் யோசனை செய்வதற்கு என்ன இருக்கிறது?" என்று சொல்லிக் கொண்டிருக்கும்போதே அவளுடைய வயதேயுள்ள ஒரு அம்மாள் - நான் அவளை இதற்கு முன்னர் பார்த்தது மாதிரி இருக்கிறது - வருவதைப் பார்த்ததும் அம்மா அவளுடைய கைகளைப் பிடித்துக்கொண்டு கூறினாள் - "இவர் என்னுடைய சிநேகிதி சூர்யா. நமது ஆசார்யரின் மனைவி."

அக்னிவேசன் - "ஆமாம். சேனாபதி! இவள் என்னுடைய வீட்டுக்காரி மாணவிகா."

ஆசார்யரின் மனைவி என்னுடைய நெற்றியில் முத்தமிட்டு, "என்ன பிராமணரே! அந்தக் குரங்குக் கதையை இவரிடம் கூறிவிட்டீர்களா?" என்றாள் அக்னிவேசனைப் பார்த்து.

அக்னிவேசன் கெஞ்சும் குரலில் சொன்னார் - "தாங்கள் கோபப்படக்கூடாது. இவர் நம்முடைய சேனாபதி."

மாணவிகா - "சேனாபதியா! அவர் அந்நியர் இல்லையே. எனது பால்ய தோழி மல்லிகாவின் மகன் எனக்கும் மகன். என்ன குமாரா - சேனாபதி?"

நான் - "என்னை அப்படி அழைக்க வேண்டாம் அம்மா! உங்கள் குழந்தையைக் கூப்பிடுவது போலவே கூப்பிடுங்கள். சின்ன வயதில் நான் உங்களுடைய மடியில் விளையாடியவன்தானே."

மாண - "அது மட்டுமல்ல மகனே! நான் உனக்குப் பால்கூடக் கொடுத்தேன். என்ன மல்லிகா?"

அம்மா - "ஆமாம் தோழி! நாம் அப்போது உமாவையும் சிம்மனையும் வெவ்வேறாகப் பார்த்தவர்களல்ல."

மாண - "ஆனாலும் சிம்மன் எவ்வளவு மாறிப்போய் விட்டான்! வைசாலியில் தூரத்திலிருந்து பார்த்தேன். பெயர் சொன்னாலும் முகத்தைப் பார்த்து என்னால் நம்ப முடியவில்லை."

அம்மா - "தோழி! பையனுக்குப் பன்னிரண்டு வயதானதற்குப் பிறகு எங்கே அவனைப் பார்த்தாய். நீதான் ஆசார்யரோடு காசிக்குப் போய்விட்டாயே."

மாண - "உண்மைதான். எங்கள் பிராமணர் அப்போது வைசாலியை விட்டு எந்தத் தலைநகருக்காவது சென்றால் தமது இளம் வயது திறமைக்கேற்ப மரியாதை கிடைக்குமென்று நம்பினார். அப்படியே காசியில் மரியாதையும் கிடைத்தது. ஆனால் அது எனக்கு அந்நிய தேசம் மாதிரியே இருந்தது."

அக்னி - "சேனாபதி! மாணவிகா என் கழுத்துக்குக் கட்டைமாட்டிய மாதிரி இருந்தாள்."

நான் - "இத்தனைக்கும் அவர் தப்பொன்றும் செய்யவில்லையே?"

அக்னி - "தவறு செய்யவில்லைதான். பிறந்த நாடு என்றால் யாருக்குத்தான் பாசம் இருக்காது?"

நான் - "ஆசார்யரே! எங்கள் சின்னம்மா சுகுலாகூட உங்கள் வைத்திய முகாமில் சேர்ந்திருப்பதாகக் கேள்விப்பட்டேனே."

அக்னி - "ஆமாம் சேனாபதி! முதல் நாளே அவள் பாமாவோடு கங்கையின் அக்கரைக்குப் போய்விட்டாள்."

நான் - "பாமாவிடமிருந்து தகவல் எதுவும் வரவில்லை?"

அக்னி - "இல்லை. இன்றைக்குக் காயம்பட்டோர்கூட மிகக் குறைவாகவே வந்திருக்கிறார்கள்."

நான் - "இனி வரமாட்டார்கள் ஆசார்யரே!"

அம்மா - "ஏன் மகனே?"

நான் - "எதிரிகள் பூரணமாகத் தோற்கடிக்கப்பட்டு விட்டார்கள் அம்மா! நேற்றிலிருந்து ஆங்காங்குச் சிதறியோடிப்போன பகைவர்களை நமது படைகள் பின்னால் விரட்டிச் சென்று பிடித்து வருகின்றன."

அக்னி - "பாவம்! சேனாபதி சுமணன் இந்த வெற்றியைத் தம் கண்களால் பார்க்க முடியாது போயிற்று."

நான் - "அவர் பார்த்தார் ஆசார்யரே! அந்த நல்ல செய்தியை வைசாலிக்குத் தெரிவிக்க வேண்டும் என்று ஆத்திரப்பட்டார். அதுவே அவருக்கு எமனாக முடிந்துவிட்டது. வெற்றி விழாவில் சேனாபதி கலந்துகொள்ள முடியாமற்போகும் துரதிர்ஷ்டத்தைவிட அவரது படையினரை மனத்துயர் கொள்ளச் செய்வது வேறு என்ன இருக்கிறது?"

வைத்திய முகாமைப் பார்த்த பிறகு நான் ஆயுதசாலையைப் பார்வையிடச் சென்றேன். மகதப் படையினரிடமிருந்து கைப்பற்றிய ஆயுதங்களும் அங்கே குவித்து வைக்கப்பட்டிருந்தன. படகுப்பாலம் கட்டப்பட்ட திக்வாரா முதல் கீழ்க்கங்கை வரையுள்ள படகுப்படைத் தளங்களுக்குத் தலைவனாக இருந்துவரும் சந்தனு அப்போது ஆயுத சாலையில் இருந்தான். அவனுடைய படகுகள் எதிரிகளிடமிருந்து கைப்பற்றிய யுத்தப் பொருள்களைக் கொண்டுவந்து சேர்ப்பதில் ஈடுபட்டிருந்தன. நாங்கள் ஒருவரையொருவர் பார்த்ததுமே கட்டித் தழுவிக் கொண்டோம். வெற்றி ஈட்டித் தந்ததற்காக அவன் எனக்குத் தன் பாராட்டுதலைத் தெரிவித்துக் கொண்டான். இந்த வெற்றியில் தட்சசீல நண்பர்களுக்குப் பிரதான பங்கு இருக்கிறது என்று கூறி என் நன்றியறிதலை அவனுக்குத் தெரிவித்துக்கொண்டேன்.

சந்தனு - "தட்சசீலம் தனது சகோதரியான வைசாலியைப் பாதுகாக்க இந்த அளவு சேவை செய்யும் சந்தர்ப்பம் கிடைத்தது கேட்டு மிகவும் மகிழ்ச்சியாக இருக்கிறது."

நான் - "உங்கள் சேவை சமான்யமானதா உங்களுடைய உதவி என்றென்றும் மறக்க முடியாது. நீங்கள் படகுப்படையை நன்கு பலப்படுத்தியதால்தான் அதன் முதல் அடியிலேயே பகைவர்கள் கலகலத்துவிட்டார்கள். பிறகு அவர்களால் காலூன்றி நிற்கவே முடியவில்லை. இப்போது நதிக்கு அப்பால் உள்ள போர் முனையில் கபில்தான் பொறுப்பேற்று யுத்தத்தை நடத்திக் கொண்டிருக்கிறான். இனி மகத மன்னன் தோல்வியைத் தன் வாயாலேயே ஒப்புக்கொள்ளும்படி செய்யும் காரியம் ஒன்றே பாக்கியிருக்கிறது."

என் இருப்பிடத்துக்குத் திரும்பி, போர்முனைகளிலிருந்து வந்திருந்த செய்திகளைத் தெரிந்துகொண்டு படைவீரர்களுக்குக் கட்டளைகள் பிறப்பிப்பதில் ஈடுபட்டிருந்தேன். எதிரிகள் போர் நிறுத்தம் கோருவதாகச் சற்றுப் பொழுதிருக்கும்போதே கபிலிடமிருந்து தகவல் வந்தது. பகைவர்களைத் துரத்திச் செல்லும் நடவடிக்கையை உடனடியாக நிறுத்தும்படியும், மேற்கொண்டு செய்யவேண்டியதைக் குறித்து மறுதினம் செய்தி அனுப்புவதாகவும் கபிலுக்குப் பதில் அனுப்பினேன். பிறகு உடனே குதிரைமீது நான் வைசாலிக்குப் பயணமானேன். வழியில் களைத்துப்போன குதிரைக்குப் பதிலாக வேறு குதிரையை மாற்றிக் கொண்டு, சூரியன் அஸ்தமமான கால்நாழிகைக்கு வைசாலியை அடைந்தேன். பல மாதங்களுளக்குப் பிறகு கணபதியை இப்போதுதான் நான் மீண்டும் சந்தித்தேன். அவர் மிக மகிழ்ச்சியோடு எனக்குப் பேட்டியளித்து, மிகுந்த உற்சாகத்தோடு பேசி, வெகுவாகப் பாராட்டினார். நான் அவருக்குக் கபில் அனுப்பிய தகவலைத் தெரிவித்தேன். அப்போதே மந்திரி சபைக் கூட்டத்துக்கு ஏற்பாடு செய்யப்பட்டது.

போரை நிறுத்துவதா, இல்லையா? நிறுத்துவதாக இருந்தால் என்ன நிபந்தனைகளின் பேரில் நிறுத்துவது? இவையே எங்கள் முன்னாலிருந்த பிரச்சினைகள்.

பிரதம மந்திரி தமது அபிப்பிராயத்தைப் பின் கண்டவாறு கூறினார் - "மகத மன்னன் நம்மீது பல தடவை அக்கிரமமாகப் படையெடுப்பு நடத்தினான். அவனோடு நாம் இதுவரை செய்துகொண்ட ஒப்பந்தங்கள் எதையும் அவன் சரிவர நிறைவேற்றவில்லை. ஒவ்வொரு தடவையும் ஒப்பந்தத்தை ஏற்றுக்கொண்டு மகதம் திரும்பவும் நம்மீது படையெடுத்து வருவதற்கே சந்தர்ப்பம் கொடுத்தோம். ஆகையால் இந்தத் தடவை அப்படியில்லாமல் இந்த விவகாரத்துக்கு அடியோடு ஒரு முடிவு கட்டியாக வேண்டும்.

கணபதி - "அப்படியானால் மகத ராஜ்யத்தையே ஒழித்துக்கட்ட வேண்டும் என்கிறீரா?"

பிரதம மந்திரி - "ஆம், அப்படித்தான்!"

கணபதி - "அதாவது மகதம், பாடா, தெற்கு, வடக்கு அங்கநாடு ஆகிய அத்தனை ராஜ்யங்களையும் வைசாலியில் சேர்த்துவிட வேண்டும் என்கிறீர்கள்!"

பிரதம மந்திரி - "அதில் தவறு என்ன இருக்கிறது?"

கணபதி - "அப்படியானால் நமது இந்த ஆட்சி குடியரசாக இருக்குமா? இல்லை முடியரசாக இருக்குமா?"

பிரதம மந்திரி - "இப்போது போலவே குடியரசாகத்தானிருக்கும்."

கணபதி - "இந்தக் குடியரசை ஏற்படுத்தியவர்கள் வஜ்ஜி நாட்டில் அதிக எண்ணிக்கையில் உள்ள லிச்சவிகள்தான். பின், மகத அங்க ராஜ்யங்களில் லிச்சவிகள் இல்லையே?"

பிரதம மந்திரி - "அதனால் என்ன? நாம் இப்போது வஜ்ஜி நாட்டிலுள்ள லிச்சவிகளல்லாதவர்களைப் பரிபாலனம் செய்வதைப் போலவே அங்கேயுள்ளவர்களையும் ஆட்சி செய்வோம்."

கணபதி - "இந்த விஷயத்தில் உத்தராபதம் (பஞ்சாப்) முழுவதிலுமுள்ள தட்சசீலம் முதலான குடியரசு ராஜ்யங்களின் அனுபவங்களைப் பற்றி நமது சேனாபதி கூறவேண்டும்."

நான் - "கௌரவமிக்க தலைவர் அவர்களே! நான் ஒரு சாதாரண படைவீரன். அரசியலைப்பற்றி முக்கியமாகக் குடியரசு அரசியலைப் பற்றி நான் தெரிவிக்கும் கருத்துக்களை ஒரு பெரிய அரசியல் தலைவன் கூறும் யோசனையாக அல்லாமல் ஒரு சாதாரண ராணுவ வீரன் தெரிவிக்கும் யோசனையாகவே பாவிக்க வேண்டுகிறேன். உத்தராபதத்தில் (பஞ்சாபில்) காந்தாரம் போன்ற குடியரசு ஆட்சியில் அடிமை முறையே இல்லை. அங்கே நிறவேற்றுமைகூட இல்லை. எல்லோரும் ஆரியர்கள். ஒருசில குடும்பங்களைத் தவிர்த்து அனைவரும் காந்தாரர்கள். அதனாலேயே அந்தக் குடியரசு புனிதமாக விளங்குகிறது. காந்தாரர்களுக்குள் உள்ள அத்தனை சகோதரபாவத்தை இங்கே காண முடியவில்லை. காந்தாரக் (தட்சசீலம்) குடியரசு முறை நமக்கு வழிகாட்டியாக இருக்கக்கூடியது என்பது என் கருத்து. நமது தேசத்தில் அடிமைத்தனம் இருக்கிறது. ஆரியரல்லாத மக்கள் இருக்கிறார்கள். அயல்நாடுகளிலிருந்து லிச்சவிகளல்லாதவர்கள் அநேகம் பேர் இங்கே வந்த வண்ணமிருக்கிறார்கள். நமது ஆட்சி லிச்சவிகளல்லாதவர் களிடம் கொடுமையாக நடந்து கொள்ளவில்லை என்றாலும் குடியரசு ஆட்சிமாதிரியாக இல்லை. ஏனென்றால் லிச்சவிகளல்லாதவர்கள் நமது ஆட்சிப் பரிபாலனத்தில் பங்குகொள்வதற்கு எந்தவிதச்

சாதனமுமில்லை. வஜ்ஜி தேசத்திலுள்ள லிச்சவிகளல்லாதவர்கள் இவ்வித நிலைமையிலிருப்பதால் நம்மால் ஒரு லட்சியக் குடியரசை நடத்துவதற்கு முடியாமலிருக்கிறது. சொல்லப்போனால் லிச்சவி குடும்பங்களிலேயே அநேகம் செல்வம் படைத்தவைகளாயும் மற்றும் அநேகம் மிக ஏழ்மை நிலையிலும் இருக்கின்றன. ஜனங்கள் எப்போதும் தங்களுடைய சொத்துரிமைக்கு அனுகூலமான முறையிலேயே ஆட்சி நடக்க முயற்சித்துக் கொண்டிருக்கிறார்கள். அதனால் ஏழை லிச்சவிகள் பணக்கார லிச்சவிகளிடம் குரோதம் கொண்டிருக்கிறார்கள்.

"ஒரு வஜ்ஜி தேசத்திலேயே நிலைமை இப்படியிருக்கும்போது இனி நாம் அங்க, மகதம் முதலிய லிச்சவிகளல்லாத ராஜ்யங்களையும் நம்மோடு இணைத்துக்கொண்டால் அதன் விளைவுகள் நம் குடியரசை வெகுவாகப் பாதிக்காமலிருக்க முடியாது. நாம் நம்முடன் புதிதாகச் சேர்ந்த பிரதேசங்களுக்கு யாராவது ஒருவரை அரசனாக அல்லாவிட்டாலும் அதிகாரியாக அனுப்பியே தீர வேண்டியிருக்கும். அப்படி அனுப்பப்படும் அந்த நபர் யதேச்சதிகாரமாக நடந்துகொள்ளாதபடி கண்காணிக்க அங்கே லிச்சவி பஞ்சாயத்து சபை இருக்காது. அதுமட்டுமல்லாமல் நாம் அங்கே ஒரு லிச்சவி அதிகாரியை நீண்டகாலம் பதவியிலிருக்கச் செய்யும்போது மற்றொரு மகத மன்னனைச் சிருஷ்டித்தவர்களாகிறோம். அவன் செல்வத்தைச் சேர்த்துக்கொள்வதோடு மட்டுமல்லாமல் தன் அதிகாரத்தையும் நிலைநாட்டிக் கொள்கிறான். பிறகு என்றைக்காவது ஒரு நாள் பதவி விலகவேண்டுமென்று சொன்னால் அது அவனுக்குப் பிடிப்பதில்லை. எனவே தகராறு செய்ய முற்படுகிறான்."

பிரதம மந்திரி - "நாம் எவரொருவரையும் நீண்ட காலம் பதவியிலிருக்க அனுமதிக்காமல் மூன்று வருடங்கள் என்று நிர்ணயித்து அனுப்பினால் சரியாய்ப் போய்விடுகிறது."

நான் - "மூன்று ஆண்டுகள்கூட அதிகம்தான். சாமர்த்தியமுள்ளவன் அந்த மூன்று வருடங்களுக்குள்ளேயே தன்னைப் பலப்படுத்திக்கொள்ள முடியும். அங்க, மகத ராஜகுடும்பத்தினரோடு சதியாலோசனை செய்து வெளியிலே வசிக்கும் லிச்சவிகளிடையே பிளவு உண்டு பண்ணி, உபத்திரவம் விளைவிக்க முடியும்."

பிரதம மந்திரி - "வருடா வருடம் நமது பிரதிநிதியை அனுப்பி வைத்தாலோ?"

நான் - "அப்போது அந்தக் குறுகிய காலத்திற்குள் அவன் அங்குள்ள பழக்க வழக்கங்கள், அரசியல் நிலைமைகள் முதலியவற்றைத் தெரிந்துகொள்வதற்குப் போதுமான அவகாசம் இருக்காது."

பிரதம மந்திரி - "சேனாபதி! அப்படியானால் இதிலிருந்து அங்க, மகத ராஜ்யங்கள் நம் நாட்டோடு சேருவதால் நமது குடியாட்சி முறைக்குப் பாதகம் ஏற்படும் என்பதா உங்கள் கருத்து."

நான் - "ஆமாம். மேற்குப் பஞ்சாயத்து ராஜ்யங்களின் அனுபவங் களிலிருந்து இதனைத் தெளிவாகத் தெரிந்து கொள்ளலாம்."

பிரதம மந்திரி - "அப்படியானால் சில வருடங்களுக்கு ஒரு தடவை நாம் மகதத்தோடு போர் செய்துகொண்டே இருக்க வேண்டியதுதானா? நாம் இந்தக் கஷ்டத்திலிருந்து தப்புவதற்கு வழிதான் என்ன?"

நான் - "இதுமட்டுமல்ல கனம் அமைச்சர் அவர்களே! இதைவிடப் பெரிய அபாயம் இருக்கிறது. இதுவரை நாமே வெற்றிபெற்று வந்திருக்கிறோம். அதனால் மகத யதேச்சதிகார ஆட்சிக்கு எந்தவிதமான ஆபத்தும் ஏற்பட்டுவிடவில்லை. அதே சமயம் மகதர்கள் ஒரு தடவை வெற்றி பெற்றால்கூட அவர்கள் நம் குடியரசை என்றென்றைக்கும் தலையெடுக்காதபடி அழித்தொழித்துவிடுவார்கள். பஞ்சாயத்து ஆட்சியில் பங்குபெறாத லிச்சவிகளல்லாதவர்கள் ஏராளமான பேர் நமது ராஜ்யத்தில் இருக்கிறார்கள். எல்லோரையும் சரி நிகர் சமானமாக நடத்துகிறோம் என்ற சாக்கில் லிச்சவிகளுடையவும் லிச்சவிகளல்லாதவர் களுடையவும் உரிமைகளைப் பறித்துவிடுவார்கள். அதாவது இரண்டு பேர்களையும் ஒரே சமமாக அடிமைப்படுத்திவிடுவார்கள்."

பிரதம மந்திரி - "நீங்கள் கூறுவது உண்மைதான் சேனாபதி! ஒவ்வொரு தடவை நாம் வெற்றியடைந்த போதும் அவர்களுடைய பலம் கொஞ்சம் கொஞ்சமாகத்தான் குறைந்தது. ஆனால் ஒரு தடவை அவர்கள் வெற்றி பெற்றாலும் நமது குடியரசே அடியோடு நசிந்துவிடும். அப்படிப்பட்ட நாசகாரர்களான பகைவர்களை விட்டுவைப்பது விவேகமானதா?"

நான் - "இந்த விஷயத்தில் நான் உங்கள் கருத்தை ஆதரிக்கிறேன். ஆனால் ஒன்று கவனிக்க வேண்டும். பிம்பிசாரனை அகற்றிவிட்டு இன்னொரு பிம்பிசாரனை சிருஷ்டிப்பது இதைவிட ஆபத்தானது. பிம்பிசாரன் வெறும் பிம்பிசாரன்தான். ஆனால் லிச்சவி பிம்பிசாரனோ அங்க, மகத ராஜ்யங்களுக்கு எஜமானனாகி, சுயஜாதிக்காரர்களாக ஆகமுடியும். அந்நிய ஜாதியைச் சேர்ந்த பிம்பிசாரனோடு போர் புரிவதற்கு ஒன்றுபட்டு நின்ற லிச்சவிகள் அனைவரும் லிச்சவி பிம்பிசாரனுக்கெதிராக யுத்தம் செய்வதற்கு ஐக்கியமாக இருக்க மாட்டார்கள். அப்படிப்பட்ட சமயங்களில் பஞ்சாயத்து ராஜ்யத்துக்கு ஏற்படும் அபாயம் அற்ப சொற்பமாக இருக்காது. எதிரியை ஒழித்துக் கட்டவேண்டியதுதான். ஆனால் அவனை நிரந்தரமாக நாசம்

செய்வதற்கு லிச்சவிகளாகிய நாம் நம்முடைய ஐக்கியத்தை அழித்துக் கொள்ளத் தயாராக இருக்கிறோமா என்பதுதான் பிரச்சினை."

பிரதம மந்திரி - "பால் குடிக்கும் லிச்சவி பாலகன்கூட இதற்கு ஒப்புக்கொள்ள மாட்டான்."

நான் - "அப்போது நம்முடைய ஒற்றுமைக்குப் பங்கம் ஏற்படாமல் எப்படி எதிரியை ஒழிப்பது என்னும் பிரச்சினை எழுகிறது."

பிரதம மந்திரி - "ஆம். இதற்கு நாம் ஏதாவதொரு வழி கண்டுபிடிக்க வேண்டும். சேனாபதி! இதற்கு உங்களுக்கு ஏதாவது உபாயம் தோன்றுகிறதா?"

நான் - "இவ்விஷயத்தில் நான் முற்றிலும் கண்ணைக் கட்டிக் காட்டில் விட்டவன் போலிருக்கிறேன் கனம் பிரதம மந்திரி அவர்களே! என்றாலும் எதிரியை என்றென்றைக்கும் தலையெடுக்காமல் செய்ய வேண்டுமென்பது உங்கள் விருப்பமானால் அதற்கு ஒரு மார்க்கம் இருக்கிறது. அதில் நாம் ஓரளவுக்கு நம்பிக்கை வைக்கலாம். ஆனால் இந்த மார்க்கத்தில் கொஞ்சம் சந்தேகம் இல்லாமலுமில்லை."

கணபதி - "அந்த மார்க்கம் என்ன சேனாபதி?"

நான் - "அங்க, மகத மக்களுக்குப் பூரண சுதந்திரம் கொடுத்துவிட வேண்டும்."

பி. மந்திரி - "பிம்பிசாரனுடைய சைன்யத்தைத் தோற்கடித்து இதனைச் சுலபமாகச் செய்யலாம்."

நான் - "ஆனால் அங்க, மகத மக்கள் சுதந்திரம் பெறுவதற்கு ஒப்புக்கொள்வார்களா?"

பி. மந்திரி - "சுதந்திரம் கொடுத்தால் யார் வேண்டாம் என்று சொல்வார்கள்?"

நான் - "உங்களுடைய குடும்பத்தில் நீண்ட நெடுங்காலமாக அடிமையாக இருக்கும் உங்கள் பிரியமான தாசன் ஒருவனுக்கு விடுதலை கொடுத்துப் பாருங்கள்."

பி. மந்திரி - "அவன் சுதந்திரம் பெறுவதற்கு விரும்பமாட்டான் என்பதா உங்கள் அபிப்பிராயம்?"

நான் - "ஆம். சுதந்திரம் பலசாதக - பாதகங்கள் கலந்து இருக்கின்றன. அதற்கு மிகவும் பொறுப்பு வகிக்க வேண்டும். அதன் பொருட்டுத் தன்னலங்களையும், ஏன் உயிரையும்கூடத் தியாகம் செய்யத் தயாராக இருக்க வேண்டும். ஆனால் நீண்ட நெடுங்காலமாக

அடிமைத்தனத்தில் அமிழ்ந்துபோன தாசர்கள் இந்தப் பண்புகளை என்றைக்கோ இழந்துவிட்டார்கள்."

பி. மந்திரி - "அப்படியானால் ஒரு தடவை அடிமையானவர்கள் என்றென்றைக்கும் அடிமைகளாகவே இருக்கவேண்டும் என்று விரும்புகிறார்கள் என்கிறீரா?".

நான் - "அடிமைத்தனம் அவர்களுக்கிடையே எவ்விதம் ஊறிப்போயிருக்கிறது என்பதற்காகவே இதைக் கூறினேன். மக்களுக்குச் சுதந்திரம் கொடுக்க வேண்டும் என்று சொல்லுகிறபோது, அவர்களுடைய குடியரசுகளை ஏற்படுத்த வேண்டும்; மகத, அங்க பஞ்சாயத்துச் சபைகளை ஸ்தாபிக்க வேண்டும் என்றுதான் அதற்கு அர்த்தம்."

பி. மந்திரி - "பாஞ்சாலத்தில் போலவே நாம் கூடக் கிழக்கில் குடியரசு ராஜ்யங்களின் எண்ணிக்கையை அதிகரிப்பது நல்லதல்லவா?"

நான் - "அப்போதும்கூட யுத்தம் எப்போதுமே வராது என்று சொல்ல முடியாது. என்றாலும் நமது குடியாட்சி முறைக்கு ஆபத்து இருக்காது. குடியரசுக்குப் பிரதான எதிரி முடியரசுதான்."

பி. மந்திரி - "நன்றாகச் சொன்னீர்!"

நான் - "நன்றாக என்ன? இதைவிடக்கூட நன்றாகச் சொல்ல முடியும். இதை நடத்திக் காட்டுவதில்தானிருக்கிறது. செய்வதைவிட சொல்வது மிகவும் சுலபம்."

பி. மந்திரி - "அங்கத்துக்கும் மகதத்துக்கும் சுதந்திரம் கொடுக்க முடியாதா?"

நான் - "அங்குள்ள எந்த ஒரு மகத மன்னனிடமாவது அல்லது அங்க மன்னனிடமாவது சுதந்திரத்தை ஒப்புவிப்பது மிகவும் எளிதானதுதான்."

பி. மந்திரி - "இல்லை. மக்களுக்குச் சுதந்திரம் கொடுக்க வேண்டும் என்பதே நமது விருப்பம்."

நான் - "அதாவது அங்க, மகத கணசபைகளை (பஞ்சாயத்து சபைகள்) ஏற்படுத்த வேண்டுமென்று சொல்கிறீர்கள்."

பி. மந்திரி - "ஆம். அதுதான்."

நான் - "லிச்சவிகளாகிய நம்மைப் போலவே அங்க, மகத ஜாதியினரும் ஒரே இரத்தமுடையவர்களாக, புனிதமான ஆரிய ஜாதியைச் சேர்ந்தவர்களாக, வெள்ளை வர்ணம் உடையவர்களாக இருந்தால்தான் அது சாத்தியம்."

பி. மந்தி - "அங்கே அப்பபடிப்பட்ட பரிசுத்தமான ஜாதிகளே இல்லையா?"

நான் - "மகதத்தில் க்ஷத்திரியர்கள், பிராமணர்கள், வைசியர்கள், சூத்திரர்கள் என்ற பல ஜாதியினர் இருக்கின்றனர். அவை நமது லிச்சவி ஜாதியைப்போல ஒரே ஜாதியல்ல."

பி. மந்திரி - "அவைகளிலே வெள்ளை நிறம் கொண்ட ஆரியர்களெல்லோரையும் ஒன்று சேர்த்து ஏன் மகத கணசபையை ஏற்படுத்தக் கூடாது?"

நான் - "ஆனால் பிராமணர்களை இதற்கு ஒப்புக்கொள்ளச் செய்ய நம்மால் முடியாது. அவர்கள் யக்ஞ் - யாகாதிகள், பூஜை - புனஸ்காரங்கள் செய்வது மாத்திரம்தான் தங்கள் கடமை என்றும், அரசாட்சி செய்வது க்ஷத்திரியர்களுடைய கடமை என்றும் நம்பிக் கொண்டிருக்கிறார்கள்."

பி. மந்திரி - "கண சுதந்திரமும், ஆட்சி அதிகாரமும் கிடைக்கும் போது, தங்களுடைய புரோகிதத் தொழிலை விட்டுவிடுவதற்குத் தயாராக இல்லாமலிருக்க மாட்டார்கள்."

நான் - "மூன்று வேதங்களிலுள்ள மந்திரங்கள் மறைந்துபோய், அந்த மந்திரங்களை ஓதுவதற்கு ஒருவன்கூட இல்லை என்ற நிலைமை ஏற்பட்டால்தான் அவர்கள் நீங்கள் சொன்ன மாதிரி தயாராக இருப்பார்கள்."

பி. மந்திரி - "அது ஏன்?"

நான் - "ஏனா? மூன்று வேதங்களையும் இயற்றிய அஷ்டகர், வாமகர், வாமதேவர், ஜமதக்னி, பிருகு, வசிஷ்டர், அங்கிரர், விசுவாமித்திரர். பரத்வாஜர் முதலியவர்களே பிராமணர், க்ஷத்திரியர், வைசியர், சூத்திரர் என்ற பாகுபாடுகளை ஏற்படுத்துவதில் மிக முக்கியமான பாத்திரம் வகித்தார்கள். மேற்குத் தேசங்களிலுள்ள (பஞ்சாப்) ஆரியர்கள் வேதங்களை இயற்றாததால் அங்கே இன்றுகூடப் பிராமணர்கள் என்பவர்களில்லை. வெளியிலிருந்து வந்த பிராமணர்கள் வேண்டுமானால் எங்கேயாவது காணப்பட்டால் காணப்படலாம்; குரு - பாஞ்சாலத்தில் அஷ்டகர்கள், வாமதேவர்கள் இல்லை. வேதங்கள் இருப்பது கிழக்கில்தான். ஆகையினால் பிராமணர். க்ஷத்திரியர் என்ற பேதா பேதங்கள் தீவிர உருவம் பெற்றதும்கூட அங்கேதான்."

பி. மந்திரி - "நாம் இருப்பது கூட கிழக்கில் தானே; ஆனால் நம்மிடையே அந்தப் பேதங்கள் இல்லையே?"

நான் - "உத்திராபதத்திலுள்ள (பஞ்சாப்) கணஜாதிகளைப் பார்த்தபிறகு ஆரியர்களின் அல்லது வெள்ளை நிறத்தவர்களின் மூதாதையர்கள் பிராமணர், க்ஷத்திரியர் என்ற எந்தவிதமான வேறுபாடுகளையும் கைக்கொள்பவர்களல்ல என்ற முடிவுக்கு வந்தேன். காந்தாரம், கம்போஜம், வடக்குக் குரு தேசங்களில் இன்று இவ்விதம்தான் இருக்கிறது. வெளியிலிருந்து வந்த லிச்சவிகளல்லாதவர்களைத் தவிர்த்துப் பார்த்தால் நம்முடைய லிச்சவி ஜாதிகூட அப்படிப்பட்டதுதான். ராணுவப் பயிற்சி பெறுவதிலும், பஞ்சாயத்து பரிபாலனத்திலும் எல்லோரும் சம உரிமை படைத்தவர்களாக இருப்பதால் வெளி ராஜ்யத்தவர்கள் நம்மை லிச்சவி க்ஷத்திரியர்கள் என்று அழைத்து வருகிறார்கள். நம்மை க்ஷத்திரியர்கள் என்று அழைக்கும்போது அவர்கள் மனதில் பிராமணர்களைப் பற்றிய எண்ணமும் இருக்கிறது. அதாவது பிராமணர்கள் புரோகித ஜாதி என்பதும், எனவே உயர்ந்த ஜாதி என்பதும், க்ஷத்திரியர்கள் அவர்களுக்குக் கீழான, நாடாளும் ஜாதியைச் சேர்ந்தவர்கள் என்பதும் அவர்களுடைய அபிப்பிராயம். அவர்களுடைய இந்தக் கருத்தை நீங்கள் ஒப்புக் கொள்கிறீர்களா?"

பி. மந்திரி - "ஒருபோதும் ஒப்புக்கொள்ளமாட்டோம். பிராமணர்களை நமக்குச் சமமாகக் கருதமாட்டோம். இரத்த வர்ணம் ஆகிய விஷயங்களில் அவர்களை நமக்குக் கீழானவர்களாகவே நாம் மதிக்கிறோம். அதனாலேயே பிராமணப் பெண்ணுக்கும் லிச்சவி ஆணுக்கும், லிச்சவிப் பெண்ணுக்கும் பிராமண ஆணுக்கும் பிறந்த குழந்தைக்கு நம்மோடு சம அந்தஸ்து தரமாட்டோம். அப்படிப்பட்டவர்களுக்கு லிச்சவி நீராட்டு உரிமையும் அளிக்க மாட்டோம். ஆனால் பிராமணர்கள் லிச்சவிப் பெண்களுக்குப் பிறந்த குழந்தைகளைத் தங்களோடு சேர்த்துக்கொள்கிறார்கள். அவர்களுக்கு யக்ஞம் - போஜனம் முதலியவற்றில் சம உரிமை அளிக்கிறார்கள். அதேபோலத் தங்களுடைய பெண்களுக்கு லிச்சவி ஆண்கள் மூலம் பிறந்த ஆண் குழந்தைகளுக்குத் தகப்பனுடைய கோத்திரத்தைக் கொடுத்துத் தங்களுடைய வம்சத்தில் சேர்த்துக்கொள்கிறார்கள்."

நான் - "இதனுடைய பொருள் என்ன? வெளிப் பிராமணர்களும் மற்றவர்களும் நம்மை எந்த அர்த்தத்தில் க்ஷத்திரியர்கள் என்று அழைக்கிறார்களோ அந்த அர்த்தத்தில் நாம் க்ஷத்திரியர்கள் இல்லை என்பதுதான் இதன் பொருள். குரு - பாஞ்சாலமெங்கும் உள்ள ஆரியர்களுக்குள் பிராமணர், க்ஷத்திரியர் என்ற பேதங்கள் ஏற்பட்டன. ஆனால் குடியரசுகளிலுள்ள நமது கணஜாதிகள் அந்தப் பாகுபாடுகளுக்கு இடம் கொடுக்கவில்லை. இதன் காரணமாக அவை சுதந்திரமான

புராதன ஆரிய ஜாதிகளாகவே நிலைத்துப் போய்விட்டன. அவர்கள் குரு - பாஞ்சாலத்திற்குள்ளேயே அரசுகள் அமைத்துக்கொண்டு, பண்டைய ஆரிய சம்பிரதாயங்கள் பிரகாரம் கண ஆட்சி (பஞ்சாயத்து ஆட்சி) நடத்தி வருகிறார்கள். உண்மையில் லிச்சவிகள் பிராமணர்களா, க்ஷத்திரியர்களா என்ற விவாதம் எழலாம். இதரர்கள் க்ஷத்திரியர்கள் என்று அழைப்பதால் நாமும் நம்மை க்ஷத்திரியர்கள் என்று சொல்லிக் கொள்கிறோம்; ஆனால் பரிபாலனம் செய்பவர்கள் என்ற அர்த்தத்தில்தானே தவிர, பிராமணர்களுக்குக் கீழான ஜாதியைச் சேர்ந்தவர்கள் என்ற அர்த்தத்தில் அல்ல. யதார்த்தத்தில் இதுவரை நாம் பிராமணர்கள் உண்டாக்கிய சதுர்வர்ணத்தில் (நான்கு ஜாதிகள்) கலந்துகொள்ளவேயில்லை. நான் இவ்வளவு கூறிவந்தது ஒரு பஞ்சாயத்து ஆட்சியை நிர்மாணிப்பதற்கு அவசியமான ஒரே ஜாதி, ஒரே ஆசாரம் அங்க மகத ராஜ்யங்களில் இல்லை என்பதை விளக்குவதற் காகத்தான், அங்குள்ள பிராமணர், க்ஷத்திரியர், வைசியர் முதலியோர் லிச்சவிகளைப் போல ஒரே ஜாதியைச் சேர்ந்தவர்களல்லர்."

பி. மந்திரி - "ஆனால் அவர்களிலே க்ஷத்திரியர்களைக் கணஜாதி யாக ஏன் எடுத்துக்கொள்ளக் கூடாது?"

நான் - "அந்த க்ஷத்திரியர்களுக்கு அதாவது மகத க்ஷத்திரியர்களுக்குப் பஞ்சாயத்து சம்பிரதாயங்கள் என்றால் என்னவென்றே தெரியாது. அவர்களுக்கு யாரோ பண்டைய மன்னர்களைத்தான் தெரியும். அவர்கள் யாராவது ஒரு வீரனைத் தங்களது தலைவனாகத் தேர்ந்தெடுத்துக் கொள்கிறார்கள். அப்படிப்பட்டவர்கள் குடியாட்சி முறையை எப்படி ஏற்றுக்கொள்வார்கள்?"

கணபதி - "ஆம் சேனாபதி பிம்பிசாரனுடைய அரச வம்சத்தை நிர்மூலம் செய்து மகத ஆட்சிச் சக்கரத்தை எந்த ஒரு க்ஷத்திரிய ஜாதியிடமோ ஒப்புவித்துவிடுவதால் மட்டும் குடியரசு அரசாங்கம் ஏற்பட்டுவிடாது என்று நானும்கூட அபிப்பிராயப்படுகிறேன். மகதத்தில் அவர்கள் க்ஷத்திரியர்கள் என்று வர்ணிக்கப்படுவதைக் கொண்டு மட்டும் இன்று லிச்சவிகள் அனுபவித்து வரும் பஞ்சாயத்து சுதந்திரத்தை என்றைக்காவது அனுபவித்திருக்கிறார்களா என்று சொல்வதற்கு வழியில்லை. அவர்கள் அரச கட்டளையை நிறைவேற்றுவதற்கு இருப்பவர்கள் மாத்திரம்தான். மற்றொரு விஷயம், மகதத் திலுள்ள வெவ்வேறு ஜாதியினரும் அடிமைத்தனத்தையும், பிறரை ஆதினப்படுத்துவதையும் சமமாக அனுபவிக்கக் கூடியவர்களே தவிர, பஞ்சாயத்துச் சுதந்திரத்தைச் சம பங்காளிகளாக இருந்து அனுபவிப்பதற்குச் சம்மதிக்க மாட்டார்கள். ஆகையினால் பலதரப்பட்ட ஜாதிகளையும் ஒன்று சேர்த்து மகத கணத்தையோ அங்க கணத்தையோ

ஏற்படுத்துவது சாத்தியமற்றது. இதற்கு மேல் அங்குள்ள வர்ணக் கலப்பையும் கண்ணோட்டத்திற்குக் கொண்டுவந்தால், அங்குப் பஞ்சாயத்து ராஜ்யம் ஸ்தாபிக்கும் எண்ணமே ஏற்படாது.”

நான் - “அங்கே லிச்சவிப் பஞ்சாயத்து அரசாங்கத்தை ஏற்படுத்துவது மிகவும் அபாயகரமானது என்பதையும், ஆகையால் அது நமது குடியாட்சி முறைக்கே கூடத் தீமைபயக்கக்கூடியது என்பதையும் ஏற்கெனவே கூறிவிட்டேன்.”

மற்ற அமைச்சர்களும் தங்கள் தங்கள் அபிப்பிராயங்களைத் தெரிவித்தனர். அவர்களெல்லோரும் மொத்தத்தில் என் கருத்தை ஆதரித்தனர். பிரதம மந்திரி மட்டும் குறைந்தபட்சம் பிம்பிசாரனுடைய வம்சத்தையாவது கருவறுக்க வேண்டும் என்று மீண்டும் வற்புறுத்தினார். இது சம்பந்தமாக நான் கூறினேன்.

“கனம் பிரதம மந்திரி அவர்களே! இப்போது நீங்கள் எழுப்பிய விஷயம் ராணுவ சம்பந்தப்பட்ட விஷயம். இவ்விஷயத்தில் நான் அதிகாரபூர்வமாகப் பேசமுடியும். ஆனால், அவ்விஷயத்தை எடுத்துக் கொள்வதற்கு முன்பு இன்னொன்று சொல்ல நினைத்தேன். மனிதனுக்குப் போலவே ராஜவம்சத்துக்கும் பால்ய, விருத்தாப்யப் பருவங்கள் உள்ளன. பால்யம் மிகவும் அபாயகரமானது. விருத்தாப்யம் அவ்வளவு அபாயகரமானதல்ல. பிம்பிசாரனுடைய வம்சத்துக்கு இப்போது பால்ய பருவம் கடந்து போய்விட்டது. எந்த ராஜவம்சமும் மூன்று நான்கு தலைமுறைகளுக்குமேல் யௌவன தசையில் இருக்காது. அதற்குப் பிறகு அதனை முதுமை வந்தடையும். இன்னொரு புதிய ராஜவம்சம் அதனை ஒழித்துக் கட்டிவிட்டு இளமையோடு கிளம்பும். நாம் இப்போது மகதத்தை நமது கையாலேயே யௌவனத்தோடு உள்ள இன்னொரு புதிய ராஜவம்சத்திடம் ஒப்படைக்கப் போகிறோமோ?”

கணபதி - “இது நன்றாக ஆலோசிக்க வேண்டிய விஷயமே நாம் ஓநாய்களிடமிருந்து தப்பி சிங்கத்தின் குகைக்குள் நுழைவதற்கு முயற்சிக்கக் கூடாது.”

நான் - “யோசித்துப் பார்க்கும்போது எனக்கு இன்னொரு விஷயம்கூடத் தோன்றுகிறது. மகத ராஜ வம்சத்தைத் தோற்கடிப்பதும், நிர்மூலம் செய்வதும் ஒரே மாதிரியான வேலையல்ல. தோற்கடிக்கும் வேலையை இப்போது நாம் செய்து முடித்துவிட்டோம். இனி நிர்மூலம் செய்யும் பணி நெடுந்தொலைவில் உள்ளது. நமது படைகள் கங்கைக்கும் ராஜகிருகத்துக்குமிடையே உள்ள பிரதேசத்தில் பாதிக்கு மேல் முன்னேறிச் சென்றுவிட்டன. நாளந்தாவுக்கு அப்புறம் உறுதி யான பாதுகாப்புப் படைகளை எதிரிகள் நிறுத்தி வைத்திருக்கிறார்கள்

என்று தெரியவருகிறது. அந்தப் படைகளை நம்மால் தோற்கடிக்க முடியும் என்பதே என் நம்பிக்கை. ஆனால் அதற்காக நாம் ஆயிரக்கணக்கான லிச்சவி யுவர்களைப் பலிகொடுக்க வேண்டியிருக்கும். மாதக் கணக்கில் நாம் மற்றெல்லா வேலைகளையும் கட்டிக் கைவிட்டு நமது சக்தி முழுவதையும் யுத்தத்துக்கே பயன்படுத்திக் கொள்ள வேண்டியிருக்கும். இதற்கு லிச்சவி ஆண்களேயன்றி எந்த லிச்சவிப் பெண்ணுங்கூடப் பின்வாங்கமாட்டாள் என்பது என் அபிப்பிராயம்."

சுப்ரியன் - "லிச்சவிப் பெண்கள் இப்போது காட்டி வரும் உற்சாகமே இதற்கு எடுத்துக்காட்டு."

நான் - "அப்படியானால் இத்தனை தியாகங்கள் செய்து ராஜகிருகத்தைக் கைப்பற்ற வேண்டியதுதானா?"

அநேக மந்திரிகள் ஒரே சமயத்தில் - "ராஜகிருகத்திற்குள் இருக்கும் கோட்டையைப் பற்றித்தானே நீங்கள் குறிப்பிடுவது."

நான் - "ஆமாம், ராஜகிருகத்திலிருக்கும் கோட்டையைப் பிடிக்காதவரை பிம்பிசாரனுடைய வம்சத்தை அழித்தொழிக்க முடியாது."

கணபதி - "சேனாபதி! ஜம்புத்தீவு முழுவதும் புகழ்பெற்ற, பிளக்க முடியாத ராஜகிருகக் கோட்டையை நீ பார்த்திருக்கிறாயா?"

நான் - "பார்க்கவில்லை என்றாலும் அதன் ராணுவ முக்கியத்துவத்தைப் பற்றிக் கேள்விப்பட்டிருக்கிறேன்."

கணபதி - "நாளந்தாவுக்கு இப்பாலுள்ள பாதுகாப்புப் படைகளைத் தோற்கடிப்பதற்கே மாதக்கணக்கில் ஆகுமென்றால் ராஜகிருகத்தின் கோட்டையை வெற்றி கொள்வதற்கு வருஷக்கணக்கிலாகுமே சேனாபதி?"

நான் - "என்னுடைய அபிப்பிராயமும் அதுதான். கௌரவமிக்க தலைவர் அவர்களே! தெற்கேயுள்ள ஒரு சிறு வீதியைத் தவிர ராஜகிருகம் நாலாப்புறங்களிலும் வைபார விபுல, பாண்ட முதலிய ஐந்து மலைகளால் சூழப்பட்டுள்ளது. இந்த மலைகளில் குறுகிய இடைவெளியின் ஒரு நுனியிலிருந்து இன்னொரு நுனிக்குக் கனத்த கற்சுவர்கள் கட்டப்பட்டுள்ளன. அந்தச் சுவர்களில் ஆங்காங்கே பாதுகாப்புப் படைவீரர்கள் நிறுத்தப்பட்டுள்ளார்கள். அங்கேயிருக்கும் ஒவ்வொரு மகதப்படை வீரனையும் கொல்வதற்கு எத்தனையோ லிச்சவிகளின் இரத்தம் சிந்தப்பட வேண்டும். இதற்குமேல் அந்த மலைகளைச் சுற்றி வளைத்துக் கொள்வதற்கு நம்மிடமுள்ள படைகள்

போதாது; அப்படியே போதுமென்றாலும் பிம்பிசாரன் ஆண்டுக் கணக்கில் ராஜகிருகத்துக்குள்ளேயே இருக்க முடியும். அந்த மலைக்கோட்டைக்குள்ளேயே கடல்போன்று விசாலமான ஏரி இருக்கிறது. அதன் தண்ணீரால் ஆயிரக்கணக்கான ஏக்கர் நிலம் பாசன வசதி பெற்றுச் சாகுபடி செய்யப்பட்டு வருகிறது. இந்தக் காரணத்தால், நாம் ராஜகிருகத்தின் கோட்டையை முற்றுகை போட்டாலும் பிம்பிசாரனுடைய சேனையைப் பட்டினியால் கொல்ல முடியாது."

பி - மந்திரி - "நாம் படையெடுத்தால் என்னவாகும் சேனாபதி? இந்தப் பிரச்சினையை என்னால் ராணுவக் கண்ணோட்டத்தோடு புரிந்துகொள்ள முடியவில்லை. அதனால்தான் கேட்கிறேன்."

நான் - "ஏராளமான உயிர்ச்சேதம் ஏற்படும். ஐந்து மலைகள் மீது நிர்மாணிக்கப்பட்டுள்ள பலமான கற்சுவர்களை உடைத்தெறிவதற்கான சாதனம் எதுவும் நம்மிடம் இல்லை. அப்படியே ஏதாவது சாதனம் கிடைத்தால்கூட நமது படைவீரர்கள் மலையில் ஏறுகையில் மேலே எந்த ஒரு பாறைக்குப் பின்னாலோ அல்லது புதரிலோ பகைவர்களின் வில்லாளிகள் ஒளிந்திருந்து நமக்கு எவ்வளவு பலத்த சேதத்தை உண்டுபண்ண முடியும் என்பதை நீங்களே யூகித்துக்கொள்ளலாம். மேலும், மதில்களைக் கடந்து செல்லுகையில் கோட்டைக் காவலர்களின் தாக்குதலினால் நமது படை வீரர்கள் எத்தனைபேர் கொல்லப்படுவார்கள் என்பதையும் யோசித்துப் பாருங்கள்.

சுப்ரியன் - "இவ்வளவு லிச்சவிகளை வைசாலியால் பலிகொடுக்க முடியுமா என்பது என் சந்தேகம்."

நான் - "உண்மையில் அவ்வளவு பேர் நம்மிடமில்லை. மூன்று தலைமுறைகளாக ஒவ்வொரு லிச்சவிப் பெண்ணும் இருபது இருபது புத்திரர்களைப் பெற்றெடுத்திருந்தால் வேண்டுமானால் நமக்கு அவ்வளவு ஆள் பலம் கிடைத்திருக்கும்."

பி. மந்திரி - "அவ்வளவு பெண்களையும் பெற்றெடுத்திருக்க வேண்டும்."

நான் - "ஆம். உண்மைதான். இல்லையென்றால் அடுத்த தலைமுறையிலேயே பிற ஜாதிப் பெண்களை மணம் செய்துகொள்ள வேண்டி வரும். அதோடு அவர்களுக்குப் பிறக்கும் குழந்தைகள் கலப்பு ஜாதியாகிவிடுகின்றன. கௌரவமிக்க சபையோர்களே! ராஜகிருகத்தைப் பிடிக்கவேண்டும் என்பதுதான் நமது தீர்மானம் என்றால் அது நிறைவேறுவது சந்தேகமே. அதுமட்டுமின்றி இதற்குப் பிறகு நமது லிச்சவிக் குடும்பங்களில் 55-60 வயதுக்கு மேற்பட்ட வயோதிகர்களும்

15 வயதுக்குட்பட்ட சிறுவர்களும் மட்டும்தான் இருப்பார்கள் என்பதில் ஐயமில்லை."

சுப்ரியன் - "லிச்சவிப் பெண்களுக்கும் இதே கதிதான் ஏற்படும்."

நான் - "அப்படியல்ல. லிச்சவிப் பெண்கள் படையில் 40 - 45 வயதுக்குட்பட்டவர்கள் இருபத்தைந்தாயிரத்துக்கும் அதிகமாக இருக்கமாட்டார்கள். அதாவது யுத்தத்திற்குப் பிறகு நாம் ஜனத் தொகைக் கணக்கெடுத்தால் பெண்கள் அதிகமாக இருப்பார்கள். ஆனால் அவர்களுக்கு லிச்சவி கணவன்மார்கள் கிடைப்பார்கள் என்ற நம்பிக்கை மட்டும் இருக்காது."

பி. மந்திரி - "இதனால் நம் ஜாதி மிகவும் கெட்டுப்போகும் சேனாபதி!"

நான் - "உண்மைதான் அப்படிப்பட்ட நிலைமையில் லிச்சவி யுவதிகள் வாழ்க்கை முழுவதும் ஆண்களின் தொடர்பில்லாமல் கன்னிகளாக வீட்டுக்குள்ளேயே முடங்கிக் கிடப்பார்கள் என்று எதிர்பார்க்க முடியாது. அவர்கள் லிச்சவிகளல்லாதவர்கள். அடிமைகள், வேலைக்காரர்கள் முதலியவர்களோடு மண உறவு வைத்துக்கொள்ள நேரும். இப்படி லிச்சவி இரத்தம் கலப்பு இரத்தமாகப் போவதல்லாமல், நம்முடைய கண சபையே இருக்க முடியாத ஒரு ஆபத்து ஏற்பட்டு விடும். எண்ணிக்கையில் நம்மைவிட அதிகமாக இருக்கும் லிச்சவிப் பெண்கள் தங்களுக்கும் தங்கள் குழந்தைகளுக்கும் ஏற்படும் கஷ்டங்களை வாய்விட்டுப் பேசாமல் பொறுத்துக்கொண்டிருப்பதும் கூட நடக்காத காரியம்."

கணபதி - "நமது லிச்சவி தர்மத்தை அனுசரித்து சிறிதளவு விவாக உறவுகளை ஏற்படுத்திக்கொள்ளலாம்; இதனால் ஒரே ஆண் பதினைந்து, இருபது பெண்களை மனைவியாகக் கொள்ளலாம். ஆனால் அவன் வெறும் வம்சவிருத்தி மட்டும்தானே செய்துகொள்ள முடியும்."

நான் - "ஆம் கணபதி! இருபது பெண்கள் ஒரு ஆணைக் கணவனாக ஏற்றுத் திருப்தி அடைய முடியாது."

பி. மந்திரி - "பிம்பிசாரனுடைய வம்சத்தை நிர்மூலமாக்குவதற்குப் போதுமான லிச்சவிகள் ஆள்பலம் இல்லை என்பதுதானே நீங்கள் சொல்வது?"

நான் - "எதிரியை அழிப்பதால் மட்டும் என்ன பிரயோசனம்? அதோடு நம்முடைய கணசபையையும் பலப்படுத்திக் கொள்ள வேண்டும்."

கணபதி - "சரி சேனாபதி! நாம் என்ன செய்யவேண்டும் என்பதைக் கூறு."

நான் - "நமது வலிமை குறையாமல் பார்த்துக்கொண்டு பகைவனின் பலத்தை பலஹீனப்படுத்துவதோடு எதிரி எப்போதாவது மீண்டும் தலை தூக்கினான் என்றால் அப்போது நமது கையே மேலோங்கி இருக்குமாறு செய்துகொள்ள வேண்டும்."

சுப்ரியன் - "அதாவது லிச்சவி ஜாதிக்குத் தலைமுறை தலைமுறையாகச் சத்துரு பயமில்லாமல் செய்வதற்கு எந்த வழியும் நமக்குத் தெரியவில்லை என்பதை நாம் ஒப்புக் கொள்கிறோம் என்று இதற்கு அர்த்தம்."

நான் - "சந்தேகமில்லாமல், தங்களுடைய எதிர்கால சந்ததிகளுக்கு சத்துரு பயமில்லாமல் செய்வதென்பது நமக்கு மட்டுமல்ல, எந்த ஜாதிக்குமே சாத்தியமில்லை. தேவர்களுக்கும்கூட அது அசாத்தியம்தான்."

சுப்ரியன் - "சரி அதனால்?"

நான் - "தற்காலிக சமாதான உடன்படிக்கை ஏற்படுவதற்கு முன்னால் போரை நிறுத்துவதற்கு நாம் ஒரு நிபந்தனை விதிக்க வேண்டும். நம்முடைய எல்லையாக இருக்கும் நதிகளுக்கு அப்பால் நான்கு யோசனை தூரப் பிரதேசத்தில் பகைவரின் படைகள் இருக்கக்கூடாது. நிரந்தர சமாதான உடன்படிக்கை ஏற்படும்வரை அங்கே நமது சைன்யங்கள் தானிருக்க வேண்டும்."

நிபந்தனைகளைக் குறித்து மேலும் சிறிது நேரம் விவாதம் நடந்தது. இறுதியில் எனது கருத்து ஏற்றுக் கொள்ளப்பட்டது.

அன்று இரவு கண சபையின் கூட்டம் குடியரசு மாளிகையில் நடைபெற்றது. அந்தக் கூட்டத்திலும் தற்காலிக சமாதான உடன்படிக்கை பற்றிய எனது நிபந்தனைகள் ஒப்புக்கொள்ளப்பட்டன. கணசபை எங்கள் வெற்றிக்கு என்னைப் பாராட்டியதோடு, என்னைச் சேனாபதியாகவும் நியமித்தது. நிரந்தர சமாதான உடன்படிக்கையின் ஷரத்துக்களை நிர்ணயிப்பதற்கு யுத்த சபைக்கு அதிகாரம் கொடுக்கப்பட்டது.

மறுநாள் காலையிலேயே நான் உல்காசேலத்திலிருந்த சேனைத் தலைவன் கபிலுக்கு தற்காலிக சமாதான உடன்படிக்கையின் ஷரத்துக்களைத் தெரிவித்து, மகத மன்னன் அவற்றிற்கு உடன்பட்டால் போரை நிறுத்தும்படியும் சமாதானத் தூதுவர்களை என்னிடம் அழைத்து வரும்படியும் கடிதம் எழுதி அனுப்பினேன்.

பின்னால் எனக்குக் கீழ்க்கண்ட விவரங்கள் தெரியவந்தது. பிம்பிசாரன் தன்னுடைய சேனாபதியின் மரணத்திற்காகவும், உபசேனாபதி கைதியானதற்காகவும் மிகவும் விசனமடைந்தானாம். இந்த யுத்தத்தில் அவனுக்கு விருப்பமில்லை. எனவே போரின் போக்கைக் கண்டதும் அவன் அஜாதசத்ருவின் மீதும் அவனது ஆலோசகர்கள் மீதும் சீறி விழுந்தான். பிராமணன் வர்ஷகாரன் மாத்திரம் தன்னுடைய தந்திரத்தால் எப்போதும்போல மன்னனின் அன்பிற்குப் பாத்திரனாகவே இருந்தான். யானைப்பாகன் பட்டத்து யானையான நாளகிரியை என்னுடைய கடிதத்தோடு பிம்பிசாரனிடம் அழைத்துச் சென்றபோது அவன் லிச்சவி சேனாபதியை - அப்போது நான் உபசேனாபதி - புகழ்ந்து அப்படிப்பட்டவர்களோடு யுத்தம் செய்ததே தவறு என்று சொன்னானாம். இளவரசன் தன்னுடைய பேச்சு எடுபடுமானால் எங்களோடு தற்காலிக சமாதான உடன்படிக்கை செய்துகொள்வதற்கு ஒப்புக்கொள்பவனல்ல. ஆனால் பிம்பிசாரன் எங்களுடைய நிபந்தனைகளை ஏற்றுக்கொண்டு நிரந்தர சமாதான உடன்படிக்கை சம்பந்தமான ஷரத்துக்களைப்பற்றிப் பேச்சுவார்த்தைகள் நடத்துவதற்குப் பிரதம மந்திரி பிராமண வர்ஷகாரனையும் மற்றொரு மந்திரியான சுனிதனையும் நியமித்தான். தனது படைகளுக்கு உடனடியாக யுத்தத்தை நிறுத்தும்படியும் எல்லையிலிருந்து நான்கு யோசனைத் தூரம் பின்வாங்கி வரும்படியும் கட்டளையிட்டான். பாடலிப்புத்திரம் (பாட்னா) யுத்த அரங்கத்தில் தற்காலிக சமாதான உடன்படிக்கையை அனுசரித்து நாங்கள்கூட வாபசாக நேர்ந்தது. ஆனால், தெற்கு எல்லையில் மிகுதியாகவும் கிழக்கு எல்லையில் பூரணமாகவும் நான்கு யோசனைத் தூரம் முன்னேறிச் சென்று எங்கள் சேனைகள் பிரதேசங்களைப் பிடித்துக்கொண்டன.

வெற்றிச் செய்தி கேட்டவுடனேயே வஜ்ஜி தேசத்தில் ஒவ்வொரு இடத்திலும் விழாக்கொண்டாட ஆரம்பித்துவிட்டார்கள். உல்கா சேலத்தில் என் அலுவலகத்தில் நான் வேலை செய்து கொண்டிருக்கையில் பக்கத்துக் கிராமங்களைச் சேர்ந்த பெரிய மனிதர்கள் என்னைப் பாராட்டுவதற்காக வந்தவண்ணமிருந்தார்கள். நான் இடையிடையே வெளியே வந்து தாழ்வாரத்தில் அவர்களோடு ஒன்றிரண்டு வார்த்தைகள் பேசிவிட்டுச் சென்றேன். தற்காலிகச் சமாதான உடன்படிக்கை கையெழுத்தான ஏழாவது நாளை வெற்றிவிழா நாளாகக் கணசபை பிரகடனம் செய்தது. அன்றைய தினம் வைசாலி முழுவதும் தோரணங்களாலும் பதாகைகளாலும் நன்கு அலங்கரிக்கப்பட்டிருந்தது. வீதிகளைக் கூட்டி நீர் தெளித்து, ஒவ்வொரு வீட்டின் முன்னும் பந்தல்கள் போட்டிருந்தார்கள். வாசல்களில் பூரண கும்பங்கள் வைத்திருந்தார்கள். அன்றைய தினம்

வைசாலி தனது வீரப் புதல்வ புதல்விகளுக்கு இதயபூர்வமான வரவேற்பளிக்கப் போகிறது. நான் அந்த விழாவில் கலந்து கொள்வதற்காகப் போர் முனையிலிருந்து படைகளையும் சேனைத் தலைவர்களையும் அழைப்பித்திருந்தேன். அன்றைய தின பவனியில் ரத, கஜ, துரக, பதாதிகளைத் தவிர இடது தோளில் படகின் சுக்கானும் வலது கையில் ஈட்டியும் ஏந்திய படகுப்படை வீரர்களும், பாமா தலைமையிலுள்ள லிச்சவிப் பெண்கள் படையினரும், வைத்தியப் படைப் பிரிவினரும் அணி வகுத்து வந்தார்கள்.

ஊர்வலத்தில் முதலில் கணபதி, அவருக்குப் பின்னால் நான், அப்புறம் யானைகள், குதிரைப் படையினர், காலாட் படையினர், அவர்களுக்குப் பின்னால் ரதங்கள், படகுப்படையினர், பெண்கள் படையினர் - சிலர் குதிரைமீதும் சிலர் கால்நடையாகவும் - அவர்களுக்குப் பிறகு காயமடைந்தவர்களைச் சுமந்துவரும் பல்லக்குகள், அக்னிவேசனின் வைத்தியப் படையினர் முதலியோர் வந்தனர். இந்த விழாவில் கலந்துகொள்வதற்காகக் கபில், சந்தனு, அக்னிவேசன், பாமா முதலியோருக்கு விசேஷ குதிரைப்படை வீரர்களை அனுப்பி வரவழைத்திருந்தேன் என்பதைச் சொல்லத் தேவையில்லை. காயமடைந்தவர்களுக்குச் சிகிச்சை செய்வதன் அவசியத்தை மனதில் வைத்து வைத்தியப் படைப் பிரிவில் சிலரைத்தான் வரவழைத்திருந்தேன். இதனாலேயே ரோகிணி வரமுடியவில்லை என்பதைத் தெரிந்து கொண்டேன். பொழுது புலர்ந்து கொண்டிருந்தபோது ஊர்வலம் வைசாலியின் தெற்கு வாசலைக் கடந்தது. நகரத்தில் பிரதான வீதிகளைச் சுற்றி வந்தோம். வீடுகளிலிருந்த ஆண்களும் பெண்களும், வயோதிகர்களும், குழந்தைகளும் ராணுவ வீரர்கள் மீது பூக்களையும் பொரியையும் சொரிந்தார்கள். யுத்தத்தில் எங்களுடைய வீர யுவர்கள் எத்தனையோ பேர் வீர சுவர்க்கமெய்தினார்கள். வெற்றிக்களிப்பு அந்தத் துக்கத்தை மறக்கடிக்கச் செய்துவிட்டது.

அன்று இரவு ஒளிமயமான தீப அலங்கார வைபவமிருந்தது. ஆனால் நான், கபில், அமர் முதலியோர் அன்று மத்தியானமே உல்காசேலத்துககுப் புறப்பட்டுப் போனோம்.

நிரந்தர சமாதான உடன்படிக்கை செய்துகொள்ள வேண்டுமென்ற துடிப்பு எங்களைவிட மகதர்களுக்கே அதிகமாக இருந்தது. நாங்கள் கவலையற்று இருந்தோம். எதிர்ப்படையினர் உடன்படிக்கை ஷரத்துக்களை அட்சரம் பிசகாது பின்பற்றி வருகின்றனர் என்னும் செய்திகள் எல்லா இடங்களிலிருந்தும் வந்தன. உண்மையில் 25 வருடங்களுக்கு முந்திய யுத்தத்தில்கூட அவர்களுக்கு இவ்வளவு நஷ்டம் ஏற்பட்டதில்லை. இவ்வளவு பலத்த தோல்வி ஏற்பட்டதில்லை.

நான் மூன்று மாதங்களாக ஒரேயடியாகப் போர் நடவடிக்கைகளில் மூழ்கிப் போயிருந்ததால் சரிவர அன்ன ஆகார நித்திரை சுகங்களை அறியேன். அந்த நாட்களில் ரோகிணி நாலைந்து தினங்கள் என்னோடேயே தங்கியிருந்தாலும் இருவரும் வெகு தொலைவில் இருப்பவர்கள் போலவே இருந்தோம். அப்போது வேறு எதைப்பற்றியும் சிந்திப்பதற்கு அவகாசமேயில்லை. யுத்தம் முடிந்ததும் எனது வேலைப் பொறுப்புகள் கொஞ்சம் குறைந்தன. வேலைத் தொந்தரவுகள் இல்லாமல் போகவும் என் மனம் ரோகிணியின் மீது செல்ல ஆரம்பித்தது. அன்று இரவு ஒரு தினம் மாத்திரமே நான் அவளுடைய நினைவால் தவிக்க நேரிட்டது. மறுநாள் காலையில் நான் படுக்கையிலிருந்து எழுந்து வெளிவாசலுக்கு வந்தபோது ரோகிணி வந்து கொண்டிருந்தாள். நான் ஓடிச்சென்று அவளை அப்படியே தூக்கி, கட்டியணைத்துக்கொண்டேன். மட்டற்ற மகிழ்ச்சியால் உணர்ச்சிப் பெருக்கோடு பின்வருமாறு கூறினேன்:

"என்னுடைய உஷா தேவி! உதயகாலத்து செவ்வொளியைப் பரப்பி கொண்டு இந்த அருணோதய வேளையிலே நீ வந்திருப்பது எனக்கு எவ்வளவு ஆனந்தமாக இருக்கிறது! - நேற்றிலிருந்து உனக்காக நான் தகித்துக்கொண்டிருக்கிறேன். நான் என்றைக்கும் இத்தனைத் தாபம் கொண்டதில்லை ரோகிணி!"

ரோகிணி- "இது இயற்கைதான் ஆரிய புத்ரா. நாம் முக்கிய பொறுப்புகள் ஏற்றிருக்கும்போது மற்ற விஷயங்கள் நினைவுக்கு வரமாட்டா. நேற்று முழுவதும் அம்மாவோடு இருந்ததால் நான் இங்கே வரமுடியவில்லை. நீங்கள் சுகமாக இருக்கிறீர்கள் என்பதைப் பார்க்க எனக்கு எவ்வளவோ மகிழ்ச்சியாக இருக்கிறது. இப்போது நான் உங்களுக்கு ஒரு சந்தோஷச் செய்தி கூறட்டுமா?"

நான் - "சொல், என் அன்பே!"

அவள் எதனாலோ நாணமடைந்து மௌனமாக இருந்தாள்.

நான் - "கூறவந்த அந்த மகிழ்ச்சிச் செய்தியை மறைக்கிறாயே ரோகிணி?"

"எனது உடல் கனத்து வருகிறது" என்று கூறி வெட்கத்தால் தலைகுனிந்து கொண்டாள்.

நான் அவளுடைய முகத்தில் முத்தங்கள் பொழிந்து, கண்களில் துளிர்த்த ஆனந்தக் கண்ணீரைத் துடைத்துக்கொண்டு கூறினேன். - "அன்பே! லிச்சவிகள் நமக்கு அவசியம் வேண்டும். நாம் ஏராளமான வீரர்களைப் பிம்பிசாரன் நஷ்டமடைந்தது போலல்லா விட்டாலும்

யுத்தத்தில் இழந்துவிட்டோம். இந்த இழப்பை நாம் ஈடு செய்து வருவதற்கு மிகவும் மகிழ்ச்சி! சரி, இது எத்தனை நாளாயிற்று ரோகிணி?"

ரோகிணி - "கடைசியாக நாம் சந்தித்து எத்தனை நாளாகிறது ஆரிய புத்திரா?"

நான் - "ஒரு மாதமிருக்கும்."

ரோகிணி - "அப்போதிருந்துதான்."

அவளுடைய இடது கையை என் கையில் எடுத்துக்கொண்டேன். அப்போது அவள் வலியால் முகத்தைச் சுளித்தாள். நான் உடனே அவளுடைய கையை விட்டு விட்டுப் பயந்து போய் "என்ன ரோகிணி?" என்று கேட்டேன்.

"கையில் காயமிருக்கிறது."

நான் அவளுடைய இடது கையைப் பார்த்தேன். நான்கு அங்குல நீளத்துக்கு வியாபித்திருந்த காயத்தின் மீது கட்டுப்போட்டிருந்தது.

"காயம் இன்னும் ஆறவில்லையா ரோகிணி?"

"அநேகமாக ஆறிவிட்டது. ஆனால் அழுத்தும்போது வலிக்கிறது."

"காயம் எப்படி ஏற்பட்டது ரோகிணி?"

"போர்க்களத்தில் விழுந்துகிடந்த படைவீரர்களை அப்புறப்படுத்திக் கொண்டிருந்தேன். விரோதிப் படைவீரர்களையும் தூக்கிச் சென்று கொண்டிருந்தேன். அவர்களில் ஒருவன் நான் அவனைக் கொல்ல வருவதாக நினைத்து என்மீது ஈட்டியை எறிந்துவிட்டான்."

"காயம் பட்டவர்களைத் தூக்கிச் சென்று அவர்களுக்குச் சிகிச்சையும் சேவையும் செய்வதில்கூட அபாயமிருக்கிறதா?"

"முக்கியமாக விரோதிப் படைவீரர்களை அப்புறப்படுத்தும் போது இருக்கிறது."

ரோகிணி இப்போது என்னோடேயே இருந்தாள். இதற்கு மேல் எனக்குத் தனிமைத் துன்பம் இல்லாமற் போயிற்று.

நான் அதிக நாட்கள் எதிர்பார்த்துக் கொண்டிருக்கவேண்டிய அவசியமேயில்லாமலேயே பிம்பிசாரனுடைய சமாதான தூதுவர்கள் வர்ஷகாரனும், சுனிதனும் வந்து சேர்ந்தார்கள். பட்டத்து யானையைத் திருப்பி அனுப்பியதற்காக அவர்கள் மகத மன்னன் சார்பில் எனக்கு நன்றி தெரிவித்துக்கொண்டார்கள். பிம்பிசாரன் லிச்சவி

கணசபையோடு என்றென்றைக்கும் நட்புறவு கொண்டிருக்க விரும்புவதாகவும் கூறினார்கள்.

நான் அந்த மகத மந்திரிகள் இருவரையும் வைசாலிக்கு அழைத்துச் சென்றேன். அவர்களோடு சமாதானப் பேச்சுவார்த்தைகள் நடத்துவதற்குக் கணசபை என்னையும் கணபதியையும் நியமித்தது. நாங்கள் சமாதானப் பேச்சுவார்த்தைகள் நடத்திக்கொண்டே அவற்றின் விவாதங்களை அவ்வப்போது கணசபைக்குத் தெரிவித்து அதன் ஆலோசனைகளைக் கேட்டோம். பேச்சுவார்த்தைகளில் சில சிக்கல்கள் ஏற்பட்டதின் காரணமாகத் தூதர்கள் இரண்டு தடவை பிம்பிசாரனுக்கு ஆள் அனுப்பி ஆலோசனை கேட்க வேண்டி வந்தது. இறுதியில் நாங்கள் வற்புறுத்திய சமாதான ஒப்பந்தத்தின் ஷரத்துக்கள் இவை:

1. மகதத்தைச் சேர்ந்த கங்கை, கமலம், வாக்மதி நதி தீரங்களும், அவற்றிற்கப்பால் ஒரு கோல்தூரம் வரையுள்ள பிரதேசமும் பத்து வருடங்கள் லிச்சவிகள் வசமிருக்க வேண்டும்.

2. யுத்த காலத்தில் லிச்சவிகளிடமிருந்து சிக்கிய ஆயுதங்கள் அவர்களுடையதே. மகத சேனைகளிடம் அகப்பட்ட லிச்சவிகளின் ஆயுதங்களைத் திருப்பிக் கொடுத்துவிட வேண்டும்.

3. இருதரப்பினரும் யுத்தக் கைதிகளை விடுதலை செய்ய வேண்டும். முதலில் பிம்பிசாரன் தன்னிடம் கைதியாகியுள்ளவர்களை விடுவிக்க வேண்டும்.

4. மகதத்திலுள்ள லிச்சவிகள் மீது இழைக்கப்பட்ட கொடுமைகளுக்கு நஷ்டஈடு வழங்கவேண்டும்.

5. மேலே கண்ட ஷரத்துக்கள் அமுல் செய்யப்பட்ட பிறகு லிச்சவிப் படைகள் திரும்பப் பெறப்படும்.

எங்களுடைய இந்த ஷரத்துக்களோடு பிம்பிசாரனுடைய தூதர்கள் ராஜகிருகத்துக்குத் திரும்பிச் சென்றார்கள்.

கிழவன் பிம்பிசாரன் தன்னுடைய மகன் அஜாதசத்ருவை அழைத்து எங்களுடைய ஷரத்துக்களைப்பற்றி ஆலோசனை கேட்டான். முதலில் இளவரசன் "நீங்கள் மகாராஜா; இவற்றை அங்கீகரிப்பதும் அங்கீகரிக்காததும் உங்கள் இஷ்டம்" என்றான். அதன் பேரில் பிம்பிசாரன் "மகனே! லிச்சவிகள் நமது அண்டை நாட்டுக்காரர்கள், அவர்களோடு நட்புறவோடு இருப்பது நல்லது. எனக்கு வயதாகிவிட்டது. இனி நாட்டை ஆளப்போகிறவன் நீயே. பக்கத்திலுள்ள லிச்சவிகளால் நல்லதோ கெட்டதோ அனுபவிக்கப்

போகிறவனும் நீ. ஆகையால் இதை நன்றாய் ஆலோசனை செய் மகனே" என்று புத்திமதி கூறினான்.

"மகாராஜா! என்னுடைய காலத்தில் அந்த நல்லவை கெட்டவைகளை நான் அனுபவித்துக்கொள்கிறேன்" என்று இளவரசன் அலட்சியமாகவே பதிலளித்தான்.

"அப்படியானால், மீண்டும் இம்மாதிரியே லிச்சவிகளோடு யுத்தத்தில் இறங்கி, நமது அரச வம்சத்தின் அதிகாரத்துக்குக் கேடு தேடிக்கொள்ளப் போகிறாயா?" என்று கேட்டான் தந்தை.

"மகாராஜா! நான் லிச்சவிகளை ஒழித்துக்கட்டும் வரை தூங்கமாட்டேன். ஆனால் அது என் காலத்து விஷயம். இப்போது நீங்கள் உங்களுக்குத் தோன்றிய மாதிரியே செய்துகொள்ளுங்கள்."

"அப்படியானால் லிச்சவிகளோடு நேசமாக இருப்பது உனக்கு இஷ்டமில்லை; அப்படித்தானே? மகனே! இது நமக்கு நல்லதல்ல. லிச்சவிகள் குடியரசுவாதிகள். அவர்கள் மற்ற நாடுகளை வசப்படுத்திக் கொள்ள வேண்டும் என்று விரும்பமாட்டார்கள். அவர்கள் விரும்பியிருந்தால் இப்போதே, அங்க, மகத ராஜ்யங்களைச் சுலபமாகத் தங்கள் வசமாக்கிக் கொண்டிருக்க முடியும்."

"நான் அதை ஏற்றுக்கொள்ள மாட்டேன்! கிரிபுஜத்தை (ராஜகிருகம்) வெற்றி கொள்வது அவ்வளவு எளிதல்ல; ஆனாலும் இப்போது இதில் நான் தலையிடமாட்டேன்" என்று கூறிவிட்டு அஜாதசத்ரு எழுந்து போய்விட்டான்.

பிம்பிசாரன் சமாதான உடன்படிக்கை ஷரத்துக்களை அங்கீகரிக்காமல் இருக்க முடியவில்லை.

மழைக்காலம் ஆரம்பமானதும் எங்களுடைய ராணுவ வாழ்க்கை முடிவடைந்தது. எல்லையில் மாத்திரம் கொஞ்சம் பாதுகாப்புப் படைகள் நிறுத்தி வைக்கப்பட்டன. நாங்கள் வைசாலிக்குத் திரும்பி வந்துவிட்டோம்.

22. புத்தரின் சீடன்

சேனாபதியாக நியமிக்கப்பட்டதிலிருந்து என் பொறுப்புகள் அதிகமாயின. ராணுவ சம்பந்தப்பட்ட விஷயங்களில் அதிகமான காலத்தைச் செலவழிக்க வேண்டி வந்தாலும் யுத்த காலத்திலிருந்தது போல அவ்வளவு வேலைப் பளுவும் அவசரமுமில்லை. மழைக்காலம் வேறு ஆரம்பித்துவிட்டதால் இன்னும் ஓய்வாக இருந்தது. கபில், சந்தனு, அமர் முதலிய எனது தோழர்களோடும், பாமா, க்ஷேமா முதலிய சுந்தர வனிதையர்களோடும் உல்லாசமாகப் பொழுதுபோக்க நிரம்ப அவகாசமிருந்தது. எனது ஜைன விரதத்தைப் பற்றி பாமா மெள்ள தாக்க ஆரம்பித்தாள். சரீர தவத்தால் பாபத்தைப் போக்கிக் கொள்வதைப் பற்றியும் அகிம்சையைப் பற்றியும் எனக்குத் தெரிந்தவரை ஒன்றிரண்டு தினங்கள் அவளுக்கு எடுத்துரைத்தேன். அதற்குப் பிறகும் அவள் பரிகாசம் செய்ய முற்பட்டபோது நான் வாய் பேசாமல் மௌனமாக இருக்க வேண்டியிருந்தது. அவளுடைய கேலி நையாண்டியைவிட என் கண்முன்னாலேயே வீட்டில் விதவிதமான மாமிசம், மது, நாட்டியம் முதலியவற்றிற்கு ஏற்பாடு செய்ததைத்தான் என்னால் சகிக்க முடியவில்லை. சமூக பிரஷ்டம் செய்யப்பட்டவன் போல ஒரு மூலையில் உட்கார்ந்து இவற்றையெல்லாம் பார்த்துக் கொண்டிருக்க வேண்டியிருந்தது.

ஒருநாள் ஏதோ ஒரு காரியமாக நாங்களனைவரும் குடியரசுப் பவனத்தில் கூடினோம். அந்த வேலை முடிந்ததும் கணசபை உறுப்பினர்கள் பல விஷயங்களைப் பற்றித் தங்களுக்குள் பேசிக்கொள்ள ஆரம்பித்தார்கள். ஒரு உறுப்பினர் கூறினார் - "இப்போது வைசாலி பெரும்பாக்கியம் செய்திருக்கிறது என்று சொல்ல வேண்டும். ஒன்றிரண்டு கணத்தலைவர்கள் - மதாச்சாரிகள் தங்களது சீடர்களோடு இங்கு வந்து மழைக்காலத்தைக் கழித்துக் கொண்டிருக்கிறார்கள். கௌதம புத்தர் தமது ஐந்நூறு சீடர்களோடு நமது மகா வனத்திலிருக்கும் மண்டபத்தில் தங்கியிருக்கிறார். ஜைனமத ஸ்தாபகர் மகாவீரரும் பஹுபுத்ரர் ஆலயத்திற்கருகில் வந்து தங்கியிருக்கிறார்."

"வைசாலி மக்களுக்கு இது மிக நல்ல சந்தர்ப்பம். மகான்களின் உபதேசத்தைக் கேட்பதற்கு இதைவிடச் சந்தர்ப்பம் எப்போது கிடைக்கப் போகிறது" என்றார் மற்றொரு உறுப்பினர்.

"அண்ணா! கௌதமபுத்தரின் புகழ் இங்கு மட்டுமென்ன, ஜம்புத்தீவு முழுவதுமே பரவியிருக்கிறது. அவரது சீடர்கள் இல்லாத பிரதேசமே இல்லை" என்றார் மூன்றாமவர்.

இதன் பேரில் கணபதி கூறினார் - "மதாச்சாரியர்கள் மீதோ அல்லது அவர்களது மதக்கோட்பாடுகளின் மீதோ எனக்கு அவ்வளவாகப் பற்றுதல் கிடையாது. ஆனால், கௌதமரின் அத்தையும் அவரது மனைவி யசோதராவும் கால்நடையாகவே வைசாலிக்கு வந்தது எனக்கு இன்னும் நினைவிருக்கிறது. கௌதமரின் இல்லக்கிழத்தி அப்போது நல்ல யௌவனப் பருவத்திலிருந்தார். அவருடைய அழகை வர்ணிக்க எனக்கு சக்தியில்லை. அவர் ஒரு நாட்டுக்கு மட்டுமல்ல, பலநாடுகளுக்கு அழகு ராணியாக விளங்கினார். கபிலவஸ்துவிலிருந்து நேராக இங்கே நடந்து வந்ததால் அவருடைய வதனம் வாடிப்போயிருந்தது. அவருடைய சிவந்த அதரங்கள் வெடித்துப் போயிருந்தன. பாதங்கள் கொப்பளித்துவிட்டன. அதுவரை கௌதமர் சாக்ய குடியரசில் தமது தந்தையான சுத்தோதனரின் ஏராளமான செல்வங்களைத் துறந்து துறவியாகிவிட்டார் என்று மட்டுமே கேள்விப்பட்டிருந்த நான் அன்றைய தினம் யசோதராவின் அதியற்புத அழகைக் கண்ணாரக் கண்ட பிறகு நான் கௌதமரின் அபூர்வமான தியாக மகிமையைத் தெரிந்துகொண்டேன். நான் சாக்ய கணபதி (குடியரசுத் தலைவர்) சுத்தோதனரின் பெயர், பதவி, கீர்த்திகள் முதலியவற்றைப் பற்றி போதிய அளவு கேள்விப்பட்டிருந்தேன். இதன் காரணமாகக் கௌதமரின் உபதேசங்களைக் கேட்கவேண்டுமென்ற ஆவல் எனக்கு இல்லாது போனாலும் தனிப்பட்ட முறையில் அவர்மீது எனக்கு மரியாதை ஏற்பட்டது. அவர் நமது லிச்சவி ஜாதிக்கு நெருங்கிய நண்பர். இங்கே பெரியம்மை கண்டிருந்தபோது அவர் நேரே வந்திருந்து நம்மெல்லோருக்கும் தைர்யம் கூறினார். நம்மீது போர் தொடுக்கப் பிம்பிசாரன் முஸ்தீபுகள் செய்துகொண்டிருந்த போதெல்லாம் நம்மை வெற்றிகொள்ள முடியாது என்பதை அவனுக்கு எடுத்துக்கூறி யுத்தம் ஏற்படாதபடி தடுக்க முயற்சித்தார். உண்மையில் யுத்தம் ஏற்பட்டது, அஜாதசத்ருவாலேயே தவிர பிம்பிசாரனாலல்ல. கிழவனான பிம்பிசாரன் யுத்தத்திற்குச் சம்மதிக்கவில்லையென்றால் தன் மகனாலேயே அவன் சிறைப்படுத்தப்பட்டிருப்பான். இவ்விஷயம் பிம்பிசாரனுக்கு நன்கு தெரியும்.

அப்போது முதலாவது உறுப்பினர் கூறினார் - "கௌதம புத்தரிடம் ஏதோ ஒரு அற்புதக் கவர்ச்சி இருக்கிறது. அவருடைய விரோதிகள்கூட அவரிடம் தடுக்க முடியாத ஒரு மோகன சக்தி இருக்கிறது என்றும் அதைக்கொண்டு அவர் பிறர் மனதை உருக்கிவிடுகிறார் என்றும்

கூறுகிறார்கள். ஆனால் அந்த மோகன சக்தி இந்திரஜாலம். மகேந்திர ஜாலம் போன்றதல்ல. அவர் பேசும் முறையே மிகவும் இனிமையானது. குழந்தைகள் முதல் வயோதிகர்வரை ஏழை முதல் பிம்பிசாரன், பிரசேனஜித்து முதலிய ராஜாக்கள்வரை எல்லோரையும் பற்றி நான் எப்படி வர்ணிக்க முடியும்! நம்முடைய நகரத்திலேயே ஒரு ஜைனத் துறவியிருந்தார். தர்க்க சாஸ்திரத்தில் கரை கண்டவர் என்று பெயர் பெற்றவர். ஜம்புத்தீவு முழுவதும் அவர் சுற்றி வந்துவிட்டார் என்றும், அவருக்கு ஈடானவர்கள் எங்கேயும் இல்லை என்றும் சொல்லிக் கொண்டார்கள். வைசலாலியில் அவர் ஒரு விந்தையான பிரச்சாரத்தைப் பரப்பிவிட்டார். தான் இருக்குமிடத்தை விட்டு எங்கேயும் போவதில்லை என்ற விரதம் பூண்டார். ஆகாரமாக மாமிசத்தையும், தண்ணீராக மதுபானத்தையும் தவிர வேறு எதுவும் உட்கொள்வதில்லை என்றும் விரதம் பூண்டார். ஜனங்கள் அவரை ஒரு பெரிய சித்தர் என்றே எண்ணினார்கள். 'கௌதம புத்தர் என் முன்னே எம்மாத்திரம்' என்று அவர் பெருமையடித்துக் கொண்டிருந்தார். ஒருநாள் அவர் கௌதம புத்தரின் முன்னால் வர நேர்ந்தது. இதுவரை என்னென்னவோ பிரதாபங்கள் பேசிக்கொண்டிருந்த அந்தக் கபட சந்நியாசி புத்தரின் முன்பு வாய் திறக்க முடியவில்லை!"

இவ்விதமாக வெகுநேரம் வரை பேசிக்கொண்டிருந்துவிட்டு எல்லோரும் அவரவர்கள் வீட்டுக்குப் புறப்பட்டுச் சென்றோம். நான் அந்நாட்களில் தினமும் மாலையில் மகாவீரரின் இருப்பிடத்திற்குச் சென்று அவரைத் தரிசித்து வந்தேன். அன்றைய தினமும் அவரைப் போய்த் தரிசித்து "சுவாமி! கௌதம புத்தர் இங்கே வந்திருக்கிறாராம். மக்கள் அவரைப் புகழ்ந்து கொண்டிருக்கிறார்கள். ஆனால் உங்கள் முன்னால் அவர் எம்மாத்திரம்? நான் ஒரு தடவை அவரைப் போய்ப் பார்த்து வரட்டுமா?" என்று கேட்டேன்.

"வேண்டாம் சிம்மா! அவனிடம் ஏன் போகவேண்டும்? அவன் நாஸ்திகன். ஆத்மா இருக்கிறது என்பதை ஒப்புக்கொள்ளாதவன்; பரலோகம் உண்மையில் இல்லவே இல்லை என்கிறான். அப்படிப் பட்டவனிடம் நீ போகவேண்டாம்" என்றார் மகாவீரர்.

என்னுடைய உற்சாகம் தளர்ந்தது. அத்துடன் கௌதமரைத் தரிசிக்க வேண்டுமென்ற என் எண்ணத்தை விட்டுவிட்டேன்.

பல நாட்களுக்குப் பிறகு மீண்டும் கணசபைக் கூட்டம் முடிந்ததும் குடியரசுப் பவனத்தில் உட்கார்ந்து ஊர் விஷயங்களைப் பேசிக் கொண்டிருந்தோம். ராஜாக்கள் மகாராஜாக்கள் பற்றிய எங்களது பேச்சு மதாச்சாரியர்கள் மீது திரும்பிப் புத்தரைப் பற்றிய

விவாதத்தில் முடிந்தது. ஒரு உறுப்பினர் "கௌதமரை ஞானி என்கிறார்கள். உண்மையிலேயே அவர் ஞானிதான். அவரது ஞானம் அபாரமானது. பிறருக்குக்கூட ஞானோபதேசம் செய்து வருகிறார். மூடபக்தி, மூடநம்பிக்கை கொள்ளக்கூடாது என்று அவர் உபதேசித்து வருகிறார்" என்று ஆரம்பித்தார்.

இன்னொரு உறுப்பினர் கூறினார் - "கேசபுத்திரவாசிகளான காலாமுலர்களுக்கு அவர் எத்தகைய அழகான உபதேசம் செய்தார் என்பதை நீங்கள் கேள்விப்பட்டிருப்பீர்கள். கேசபுத்திரம் என்பது கோசல தேசத்தில் ஒரு பெரிய ஊர். அது ஒரு காட்டின் முகப்பிலிருக்கிறது. கிசிராவஸ்திக்குச் செல்லும் வர்த்தகர்கள் அங்கே தங்கிப் போகிறார்கள். நானும் ஒரு சமயம் எங்கள் கோஷ்டியோடு அங்கே இரண்டு பகலும் இரண்டு இரவும் தங்கியிருக்கிறேன். அந்த ஊர்க்காரர்கள் அனைவரும் புத்தரின் சீடர்கள். ஒரு காலத்தில் காலாமுலம் என்பதுகூடக் குடியரசாக இருந்ததாம். ஆனால் இப்போது அது கோசல ராஜ்யத்தில் சேர்க்கப்பட்டுவிட்டது. கௌதமபுத்தர் கேசபுத்திரத்துக்கு ஒரு தடவை வந்திருந்தபோது, "எத்தனை எத்தனையோ மதாச்சாரியர்கள், ஜைனர்கள் ஒருவருக்கொருவர் விரோதமான தர்மோபதேசங்களைச் செய்து வருகிறார்கள். இவற்றில் நாங்கள் யார் கூறுவதை நம்புவது சுவாமி?" என்று காலாமுலர்கள் கேட்டார்கள். அதற்கு அவர் என்ன பதில் கொடுத்தார் என்பதைக் கேளுங்கள்; அவர் பதில் மிகவும் அழகாகவும், கபடமற்றுமிருந்தது, "தங்கத்திலிருக்கும் குறையை அதை எப்படியெல்லாம் புரட்டிப் பார்த்தாலும் கண்டுபிடிக்க முடியாது. உங்கள் கையிலுள்ள உரைகல் அதன் மாற்றைத் தெரிவித்துவிடுகிறது. அதுபோலவே, எந்த மதாசார்யருடைய தோற்றத்தையோ, வாக்குச் சாதுர்யத்தையோ புகழையோ பார்த்து அவர்களுடைய உபதேசங்களை நம்பிவிடக் கூடாது; அதற்குப் பதில் அவற்றை உங்களுடைய அறிவு, அனுபவம் என்னும் உரைகல்லில் உரைத்துப் பார்க்க வேண்டும்" என்றார் அவர். தோற்றத்திலாகட்டும், வாக்கு வன்மையிலாகட்டும், புகழிலாகட்டும் கௌதமருக்கு இணையானவர்கள் எவருமில்லை. அப்படியிருந்தும் அவர் எவ்வளவு நேர்மையோடு கூறினார்!"

முதலாவது உறுப்பினர் திரும்பவும் சொன்னார் - "எனக்கு இப்போது கௌதமரைப் பற்றிய இன்னொரு விஷயமும் நினைவுக்கு வருகிறது. சாதாரணமாக மதாச்சாரியர்கள் எல்லோரும் தங்களுடைய சித்தாந்தங்களைக் குரங்குப் பிடியாகப் பிடித்துக்கொள்ள வேண்டுமென்று தங்களுடைய சீடர்களுக்கு உபதேசம் செய்து வருகிறார்கள். ஆனால் கௌதமரோ இதற்கு நேர்மாறாகக் கூறிவருகிறார். ஒரு சமயம்

அவர் இதற்கு ஒரு உதார்ணம் கூறினார். "மழைக்காலத்தில் ஒரு மனிதன் அசிரவதி (ராபதி) நதிக்கரைக்குச் செல்கிறான். நதி இருகரையும் எட்ட புரண்டோடிக் கொண்டிருக்கிறது. அங்கே எந்த ஒரு படகோ அல்லது பாலமோ இல்லை. ஆனால் அந்த மனிதன் அக்கரைக்கு எப்படியும் போகவேண்டும். அவன் சிறிது நேரம் யோசித்தான். பிறகு அங்குக் கிடந்த கட்டைகளைப் பொறுக்கி ஒரு தெப்பமாகக் கட்டி, அதன் மீது உட்கார்ந்து மெதுவாக துடுப்பு வலித்து அக்கரை போய்ச் சேர்ந்தான். அப்போது அந்தத் தெப்பம் அவனுக்கு எவ்வளவு உபயோகமாக இருந்தது என்பதைச் சொல்ல வேண்டியதில்லை. ஆனால் அந்த உபயோகத்தை நினைத்துக்கொண்டு அவன் அந்தத் தெப்பத்தைத் தன் தலைமீது ஏற்றிச் சுமந்துகொண்டு சென்றால் வழியில் பார்ப்பவர்கள் அவனை முட்டாள் என்றுதான் நினைப்பார்கள். தெப்பம் நதியைக் கடப்பதற்காகத்தானே தவிர தலைமீது தூக்கிவைத்துச் சுமந்து செல்வதற்கல்ல முட்டாளே என்று கூறுவார்கள்."

"புத்தர் இந்த உதாரணத்தைத் தமது சிஷ்யர்களுக்குக் கூறி எனது உபதேசங்கள்கூட கடந்து செல்வதற்குத்தானே தவிர விடாப்பிடியாகப் பிடித்துக்கொண்டிருப்பதற்காக அல்ல என்று கூறினார்."

இவற்றையெல்லாம் கேட்கக் கேட்க கௌதமரைப் பார்க்க வேண்டுமென்ற ஆவல் எனக்குள் மீண்டும் எழுந்தது. என் விருப்பத்தை மகாவீரரிடம் தெரிவித்தபோது அவர் "சிம்மா! நீ அந்த ஜடவாதியை (நன்மை தீமையை அங்கீகரிக்காதவர்) பார்க்கத்தான் வேண்டுமா" என்று கேட்டார்.

இன்னும் என்னென்னவோ பேசிக் கௌதமரைப் பார்க்க வேண்டாமென்று என்னைத் தடுத்துவிட்டார். ஜைன மதாச்சாரியரான மகாவீரர் மீது எனக்கிருந்த பக்தி - சிரத்தை காரணமாகப் புத்தரைப் பார்க்கும் எண்ணத்தை அன்று மீண்டும் கைவிட்டேன்.

மத ஸ்தாபகர்களான அந்த இருவரும் மழைக்காலமான மூன்று மாதங்கள் வரை அங்கே தங்கியிருந்தனர். நாங்கள் அவ்வப்போது குடியரசுப் பவனத்தில்கூடப் பல விஷயங்களைப் பற்றிப் பேசி வந்தோம். அங்கே வருபவர்கள் சாதாரணமானவர்களல்லர். எல்லோரும் பெயர்பெற்ற லிச்சவி ஜாதியினர் பிரமுகர்கள். மீண்டும் ஒருமுறை புத்தரைப் பற்றி விவாதம் நடந்தது. கௌதமரைப் பற்றிச் சுப்ரியன் பின்வருமாறு கூறினார்:

"சகோதரர்களே! கண க்ஷத்திரியர்களான நமக்குக் கௌதமபுத்தர் மிகவும் பக்திக்குரியவர். இதுவரை பிராமணர்கள் நம்மைச் செம்மறியாடாகவல்லாவிட்டாலும் சண்டையிடும் ஓநாய்களுக்குச்

சமமாகக் கருதி வந்திருக்கிறார்கள். அவர்கள் நம்மைக் கல்வி கேள்விகளில் தாழ்ந்தவர்கள் என்று அவமதித்து வந்திருக்கிறார்கள். ஆனால் இப்போதுஅங்க, மகத தேசங்களைச் சேர்ந்த கூடதந்தர், சுவர்ண தண்டர் போன்ற மிகப் பிரசித்திபெற்றப் பிராமண பண்டிதர்கள், மூன்று வேதங்களையும் கரைத்துக் குடித்தவர்கள் நமது கௌதம புத்தரின் சீடர்களாகியிருக்கிறார்கள். வஜ்ஜி - விதேகத்தில் ஈடு இணையற்ற பண்டிதராக விளங்கும் கிழப் பிராமணர் தீர்க்காயு புத்தரின் சீடராகிவிட்டார். கோசலத்தில் சூங்கி பௌஷ்கர ஸாதி போன்ற ஐந்நூறு மாணவர்களுக்கு வேதங்கள் கற்றுத் தரும் ராஜகுருவான பிராமணர் மகாஸாலர் சித்தார்த்தரைத் தமது குருவாக ஏற்று மகாமுனிவராகக் கௌரவித்து வருகிறார். பிராமணர்கள் தங்களுடைய மூதாதையர்களான அஷ்டகர் வாமவேதர்களை விட்டுவிட்டு ஒரு குடியரசுத் தலைவரின் (கணபதி) மகனை மகாமுனிவராக பூஜிப்பர் என்று கனவிலாவது யூகிக்க முடியுமா? இதுமட்டுமல்ல. இப்போது கௌதமரின் சீடர்களாகி பௌத்த பிக்ஷுகளாக இருக்கும் சாரி புத்திரன், மௌத்கல்யாயன், மகர் காஷ்யபன், மகாகாத்யாயன் போன்ற சான்றோர்கள் எல்லோரும் பிராமணக் குடும்பத்தைச் சேர்ந்தவர்களே. அவர்கள் விரும்பியிருந்தால் தங்களது அபாரக் கல்வி கேள்வி ஞானத்தாலும், கீர்த்தியாலும் ஜைனர், ஸஞ்சய வேலாதிபுத்திரர், மக்சலி கோசால் முதலியவர்களைவிடப் பெரிய மதாச்சார்யர்களாக ஆகியிருக்க முடியும். ஆனால் அவர்கள் கௌதமரையே தங்களுடைய ஞான குருவாக ஏற்றுக்கொண்டனர். பிராமணர்கள் தங்களுடைய வேதங்களுக்கும் வேத ஞானத்துக்கும் நிலைக்களன்கள் என்று கருதும் குரு - பாஞ்சாலத்தில் கூடக் கௌதமரின் உபதேசங்கள் மிகுந்த கௌரவத்தோடு செவிமடுக்கப் பட்டன. தட்சசீலத்தின் முன்னாள் கணபதி கப்பின் கௌதமரின் உபதேசங்களைப் பிறர் சொல்லக்கேட்டு, அறுபது யோசனை தூரம் நடந்துவந்து சாக்யபுத்திரனின் சீடர் குழுவில் சேர்ந்தார் என்னும் விஷயம் உங்களில் அநேகருக்குத் தெரியும்.

சுப்ரியன் பேசி முடிந்ததும் பிரதம மந்திரி பின்வருமாறு கூறினார் - "கையிலுள்ள லட்டை பேசிப்புகழ வேண்டிய அவசியம் என்ன இருக்கிறது? அதை வாயில் போட்டுப் பார்த்தால் தெரிந்துவிடுகிறது. இப்போது அனுதினமும் ஆயிரக்கணக்கான ஆண்களும் பெண்களும் மகாவனத்திலுள்ள மண்டபத்திற்குச் சென்று கௌதமரின் உபதேசங்களைக் கேட்டு வருகின்றனர். வைசாலியில் யாரைப் பார்த்தாலும் அவரைப் பற்றியே சிலாகித்துப் பேசி வருகின்றனர்."

அப்போது மீண்டும் என் மனதில் கௌதமரைத் தரிசிக்க வேண்டும் என்ற ஆவல் எழுந்தது. வழக்கம் போல அன்றைய தினம் மகாவீரரைத் தரிசித்தபோது அவரிடம் இவ்வாறு கூறினேன்.

"சுவாமி! கௌதமபுத்தரின் பெயரைக் கேள்விப்பட்டிருக்கிறேனே தவிர அவரை நேரில் பார்த்தறியேன், லிச்சவிகள் அவரை உச்சிமீது வைத்துக்கொண்டாடி வருகிறார்கள். அவர் தங்களைப் போலத் தவ வலிமையுள்ளவரில்லை என்பது என் கருத்து. ஆயினும் ஒரு தடவை சென்று கௌதமரோடு பேச வேண்டுமென்றிருக்கிறது."

"சிம்மா! என்ன நீ அந்தத் தவ வலிமையில்லாத மனிதனிடம் செல்கிறாயா! அவன் பஞ்சு மெத்தையில்லாமல் படுக்கமாட்டான். பட்டுப் பீதாம்பரங்களைத்தான் உடுத்துவான். ருசியாக இருக்கும் வகை வகையான மாமிசங்களைத்தான் சாப்பிடுவான். அவனிடம் தவவலிமை வாசனைக்குக்கூட இல்லை. அப்படிப்பட்டவனிடம் எதற்காகப் பேச வேண்டும்?" என்றார் மகாவீரர்.

"சுவாமி! தாங்கள் அவரைப்பற்றி என்னென்னவோ சொல் கிறீர்களே, அதற்காகத்தான் பார்க்க விரும்புகிறேன். அவற்றை யெல்லாம் என் கண்களாலேயே பார்த்து, அவரது மாயையில் சிக்கியிருக்கும் லிச்சவிகளுக்கு அவர்களது தவறை எடுத்துக்காட்ட விரும்புகிறேன்."

"வேறொன்றுமில்லை சிம்மா! அவனுக்கு மந்திர வித்தை தெரியும். அதைக் கொண்டு அவன் தன்னெதிரே வருபவர்களின் மனதை மாற்றிவிடுகிறான். ஆகையால் நீ அவன் பக்கம்கூடப் போகவேண்டாம் சிம்மா! அவன் பெரிய மாயாவி!"

ஜைன மதாச்சாரியர் என்னைப் புத்தரிடம் போகாமலே தடுப்பதற்கு இன்னும் என்னென்னவோ போதனை செய்தார். இதில் அவரது முயற்சி அதிகரிக்க அதிகரிக்கக் கௌதமரைப் பார்க்க வேண்டு மென்ற எனது ஆவலும் மிகுதியாயிற்று. அவரிடம் விடைபெற்றுக் கொண்டு வந்து கொண்டிருக்கும்போது எனக்குள் பின்வருமாறு சொல்லிக்கொண்டேன். "நான் என்னுடைய கல்வியையும் அறிவையும் மகாவீரருக்கு விற்றுவிடவில்லை. எவரையும் பரீட்சிப்பதற்குப் போகக்கூடாது என்று என்னைத் தடுக்க அவருக்கு என்ன அதிகார மிருக்கிறது? எப்படியானாலும் நானே புத்தரை நேரில் சென்று பார்த்து, அவர் எப்படிப்பட்டவர், லிச்சவிப் பிரமுகர்களெல்லாம் இவ்வளவு புகழ்வதற்கு அவரிடம் என்ன குணங்கள் இருக்கின்றன என்பதைக் கண்டறிந்தே தீருவேன்.

சாயங்காலம் ஆண்களும் பெண்களுமாக ஏராளமான பேர் - அவர்களில் என் தாயும், சின்னம்மாவும், பாமாவும், ரோகிணியும்கூட இருந்தார்கள் - மண்டபம் நோக்கிச் சென்று கொண்டிருக்கையில் நானும் அவர்களைப் பின் தொடர்ந்தேன். பாமாவின் கண்களிலிருந்து என்னால் தப்பித்துக்கொள்ள முடியவில்லை. அவள் மற்றவர்களுக்குத் தெரியாமல் என்னிடம் வந்து என் கைகளைப் பிடித்துக்கொண்டு கூறினாள் - "இன்றைக்கு இவ்வளவு தூரம் வந்தது என்ன கொழுந்தனாரே? உங்களுடைய நிர்வாண ஜைனரை விட்டுவிட்டு இப்படி வந்துகொண்டிருக்கிறாயே என்ன?"

"பாமா! நீ எவ்வளவோ சிரத்தையோடு கௌதமபுத்தரின் உபதேசத்தைக் கேட்கப் போய்க்கொண்டிருக்கிறாய் அல்லவா? இப்படிப் பரிகாசம் செய்கிறாயே என்ன?" என்றேன் நான்.

"கௌதம புத்தர் உடலோடு உள்ளமும் ஆரோக்கியமாக இருக்கவேண்டுமென்று கூறிவருகிறார். அவற்றை வாட்டி வதைப்பதற்கு அவர் மனம் ஒப்பார்."

"சரி அது இருக்கட்டும் நீங்களெல்லோரும் அவருடைய முழு சிஷ்யைகள் ஆகிவிட்டீர்களோ?"

"கௌதமரிடம் முழு சிஷ்யைகள், அரை சிஷ்யைகள் என்ற பாகுபாடு கிடையாது. எல்லோரும் அவருடைய இப்போதைய நிலையிலிருந்து முன்னேற வேண்டுமென்பதே அவருடைய கருத்து. அவர் முன்னேறியவர்களைப் பார்த்து மகிழ்ச்சிகொள்ள வேண்டு மென்று கூறுகிறார்."

"அண்ணி! பெண்கள் படை முழுவதையுமே கௌதமரின் படையாக ஆக்கிவிடமாட்டாயே?"

"பெண்கள் படையை மாற்றும் பிரச்சினை இங்கே எழாது கொழுந்தனாரே! இங்கு ஒவ்வொருவரும் தங்களுடைய விஷயங்களைத் தாங்களேதான் முடிவு செய்துகொள்ள வேண்டும்."

"அம்மாவும், சின்னம்மாவும்கூடப் புத்தரின் போதனையைக் கேட்க வந்து கொண்டிருக்கிறார்களே, இது எத்தனை நாளாக நடக்கிறது அண்ணி?"

"அப்பப்பா! அது இன்று நேற்று சங்கதியா. ஒருவேளை, நீ தட்சசீலத்திற்குப் போனதிலிருந்திருக்கலாம். அவர்கள்தான் முதன் முதலில் என்னைக்கூட இங்கே அழைத்து வந்தார்கள்."

"ரோகிணியை?"

"நீ தினமும் அந்த நிர்வாண சாமியாரின் உபதேசங்களைக் கேட்கப் போய்விட்டாய். பாவம்! வீட்டில் ரோகிணி ஒருத்திதான் இருக்க வேண்டியிருந்தது. ஆகையால் நான்தான் அவளைப் புத்தபகவானைத் தரிசிக்கலாம் என்று அழைத்தேன்."

"அப்படியானால் எனக்குத் தெரியாமலேயே என் வீட்டில் பௌத்த மதம் குடி புகுந்துகொண்டது இல்லையா?"

"அப்படித்தான் தெரிகிறது கொழுந்தனாரே! ஒருநாள் ரோகிணி கௌதமரின் உபதேசங்களைக் கேட்ட பிறகு பகவான்! என் கர்ப்பத்திலிருக்கும் இந்தச் சிசுவோடு புத்த தர்ம - சங்கத்தைச் சரணடைகிறேன்" என்றாள்.

"புத்த - தர்ம - சங்கத்தைச் சரணடைவதா?"

"கௌதமருடைய கோட்பாடுகளை யார் ஏற்றுக்கொள்கிறார்களோ அவர்கள் புத்த - தர்ம - சங்கம் என்னும் மூன்று இரத்தினங்களிடம் சரணடைகிறார்கள். அதாவது அவற்றைத் தங்களது வாழ்க்கைக்கு வழிகாட்டியாக ஏற்றுக் கொள்கிறார்கள்.

"சரணடைவது என்றால் புரிகிறது. ஆனால் இந்த மூன்று இரத்தினங்கள் விஷயம் என்ன?"

"புத்தர், தர்மம், சங்கம் ஆகியவைகள் மூன்று இரத்தினங்கள் என்கிறார்கள். உலகத்திலுள்ள பொருள்களிலெல்லாம் அவை சிறந்தவைகளாதலால் அவற்றை இரத்தினங்கள் என்றழைக்கிறார்கள்."

"புத்தர் என்றால் என்ன?"

"நான் கௌதமரின் கோட்பாடுகளை நன்கு தெரிந்த பண்டிதையல்ல. உனக்கு இந்த விஷயத்தைப் பற்றிப் பூரணமாகக் கூறும் சக்தியும் எனக்கில்லை. தெரிந்தவரைக்கும் சொல்வதற்கும் இது சமயமில்லை. ஆனாலும் நீ கேட்டுவிட்டதால் சுருக்கமாகக் கூறுகிறேன். அறிவு ஞானம், சத்திய தரிசனத்தோடு வாழ்க்கையை முன்னோக்கி அழைத்துச் சென்று, தனது ஞானத்திலும் தயை, பொறுமை குணங்களிலும் எவன் அவற்றின் எல்லையை அடைகிறானோ அவனே புத்தன். உயிரானது தனது முயற்சியால் - எந்த இந்திரனின் தயையாலோ, பிராமணரின் கிருபையாலோ அல்லாமல் தனது சொந்த முயற்சி யாலேயே வாழ்க்கையை அபிவிருத்தி செய்துகொண்டு புத்தனாகி விடுகிறது. இந்த சாக்ய புத்திரன் அப்படிப்பட்ட புத்தனே. இத்தகைய புத்தர்கள் முன்னரும் இருந்தார்கள். இனியும் இருக்கப் போகிறார்கள். இந்தப் புத்தர்களின் வழிகாட்டுதல் பிறருக்கு வாழ்க்கையில் உதவிகரமாக இருக்கிறது. கௌதம புத்தர் தாம் வெறும் வழிகாட்டி

மாத்திரமே என்றும் கையைப் பிடித்துக்கொண்டு பாதையில் அழைத்துச் செல்பவனல்லவென்றும் கூறி வருகிறார்."

"சரி இனி தர்மம் என்றாலோ?"

"புத்தர் தம்முடைய அறிவாலும், முயற்சியாலும், தியானத்தாலும் பெற்ற மார்க்கத்தைத்தான் தர்மம் என்கிறார்கள்."

"புத்தர் தர்மம் தெப்பம் போலத் தாண்டிச் செல்வதற்கு இருக்கிறதே தவிர, பிடித்து வைத்துக் கொண்டிருப்பதற்கல்ல என்பதுதானே உன் கருத்து?"

"அப்படியானால் புத்த தர்மத்தைப் பற்றி நீ கேட்டிருக்கிறாய் போலிருக்கிறதே கொழுந்தனாரே!"

"குடியசைப் பவனத்தில் ஒருநாள் விவாதம் செய்து கொண்டிருந்தோம். அப்போது யாரோ கூறிக்கொண்டிருந்ததைக் கேட்டேன் அண்ணி! கௌதமர் தம்முடைய சித்தாந்தங்களை ஏற்றுக்கொள்வதற்கு அல்லது நிராகரிப்பதற்கு ஒவ்வொருவரும் தங்களுடைய அறிவையும் அனுபவத்தையும் உபயோகித்துக்கொள்ள வேண்டுமென்று கூறியதாகக் கூடக் கேள்விப்பட்டேன்."

"அவ்விதமானால் புத்த தர்மத்தைப் பற்றி நீ போதுமான அளவு தெரிந்து கொண்டிருக்கிறாய், இல்லையா?"

"நான் தெரிந்துகொண்டது இவ்வளவுதான் என்று வைத்துக் கொள். சரி, சங்கம் என்றாயே அது என்ன?"

"புத்தனை வழிகாட்டியாக ஏற்று, புத்த தர்மத்தை மார்க்கமாக ஒப்புக்கொண்டு, அந்த மார்க்கத்தைத் தங்களால் இயன்றளவு பின்பற்ற முயற்சிக்கும் பிக்ஷுகளும் பிக்ஷுணிகளும், உபாசகர்களும், உபாசணி களுமே சங்கம், ஒரு நபர் தன்னுடைய முடிவை சத்தியம் என்னும் உரைகல்லில் உரைத்துப் பார்ப்பதற்கு அநேகருடைய அறிவு, அனுபவங்கள் உதவியாகயிருக்குமானால் அந்த நபரின் வேலை மேலும் சுலபமாகிறது. அத்தகைய உதவியால் எந்த நபரும் சரியான முடிவு மேற்கொள்வதற்கு மிகுதியான சந்தர்ப்பமிருக்கிறது."

"பாமா! நான் சொல்லப் போவது."

"என்னவென்றால் நீ மனோரதனுடைய மனைவி, பெரிய வாயாடி. கொஞ்சம் ஆவேசப்புத்தியுடையவள் கூட என்று சொல்லப் போகிறாய். என்ன அவ்வளவுதானே?"

"நான் சொல்ல நினைத்ததை என் வார்த்தைகளிலேயே சொல்வதற்கு விடு அண்ணி!

"நீ புகழ்வதற்கு நான் என்ன அவ்வளவு பாண்டித்யமுள்ளவளா கொழுந்தனாரே! இந்த விஷயங்களைப் புத்தரின் சீடர்கள் மூன்று நான்கு தினங்களுக்குள்ளேயே புரிந்து கொள்ள முடியும். நான் ஒன்றரை மாதங்களாக இந்த உபதேசங்களைக் கேட்டுவருகிறேன்."

"எனக்கு இந்த விஷயத்தை நீ ஒரு நாளும் சொல்லவில்லையே அண்ணி! என்னை ஒரு நாளாவது இங்கே வரும்படி கூறவில்லையே."

"விவேகம் உள்ளவனை ஜைன மார்க்கம் என்றைக்கும் தன் பிடிக்குள் வைத்திருக்க முடியாது என்பது எனக்குத் தெரியும். இது என்றைக்காவது நடக்கும் என்று எதிர்பார்த்துக் கொண்டுதானி ருந்தேன்."

"உம், அப்படியா? நான் இன்னும்கூட ஜைனமார்க்கத்தைப் பின்பற்றுவன்தான்."

"இங்கே நீ வந்திருப்பது எனக்கு அதிசயமாகவே இருக்கிறது கொழுந்தனாரே! ஜைனர்கள் தங்களுடைய சீடர்கள் அந்நிய மத சித்தாந்தங்களைக் கேட்கவிடமாட்டார்கள் என்று கேள்விப் பட்டிருக்கிறேன். சரி, இப்போது நாம் மண்டபத்துக்கருகில் வந்து விட்டோம். இனி நாம் பேசக்கூடாது."

பெரிய வாயிலுக்குள் நுழைந்ததும் அங்கே நிலவிய அமைதியான சூழ்நிலையைக் கவனித்து பாமாவின் செவிகளில் மெதுவாகக் கேட்டேன் - "அண்ணி! இங்கே கௌதமர் தனியாக இருக்கிறாரா?"

"இல்லை, அவரோடு ஐந்நூறு சீடர்கள் இருக்கிறார்கள் இதல்லாமல் நூற்றுக்கணக்கான இல்லறச் சீடர்களும் சிஷ்யைகளும் வேறு இப்போது வந்திருக்கிறார்கள்."

"ஆனால் இவ்வளவு பேர்களிலிருந்தும் ஒரு சந்தடி சப்தம்கூட இல்லையே."

"புத்த பகவானுக்கு அமைதியான சூழ்நிலை என்றால் விருப்பம், அவருடைய சீடர்களும்கூடச் சப்தம்போட்டுப் பேசிப் பிறருடைய அமைதியைக் குலைக்கமாட்டார்கள்."

நாங்கள் சாந்த மூர்த்தியான புத்தரின் முன்னால் சென்றோம். மண்டபத்திற்குள் கௌதமர் வாசம் செய்யும் ஒரு குடிசை இருந்தது. அதன் முன்னாலிருந்த ஒரு விசாலமான முற்றத்தில் - அன்றைய தினம் மழையில்லை. இல்லையென்றால் வைக்கோல் வேய்ந்த பரந்த தர்ம மண்டபத்தில் அவர் இருந்திருப்பார் - ஒரு மேடையின் மீது புத்தர் அமர்ந்தருளியிருந்தார். அவருக்குப் பின்னால் வலதுபுறத்தில் காஷாயம்

தரித்த ஏராளமான பிக்ஷுகள் பக்தி வணக்கத்தோடு உட்கார்ந்திருந்தனர். இடது புறத்தில் காஷாயம் தரித்த பிக்ஷுணிகளிருந்தார்கள். முன்னால் கிரகஸ்தர்களான ஆண் பெண்கள் தனித்தனியாக வீற்றிருந்தனர். அங்கே வந்து சேர்ந்துகொண்டிருந்த ஒவ்வொரு நபரும் பக்கத்திலிருந்தோ தூரத்திலிருந்தோ புத்தருக்கு வணக்கம் செலுத்திவிட்டு சந்தடி செய்யாமல் தங்களுக்குப் பிடித்தமான இடங்களில் உட்கார்ந்த வண்ணமிருந்தனர். நான் கௌதமரிடம் பல பிரச்சினைகளைக் கேட்கவேண்டியிருந்தால் அவர் அருகில் சென்றேன். அவரை வணங்கி ஒரு பக்கமாக உட்கார்ந்து பின்வருமாறு கூறினேன்.

"கௌரவம் வாய்ந்த கௌதமர் அவர்களே! நாங்கள் கழுத்தளவுக்கு வேலைகளும் பொறுப்புகளும் மிகுந்தவர்கள். லிச்சவி சேனாபதி பதவி அப்படிப்பட்டது. எத்தனை நாட்களாகவோ தங்களைத் தரிசித்து என்னுடைய சந்தேகங்களை நிவர்த்தித்துக்கொள்ள வேண்டு மென்றிருந்தேன். ஆனால் எத்தனை எத்தனையோ வேலைகளால் தடங்கல்களால் வர இயலாது போயிற்று."

"அப்படியானால் நீ லிச்சவி சேனாபதி சிம்மனா? காயமடைந்த விரோதிப்படை வீரர்களிடம் நீ காட்டிய உதார குணமும், தயையும் போற்றத் தக்கது. ஒவ்வொருவரும் தங்களுடைய கருணாலயத்தை விஸ்தரித்துக்கொள்ள வேண்டும். அந்த ஆலயத்தில் பகைவர்களுக்கும் இடம் தரும்போது மனிதனிடம் தேவப் பண்புகள் ஏற்பட்டுவிடுகின்றன என்பது என் கருத்து" என்றார் கௌதமபுத்தர்.

"ஆனால் அது சாதாரண விஷயம்தானே பெரியீர்"

"அது சாதாரண விஷயமல்ல. விஷயத்தின் முக்கியத்துவம் அது சிறிதா பெரிதா என்பதைப் பொறுத்ததல்ல; இருதயம் குறுகியதா, விசாலமானதா என்பதைப் பொறுத்தது அது. நல்லது, யுத்த சமயத்தில் உன்னுடைய இதர குணங்களைப் பற்றியும் கேள்விப்பட்டேன். உனக்கு ஏராளமான வேலைகளும், கடமைகளும் இருக்கும் என்பது எனக்குத் தெரியும். சரி, கேட்க நினைத்த விஷயங்களைக் கேள்."

"சுவாமி! தங்களுடைய விரோதிகள் தாங்கள் நாஸ்திகரென்றும், ஆத்மாவிலும், பரலோகத்திலும் நம்பிக்கை இல்லாதவர் என்றும் பிரசாரம் செய்து வருகிறார்கள். அவ்விதமாக அவர்கள் செய்யும் பிரசாரத்தில் உண்மையைத்தான் கூறுகிறார்களா அல்லது தங்கள் மீது அபத்தம் கூறுகிறார்களா என்பதை அறிய விரும்புகிறேன்."

"அவர்கள் சொல்வதெல்லாம் உண்மைதான் சேனாபதி! என் மீது அவர்கள் இல்லாத பொல்லாத அவதூறுகளைக் கூறவில்லை. ஆத்மா இரண்டு விநாடியாவது மாறுதலில்லாமலிருக்கிறது என்பதை நான்

ஒப்புக்கொள்ள மாட்டேன். இனி வாழ்நாள் முழுவதும் ஒரே ஆத்மாதான் இருக்கிறது என்னும் விஷயத்தைப் பற்றியோ, ஆத்மா ஒரு உடலிலிருந்து இன்னொரு உடலுக்குச் செல்லும் கொள்கை அதாவது ஆத்மா அழியாதது என்னும் கொள்கை பற்றியோ சொல்ல வேண்டியதில்லை. என்ன சேனாபதி நீ இப்போதுகூடச் சிறு வயதில் மணலில் விளையாடிக் கொண்டிருந்தவன் மாதிரியே இருக்கிறாயா?"

"சரியாகச் சொன்னீர்கள் சுவாமி! அனுதினமும் எனது அறிவில், ருசியில், மனப்போக்கில் மாறுதல் ஏற்பட்டு வந்தது. எனக்கு நன்றாய் நினைவிருக்கிறது. நான் தட்சசீலத்துககுப் போனபோது இருந்தது மாதிரி வரும்போது இல்லை என்று சந்தேகம் ஏற்பட்டது. நான் அந்த இரண்டு நிலைமைகளில் தெளிவான மாறுதலைக் கவனித்தேன். வெறும் சரீரத்தைப் பார்த்து ஜனங்கள் ஆத்மா ஆத்மா என்று கூக்குரலிட்டு வருவதன் காரணமாக நான் இதுவரைக்கும் ஆத்மா இருக்கிறது என்றே நம்பி வந்திருக்கிறேன். இந்த விதமான மாற்றம் ஏற்பட்டு வருவதால் ஆத்மா சாகவதமானதல்ல என்று தாங்கள் கூறிவருவது சரியானதே என்பதை ஒப்புக்கொள்கிறேன்."

"இந்தச் சாசுவதமான ஆத்மாவை நான் ஒப்புக்கொள்ளாததாலேயே என் விரோதிகள் என்னை நாஸ்திகர் என்கின்றனர். நான் எந்தப் பொருளையும் - அது சேதனமாகட்டும் அசேதனமாகட்டும் - சாசுவதமானது என்பதை ஒப்புக்கொள்ள மாட்டேன். அவ்விதம்தான் பிராமணர்களையும் எது இருக்கிறதோ அது உண்டானதாகும் என்கிறேன். உண்டானதான எதுவும் இறந்தே தீரும், நசித்தே தீரும். ஆத்மா அழிவற்றது. சாசுவதமானது என்னும் எண்ணம் பிரமையாலும் பேராசையாலுமே எழுகிறது. வாழ்க்கை என்றால் எனக்கு வெறுப்பில்லை சேனாபதி! ஆனால் அது நதியின் நீரோட்டத்தைப் போன்றது. அது விநாடிக்கு விநாடி புதுமையடைந்து வருகிறது. அந்தப் புதுமை ஏற்படாது போனால் நம்முடைய சகல கிரியைகளும், எண்ணங்களும், வார்த்தைகளும் பயனற்றுப் போகின்றன. ஏனென்றால் நித்தியமான வாழ்க்கையில் அது தன் பிரதிபலிப்பைப் பதிக்காதல்லவா. வாழ்க்கை அனுதினமும் புதுமையடைந்து வருகிறது என்பதை நான் ஒப்புக்கொள்கிறேன். வாழ்க்கையைப் பிராமணர்களும் சன்னியாசிகளும், இதர மதாச்சாரியர்களும் கருதுவதுபோல் நான் கருதவில்லை. இந்தக் காரணத்தால்தான் அவர்கள் என்னை நாஸ்திகன் என்று அழைக்கிறார்கள். ஆனால் சேனாபதி! மீண்டும் சொல்கிறேன் - எனக்கு வாழ்க்கை மீது வெறுப்பில்லை. ஆனால் என் விஷயமாக உண்மை பேசுபவர்கள் என்னை ஆஸ்திகன் என்றுதான் அழைக்க வேண்டும்."

"உண்மைதான் சுவாமி! யதார்த்தமாகத் தாங்கள்தான் ஆஸ்திகர் என்று நான் கருதுகிறேன். வாழ்க்கை சாசுவதமானது என்று சொல்லிக்கொண்டே அதில் எந்தவிதமான சீர்திருத்தத்துக்கும் இடம் தராதவர்கள் வாழ்க்கையை ஒப்புக்கொண்டாலும் ஒப்புக்கொள்ளா விட்டாலும் ஒன்றுதான்."

"ஆத்மாவின் பெயரால் பொய்யான உணர்வையும் சோம்பேறித் தனத்தையும் யார் பரப்புகிறார்களோ அவர்களைப் பார்த்து, ஆத்ம திருஷ்டியும் ஆத்ம விசாரணையும் பொய்யான ஆத்ம திருஷ்டி, பொய்யான விசாரணை என்கிறேன். சாஸ்வத சிந்தாந்தவாதிகள் ஏன் வாழ்க்கையில் மாற்றம் ஏற்படுத்த முயற்சிக்கிறார்கள்? அவர்கள் வெறும் அதிர்ஷ்டத்தின் மீது நம்பிக்கை வைக்கும் சோம்பேறிகளாக இருக்கிறார்கள்."

"நான் புரிந்துகொண்டேன் சுவாமி! தாங்கள் யதார்த்தவாதி, அதீதவாதியல்ல; பௌதீகவாதி, கற்பனாவாதியல்ல. தங்களுடைய விரோதிகளான பிராமணர்கள் தாங்கள் கிரியாம்சவாதியல்ல என்று கூறுவதைக் கேட்டேன். அவர்கள் இந்த விஷயத்திலேனும் தங்களைப் பற்றிக் கூறியது உண்மையா, அல்லது அபத்தம்தானா?"

"ஒரு அர்த்தத்தில் அவர்கள் கூறுவது உண்மைதான் சேனாபதி! பிராமண சன்னியாசிகள் எத்தனையோ பேர் சாப்பிடுவதை விட்டு பட்டினி கிடந்து பிராணனைப் போக்கிக்கொள்வதைக்கூடக் கிரியை என்கிறார்கள். அப்படிப்பட்ட கிரியை மூலம் மனிதன் தன் பழைய பாபங்களையெல்லாம் போக்கிக்கொண்டு, பாபமற்றவனாகிறான் என்று வாதிக்கிறார்கள். சேனாபதி! நான் அவர்களது இந்த வாதத்தை மூடத்தனமானது என்கிறேன். அவர்கள் ஆத்மா வேறு திரேகம் வேறு என்கிறார்கள் அல்லவா; அப்படியானால் திரேகத்தை வாட்டி வதைப்பதால் மாத்திரம் ஆத்மா எப்படிப் பரிசுத்தமடைகிறது சேனாபதி? அது உண்மையானால் திரேகத்தின் மீதுள்ளள ஆடைகளை வெளுப்பதின் மூலம் திரேகம்கூடச் சுத்தமாக வேண்டுமல்லவா? பட்டினிகிடந்து பிராணனை விடுதல், நிர்வாணமாக இருத்தல், திரேகத்தைத் துன்புறுத்தல் இவற்றால் வாழ்க்கை புனிதமாகிறது என்று கூறுவது அறிவீனம், சிறுபிள்ளைத்தனம் சேனாபதி! நான்கூட வருடக்கணக்காகக் கடுமையிலும் கடுமையான தவங்களைச் செய்தேன்; ஆனால் அவை எத்தகைய பிரதிபலிப்புகளையும் வாழ்க்கையின் மீது ஏற்படுத்தவில்லை. நமது மனோபாவங்களையும் புலன்களையும் கட்டுப்படுத்துதல், ஆசை - துவேஷம் மோகம் முதலான குணங்களின் மூலகாரணங்கள் என்ன என்பதைக் கண்டறிந்து அவற்றை விலக்க முயற்சித்தல் - இவையே வாழ்க்கையில் பிரதிபலிப்பை ஏற்படுத்துகின்றன.

இவ்வாறாகப் பிராமண சன்னியாசிகள் கிரியை என்பதை நான் கிரியையல்ல என்கிறேன். ஆகையினால் நான் கிரியாம்சவாதியாக அல்லாமல் இருக்கிறேன். ஆகையினால் நான் கிரியாம்சவாதியாகவும் இருக்கிறேன். ஏனென்றால் நான் சகல கிரியைகளையும், எண்ணங்களையும், வார்த்தைகளையும் ஒப்புக் கொள்கிறேன்; இவற்றின் மூலமாகவே வாழ்க்கை உச்சக்கட்டத்திற்கு முன்னேறுகிறது என்பதையும் ஏற்றுக்கொள்கிறேன்."

"தாங்கள் தந்த விளக்கம் மிகவும் நன்றாக இருக்கிறது பகவான்! தங்களது வாதம் வாழ்க்கையை உன்னதமான இடத்துக்கு அழைத்துச் செல்கிறது; பிராமண சன்னியாசிகளின் கிரியாவாதம் மூடத்தனமான சிறுபிள்ளைத்தனமானது என்பதை இப்போது நான் நம்புகிறேன் சுவாமி."

"நான் சொல்வதுகூட அதுதான் சேனாபதி!"

"சுவாமி! தாங்கள் தபோவலிமையற்றவர் என்று தங்கள் விரோதிகள் பிரசாரம் செய்து வருகிறார்களே. இது எவ்வளவு தூரம் உண்மை என்பதை நான் அறிந்துகொள்ளலாமா?"

"சேனாபதி! அவர்கள் தபோவலிமை என்று எதைக் கூறுகிறார்களோ எனக்குத் தெரியாது. அவர்களது கண்ணோட்டப்படி திரேகத்தை வருத்துவதோ அல்லது சரீரமே சகலமும் என்று அதற்குச் சேவை செய்வதிலேயே மூழ்கிவிடுவதோ தவம் என்றால் சேனாபதி! - அந்த இரண்டையும் நான் தவறு என்கிறேன். மனிதன் சரீரத்தைப் போஷிப்பதிலேயே முழுக்க ஈடுபட்டுவிடக்கூடாது; அதே மாதிரி சரீரத்தை வருத்துவதிலும் முழுக்க ஈடுபட்டுவிடக் கூடாது. இந்த இரு திறக்கோடிகளான பாதைகளைவிட்டு மத்தியமான பாதையைப் பின்பற்றும்படி நான் கூறுகிறேன். இதனாலேயே நான் தபோவலிமை யற்றவன் என்று கூறுகிறார்கள்."

"சுவாமி! தங்களுடைய மத்திய மார்க்கம் பாராட்டத்தக்கது: நன்மையானது. நான் ஜைனமத ஸ்தாபகரிடம்."

என்னை மேற்கொண்டு பேசவிடாமல் தடுத்து கௌதமர். "அந்த விஷயம் வேண்டாம் சேனாபதி மகாவீரர் என்னைப்பற்றி என்ன கூறியிருந்தாலும் அதை என்னிடம் சொல்லாதே. இப்போது நாம் அந்த விஷயத்தைப் பேசிக்கொள்வதாலோ, கேட்பதாலோ உனக்கோ எனக்கோ பயன் ஏதுவுமில்லை. இன்னும் ஏதாவது சந்தேகமிருந்தால் கேள்" என்றார்.

இதய ஆழத்தைத் தொடும் புத்தரின் உபதேசங்களால் நான் கவரப்பட்டேன். அதுவும் விரோதியின் நிந்தனைகளைச் சொல்ல வந்தபோது அவற்றைக் கேட்க அவர் விருப்பப்படவில்லை என்பதைக் கவனித்து உண்மையில் புத்தர் ஈடு இணையற்ற மகாபுருஷர். மனிதோத்தமர் என்பதைத் தெரிந்துகொண்டேன்.

எனது சந்தேகங்களெல்லாம் தீர்ந்து போனதும் மனத் திருப்தியோடு பின்வருமாறு கூறினேன் - "சுவாமி! நான் தங்களைப்பற்றி வெளியே கேள்விப்பட்டதற்கு மாறாகத் தங்களுடைய தர்மத்தைப் பற்றித் தெரிந்துகொண்டேன். இந்த விநாடி முதல் நான் புத்த-தர்ம-சங்கத்திடம் சரணடைகிறேன். பகவான்! என்னைத் தாங்கள் சிஷ்யனாக ஏற்றுக்கொள்ளப் பிரார்த்திக்கிறேன். மற்றொரு விண்ணப்பம். நாளை மத்தியானம் தாங்கள் தங்களுடைய சங்க சமேதராக நான் அளிக்கும் உணவை ஏற்றுக்கொள்ள வேண்டுகிறேன்."

புத்த பகவான் மௌனம் சாதித்து என் பிரார்த்தனையை ஏற்றுக்கொண்டார். அப்போது அவருடைய வயது அறுபதுக்கு மேலிருக்கும். ஆனாலும் அவரது முகாரவிந்தம் சுடர்விட்டுப் பிரகாசித்துக்கொண்டிருந்தது. அவருடைய நீல நேத்திரங்கள் அத்தனை திசைகளிலும் கருணையையும் அன்பையும் வர்ஷித்துக் கொண்டிருப்பது போலிருந்தன. நான் மகானை வணங்கி வீட்டிற்குப் புறப்பட்டேன். நான் வாயிலைத் தாண்டி வெளியே வந்தபோது அம்மா, சின்னம்மா, பாமா, ரோகிணி ஆகியோரும் அங்கு வந்து சேர்ந்தார்கள். அம்மா பெரும் மகிழ்ச்சியோடு கூறினாள் - "பார்த்தாயா மகனே! எங்களுடைய புத்தரின் உபதேசங்கள் எவ்வளவு அற்புதமாக இருக்கின்றன!"

"கேட்டேன் அம்மா! நம்முடைய குடியரசுப் பவனத்தில் அநேக சந்தர்ப்பங்களில் பலர் புத்த பகவானைப் புகழ்ந்து பேசியதைக் கேட்டேன். நான் இவரைத் தரிசிக்க வேண்டுமென்று எண்ணிய போதெல்லாம் ஜைன மதாச்சாரியர் என்னைத் தடுத்துவிட்டார். இன்றைய தினம் அவருடைய கட்டளையை மீறியேதான் இங்கு வந்தேன். நான் இதுவரைக்கும் ஜாதி அபிமானத்தால் ஞாத்ருபுத்திரரின் (மகாவீரர்) தர்மத்துக்குக் கட்டுப்பட்டிருந்துவிட்டேன்."

"அப்படியானால் சேனாபதி! நாமெல்லோரும் பௌத்த மார்க்கத்தைக் கடைப்பிடிப்பவர்களாகி விட்டோமல்லவா?" என்றாள் பாமா மந்தஹாசத்தோடு.

"ஆம் அண்ணி! இப்போது நாமெல்லோரும் ஒரே தர்மத்தைப் பின்பற்றுபவர்களாகிவிட்டோம். நாளை புத்த பகவான் தமது

சங்கத்தோடு நமது வீட்டிற்கு வந்து உணவருந்தப் போகிறார். இதற்கு இப்போதிருந்தே ஏற்பாடு செய்ய வேண்டும்."

"அதற்கு நீ ஒன்றும் சிரமப்பட வேண்டியதில்லை மகனே!" என்றாள் அம்மா உடனே.

மறுநாள் கசாப்புக் கிடங்கிலிருந்து பசு மாமிசத்தையும் பன்றி மாமிசத்தையும் வரவழைத்தேன். உணவு தயாரானதும் நான் புத்த பகவானை அழைத்து வந்தேன். அவர் பிக்ஷுகளோடு வந்து உணவருந்திக் கொண்டிருந்தார். சரியாக அதே நேரத்தில் வைசாலியில் நான்கு வீதிகள் சந்திக்குமிடத்தில் ஜைனத் துறவிகள் கைகளை உயர்த்தி, "சிம்மா சேனாபதி பாபாத்மா! அவன் பௌத்த பிக்ஷுகளின் நிமித்தம் பசுக்களையும், பன்றிகளையும் கொன்று கொடூரமான ஹிம்சை செய்கிறான். கௌதமரின் சீடனாகயிருப்பது எப்படிப்பட்டது என்று பாருங்கள். கௌதமன் தனக்காகக் கொலை செய்யப்பட்ட பசு மாமிசத்தைத் தின்றுகொண்டிருந்தால் அவனுடைய தர்மம் எங்கே இருக்கிறது" என்று பெரும் கூச்சல் போட்டுக் கொண்டிருந்தார்கள். ஜைனர்கள் கூறுவது முற்றிலும் பொய். நான் மிருகங்களைக் கொல்லவுமில்லை, கொல்லச் செய்யவுமில்லை. அவர்கள் சொல்வது போல் நான் பிரத்தியேகமாகக் கொல்லப்பட்ட மிருகங்களின் மாமிசத்தைப் புத்த பகவானுக்கு ஆகாரமாகப் படைக்கவுமில்லை. அவர்களுடைய ஜைன தர்மத்தைவிட்டு விலகியதால் அவர்களுக்கு என்மீது அளவில்லாத கோபம். அதனால் அவர்கள் சிறுபிள்ளைகள் போலக் கூக்குரலிட்டுக் கொண்டிருந்தார்கள்.

பகவான் புத்தரின் மார்க்கம் என்னை ஆன்மீகக் கொள்கையிலிருந்து அந்நியக் கொள்கைக்கு மாற்றிவிடவில்லை; மாறாக, என்னுள் அடங்கியிருந்த சக்திகளைப் பூரணமாக வெளிப்படுத்தவே துணை செய்தது.

23. கபில் முதலியோரின் திரும்புகை

மழைக்காலம் முடிந்துகொண்டிருந்தது. இனி கபில், சந்தனு முதலிய காந்தார நண்பர்கள் சொந்த நாட்டுக்குத் திரும்பிப்போய் விடுவார்களே என்ற திகில் ஏற்பட்டது. அந்த விஷயம் நினைவுக்கு வரும்போதெல்லாம் என் இதயம் வேதனையுற்றது. நான் சேனாபதிக்காக என்று கட்டப்பட்டிருந்த இல்லத்தில் வசித்துவந்தேன். காந்தார நண்பர்கள் பெரும்பகுதியான நேரத்தை என்னோடேயே கழித்து வந்தார்கள். ஜைனர்களின் மாயவலையிலிருந்து விடுபட்டதிலிருந்து நான் நண்பர்கள் குழாத்தோடு அதிகமாக அளவளாவ முடிந்தது. மாமிசம் சாப்பிடுவதில்லை என்ற விரதத்துக்கு விடை கொடுத்தேன் என்பதைச் சொல்ல வேண்டியதில்லை. பாமாவின் இனிமையான உல்லாசப் பேச்சுகள் எங்கள் இதயங்களைக் களிப்பூட்டிக் கொண்டிருந்தன. ஒருநாள் மகத சேனாபதியைப் பற்றிய பேச்சு வந்தது. அப்போது நான் கூறினேன் - "அவர் அஞ்சா நெஞ்சம் கொண்ட வீரர். தம்முடைய படைகள் வெகுவாகத் தோல்வி அடைந்து கொண்டிருந்தபோதிலும் அவர் யானை மீதேறி போர்க்களத்தில் போராடினார்."

"நண்பா சிம்மா? நீ சிந்து நதிக்கரையில் காட்டிய பராக்கிரமத்தை இங்கு மீண்டும் காட்டி விட்டாயல்லவா?" என்றான் கபில்.

"அங்கே மாதிரி செய்வதற்கு இங்கே வழியில்லை. சண்டை செய்து என் பராக்கிரமத்தைக் காட்ட வேண்டும் என்னும் உத்வேகத்தோடு நான் போர்க்களத்தில் குதிக்கவில்லை. அந்த யானை மீது ஒருவேளை அஜாத சத்ரு இருப்பானோ என்று நினைத்தேன். அவனைப் பிடிக்க விரும்பினேன்."

"ஆனால் அங்கே எதிர்ப்படையினர் போதுமான அளவு இருந்தார்களா"

"நம் படையினராவது போதுமான அளவு இருந்தார்களா?"

"தங்களுடைய சேனாபதி களத்தில் குதித்திருக்கிறார் என்பது அவர்களுக்கு என்ன தெரியும்."

ஒவ்வொரு சமயம் அந்த மாதிரி துணிய வேண்டியதாக இருக்கிறது. ஆனால் நண்பா! மகத சேனாபதி இரண்டு தடவை என் தாக்குதலிலிருந்து தப்பித்துக்கொண்டு என் மீது ஆயுதத்தை வீசி எறியவும் செய்தார்; ஆனால் என் மூன்றாவது தாக்குதலுக்கு அவர் தப்ப முடியவில்லை. அப்போது மிக லாவகமாக யானை மீதேறி யானைப் பாகனையும், யானையையும் வசம் செய்துகொண்ட லிச்சவி வீர இளைஞனின் தைர்யம் எனக்கு ஆச்சரியமாக இருந்தது. அவன் அந்த யானையை நமது கூடாரம் வரைக்கும் ஓட்டிக்கொண்டும் வந்தான். இந்த யுத்தத்தில் தங்களுடைய வீரதீரங்களைக் காட்டிய நம்முடைய வீரர்களில் இவன் ஒருவனுக்குதான் வார்த்தையளவிலாவது பாராட்டு தெரிவிக்க முடியாமல் போய்விட்டது. அதற்காக நான் வருத்தப்பட்டுக் கொண்டிருக்கிறேன். எனக்கு அவன் மீண்டும் தென்படாமல் மாயமாய் மறைந்துவிட்டான்."

"கொழுந்தனாரே! நீ அவனை அடையாளம் கண்டுகொள்ள வில்லையா?" பாமா கேட்டாள்.

"எனக்கு அவனுடைய முகம் ஞாபகமில்லை அண்ணி! முகத்தில் அரும்பு மீசை இருந்ததாக நினைவு. அவனுடைய நினைவு சரியாகப் பார்க்கவே எனக்குச் சந்தர்ப்பமில்லை. தலைக்கவசம், உடல் கவசம் பூண்டு ஆயுத பாணிகளாக இருப்பவர்கள் அனைவரும் ஒரே மாதிரியாகவே காணப்படுகிறார்கள். ஒன்று மட்டும் ஞாபகமிருக்கிறது. யானைப்பாகனிடமிருந்து அங்குசத்தைப் பிடுங்கியபோது அவனுடைய கையில் காயம் பட்டு இரத்தம் சிந்திற்று."

"கையில் காயம் பட்டதா? அப்படியானால் அந்த இளைஞனை அடையாளம் கண்டுபிடித்துவிடலாம் கொழுந்தனாரே" இவ்விதம் கூறும்போது பாமாவின் கண்கள் மின்னின.

"இல்லை அண்ணி! அவன் உடனே மகத சேனையைத் துரத்திக்கொண்டு போய்விட்டான். அவன் உயிரோடு திரும்பி வந்திருந்தால் என் கண்ணில் பட்டிருப்பான். அப்போதைய நிலைமையில் அவனுடன் பேசுவதற்கு வாய்ப்பில்லாமல் போய்விட்டது. அவனுடைய வீரத்தை நான் என்றைக்கும் மறக்கமாட்டேன்."

"அது சரி கொழுந்தனாரே! உன்னைக் கொழுந்தனார் என்று கூப்பிடவா, அல்லது சேனாபதி அவர்களே என்று அழைக்கவா?" என்று பாமா கேட்டாள்.

"கொழுந்தனார் என்றே கூப்பிடு அண்ணி! எனக்கு அப்படி அழைப்பதுதான் பிடிக்கிறது."

"நல்லது, அப்படியே அழைக்கிறேன் கொழுந்தனாரே! வெகுமதிகளுக்கும் பாராட்டுதல்களுக்கும் ஆசைப்படாமல், தங்களை

வெளிகாட்டிக்கொள்ள விரும்பாத வீரர்களும் இருக்கிறார்கள் அல்லவா?"

"ஆம், அப்படிப்பட்டவர்கள் இல்லாது போக மாட்டார்கள். ஆனால் அண்ணி! அந்த இளம் வீரனைச் சந்திக்க முடியாது போயிற்றே என்று எனக்கு எப்போதும் வருத்தமாகவே இருக்கிறது."

"தேடினால் அகப்படமாட்டானா! கையில் காயம்பட்டவர்கள் அதிகம் பேர் இருக்கமாட்டார்கள். ஒருவேளை அவன் அகப்பட்டாலும் அகப்படலாம்."

"மறுபடியும் எல்லா வீரர்களையும் சோதிப்பதா? எவ்வளவு பேர்களுக்குச் சிரமம் ஏற்படும் தெரியுமா அண்ணி?"

"ஆம் சிரமம்தான். அந்த இளைஞனுக்கு அரும்பு மீசை இருந்தது உனக்கு நினைவிருக்கிறதா?"

"நிச்சயமாகக் கூற முடியாது அண்ணி! அது ஒருவேளை என்னுடைய பிரமையாக இருக்கலாம். உண்மையில் நான் அந்த யுவனுடைய முகத்தை எங்கே சரியாகப் பார்த்தேன்? அதனால் அவனுடைய உருவம் என் மனதில் சரியாகப் பதியவில்லை."

"அந்த இளைஞனை நான் தேடிப்பிடித்து வர முடிந்தாலோ?" என்று கேட்டவாறே என் கண்களுக்குள் பார்த்தாள் பாமா.

"உனக்கு எவ்வளவோ நன்றியுள்ளவனாக இருப்பேன்."

"நீ எனக்கு எவ்வளவு நன்றியுள்ளவனாக இருக்கிறாய் என்பது முன்பே தெரிந்துவிட்டது. நாங்கள் எவ்வளவு சிரமப்பட்டுக் கற்றுக் கொண்டோம். வாள், வில்வித்தைகளை பயன் என்ன இருக்கிறது? நாங்கள் உன்னை எவ்வளவு கையெடுத்துக் கும்பிட்டும் போரிட எங்களுக்குச் சந்தர்ப்பமளிக்கவில்லை. உங்களுடைய புருஷர்கள் படைவரிசையில் நின்று சண்டை செய்வதற்கு எங்களுடைய பெண் படைகளுக்கு அருகதையில்லை என்று நினைத்தாயல்லவா?"

"ஆனால் நீங்கள் செய்த சேவையும் சாதாரணமானதல்லவே. அதில் நீங்கள் பல ஆபத்துக்களை எதிர்நோக்கினீர்களல்லவா? ரோகிணியின் கையில் ஈட்டிக் காயத்தைக்கூட நான் பார்த்தேன்."

"ஈட்டிக் காயமா?"

"பின் என்ன, உங்களுக்கு ஆயுதங்களை உபயோகிக்கும் சந்தர்ப்பம் கிட்டவில்லை என்று எப்படிச் சொல்ல முடியும்?"

"ஈட்டியால் காயமடைவதற்கும், வாள் வீச்சுக்கு ஆளாவதற்கும், அவற்றை நாங்களே உபயோகிப்பதற்கும் வித்தியாசமிருக்கிறது கொழுந்தனாரே!"

"அது உண்மைதான். என்றாலும் அண்ணி! உங்களுடைய எண்ணிக்கையோடு ஒப்பிடுகையில் உங்களிடம் ஒப்படைத்த வேலையே தலைக்கு மிஞ்சியிருக்கிறது. அப்படியிருக்க போர்க்களத்திலும் உங்களை இறக்கிவிடுவது உசிதமல்ல என்று நினைத்தேன்."

"ஆனால், நீ சம்மதிக்காது போனாலும் நாங்களாகவே சண்டையில் கலந்துகொண்டோம்."

நான் ஆச்சரியத்தோடு கேட்டேன். "என்னது? நீங்கள் போர்க்களத்தில் சண்டை வேறு செய்தீர்களா? சேனாபதியின் கட்டளையில்லாமலேயே?"

"கட்டளையில்லாமலும்; ஒரு வகைக்குக் கட்டளையோடும்."

"அதெப்படி?"

"யுத்தம் நடந்து கொண்டிருக்கையில், காயமடைந்து விழுந்தவர்களை அம்பு மழையிலிருந்து அப்புறப்படுத்திச் செல்வது உங்களுடைய கட்டளைக்கு விரோதமானதல்ல அல்லவா?"

"அல்ல"

"பின் அப்படிப்பட்ட சமயத்தில் யுத்த பூமியில் ஏதாவது ஆபத்தில் அகப்பட்டுக்கொண்டிருந்தால் அவர்களைப் பார்த்த நாங்கள் அவர்களைப் பாதுகாப்பதற்கு ஆயுதங்களை உபயோகிப்பதும்கூட உங்களுடைய கட்டளைக்கு மீறியதல்ல அல்லவா?"

"அல்ல; ஆனால் பாமா! நீ ஆயுதத்தை உபயோகித்து சத்துரு சம்ஹாரம் கூடச் செய்தாயா என்ன?"

"அந்த விஷயம் இருக்கட்டும் கொழுந்தனாரே! நாங்கள் என்ன செய்தால் கட்டளையை மீறியவர்களாவோம் என்பதைத் தெரிந்து கொள்ள விரும்புகிறேன். அம்மாதிரி ஆபத்தான நிலைமையில் லிச்சவிப் பெண்ணையோ அல்லது ஆணையோ காப்பாற்றுவதற்கு நாங்கள் ஆயுதமேந்திப் போரிட்டால் அது உங்கள் கட்டளையை மீறியதாகுமா?"

"ஏன் சுற்றி வளைக்கிறாய் பாமா? மகத மன்னனின் பட்டத்து யானையை வசப்படுத்திய அந்த லிச்சவி இளைஞனை உனக்குத் தெரியுமா என்ன?"

"முதலில் என் கேள்விக்குப் பதில் சொல் கொழுந்தனாரே! ஒருவேளை நாங்கள் அப்போது எந்த ஒரு லிச்சவி வீரனையோ காப்பாற்றுவதற்கு வாளேந்திப் போராடியிருந்தால் அது கட்டளையை மீறியதாகுமா?"

"நீங்கள் இவ்வளவு தூரம் போர்க்களத்திற்குள் சென்று போராடுவது தங்கள் விருப்பமில்லை."

"உங்களுடைய கட்டளையைப் பற்றித்தான் கேட்டேன் சேனாபதி."

"அது கட்டளைக்கு விரோதமாக இருக்காதா?"

"ஒரு அர்த்தத்தில் அது கட்டளைக்கு விரோதமில்லை; இன்னொரு அர்த்தத்தில் அது கட்டளைக்கு விரோதம்."

"உங்களுடைய பதிலின் முதல் பகுதியைப் பற்றித்தான் இங்குப் பேச்சு சேனாபதி!"

"ஏன் மறைக்கிறாய், நீ வாளேந்திப் போரிட்டாயில்லையா அண்ணி?"

"ஆம், இதில் நாங்கள் நீ செய்த அளவு குற்றம் செய்யவில்லை கொழுந்தனாரே."

"சரிதான். என்னையும் உங்களோடு குற்றவாளியாக்கி விட்டீர்களா? அது எப்படி?"

"நீ அப்போது உதவி சேனாபதிதானே?"

"ஆம் அதனால்?"

"போர்க்களத்தில் படைகளை நடத்திச்செல்வது உன் பொறுப்பில்தானே இருந்தது?"

"ஆம் இருந்தது?"

"நீ மகத சேனாபதி மீது முன்பின் யோசியாமல் திடீரென்று தாக்குதல் தொடுத்தபோது எனக்குப் பயம் ஏற்பட்டது. உனக்கு ஏதாவது அபாயம் ஏற்பட்டால் போர் நிலைமையில் எவ்வளவு பாதகம் ஏற்படும்? வெற்றியானது தோல்வியாக மாறினாலும் கூட மாறலாம் என்று எனக்குப் பீதி ஏற்பட்டது."

"உண்மைதான். நீ சுட்டிக்காட்டிய இந்தத் தவறை நான் ஒப்புக் கொள்கிறேன்."

"பிறகு, இவ்விதமாக யோசனையில்லாமல் எதிரிகளின் மத்தியில் புகுந்து சேனாபதியைக் காப்பாற்றுதற்கு லிச்சவிப் பெண்கள் படையினர் சமயத்துக்கு அங்கே போய் முயற்சித்தது கட்டளையை மீறியது என்று சொல்கிறாயா கொழுந்தனாரே?"

"கட்டளையை மீறிய விஷயம் இருக்கட்டும்; உண்மையில் நீ இத்தகைய துணிவான காரியத்தைச் செய்தாயா அண்ணி?"

"என்னிடம் வீரமிருந்தது; அந்த வீரத்தைக் காட்டினேன்,"

"நான் மகத சேனாபதியின் யானைமீது குறிவைத்தபோது தானே?"

“அப்போது மாத்திரமல்ல; இன்னொரு சமயத்திலும்கூட”

“இன்னொரு சமயம் எப்போது?”

“நீ எத்தனை தடவைகள் மெய்க்காப்பாளர்களின்றி யுத்த அரங்கத்தில் திரிந்திருக்கிறாய் என்பது ஞாபகமில்லை?”

“ஒருவேளை இருக்கலாம். ஆனால் நான் தனியாக இருந்ததில்லையே?”

“கூடாரத்திலிருந்து வெளியே வந்தபோதோ?”

“கூடாரத்திலிருந்து தனியாக வெளியே செல்வது எனக்கு வழக்கம்தான்.”

“அப்படித் தனியாக இருக்கும்போது, யுத்தத்தை நடத்தும் பொறுப்பை வகிக்கும் தங்களுடைய சேனாபதிக்கு லிச்சவி வீராங்கனைகள் மெய்க்காப்பாளர்களாக இருப்பது கட்டளைக்கு விரோதமானது என்கிறாயா?”

“நான் புரிந்துகொண்டேன் அண்ணி! லிச்சவி கணசபையில் உறுப்பினராக நீ விரும்பினாயா?”

“என் வாக்குச் சாதுர்யம் பயன்படவில்லையே என்று எனக்கு வருத்தம்தான். ஆனால் உத்தராபதம் (பஞ்சாப்) முழுவதும் தட்சசீலம் போன்ற பஞ்சாயத்துக்களிலேயே பெண்களுக்கு அத்தகைய உரிமையில்லாதிருக்கும்போது, வைசாலியில் அதை எதிர்பார்ப்பதற்கு இடமெங்கே இருக்கிறது? சரி, அது இருக்கட்டும். நான் கேட்டதற்குப் பதில் சொல்லவில்லையே என்ன?”

“இன்னும் சொல்ல என்ன இருக்கிறது? நீ கூறியதையெல்லாம் முழுவதும் அங்கீகரிக்கிறேன். நாளகிரியைப் பிடிக்கும்போது அங்கிருந்த லிச்சவிப் படையினரில் நீங்கள் எத்தனை பேர் இருந்தீர்கள்?”

“அதிகம் பேர் நாங்கள் தானிருந்தோம். லிச்சவிப் படையினர் கொஞ்சம் பேர்கள்தானிருந்தார்கள்.”

“எனக்கு இந்த விஷயத்தை இதுவரை சொல்லவே இல்லையே அண்ணி?”

“இப்போதுங்கூடச் சொல்லியிருக்கமாட்டேன். ஆனால் அன்றைய தினம் லிச்சவி யுவன் காட்டிய வீரத்துக்கு வெகுமதி எதுவும் தரமுடியவில்லையே என்று எப்போதும் கவலைப்பட்டுக்கொண்டிருந்ததால் இதையெல்லாம் சொல்லும்படி நேர்ந்தது.”

“சரி, அங்கே யார் யார் இருந்தார்கள்?”

"ஒருவரா, இருவரா, ஒரு படையே இருந்தோம். ஆனால் எல்லோரும் ஒரே ஈடுஜோடானவர்கள். அந்தப் படையில் க்ஷேமா, பாமா, ரோகிணி முதலியோர் இருந்தோம்."

என் பக்கத்தில் உட்கார்ந்து புன்முறுவல் பூத்துக் கொண்டிருந்த க்ஷேமாவின் தலைமீது கைவைத்து "க்ஷேமா! எங்கள் குடியரசின் அழகு ராணியே! நீ கூடவா" என்றேன்.

"குடியரசின் அழகு ராணியில்லை என்றால் ஒன்றும் குடிமுழுகி விடாது சிம்ம அண்ணா! ஆனால் சேனாபதி இல்லையென்றால் என்னவாகும் என்பதை நீயே சொல்" என்றாள் க்ஷேமா.

"அந்தப் பட்டத்து யானையை வசமாக்கிக்கொண்ட இளைஞன் யார் என்று இப்போது நான் சொல்லவா?" என்றாள் பாமா.

"ஆம், சொல். சீக்கிரம் சொல் அண்ணி! என்றேன் நான்."

"வேறு யார். காந்தார மருமகள்தான்!"

"ரோகிணியா!"

"ஆம், ரோகிணிதான். அவள் இப்போது சமையற்கட்டிற்குப் போயிருக்கிறாள் என்று தெரிகிறது. அவள் வந்ததும் அவளுடைய வீரத்திற்குரிய வெகுமதி கிடைக்க வேண்டும்."

"வெகுமதியா?"

"ஆம், நீங்கள் கொடுக்க வேண்டுமென்று எவ்வளவோ விரும்பிக் கொண்டிருந்தாயே கொழுந்தனாரோ!"

"அவளுக்கு வெகுமதி கொடுப்பதற்கு என்னிடம் என்ன இருக்கிறது அண்ணி?"

"நீ அவ்வளவு தரித்திரனில்லையே? என்ன கொடுப்பது என்று உனக்குத் தோன்றாது போனால் நான் சொல்கிறேன். முதலில் முத்தம், பிறகு ஆலிங்கனம் - முக்கியமாக இந்த வீரத்தை நினைத்துக்கொண்டு இவற்றை வெகுமதியாகக் கொடு. இன்னொரு விஷயம் - அப்போது அந்த யானையோடு கூடாரம் வரை வந்தவர்களில் க்ஷேமாவும், பாமாவும் இருந்தார்கள் என்பதை மறந்துவிடாதே கொழுந்தனாரே."

"என் பின்னால் வந்தீர்களா?"

"அப்போது மாத்திரமில்லை. அன்று இரவு உல்காசேலம் வரையிலும் உனக்குத் துணையாக வந்தவர்களில் நாங்கள் மூவரும் இருந்தோம்."

"என்னது? சேனாபதி சுமணன் மரணமடைந்த அன்றைய தினம் இரவா?"

"ஆம் அதுசரி, ரோகிணிக்கு வெகுமதி கொடுக்கும் சமயம். அங்குசத்தைக் கைப்பற்றும்போது ஏற்பட்ட காயம் கையில் இருக்கிறதா இல்லையா என்று பார்க்க மறந்துவிடாதே."

"நான் அந்தக் காயத்தை முன்பே பார்த்துவிட்டேன் அண்ணி!"

"போகட்டும். எனக்கும் ஏதாவது வெகுமதி உண்டா இல்லையா?"

"தப்பாமல் உண்டு. ஆனால் உனக்கு என்ன வேண்டுமோ அதை நீயே கேட்டுப் பெற்றுக்கொள் அண்ணி!"

"என் மனோவை நான் இருக்குமிடத்திலேயே இருக்கும்படி செய். அப்போது நானும் ரோகிணியும் நிரந்தரமாக ஒன்று சேர்ந்திருப்பதற்கு வாய்ப்பாக இருக்கும்."

"அது என்னால் செய்யக்கூடிய காரியம்தான் அண்ணி! மனோதரனை என் பக்கத்திலேயே இருக்கும்படி செய்கிறேன். அதில் என் சுயநலம்கூட இருக்கிறது."

"அப்படியானால் நல்லது. உன்னுடைய சுயநலத்தில் எங்களிரு வருடைய சுயநலமும் சேர்ந்து இருக்கிறது. இன்னும் க்ஷேமா ஒருத்தி மீதமிருக்கிறாள். அவளுக்கு என்ன வெகுமதி வேண்டுமோ?"

"நீயே சொல் அண்ணி!"

"இவளை உனக்கு இரண்டாவது அண்ணியாகச் செய்து கொண்டால் நன்றாக இருக்கும்."

"இரண்டாவது அண்ணியா? அப்படியென்றால்?"

"பயப்படவேண்டாம் கொழுந்தனாரே? மனோரதன் எனக்கு ஒரு சக்காளத்தி கொண்டு வருவதற்கு நான் மட்டும் ஒப்புக்கொள்வேனா?"

"அது எனக்குத் தெரியும்."

"பார்த்த மாத்திரத்தில் வெட்கத்தால் தலைகவிழ்த்துக்கொள்வது யார்?"

"அண்ணி?"

"உனக்கு இன்னொரு அண்ணா யாரோ சொல் கொழுந்தனாரே"

"கபில்தானே அண்ணி! வெகுமதி விஷயம் எப்படியிருந்தாலும் இந்த ஜோடி சேர்க்கும் விஷயம் எனக்கு மிகவும் பிடித்திருக்கிறது" என்று கூறி க்ஷேமாவின் நெற்றியில் முத்தமிட்டேன்.

"வெகுமதியைத் தானே சுயமாகச் சம்பாதித்துக்கொள்வது இன்னும் அதிக மகிழ்ச்சிகரமான விஷயம் கொழுந்தனாரே!" என்றாள் பாமா.